AF832605

ഗ്രീൻ ബുക്സ്

മലയാളത്തിന്റെ സുവർണ്ണകഥകൾ

പുനത്തിൽ കുഞ്ഞബ്ദുള്ള

കഥാകാരൻ, നോവലിസ്റ്റ്.
1940 ഏപ്രിൽ 3ന് വടകര താലൂക്കിലെ ഒഞ്ചിയത്ത് ജനനം.
അലിഗഢ് സർവ്വകലാശാലയിൽ നിന്നും എം.ബി.ബി.എസ്. ബിരുദം.
1971ൽ വടകരയിൽ ശാന്തിനികേതൻ നഴ്സിങ് ഹോം ആരംഭിച്ചു.
താമസിയാതെ സർക്കാർ ആശുപത്രിയിൽ ജോലി. കുറച്ചുകാലം
സൗദി അറേബ്യയിൽ ദമാമിൽ. വീണ്ടും നാട്ടിലെത്തി അൽമാ
ഹോസ്പിറ്റൽ എന്ന സ്ഥാപനം തുടങ്ങി.

കൃതികൾ: *തെറ്റുകൾ, സൂര്യൻ, അലിഗഢിലെ തടവുകാരൻ, നവഗ്രഹങ്ങളുടെ തടവറ (സേതുമായി ചേർന്നെഴുതിയത്), ദുഃഖിതർക്കൊരു പൂമരം, കാമപ്പൂക്കൾ, സ്മാരകശിലകൾ, കന്യാവനങ്ങൾ, മരുന്ന്, കലീഫ, അഗ്നിക്കിനാവുകൾ (നോവൽ). അജ്ഞൻ, കത്തി, കാലാൾപ്പടയുടെ വരവ്, മലമുകളിലെ അബ്ദുള്ള, കൃഷ്ണന്റെ രാധ, നരബലി, പുനത്തിൽ കുഞ്ഞബ്ദുള്ളയുടെ ക്രൂരകൃത്യങ്ങൾ, പുനത്തിലിന്റെ കഥകൾ, ജൂതന്മാരുടെ ശ്മശാനം, ക്ഷേത്രവിളക്കുകൾ, പുത്രകാമന, നടപ്പാതകൾ, നാരി മികച്ചിടം, സംഘം, മലയാളത്തിന്റെ സുവർണ്ണകഥകൾ - പുനത്തിൽ കുഞ്ഞബ്ദുള്ള (കഥ). അമ്മയെ കാണാൻ (ബാലസാഹിത്യം), വോൾഗയിൽ മഞ്ഞു പെയ്യുമ്പോൾ (യാത്രാവിവരണം), അലിഗഢിലെ കുഞ്ഞബ്ദുള്ളയും അറേബ്യയിലെ വല്യബ്ദുള്ളയും (ഓർമ്മക്കുറിപ്പ്).*

പുരസ്കാരങ്ങൾ: *കേരള-കേന്ദ്ര സാഹിത്യ അക്കാദമി അവാർഡുകൾ, വിശ്വദീപം അവാർഡ്, സമസ്ത കേരള സാഹിത്യ പരിഷത്ത് അവാർഡ്, രാജീവ് ഗാന്ധി ഫൗണ്ടേഷൻ അവാർഡ്, മുട്ടത്തു വർക്കി ഫൗണ്ടേഷൻ അവാർഡ്.*

വിലാസം: മുനിസിപ്പൽ പാർക്കിനു സമീപം, വടകര

മലയാളത്തിന്റെ സുവർണ്ണകഥകൾ

പുനത്തിൽ കുഞ്ഞബ്ദുള്ള

ഗ്രീൻ ബുക്സ്

green books private limited
gb building, civil lane road, ayyanthole,
thrissur- 680 003, kerala, ph: +91 487-2381066, 2381039
website: www.greenbooksindia.com
e-mail: info@greenbooksindia.com

branches:
thrissur 0487-2422515
thiruvananthapuram 0471-2335301
calicut 0495 4854662

malayalam
malayalathinte suvarnakathakal
story
by
punathil kunhabdulla

first published january 2009
reprinted may 2019

photo : madhuraj
cover design : rajesh chalode

printed in india
repro india ltd

isbn : 978-81-8423-126-7

₹ 300.00
GBPL/272/2010/X004

മുഖക്കുറി

കടഞ്ഞെടുത്ത കഥകളാണ് പുനത്തിൽ കുഞ്ഞബ്ദുള്ള യുടേത്. ഒറ്റവാക്കിൽ ഒരു കടലൊതുക്കി വയ്ക്കും. വളവു തിരിവുകളുള്ള ജീവിതത്തെ നേർരേഖയിൽ കൊണ്ടു വരും. കഥാപാത്രങ്ങൾ ജീവിതത്തെ ധീരമായി തുറന്നു പ്രഖ്യാപിക്കും. അരാജകത്വത്തിന് വലിയ ദാർശനിക മാനങ്ങളൊന്നും നൽകാതെ പച്ചജീവിതവുമായി അതിനെ കൂട്ടിയിണക്കും. ബഷീറിയൻ രചനകളിൽ അലിഞ്ഞു ചേർന്നിരിക്കുന്ന ഒരു സൂഫി ചിരി പുനത്തിലിന്റെ കഥ കളിലും നിങ്ങൾക്ക് കണ്ടെത്താനാകും. വടക്കേ മലബാ റിന്റെ നിഷ്ക്കളങ്കമായ ഗ്രാമ്യവഴക്കങ്ങളും ശീലവും ശീലക്കേടും ഈ കഥകളിലുണ്ട്. ജനനമരണങ്ങളുടെ സങ്കീർണ്ണതയും ജീവിതത്തിന്റെ രോഗാതുരതയും കണ്ട ഭിഷഗ്വരനായ കഥാകൃത്തിന്റെ കയ്യിൽ കഥകളുടെ സ്വർണ്ണത്താക്കോൽ ഭദ്രമാണ്.

കൃഷ്ണദാസ്
മാനേജിങ് എഡിറ്റർ

അവതാരിക

പ്രാചീനനായ തോട്ടക്കാരൻ

വി.ആർ. സുധീഷ്

ആധുനികതയുടെ കാലം സാഹിത്യചരിത്രത്തിന് ഒരു സൗവർണ്ണ സ്മരണതന്നെയാണ്. അതിന്റെ മദ്ധ്യാഹ്നതിളക്കങ്ങളെ, അസ്തമയത്തിന്റെ നിഴൽശോഭയെ വിസ്മരിച്ചുകളയാനാവില്ല, ചരിത്രത്തിന്. ഉത്തരാധുനികതയുടെ ഇത്തിരിവട്ടത്തിൽനിന്ന് ആധുനികതയ്ക്കു നേരെ തിരിഞ്ഞുകാട്ടുന്ന കൊഞ്ഞനങ്ങൾ ഓരോന്നും സാഹിത്യ സംസ്ക്കാരത്തിലെ വലിയ അവിവേകമാകുന്നു. ആധുനികതയ്ക്കു സാധിച്ചതും ഉത്തരാധുനികതയ്ക്കു സാധിക്കാത്തതും രേഖപ്പെടുത്താതെ പോകുന്നത് തിന്മയാണ്. മനുഷ്യാവസ്ഥയുടെ ഇരുണ്ടുപിടിച്ച ചരരാശികൾ മലയാളകഥ ആലേഖനം ചെയ്തത് ആധുനികതയുടെ കാലത്താണ് എന്നത് പലരും മറന്നുകളയുന്നു. അതൊരു ജീവിത ദർശനവും സാഹിത്യസമീപനവും മാത്രമായിരുന്നില്ല. കാലത്തിന്റെയും ചരിത്രത്തിന്റെയും വിചിത്രമായ അനേകം ദുഃസ്വപ്നങ്ങളെയും അമ്പരപ്പിക്കുന്ന യാഥാർത്ഥ്യങ്ങളെയും ആത്മാവിൽ തൊട്ടെഴുതിയ രചനകൾ പലതുമുണ്ട്. കാഴ്ചപ്പാട് എത്രമേൽ പ്രതിമുഖമായാലും സ്വത്വത്തിന്റെ ഇരുട്ടും വിങ്ങലും വാക്കുകൾക്ക് ഉപേക്ഷിതമല്ല. സ്വന്തം സ്വത്വം തേടുന്ന മനുഷ്യൻ മരിച്ച (കൊന്ന) ദൈവത്തെത്തന്നെ കണ്ടെത്താൻ പുറപ്പെടുകയാവാം. കപടദർശനങ്ങളും നാട്യാചാരങ്ങളും വേണ്ടുവോളം അരങ്ങുതകർത്ത വേദിയായിരുന്നു. ആധുനികതയുടേതെന്നും മറന്നുകൂടാ. അതിന്റെ ഹീനതകളെയൊക്കെ പൊറുപ്പിക്കാൻ പാകത്തിൽ മഹത്ത്വപ്പെട്ടിരിക്കുന്നു നന്മകൾ. ആ നന്മയുടെ ഭാഗമായാണ് നാം പുനത്തിൽ കുഞ്ഞബ്ദുള്ളയുടെ കഥകൾ അന്നും ഇന്നും വായിച്ചുകൊണ്ടിരിക്കുന്നത്. ക്ഷോഭിക്കുന്ന കോമാളി മുഖത്തോടെ ആധുനികരിൽ ഒരാളായാണ് കുഞ്ഞബ്ദുള്ള കഥയിലേക്ക് കടന്നുവന്നത്. ആധുനികതയുടെ വ്യത്യസ്തമുദ്ര കഥകളിൽ സ്ഥാപിക്കുകയും ചെയ്തു. ആധുനിക കഥാകാരന്മാർക്കൊക്കെയും പരസ്പരം വിഭിന്നമെന്നു പറയാവുന്ന അസാമ്യങ്ങൾ കാണാം. വിഭ്രമസത്യങ്ങളിലേക്കും മാന്ത്രികസ്വപ്ന

ങ്ങളിലേക്കും ഞെട്ടിയുണരുന്ന പ്രമേയങ്ങൾ ഉത്തരമലബാറിന്റെ അന്തരീക്ഷത്തിലാണ് കുഞ്ഞബ്ദുള്ളക്കഥകളിൽ ആഖ്യാനം ചെയ്യപ്പെടുന്നത്. ഭാഷകൊണ്ട് മായാജാലം തീർക്കുന്ന വിദ്യയ്ക്ക് കുഞ്ഞബ്ദുള്ള വശപ്പെടുന്നില്ല. ഋജുവായി, സൗമ്യമായി പറഞ്ഞുനീങ്ങുന്ന കഥയിൽ രൂപവും രൂപകവും തീർക്കുന്ന മൗലികമായ ഒരു കലാകൗശലം കാണാം. ആധുനികതയുടെ മോഹിപ്പിക്കുന്ന നടുക്കങ്ങൾക്കൊപ്പം നാട്ടുമനസ്സിന്റെ സുഗന്ധിതമായ കാലാവസ്ഥയും ഈ രചനകൾ അനുഭവിപ്പിക്കുന്നു. ആധുനികതയുടെ പ്രഹേളികാ പരിസരങ്ങളെ നാട്ടുജീവിതത്തിന്റെ പരിചിതഗന്ധങ്ങൾകൊണ്ടു മൂടുന്ന സൗന്ദര്യകല വർഷങ്ങൾക്കു മുമ്പെഴുതിയ 'കാവൽക്കാർ' എന്ന ശ്രദ്ധേയമായ നീണ്ട കഥയിലുണ്ട്. ആധുനികത വിരൽ ചൂണ്ടുന്ന പ്രമേയങ്ങൾക്ക് തന്റെ ചുറ്റുപാടുകളുടെ അനിഷേധ്യമായ ഭൂപടം നൽകിയതാണ് കുഞ്ഞബ്ദുള്ളയെ പ്രാചീനനും ആധുനികനും ആധുനികോത്തരനുമാക്കി മാറ്റുന്നത്. മലയാള ജീവിതങ്ങളിൽ വേരോട്ടമില്ലാതെ കുഴഞ്ഞുവീഴുന്ന രചനകൾ ആധുനികരിൽ കുറച്ചുമാത്രം എഴുതിയത് കുഞ്ഞബ്ദുള്ളയും എം.പി. നാരായണപിള്ളയുമാണ്. തന്റേതായ ദേശവും കാലവും കുപ്പായമില്ലാത്ത കഥാപാത്രങ്ങളും അഗാധമായി അവർക്കു കൂട്ടിനുണ്ടായിരുന്നു.

ആധുനികതയുടെ പൊയ്മുഖങ്ങൾ അഴിച്ചെടുത്ത ആധുനികനാണ് കുഞ്ഞബ്ദുള്ള. അമ്മയുടെ മരണവാർത്ത അറിഞ്ഞ് വിദൂരത്തുനിന്നും വരുന്ന മകൻ നഗരത്തിൽ വേഷം നഷ്ടപ്പെട്ട് നിസ്സഹായനാകുന്ന 'വേഷം' എന്ന കഥയിൽ ഐഡിന്റിറ്റി ക്രൈസിസ് നൈസർഗ്ഗികമായും അസൗമ്യമായും കുഞ്ഞബ്ദുള്ള ആവിഷ്കരിച്ചിട്ടുണ്ട്. 'ശൂന്യാകാശത്തിൽ ഒരു മൃതദേഹവും' 'കാലാൾപ്പടയുടെ വരവും' എഴുതുമ്പോഴും ഈ കഥാകാരൻ രാവണൻകോട്ടകൾക്ക് വാതിൽ പണിയുന്നില്ല പ്രാകാരങ്ങളുടെ ഇടനാഴികൾ അന്വേഷിക്കുന്നില്ല. പരിചിതമായ നാട്ടുവഴികളിലൂടെ സ്വന്തം ഉരസ്സുകൊണ്ട് അറിയുന്ന അനുഭവങ്ങളുമായി 'തിണ്ട്' പൊട്ടിച്ച് 'ഒന്തം' കയറിപ്പോകുന്ന ഒരു കലാകാരൻ ഈ കഥകളിലുണ്ട്. അയാൾ ഒരു നിയമവും അനുസരിക്കുന്നില്ല. കിതയ്ക്കുന്നില്ല, ചിരുതയുടെയും ജമീലയുടെയും കഥ പറയുന്നു. മുയലുകളുടെ നിലവിളി കേൾക്കുന്നു. നിത്യകല്യാണിയും പ്രകൃതിപാഠവും വെളിച്ചത്തിന്റെ വഴിയും രേഖപ്പെടുത്തുന്നു. കാലഘട്ടത്തിന്റെ ഇതിഹാസം കണ്ട് ചിരിക്കുന്നു. വൈചിത്ര്യമുള്ള മുഖഭാവങ്ങളിൽ ഇവയുടെ അനുഭവരസം നാനാവിധം. കുഞ്ഞബ്ദുള്ളയുടെ കഥപറച്ചിലിന് പ്രാചീനമായ ഒരു താളവും പ്രാകൃതനായ ഒരു തോട്ടക്കാരന്റെ ശ്രദ്ധയും പരിചരണവുമുണ്ട്. നടനത്തോടോ സംഗീതത്തോടോ വലിയ അഭിനിവേശമില്ലാത്ത ഈ എഴുത്തുകാരൻ കുറത്തി

പ്പാട്ടിന്റേതുപോലുള്ള അന്തർശ്രുതി താളാത്മകമായി കഥാഘടനയിൽ സ്വീകരിക്കുന്നുമുണ്ട്. മലമുകളിലെ അബ്ദുള്ള, വിളിച്ചാൽ വരുന്ന വസ്തുക്കൾ, സതി, സായിവിന്റെ ബസ്സ്, കടപ്പെട്ടവന്റെ കുപ്പായം തുടങ്ങിയ കഥകൾ താളം ഭാഷയാകുന്ന, ഭാഷ ശൈലിയാകുന്ന, ശൈലി കഥതന്നെയാകുന്ന അനുഭവം പറഞ്ഞുതരുന്നു. ചൂർണ്ണികാവാക്യങ്ങൾകൊണ്ടു തീർക്കുന്ന പൗരാണികതാളം തന്നെയാണത്. ജീവിതകാലത്തിന്റെ അവസ്ഥാന്തരങ്ങളെല്ലാം കുഞ്ഞബ്ദുള്ളയ്ക്കു സ്വീകാര്യമാകുന്നു. ജന്മരോദനങ്ങളും മരണത്തിന്റെ മങ്ങൂഴങ്ങളും അശനത്തിന്റെ രുചിഭേദങ്ങളും ശയനത്തിന്റെ സൗഖ്യങ്ങളും മൈഥുനത്തിന്റെ സീൽക്കാരങ്ങളും തീവ്രമായി ഈ കഥകളിലുണ്ട്. ഇതിനപ്പുറത്ത് ഒരു കഥാകാരന് തന്റെ ആയുസ്സിൽ പറഞ്ഞുവയ്ക്കാൻ മറ്റെന്താണുള്ളത്? പണവും പ്രേമവുമാണ് (Love and money) എഴുത്തുകാരുടെ പ്രധാന മെറ്റീരിയൽസ് എന്ന് സാധാരണ പറയാറുണ്ട്. കുഞ്ഞബ്ദുള്ളയുടെ കഥാലോകത്തിൽ ഇവ രണ്ടുമില്ല - കാല്പനികമായ ഹൃദയരാഗങ്ങളുടെയും സാമ്പത്തികവിനിമയങ്ങളുടെയും കഥകൾ ഇവയിൽ കാണില്ല. തന്നെപ്പറ്റി അംഗുലി പലപ്പോഴും ഓർത്ത അത്ഭുതം നിറഞ്ഞ തലച്ചോറ് ഡിസക്ഷൻ ടേബിളിൽ വെട്ടിപ്പൊളിക്കേണ്ടിവരുന്ന സോനയുടെ കഥ 'ജീവച്ഛവങ്ങളി'ൽ എഴുതുമ്പോഴും കുഞ്ഞബ്ദുള്ള പ്രണയപരാഗങ്ങളെ സ്വീകരിക്കുന്നില്ല. ചന്ദ്രികയുടെ വിശേഷദിവസത്തിലെന്നപോലെ പ്രണയവും രതിയും മരണത്തെ ചുംബിച്ചുപോരുന്നു. കാമിയുടെ ഈ ഉദ്യാനത്തിൽ നിറയെ കാമപ്പൂക്കളാണുള്ളത്.

'കുന്തി'യും 'കുരിശും' പോലുള്ള കഥകൾ ജനനത്തിന്റെ കടങ്കഥകൾ തന്നെയാണ് സൃഷ്ടിക്കുന്നത്. അശനമില്ലാതെ കുഞ്ഞബ്ദുള്ളയ്ക്ക് ഒരു കഥയില്ല. സമൃദ്ധമായ ഒരു തീൻമേശതന്നെ തന്റെ എഴുത്തിലേക്കു കടന്നുവരുന്നു. എഴുത്തുകാരനും നളപാകക്കാരനും ഭിഷഗ്വരനും സമ്മേളിക്കുന്ന അനുഭവഫലമാണ് കുഞ്ഞബ്ദുള്ളയുടെ മിക്ക രചനകളും. ഭിഷഗ്വരരായ എഴുത്തുകാർ മലയാളത്തിൽ വളരെ കുറവാണ്. രോഗത്തിന്റെ വൈദ്യശാസ്ത്രത്തിൽ നിന്ന്, രോഗിയുടെ മനഃശാസ്ത്രത്തിൽ നിന്ന് രചിക്കപ്പെടുന്ന കഥകളാണ് കുഞ്ഞബ്ദുള്ളയുടെ ആദ്യകാലകഥകൾ. 'മരുന്ന്' എന്ന നോവലിന്റെ നിർമ്മാണത്തോടെ രോഗികളുടെ ലോകം കുഞ്ഞബ്ദുള്ളയുടെ കഥകളിൽ നിന്നു വിട്ടൊഴിഞ്ഞതുപോലെയായി. ഔട്ട് ബോർഡ് വച്ച് ആശുപത്രിക്കു പുറത്തു കടക്കുന്ന ഡോക്ടറാണ് ഇക്കഴിഞ്ഞ കാലത്തെ കുഞ്ഞബ്ദുള്ളക്കഥകൾക്കു പിന്നിലുള്ളത്. ശയനത്തിന് പല മുഖങ്ങളുമുണ്ട്. എല്ലാം ധൂർത്തടിച്ചിട്ടുമുണ്ട് ഈ കഥാകാരൻ. പ്രണയത്തിന്റെ അഭാവം മൈഥുനത്തിന്റെ തീയും ചാരവുംകൊണ്ട്

നിറയ്ക്കുന്നു. ആദ്യകാലകഥകളിലെ ധ്വനിമയമായ രതികാന്തി പിൽക്കാലത്ത് തിരോഭവിക്കുകയാണ്. ഭാഷയുടെ സദാചാരത്തെ വെട്ടിപ്പൊളിച്ചുകൊണ്ട് ചില ഉരിഞ്ഞെറിയലുകൾ തന്നെ നടത്തുന്നുണ്ട്. മരണത്തെ തൊടുമ്പോൾ ഒരു ശ്മശാനത്തെത്തന്നെയാണ് കുഞ്ഞബ്ദുള്ള തൊടുന്നത്. "രോഗത്തിനും മരണത്തിനും ഇടയിലുള്ള ഒരവസ്ഥപോലെ കാലം ആരെയോ കാത്തിരിക്കുന്നു." എന്ന് 'ക്ഷേത്രവിളക്കുകളി'ൽ കാണാം. ജനനം, അശനം, ശയനം, മൈഥുനം, മരണം എന്നിങ്ങനെ വേർതിരിച്ച് എത്ര കഥകൾ വേണമെങ്കിലും ഈ കഥാലോകത്തിൽനിന്ന് നിരത്താൻ കഴിയും. ഈ അവസ്ഥാരൂപകങ്ങൾ പണിയുന്നതിനപ്പുറം ഒരു കഥാകാരന് മറ്റെന്തു ദൗത്യം? അതുകൊണ്ട് കുഞ്ഞബ്ദുള്ളയുടെ കഥാജീവിതം സാർത്ഥകമായി എന്നു ഞാൻ പറയും. ഇവയെല്ലാം ഏറ്റുവാങ്ങുന്ന വായനാസമൂഹം ഒന്നും തിരിച്ചു നല്കിയില്ലെങ്കിലും!

യാദൃച്ഛികതകളിൽ ഫലിതം കൊണ്ടുരസി, ആശ്ചര്യത്തിന്റെ ഒരു ഞെട്ടലിലേക്കു കൊണ്ടുവിടുന്ന കഥകളോടാണ് കുഞ്ഞബ്ദുള്ളയ്ക്ക് ഏറെ ആഭിമുഖ്യം. ധർമ്മസങ്കടങ്ങളുടെ കണ്ണീർക്കലക്കങ്ങളും നിസ്സഹായതയുടെ നിശ്ശബ്ദമർമ്മരങ്ങളും അവയിലുണ്ട്. തൂങ്ങിമരിക്കാൻ വേണ്ടി രാത്രി വഴിയിൽനിന്നു കിട്ടിയ കയറുമായി കുന്നിൻപുറത്തേക്കു പോയ മനുഷ്യൻ കയറിന്റെ അറ്റത്ത് പശുവുണ്ടായതിന്റെ പേരിൽ കള്ളനായി പിടിക്കപ്പെടുന്ന 'കഴുവേറി' എന്ന കഥയിലേതുപോലെ യാഥാർത്ഥ്യത്തിന്റെ രണ്ടറ്റങ്ങൾ കുഞ്ഞബ്ദുള്ള നീട്ടിത്തരുന്നു. യാദൃച്ഛികതയുടെ ഫലിതം പുരണ്ട സമവാക്യങ്ങൾ നാം വായിക്കുന്നു. പൗരാണികമായ ചൈതന്യം നിറഞ്ഞ ആത്മീയവെളിച്ചമുള്ള സ്ഥലരാശികളിലേക്കും സന്ദർഭങ്ങളിലേക്കും കടന്നു പോകുന്ന മറ്റൊരു രീതിയും കുഞ്ഞബ്ദുള്ളയ്ക്കുണ്ട്. 'ചില ജീവിതയാഥാർത്ഥ്യങ്ങൾ', 'ഭഗവാൻ', 'ക്ഷേത്രവിളക്കുകൾ' തുടങ്ങിയ കഥകൾ ഉദാഹരണം. പ്രാചീനമായ ഒരു കഥപറച്ചിലിന്റെ കേരളീയത ശരിക്കും നമ്മെ അനുഭവിപ്പിക്കുകയാണ് 'ചില ജീവിതയാഥാർത്ഥ്യങ്ങൾ' എന്ന കഥ. ഉടലിന്റെയും ഉയിരിന്റെയും ഭൂചലനങ്ങൾക്ക് ലൈംഗികതയുടെ സംഗീതം പകരുന്ന മൂന്നാമതൊരു രീതിയും കുഞ്ഞബ്ദുള്ളക്കഥകളിലുണ്ട്. തിണ്ടുകുത്തിക്കളിക്കുന്ന ഒറ്റയാനെപ്പോലെ കഥാകാരൻ ഗന്ധങ്ങളുടെ പടിപ്പുര ആഞ്ഞുതകർക്കുന്നു. അവയിൽ കാമിയുടെ ഉദ്യാനം ഗന്ധബിംബങ്ങളെക്കൊണ്ട് നിറഞ്ഞിരിക്കുന്നു.

'ക്ഷേത്രവിളക്കുകൾ' ആണ് കുഞ്ഞബ്ദുള്ളയുടെ ഏറ്റവും മികച്ച സമീപകാലകഥ. ഏതു പ്രത്യയശാസ്ത്രത്തിനുമപ്പുറത്ത് ആത്മീയമായ ഒരു സാന്ത്വനം പോലെ, ഹതാശമായ ഒരു മനസ്സിന്റെ ഓർക്കാപ്പുറത്തെ പൊട്ടിവിരിയലുകൾ പോലെ മനുഷ്യരാശിക്കുമുന്നിൽ

പ്രതീക്ഷാഭരിതമായി കത്തുന്ന ഒരു നെയ്ത്തിരിയായി ഈ കഥ നില കൊള്ളുന്നു. ജനനാശനശയന മൈഥുന മരണങ്ങളെ പരിപാകമായ സാത്വികതയോടെ ഒരൊറ്റ ആലിംഗനത്തിലമർത്തുകയാണ് ഈ കഥ. ആധുനികത വന്നാലും ആധുനികോത്തരത വന്നാലും ആ സംസ്ക്കാരങ്ങളെ അറിയുകയും അവയ്ക്ക് പ്രകടന പത്രിക എഴുതാതിരിക്കുകയും ചെയ്യുന്നു എന്നത് കുഞ്ഞബ്ദുള്ളയുടെ രചനകളുടെ നന്മയാണ്. അനുഭവങ്ങളുടെ മണ്ണിൽ അവയ്ക്ക് വേരുകൾ ഉണ്ടെങ്കിൽ പരിലാളിക്കുകയും തന്റെ ഉദ്യാനത്തിൽ ഇടംകൊടുത്ത് ശ്രദ്ധയോടെ കർമ്മയോഗം തുടരുകയും ചെയ്യുന്നു, പ്രാചീനനായ ഈ തോട്ടക്കാരൻ.

■

കഥകൾ

വേഷം

ഓരമ്മയുടെ മൃതദേഹം അകലെയുള്ള പട്ടണത്തിൽ ജോലി ചെയ്യുന്ന മകന്റെ വരവും പ്രതീക്ഷിച്ച് ഗ്രാമത്തിലുള്ള കൊച്ചുപുരയുടെ മോന്തായ ത്തിനു കീഴിൽ ഇരുട്ടിൽ, രാത്രിയിൽ, വിറങ്ങലിച്ചുകിടക്കുകയാണ്. ശവം വിറങ്ങലിക്കുകയെന്നത് വെറും ഒരു സാധാരണ സംഭവമാണെങ്കിലും ഇവിടെ ഇരുണ്ടു തണുത്ത രാത്രിയുടെ ഘനീഭവിച്ച അന്തരീക്ഷം കൂടി വളരുന്ന മുള്ളുകൾ പോലെ ശവത്തെ ഞെരുക്കിക്കൊണ്ടിരുന്നു. ഞെരുക്കിക്കൊണ്ടിരി ക്കുന്ന മൃതദേഹത്തിന്റെ ഏക ഉടമയായ മകൻ, നിർഭാഗ്യവാനായ ഭാഗ്യൻ വണ്ടിയിറങ്ങുമ്പോൾ പ്ലാറ്റ്ഫോമിൽ ഇരുട്ടായിരുന്നു.

വണ്ടിക്കുള്ളിൽ നിന്നു പോലും ഒരു പൊളി വെളിച്ചം പുറത്തുതെറിച്ചു വീണില്ല. അയാൾ തുറന്ന് ഇറങ്ങിയ വാതിൽ ഒരു നിമിഷംകൊണ്ട് അടഞ്ഞു. നല്ല ഇരുട്ടും തണുപ്പുമുള്ള ഒരു രാത്രിയായതിനാൽ എല്ലാ വാതിലുകളും എല്ലാ ജനലുകളും അടച്ചുപൂട്ടിയിട്ടാണ് സഞ്ചാരികളായ സഞ്ചാരികൾ മുഴുവനും യാത്രചെയ്യുന്നത്.

ഒരു നിസ്സംഗനെപ്പോലെ ചൂളം വിളിച്ച് ചുരുട്ടും വലിച്ച് വണ്ടി നീങ്ങി. അതുവരെ ഒരുൾക്കണ്ണുപോലെ പ്രകാശിച്ചിരുന്ന പച്ചദീപവുമായി സ്റ്റേഷൻ മാസ്റ്റർ അകത്തേക്കു മറഞ്ഞു. പ്ലാറ്റ്ഫോം ഒരു ശവപ്പറമ്പു പോലെ വിജനമായി.

ആ മുഹൂർത്തത്തിൽ അമ്മയുടെ മരണദുഃഖങ്ങൾ ഭാഗ്യനെ അലട്ടിയില്ല. അലട്ടിയത് അമ്മയുടെ ശവപ്പെട്ടിക്കു തറയ്ക്കേണ്ട ആണികളും ചുറ്റികയും മറ്റുമുള്ള ഭാരിച്ച മരപ്പെട്ടിയും താങ്ങി മൂന്നുനാഴിക നടക്കേണ്ട കാര്യമായിരുന്നു.

അപ്പോഴാണ് തണുപ്പ് അനുഭവപ്പെടാൻ തുടങ്ങിയത്. ശൈത്യം കൈ കളിലേന്തിയ കാറ്റ് ഭാഗ്യനെ തഴുകി. അയാൾ വിറച്ചു. കൈകൾ ഓവർക്കോ ട്ടിന്റെ പോക്കറ്റിൽ നിക്ഷേപിച്ചു. ആകാശത്തിലെ ശൈത്യം മുഴുവനും ഘനീ ഭവിച്ച് ഭൂമിയിലേക്കിറങ്ങിയതായി ഭാഗ്യനു തോന്നി.

“കൂലി കൂലി” ഭാഗ്യൻ ഉറക്കെ വിളിച്ചു

ഒരു കൂലിയും ഭാഗ്യന്റെ വിളി കേട്ടില്ല.

ഓവർക്കോട്ടിന്റെ പോക്കറ്റിൽ നിന്ന് അയാൾ കൈകൾ പുറത്തെടുത്ത് ഒരു സിഗററ്റ് കത്തിച്ച് ബാക്കിയുണ്ടായിരുന്ന തീനാളത്തിൽ സമയം നോക്കി. മൂന്നുമണി. പതിനഞ്ചുമണിയല്ല, മൂന്നുമണി.

വണ്ടിയിൽ നിന്നിറക്കിയ ഭാരിച്ച സൂട്ട്കേസ് കുനിഞ്ഞു തൂക്കിയെടുത്തു നടക്കാൻ തുടങ്ങി. ഒരടിവച്ചപ്പോഴേക്കും കൈ അറ്റുപോകുന്നതുപോലെ തോന്നി. തണുപ്പിൽ മരവിച്ച കൈവിരലുകൾ ഭാരത്തിനു വഴങ്ങാൻ കൂട്ടാക്കാതെ നിന്നു. സൂട്ട്കേസ് താഴെവച്ച് അയാൾ വീണ്ടും ചുറ്റുംനോക്കി. പ്ലാറ്റ്ഫോമിന്റെ അറ്റത്തുള്ള കമ്പിക്കാലിനു കീഴിലുള്ള മങ്ങിയ വെളിച്ചത്തിൽ ഒരു മനുഷ്യരൂപം ചുരുണ്ടുകിടക്കുന്നത് അയാൾ കണ്ടു.

ഭാഗ്യൻ അങ്ങോട്ടു നീങ്ങി. ഭാരം താങ്ങിക്കൊണ്ടുള്ള ഓരോ അടിവെപ്പിലും ഒരു കൊടുമുടി കയറുകയാണെന്നു ഭാഗ്യനു തോന്നി. അവസാനം അയാൾ കമ്പിക്കാലിനു ചുവട്ടിലെത്തി.

അവിടെ തണുത്തു മരവിച്ച പ്ലാറ്റ്ഫോമിൽ കമ്പിവേലിയോടു ചേർന്ന് ഒരു മനുഷ്യൻ ചുരുണ്ടുകിടക്കുന്നു. തുന്നിപ്പിടിപ്പിച്ച ഒരു ചാക്കുകൊണ്ട് അയാൾ ആകെ മൂടിപ്പുതച്ചിരുന്നു.

“ഏയ് കൂലീ, എണീക്ക്.” ആരായാലും തരക്കേടില്ല എഴുന്നേല്ക്കട്ടെയെന്നു കരുതി ഭാഗ്യൻ വിളിച്ചു.

അയാൾ ഒരു ചലനവും കണ്ടില്ല.

ഭാഗ്യൻ മെല്ലെ ചാക്കിന്റെ പുതപ്പ് വലിച്ചുമാറ്റി. അപ്പോഴേക്കും നല്ല തണുത്ത കാറ്റു ചീറിയടിച്ചു.

അയാൾ ഭാഗ്യനെ ഒരു നിമിഷം നോക്കിയശേഷം കൈകൾ ചേർത്ത് തുടയ്ക്കിടയിൽ വച്ച് ഉറങ്ങാൻ തുടങ്ങി.

അയാളുടെ നഗ്നമായ തുടയിൽ തൊട്ടുകൊണ്ട് ഭാഗ്യൻ വിളിച്ചു

“ഏയ് കൂലി, എഴുന്നേല്ക്ക്.”

എഴുന്നേല്ക്കുന്നില്ലെന്നു കണ്ടപ്പോൾ ശക്തിയോടെ അയാളുടെ തുടയിലടിച്ചു. അപ്പോൾ അയാൾ ഞരങ്ങിക്കൊണ്ടെഴുന്നേറ്റിരുന്ന് കണ്ണു തിരുമ്മുവാൻ തുടങ്ങി.

“എഴുന്നേല്ക്ക്. ഈ പെട്ടിയുമെടുത്ത് എന്റെ കൂടെ വാ.” ഭാഗ്യൻ കല്പിച്ചു.

അയാൾ ഒന്നും സംഭവിക്കാത്തമട്ടിൽ വീണ്ടും ചാക്കുകഷണമെടുത്തു മുഖമടക്കി പുതച്ചുകൊണ്ടു ചുരുണ്ടുകിടന്നു!

“ഏയ് കൂലി, എത്ര പൈസ വേണമെങ്കിലും തരാം. ഒന്നു വേഗം എഴുന്നേറ്റുവാ.” ഭാഗ്യൻ വീണ്ടും ചാക്കുകഷണം വലിച്ചെടുത്തു.

“ശല്യം .” ചരൽ വാരി എറിയുന്നതുപോലെയായിരുന്നു അയാളുടെ വാക്കുകൾ. “ഈ തണുപ്പത്തോ?” ഭാഗ്യനെ നോക്കിക്കൊണ്ട് അയാൾ കിടന്നകിടപ്പിൽ ചോദിച്ചു.

“ഏയ് മനുഷ്യാ, നിങ്ങൾക്കെന്റെ കഷ്ടപ്പാടുകളറിയില്ല. എന്റെ അമ്മ മരിച്ചു കിടക്കുകയാണ്. ആ കമ്പിയുമായാണ് ഞാൻ വന്നിരിക്കുന്നത് ഒന്നു വേഗം എഴുന്നേറ്റുവാ.”

വൂളന്റെ സൂട്ടും ഓവർകോട്ടും ഹാറ്റും ധരിച്ച ഭാഗ്യനെ കൂലി അടിമുടി യൊന്നു നോക്കി. പിന്നെ അയാൾ സ്വന്തം ദേഹവും നോക്കാൻ കഴിയുന്ന ദിക്കിലൊക്കെ നോക്കി. ഒരു കുഴപ്പവുമില്ല. വണ്ടിയിറങ്ങിയവനേക്കാൾ ആരോഗ്യമുണ്ട്. അയാളുടെ അത്രതന്നെ ഉയരവുമുണ്ട്. പക്ഷേ, ഒരണ്ടർ വെയർ മാത്രമേ വസ്ത്രമായി അയാൾക്കുണ്ടായിരുന്നുള്ളൂ.

“അയ്യോ! എനിക്കു തണുക്കുന്നു.” അയാളുടെ താടിയെല്ലുകൾ കൂട്ടി യിടിച്ചു.

“ഇതാ, ഇതു വലിക്ക്.” ഭാഗ്യൻ ഒരു സിഗററ്റെടുത്ത് കൂലിക്കു കൊടുത്തു.

കൂലി അതുവാങ്ങി നീണ്ട പുകവിട്ടുകൊണ്ട് പ്ലാറ്റ്ഫോമിലിരുന്നു.

“വാ, ഉടനെ പുറപ്പെട്. ഇതാ ഈ പെട്ടിയെടുത്തോളൂ.”

“അയ്യോ!എനിക്കു തണുക്കുന്നേ! ഞാനിപ്പം മരിച്ചുപോകുമേ!”

ഭാഗ്യന് ഉള്ളിൽ കലശലായ ദേഷ്യം വന്നു. ആ നിർജ്ജീവിയുടെ തലയ്ക്ക് ഒരായിരം കുത്തു കൊടുക്കാൻ അപ്പോൾ അയാളാഗ്രഹിച്ചു. പക്ഷേ ഒന്നും പ്രകടിപ്പിക്കാതെ ഭാഗ്യൻ പറഞ്ഞു:

“തണുക്കുന്നതിനല്ലേ സിഗററ്റ് തന്നത്.”

അമ്മയുടെ ശവവും മൂടിവച്ചു തന്നെ കാത്തിരിക്കുന്ന ബന്ധുക്കളെ യോർത്ത് ഭാഗ്യൻ കുണ്ഠിതപ്പെട്ടു. ഒരു നിമിഷമാണെങ്കിൽ ഒരു നിമിഷം മുമ്പ് അവിടെയെത്തിച്ചേരാൻ അയാളാഗ്രഹിച്ചു.

“എന്റെ പൊന്നുചങ്ങാതീ, ഒന്നു വേഗം പുറപ്പെട്. നീ ചോദിക്കുന്ന പണം ഞാൻ തന്നേക്കാം.” ഭാഗ്യം താണുകേണപേക്ഷിച്ചു.

കൂലി ചോദിച്ചു: “പണം കിട്ടിയിട്ടെന്താ കാര്യം? അതുകൊണ്ടു തണുപ്പു മാറുമോ?”

“പിന്നെ ഞാനെന്താണു വേണ്ടത്?”

“ആ ഓവർക്കോട്ടിങ്ങഴിച്ചുതരൂ! എന്റെ ഈ നഗ്നമായ ശരീരം നിങ്ങൾ കണ്ടില്ലേ? ഞാൻ തണുത്തുവിറയ്ക്കുന്നത് നിങ്ങൾ കാണുന്നില്ലേ?”

ഭാഗ്യൻ ഒരു നിമിഷം ആലോചിച്ചു.

“ഇതിനാണോ പ്രയാസം?” അയാൾ ഓവർക്കോട്ടിന്റെ ബട്ടൺ അഴി ക്കാൻ തുടങ്ങി.

കൂലി ഓവർക്കോട്ടു ധരിച്ച് ഒന്നു മൂരിനിവർന്നു. പിന്നെ പ്ലാറ്റ് ഫോമി ലൂടെ ഒന്നു രണ്ടുചാൽ നടന്നു.

“ഇതാ പെട്ടിയെടുത്തോളൂ.”ഭാഗ്യൻ തിരക്കുകൂട്ടി.

“ഹേ!” ഏതോ ഹീനകൃത്യം കാണുന്നതുപോലെ കൂലി ശബ്ദിച്ചു. എന്നിട്ടു പറഞ്ഞു: “ഈ ഓവർക്കോട്ടുമിട്ടു നടക്കാൻ ബഹുപ്രയാസം.”

ഭാഗ്യൻ പല്ലുകൾ കടിച്ചുപൊട്ടിച്ചു

ഒരു പുഞ്ചിരിയോടെ കൂലി ചോദിച്ചു

"സാർ കോപിക്കരുത്. ഞാനൊരു കാര്യം ചോദിക്കട്ടെ. ആ പേന്റുകൂടി എനിക്കു തരുമോ? എന്നാലേ എനിക്കു നടക്കാൻ പറ്റൂ."

ഭാഗ്യൻ പേന്റും ഊരിക്കൊടുത്തു. നഗ്നമായ ഭാഗ്യന്റെ കാലുകളിൽ തണുപ്പ് ഒരു തേരട്ടയെപ്പോലെ അരിച്ചു കേറാൻ തുടങ്ങി. കാലിലെ രോമങ്ങൾ തണുപ്പിനെതിരെ ശരങ്ങളുയർത്തി.

കൂലി പെട്ടി തൂക്കിയെടുത്തു

"ഹാവൂ!" ഭാഗ്യൻ നെടുവീർപ്പിട്ടു

കൂലി പെട്ടിയും തൂക്കി നടന്നു. രണ്ടു കാലടി വച്ചില്ല, പെട്ടി താഴെ വച്ച് ഒരൊറ്റ നില്പ്.

"എന്തുപറ്റി?" ഭാഗ്യൻ തിരക്കി

"അയ്യോ, എന്റെ കാലു വേദനിക്കുന്നേ! എനിക്കു നടക്കാൻ വയ്യ."

"എടാ നാശമേ, ഇതെന്തൊരു ഭ്രാന്തൻ!"

"ഞാനിവിടെ ഇരിക്കാൻ പോവുകയാ."

കൂലി പെട്ടി താഴെവെച്ച് അതിന്റെ പുറത്തുകയറി ഇരിപ്പായി

"ദൈവമേ! ഇനി ഞാനെന്തു ചെയ്യണം?"

" ആ ഷൂസിങ്ങു തരണം."

ഭാഗ്യൻ ഒരു നിമിഷം ആലോചിച്ചു. എന്തു ചെയ്യും? ഗതിമുട്ടിയാൽ പുല്ലും തിന്നണം.

ഭാഗ്യൻ ഷൂസൂരി.

കൂലി ഷൂസണിഞ്ഞു. ഷൂസിട്ട കാൽ ഒന്നുരണ്ടുപ്രാവശ്യം നിലത്തിട്ടടിച്ചശേഷം ഒരു പ്രസ്താവനയിറക്കി:

"സാറേ, ഈ വേഷത്തിനും അതിന്റേതായ ഒരന്തസ്സുണ്ട്. ഈ ഓവർക്കോട്ടും പേന്റും ഷൂസുമിട്ട് കുപ്പായമില്ലാതെ നടക്കുമ്പോൾ നാലാൾ കണ്ടാൽ എന്തു പറയും? അല്ല, സാറുതന്നെ എന്തുവിചാരിക്കും? "

ഭാഗ്യന് വേഗം വീട്ടിലെത്തണമല്ലോ

എന്തിനധികം പറയുന്നു, ഭാഗ്യന്റെ വേഷം മുഴുവൻ കൂലി ഭംഗിയായണിഞ്ഞു. അണിഞ്ഞുതീർന്നപ്പോൾ കൂലി പറഞ്ഞു:

"സാറേ, ഇനി ഈ പെട്ടിയെടുത്ത് തലയിലങ്ങു വയ്ക്കണം."

"തൊപ്പിയുടെ പുറത്തോ?" പല്ലുകടിച്ചുകൊണ്ട് ഭാഗ്യൻ ചോദിച്ചു.

"സാർ ഭയപ്പെടേണ്ട. ഭാരം തൊപ്പിയറിയില്ല."

രണ്ടുപേരും കൂടി പെട്ടി പൊന്തിച്ചു. പൊന്തിച്ച പെട്ടി ഉയർന്നപ്പോഴാണ് കുഴപ്പം ആരംഭിച്ചത്. ഭാഗ്യൻ പെട്ടി കൂലിയുടെ തലയിലേക്കു തള്ളാനും കൂലി പെട്ടി ഭാഗ്യന്റെ തലയിലേക്കു തള്ളാനും ആരംഭിച്ചു. അരമിനിട്ടോളം പെട്ടി വായുവിൽ തങ്ങി. പിന്നെ ശക്തിയോടെ താഴെയെത്തി.

"എടാ തെമ്മാടീ!" ഭാഗ്യന്റെ സ്വരം ഒഴിഞ്ഞ പ്ലാറ്റ്ഫോമിൽ മുഴങ്ങി.

"ഹേയ് മിസ്റ്റർ! അസംബന്ധം പറഞ്ഞാലുണ്ടല്ലോ!"

"ഏയ് കൂലീ, നിന്റെ എല്ല് ഞാനൊടിക്കും."

കൂലി ശാന്തനായി പറഞ്ഞു: "മിസ്റ്റർ, ഇപ്പോൾ ഞാനല്ല കൂലി. താനാണു കൂലി. താൻ മാത്രമല്ല തന്റെ തന്തയും കൂലിയാണ്."

ഭാഗ്യൻ കൂലിയുടെ കഴുത്തിൽ പിടിച്ചു. കൂലിയങ്ങോട്ടും. അടിയും ഇടിയും അട്ടഹാസവും

"ആരെടാ ഈ പാതിരാവിൽ? രാവിന്റെ വിജനതയിൽ?" നീതിപാലകന്റെ ശബ്ദമുയർന്നു.

പോലീസുകാരൻ

കൂലി തന്റെ വൂളൻപാന്റിന്റെ പോക്കറ്റിൽനിന്ന് സിഗററ്റെടുത്തു കൊളുത്തി വലിക്കുമ്പോൾ പറഞ്ഞു: "സാർ ഇവൻ ഈ പെട്ടിയുമെടുത്തു രക്ഷപ്പെടാൻ ശ്രമിക്കുകയാ കള്ളൻ."

ഭാഗ്യന്റെ നാവുതാണു പോവുകയായിരുന്നു. വിക്കി വിക്കി അവൻ പറഞ്ഞു.

"ഇതെന്റെ പെട്ടിയാ. ഉണ്ടായ കഥ മുഴുവൻ വിസ്തരിച്ചു പറയാം."

"വിസ്തരിച്ചു പറയൽ സ്റ്റേഷനിൽവച്ചാകാം. നീ നടക്ക്"

ഭാഗ്യൻ അമ്പരന്നു. എങ്കിലും പോലീസുകാരനെ നോക്കിക്കൊണ്ട് അയാൾ ഒരിക്കൽക്കൂടി പറഞ്ഞു: "ഇതെന്റെ പെട്ടിയാണ്, സത്യം."

"ഹ ഹ ഹ..........." പോലീസുകാരൻ ചിരിച്ചു. പിന്നെ കണ്ണുരുട്ടിക്കൊണ്ടു പറഞ്ഞു: "നിന്റെ വേഷം കണ്ടാലറിയാം, ഇതു നിന്റെ പെട്ടിയാണെന്ന്."

അപ്പോഴാണ് ഭാഗ്യൻ തന്റെ വേഷം കാണുന്നത്

ഒരു അണ്ടർവെയർ മാത്രം.

പിന്നെ അമ്മയുടെ ശവശരീരത്തെക്കുറിച്ചോ കാത്തിരിക്കുന്ന ബന്ധുക്കളെക്കുറിച്ചോ ഭാഗ്യൻ ഓർത്തില്ല. ഓർത്തത് തന്റെ വേഷത്തെക്കുറിച്ചു മാത്രമായിരുന്നു.

■

ചില ജീവിത യാഥാർത്ഥ്യങ്ങൾ

അതിരാവിലെതന്നെ എന്റെ രോഗവുമായി ഞാൻ വിഷവൈദ്യന്റെ വീട്ടിലെത്തി. അപ്പോൾ അവിടെ ഒരു പശു, വലതുകൈ ഒടിഞ്ഞ ഒരു സ്ത്രീ, കാലിൽ വലിയ ഒരു വ്രണവുമായി വന്ന ഒരു മുക്കുവൻ, ദുഃഖിതയായ ഒരു പെൺകുട്ടി ഇത്രയും പേരേ ഉണ്ടായിരുന്നുള്ളു.

കൂടാതെ ഒരു പാമ്പും

വന്നവരെല്ലാം മുറ്റത്തായിരുന്നു; പാമ്പ് ഒഴിച്ച്. മുറ്റത്തിനു തണലേകാൻ വേപ്പുമരങ്ങൾ പടർന്നു പന്തലിച്ചു കിടന്നു. മരങ്ങളുടെ സമൃദ്ധിയായ പച്ചിലപ്പടർപ്പുകളിൽ ഓലപ്പാമ്പുകൾ കരഞ്ഞുകൊണ്ടിരുന്നു. ആ കരച്ചിൽ ആരോഹണാവരോഹണക്രമത്തിൽ വിഷവൈദ്യനെ കാണാൻ വന്ന സകലരെയും അലോസരപ്പെടുത്തിക്കൊണ്ടിരുന്നു.

പശു നന്നേ ക്ഷീണിച്ചിരിക്കുന്നു. ഒരു കയറുമായി അതിന്റെ ഉടമസ്ഥൻ അടുത്തുതന്നെയുണ്ട്. അയാൾ തടിച്ചു കൊഴുത്ത ഒരു മനുഷ്യനാണ്. ഉള്ള പാൽ മുഴുവനും കന്നിനു കൊടുക്കാതെ ആ തടിമാടൻ കുടിച്ചിരിക്കണം. പശു ക്ഷീണിച്ചെങ്കിലും അതിന്റെ മുലകളും അകിടും വലുതാണ്. നാലു മുലകളിൽ ഒരെണ്ണം മാത്രമേ തെളിഞ്ഞു കണ്ടുള്ളൂ. ബാക്കി കണ്ണുകളും അകിടും തടിച്ചുവീർത്ത് പഴുപ്പിന്റെ ഒരു ഭാണ്ഡമായി മാറിയിട്ടുണ്ട്. ആ ഭാണ്ഡത്തെ ഇടയ്ക്കിടെ ആക്രമിക്കാൻ വരുന്ന മണികണ്ഠൻ ഈച്ചകളെ ഉടമസ്ഥൻ നിരന്തരം കൈവീശി വിരട്ടി ഓടിച്ചുകൊണ്ടിരുന്നു. പശുവിന്റെ കണ്ണിൽ നിന്നും വെള്ളം ധാരധാരയായി വീഴുന്നു.

പശു കരയുകയാണോ? അതോ വേദന കടിച്ചമർത്തുകയോ?

കൈയൊടിഞ്ഞു പോയ സ്ത്രീ ഏതോ വീട്ടിലെ വേലക്കാരിയാണ്. ആ ദൈന്യത മുഴുവനും അവളുടെ മുഖത്തുണ്ട്. കൂടെ ഒരു ചെറുക്കനുമുണ്ട്. അവനും അവിടത്തെ പരിചാരകനായിരിക്കണം. വേപ്പുമരം ചാരിയിരിക്കുന്ന നിസ്സഹായയായ ആ സ്ത്രീയോട് 'വെള്ളം വേണോ', 'വെള്ളം വേണോ' എന്ന് നിരന്തരം ചോദിച്ചുകൊണ്ടിരുന്നു. ഓരോ തവണയും ഇടതുകൈ ഉയർത്തി അവൾ നിഷേധിച്ചു.

മുക്കുവനെ കണ്ടപ്പോൾ മുക്കുവനും ഭൂതവും എന്ന കഥ ഓർമ്മവന്നു. പക്ഷേ, അവന്റെ കാലിൽ കുത്തിയത് ഏട്ടയാണ്. ജീവിതത്തിന്റെയും

മരണത്തിന്റെയും അതിനേർമ്മയായ സന്ധ്യയിൽ ആ വലിയ ഏട്ടയെന്ന മത്സ്യം വെപ്രാളപ്പെട്ട് ശ്വാസത്തിനായി പിടയുമ്പോൾ അവിചാരിതമായി മുക്കുവനേറ്റ ഒരു കനത്ത പ്രഹരമാണ് ആ പഴുപ്പ്. ഒരു മുള്ളിന്റെ രൂപത്തിൽ ആദ്യം അത് അവന്റെ മാംസപേശിയിൽ അവതാരം പൂണ്ടു. പിന്നീടാണ് ചത്തുപോയ ആ മത്സ്യത്തിന്റെ ആത്മാവ് നിരന്തരമായ സന്നാഹങ്ങളോടെ വിഷത്തിന്റെ പരകോടി അണുക്കളെ മുക്കുവന്റെ രക്തപ്രവാഹത്തിൽ കുരുതികൊള്ളിച്ചത്.

ദുഃഖിതയായ പെൺകുട്ടി നിശ്ചയമായും ഗർഭിണിതന്നെ. മുലക്കണ്ണിന്റെ കറുപ്പും അടിവയറിന്റെ തുടിപ്പും പ്രവചിക്കുന്നത് മറ്റെന്താണ്?

പാമ്പ് മറ്റുള്ളവരെപ്പോലെ മുറ്റത്ത് കാത്തുനിന്നില്ല. മണ്ണിൽ നിന്നും ഇഴഞ്ഞ് ചാണകം തേച്ച ചേതിയിൽ കയറിയിരിക്കുകയാണ്. കനത്ത ഒരു വിരോധാഭാസം കണക്കെ. ചെറിയ ചേതിയിൽ തന്റെ വഴുവഴുത്ത തടിയുടെ ഒരു പുളമ്പുണ്ടാക്കി കഴുത്ത് ഫണമുയർത്താതെ നീട്ടിയിരിക്കുകയാണ് പാമ്പ്. പാമ്പിന്റെ ഈ ഇരിപ്പിൽ തികഞ്ഞ ആലസ്യമുണ്ട്. ഇടയ്ക്കിടെ കാറ്റിൽ എന്നവണ്ണം പാമ്പ് അതിന്റെ കഴുത്ത് ഇളക്കിക്കൊണ്ടിരുന്നു. എങ്കിലും അവന് എന്തോ രോഗം ഉണ്ടായിരുന്നുവെന്നതു തീർച്ച.

പിന്നീട് വിഷവൈദ്യൻ പ്രവേശിച്ചു. വയസ്കരമൂസ്സതിനെപ്പോലുണ്ട്. മെതിയടി ചവുട്ടിയിരിക്കുന്നു. തികഞ്ഞ ബ്രാഹ്മണൻ. നിറയെ ഭസ്മം. കാൽ വെള്ള പൊട്ടിയാൽപോലും രക്തം തെറിച്ചു വീഴും. വിഷവൈദ്യൻ ആദ്യം പശുവിനെ വിളിച്ചു. പഴുത്തഴുകിയ അതിന്റെ അകിടിൽ പിടിച്ചു നോക്കി. കാണാവുന്ന കണ്ണ് അനക്കി നോക്കി. അകത്തുപോയി ഒരു ചെറിയ ഭരണിയുമായി തിരിച്ചുവന്നു. ഭരണിയിൽ നിന്നെടുത്ത ഏതോ ഒരു ലേപനം പശുവിന്റെ അകിടിൽ സമൃദ്ധിയായി പുരട്ടി. പിന്നീട് ഉടമസ്ഥനോട് എന്തോ പറഞ്ഞു.

കയറുമായി ഉടമസ്ഥൻ പടിയിറങ്ങി. കയറിന്റെ മറ്റേ അറ്റത്ത് രോഗിണിയായ പശുവുമുണ്ടായിരുന്നു.

കൈയൊടിഞ്ഞ സ്ത്രീ ഇതെല്ലാം അതീവ കൗതുകത്തോടെ നോക്കിയിരിക്കുമ്പോഴാണ് അവളുടെ ഊഴം വന്നത്.

മടക്കി ദേഹത്തോടു ചേർത്തുവച്ച അവളുടെ കൈ വിഷവൈദ്യൻ തൊട്ടതും അവളുടെ അട്ടഹാസവുമായി. ആ സ്ത്രീയുടെ നിലവിളിയും ആക്രോശങ്ങളും ഏറെനേരം നീണ്ടു നിന്നു.

കാലിൽ വ്രണവുമായി വന്ന മുക്കുവനെ വിഷവൈദ്യൻ തൊട്ടില്ല. മീനെണ്ണ പുരട്ടാൻ ഉപദേശിച്ചുകൊണ്ട് അവനെ ആട്ടിയോടിച്ചു.

ദുഃഖിതയായ പെൺകുട്ടിയേയും കൂട്ടി വിഷവൈദ്യൻ വീട്ടിനകത്തേക്കാണ് പോയത്. വലിയ ഒരു നിലവിളിക്കായി ഞാൻ കാത്തു നിന്നു. എന്നാൽ ഒരനക്കമോ ഒരു ശബ്ദമോ പുറത്തുകേട്ടില്ല.

അല്പം കഴിഞ്ഞപ്പോൾ പെൺകുട്ടി പുറത്ത് ഒഴുകി വന്നു. കോണിയിറങ്ങുമ്പോൾ ഞാൻ അവളെ നോക്കി. വെളുത്ത ഉടുമുണ്ടിൽ ചോരക്കളങ്ങൾ. അങ്ങ് ചക്രവാളത്തിനപ്പുറം പരശ്ശതം പരേതാത്മാക്കളുടെ ബലി കുടീരങ്ങളിൽ നിന്നുയർന്ന നഷ്ടപ്പെട്ട ആ ഭ്രൂണത്തിന്റെ രോദനവും ഞാൻ കേട്ടു.

എല്ലാവരും പോയി. ഞാനും പാമ്പും മാത്രം ബാക്കിയായി. പാമ്പ് അപ്പോഴും തന്റെ കഴുത്ത് കോലായ്ക്കു പുറത്തിട്ട് തളർന്നു കിടപ്പാണ്.

വിഷവൈദ്യൻ പാമ്പിനെ നോക്കി ചിരിച്ചു. തളർന്നവശനായ പാമ്പ് കഴുത്തുയർത്തി മറുചിരി ചിരിച്ചു.

വിഷവൈദ്യൻ പതുക്കെപ്പതുക്കെ നടന്നു പാമ്പിന്നരികെ എത്തി. തികഞ്ഞ അനുകമ്പയോടെ അദ്ദേഹം പാമ്പിനെ നോക്കി.

പാമ്പ് കഴുത്തുയർത്തി ഒരു ഭാഗത്തേക്കു ചെരിച്ചു പിടിച്ചു. പാമ്പിന്റെ മുഖം നിറയെ ദൈന്യതയായിരുന്നു.

"ഓ ഇതാണോ?" നിസ്സാരമട്ടിൽ വിഷവൈദ്യൻ ചോദിച്ചു. പാമ്പിന്റെ കഴുത്തിൽ ഒരു വ്രണം.

വിഷവൈദ്യൻ അതീവ കനിവോടെ ആ വ്രണം കഴുകി കുളിർമ്മയുള്ള ധാര ഒത്തിരിനേരം ഒഴിച്ചു. മരുന്നുവച്ചു വ്രണത്തെ ഭദ്രമാക്കി.

പാമ്പ് ആലസ്യം പൂണ്ടു കിടപ്പായി. വിഷവൈദ്യൻ പാമ്പിന്റെ മേനിയിൽ ഏറെനേരം തടവി.

പാമ്പിന്റെ ശരീരത്തിൽ ചലനങ്ങൾ ആരംഭിച്ചു. അത് ഇഴയാൻ തുടങ്ങി. മുറ്റത്തിറങ്ങിയപ്പോൾ പാമ്പ് തിരിഞ്ഞുനിന്ന് വിഷവൈദ്യനെ നോക്കി.

"പൊയ്ക്കോളൂ" വിഷവൈദ്യൻ പറഞ്ഞു. പാമ്പ് തലയുയർത്തി വാ തുറന്നു. തുറന്നുപിടിച്ച വായിൽ എന്തോ തിളങ്ങുന്നു. വാ തുറന്ന് എന്തോ താഴെയിടുവാൻ പാമ്പ് ഓങ്ങുന്നു.

"വേണ്ട, വേണ്ട." വിഷവൈദ്യൻ സാഷ്ടാംഗം പറഞ്ഞു. "എനിക്കു പ്രതിഫലം വേണ്ട. ഞാനതു വാങ്ങിക്കാറില്ലെന്നു നിനക്കറിയില്ലേ?"

പാമ്പ് രണ്ടുമൂന്നു ചാൽ മുറ്റത്തുകൂടെ ഇഴഞ്ഞുനീങ്ങി. വീണ്ടും നടുമുറ്റത്തു വന്നു കഴുത്തുയർത്തി വാ തുറന്ന് എന്തോ തുപ്പാൻ ശ്രമിച്ചു.

"വേണ്ടെന്നല്ലേ പറഞ്ഞത്. എനിക്കതു പതിവില്ല. നീ പൊയ്ക്കോളൂ."

വൈദ്യൻ മുറുമുറുത്തു

പാമ്പ് അല്പനേരം മേല്പോട്ടു നോക്കി എന്തോ ആലോചിച്ചു പിന്നീട് കിണറ്റിൻകരയിലേക്ക് ഇഴഞ്ഞു നീങ്ങാൻ തുടങ്ങി. വളരെ സൂക്ഷ്മമായി വളഞ്ഞു പുളഞ്ഞ് ആൾമറ കയറി തല കിണറ്റിലേക്കു നീട്ടി. നീല വെള്ളത്തിന്റെ ശാന്തമായ പരപ്പിൽ പാമ്പ് തന്റെ സ്വന്തം നിഴൽ കണ്ടു.

പിന്നീടു താമസിച്ചില്ല.

വാ തുറന്ന് പാമ്പ് മാണിക്യക്കല്ല് കിണറ്റിലിട്ടു

അതോടെ വൈദ്യരുടെ ഭാഗ്യോദയമായി

അതിനുശേഷം വൈദ്യൻ ഒരു മരുന്നും പ്രയോഗിച്ചിട്ടില്ല

പിന്നീടു വരുന്നവർക്കെല്ലാം മരുന്നിനു പകരം വെള്ളമായിരുന്നു. മാണിക്യക്കല്ലു വീണ കിണറ്റിലെ വെള്ളം. അതു സേവിച്ചാൽ മാറാത്ത രോഗമില്ല, ഇറങ്ങാത്ത വിഷമില്ല.

പക്ഷേ ഒന്നുണ്ട്-

വിഷവൈദ്യൻ ഇന്നും പ്രതിഫലം വാങ്ങാതെയാണ് ചികിത്സ. പാമ്പിനോടു കാണിച്ച അതേ ദയ അദ്ദേഹം മനുഷ്യരോടും കാണിക്കുന്നു.

■

ആമവാതം

എനിക്കു സുഖമില്ല. കഴുത്തിനു വേദന. എനിക്കുതന്നെ കാണാൻ കഴിയുന്നില്ല. ഞാൻ തൊട്ടുനോക്കി. അവിടെ വീങ്ങിയിട്ടില്ല. ചൂടുമില്ല. വലിയ കണ്ണാടിയുടെ മുന്നിൽ ചെന്നുനിന്നു ചെറിയ കണ്ണാടിയെടുത്ത് വേദനയുടെ ആസ്ഥാനം നോക്കി. ശാന്തം പാപം. സമൃദ്ധിയായി വളർന്നുനില്ക്കുന്ന മുടിയുടെ കീഴെ കഴുത്ത്, കഴിഞ്ഞ മുപ്പത്തിയെട്ട് വർഷങ്ങൾ നീണ്ടു നിവർന്നു നിന്ന അതേ കിടപ്പുതന്നെ.

എന്നാൽ വേദനയ്ക്ക് വല്ല ശമനവുമുണ്ടോ? വേദനയുണ്ടെന്ന് പറഞ്ഞാൽ ആരെങ്കിലും വിശ്വസിക്കുമോ? രാവിലെ എഴുന്നേല്ക്കുമ്പോൾ ശുഭാപ്തി വിശ്വാസമായിരിക്കും. കഴുത്ത്, ഇടത്തും വലത്തും നാലഞ്ചു പ്രാവശ്യം തിരിക്കും. പിന്നെ താഴോട്ടും, മേലോട്ടും നാലഞ്ചു തവണ ആകാശവും ഭൂമിയും നോക്കും. വേദനയില്ല. എഴുന്നേറ്റ് ബനിയനിട്ട് കയിലിയുടുത്ത് ഒരു സിഗററ്റിനു തീകൊളുത്തും. ബ്രഷുമായി പല്ലുതേക്കുമ്പോഴായിരിക്കും അവന്റെ വരവ് ഒരു ഇക്കിളിപോലെ. പിന്നീട് താടിമീശ വടിക്കാനായി സോപ്പിട്ട് നുരപ്പിക്കുമ്പോൾ ഇക്കിളി കളിയായി മാറുന്നു. ഷേവിങ്സെറ്റ് ചലിപ്പിക്കുമ്പോഴേക്കും വേദന അല്പാല്പമായി വന്നുതുടങ്ങും.

ഒരു ചായകുടിച്ച് ഒരു സിഗററ്റു വലിച്ച് പത്രവുമെടുത്തു കക്കൂസിലിരുന്നു. കുളിച്ച് വസ്ത്രം മാറ്റി ജോലിസ്ഥലത്തുള്ള കസേരയിൽ ഇരിക്കുമ്പോഴേക്കും വേദന സ്ഥായിയായി മാറുന്നു.

എനിക്കു മരുന്നിൽ വിശ്വാസമില്ല. അതുപോലെ മന്ത്രവാദത്തിലും, പക്ഷേ കുട്ടിച്ചാത്തൻ ഇന്നും ജീവിച്ചിരിപ്പുണ്ടെന്ന് എനിക്കു ബോദ്ധ്യമാണ്. അല്ലെങ്കിൽ തീകൊണ്ടുള്ള ഈ കളി നമ്മൾ പണ്ടേ നിറുത്തേണ്ടതായിരുന്നില്ലേ!

ഈശ്വരനിലും എനിക്കു വിശ്വാസമുണ്ടായിരുന്നില്ല. എന്നാൽ എന്റെ കഴുത്തിന്റെ വേദന എന്നെ ശല്യപ്പെടുത്തുമ്പോൾ ഞാൻ അവനെ അറിയാതെ വിളിച്ചുപോകുന്നു. ഈശ്വരൻ വല്ലാത്ത ഒരാളുതന്നെ!

സുഖക്കേടു വന്നാൽ ചികിത്സിക്കുക എന്നതു നമ്മുടെ നാട്ടിലെ ഒരു പതിവാണല്ലോ. ഇടതുപക്ഷക്കാരനായാലും വലതുപക്ഷക്കാരനായാലും രോഗത്തിനു വൈദ്യരെ കാണിക്കുക എന്നത് ഏകപക്ഷീയമാണുതാനും.

അങ്ങനെ ഞാൻ ഒരു ഡോക്ടറുടെ സന്നിധാനത്തിൽ എത്തി. എനിക്ക് ഏറ്റവും വേഗത്തിൽ എത്താൻ കഴിയുന്ന ദൂരത്തിലുള്ള ഒരാൾ. പക്ഷേ, വെറും എം.ബി.ബി.എസ്. ആണ്. മാത്രമല്ല, അയാൾക്കു രോഗികളെ കിടത്തി ചികിത്സിക്കാൻ വലിയ നഴ്സിങ് ഹോമുമില്ല.

ഞാനവിടെ ചെല്ലുമ്പോൾ ആരുമുണ്ടായിരുന്നില്ല. വെയിറ്റിംഗ് റൂമിലെ മൂട്ടകൾ നിറഞ്ഞ ഒഴിഞ്ഞ ബഞ്ചിൽ ഇരിക്കേണ്ട ഗതികേട് എനിക്കുണ്ടായില്ല. കയറിയപാടെ ഞാൻ ഡോക്ടറുടെ സന്നിധാനത്തിലേക്ക് ആനയിക്കപ്പെട്ടു.

ആ മുറിയിൽ എനിക്കു ശ്വാസം മുട്ടി. അത്രയും ചെറുതായിരുന്നു ആ സ്ഥലം. മാത്രമല്ല, ആ സ്ഥലം മുഴുവൻ അപഹരിച്ചെടുക്കാൻ തക്ക വണ്ണമുള്ള ഒരു നഴ്സ്, സദാ ആ മുറിയിൽ നമ്മുടെ ഡോക്ടർക്ക് അതും ഇതും സഹായിച്ച് നില്പുണ്ടായിരുന്നു.

എന്നെ നരച്ച റക്സിൻ വിരിച്ച വീതി കുറഞ്ഞ നേരിയ ഒരു കട്ടിലിൽ കിടത്തി അദ്ദേഹം അടിമുടി പരിശോധിച്ചു. വേദനയുള്ള സ്ഥലത്ത് ഏറെ നേരം തന്റെ ശ്രദ്ധകേന്ദ്രീകരിച്ചു. ഇടയ്ക്ക് അല്പനേരം എന്റെ കഴുത്ത് അദ്ദേഹം ഞെരുക്കിയപ്പോൾ ഞാൻ കൊല ചെയ്യപ്പെടുകയാണോ എന്നു കൂടി എനിക്കു തോന്നിപ്പോയി. അത്രയും സുദീർഘവും സൂക്ഷ്മവുമായിരുന്നു പരിശോധന.

എനിക്കൊരു കുറിപ്പ് കിട്ടി. വായിച്ചാൽ മനസ്സിലാകാത്ത അക്ഷരങ്ങൾ.

ആ മരുന്നുകൾ അദ്ദേഹത്തിന്റെ ഷാപ്പിലേ കിട്ടുകയുള്ളൂ. മുരിങ്ങക്കായ പോലുള്ള ഒരു കമ്പൗണ്ടറുണ്ട്. ഡിസ്പെൻസറിയിൽ. ഡോക്ടറുടെ മുറിയിൽകണ്ട തടിച്ചുകൊഴുത്ത നഴ്സിന് ഒരു വിരോധാഭാസം കണക്കെ. അയാൾ അവളുടെ ഭർത്താവാണെന്ന് ബാക്കികാശു തരുമ്പോൾ ആ മനുഷ്യൻ അഭിമാനപൂർവ്വം പറഞ്ഞു. അതോടെ ആ വിരോധാഭാസത്തിനു പൂർണ്ണവിരാമമിടണമെന്ന് എനിക്കു തോന്നി.

പിറ്റേന്നു രാവിലെ എഴുന്നേറ്റ ഉടനെ ഞാൻ മറ്റൊന്നും ചെയ്തില്ല. പല്ലുതേക്കുന്നതിനു മുമ്പേ ഒരു ഔൺസ് മരുന്നും മൂന്നുതരം ഗുളികകളും സേവിച്ചു. മരുന്നും ഗുളികകളും സേവിച്ച് കയ്പേറിയ മുഖവുമായി കോലായയിൽ ഇരിക്കുമ്പോഴാണ് പത്രം വന്നത്. നമ്മുടെ രാജ്യത്തുള്ള രൂക്ഷമായ ദാരിദ്ര്യവും തൊഴിലില്ലായ്മയും പട്ടിണിയും എന്നെ എന്റെ രോഗം പോലെ അലട്ടുന്ന ചില വസ്തുതകളാണ്. ആയതിനാൽ ദിനംപ്രതി അതിരാവിലെ പത്രം വായിക്കുകയെന്നത് എന്റെ ഒരു ധർമ്മമായി മാറിയിരിക്കുന്നു. പക്ഷേ, മരുന്ന് ആദ്യമായി സേവിച്ച ദിവസം എനിക്ക് ഒന്നിനും താത്പര്യമില്ലാതായി. പത്രം ഞാൻ വായിച്ചില്ല. പല്ലുതേച്ചില്ല. ബീഡി വലിച്ചില്ല, കുളിച്ചില്ല, താടി വടിച്ചില്ല, വസ്ത്രം പോലും മാറ്റിയില്ല.

എങ്ങും പോയതുമില്ല

അഞ്ചുദിവസം എന്റെ ഡോക്ടർ എനിക്കു തന്ന മരുന്നും ഗുളികകളും ഞാൻ സേവിച്ചു.

എന്റെ കഴുത്തിന്റെ വേദനയ്ക്ക് ഒരു മാറ്റവുമില്ല, ഇടയ്ക്ക് അല്പം ഭേദമായെന്നു തോന്നും. ഇടയ്ക്ക് കൂടിയോ എന്നും സംശയിക്കും.

കഴുത്തിന്റെ പിൻഭാഗം നീർക്കെട്ടിനാൽ വീർത്തു തുടങ്ങി. ഇടത്തോട്ടും വലത്തോട്ടും നോക്കാൻ അല്പം വിഷമവുമായി. ഇടത്തും വലത്തും നോക്കാൻ കഴിഞ്ഞില്ലെങ്കിൽ ഈ മഹാഭാരതത്തിലെ ഉയർച്ച താഴ്ചകൾ എനിക്ക് എങ്ങനെ മനസ്സിലാക്കാൻ കഴിയും? എനിക്ക് ആധിയായി, എന്റെ ദീനം ഇത്തരത്തിൽ ദിനംപ്രതി അടിക്കടി മുന്നേറുകയാണെങ്കിൽ സോഷ്യലിസത്തിലേക്കു നീങ്ങിക്കൊണ്ടിരിക്കുന്ന, ദുരിതമനുഭവിക്കുന്ന അനേക കോടി ജനങ്ങളുള്ള ഈ നാടിന്റെ നാഡിമിടിപ്പിൽ ഭാഗഭാക്കാകാൻ എനിക്കെങ്ങനെ കഴിയും?

അതിനാൽ എന്റെ രോഗം വേഗം മാറിക്കിട്ടണമെന്ന ഒരു ആശയുമായി ഞാൻ അടുത്ത നഴ്സിങ്ങ് ഹോമിൽ ചെന്ന് അവിടെ അഡ്മിറ്റായി.

ചെറിയ മുറി, അറ്റാച്ച്ഡ് ബാത്ത്, ഒരു സ്റ്റൂൾ, കട്ടിൽ നിറയെ മൂട്ട. അതിനാൽ ഉറക്കഗുളികകൾ പ്രത്യേകം പ്രിസ്ക്രൈബ് ചെയ്യപ്പെട്ടു; ഉറങ്ങാൻ കള്ള് വേറെ എന്നു പറഞ്ഞപോലെ.

മുറി ചെറുതാണെങ്കിലും, എന്നും വൃത്തിയാക്കും. തടിച്ചുകൊഴുത്ത ഒരു സ്ത്രീയാണ് രാവിലെ എത്തുക. വാതിലിൽ മുട്ടും, ഞാൻ എഴുന്നേറ്റ് വാതിൽ തുറക്കും. അവർ മുറിയിലാകെ കണ്ണോടിക്കും. രോഗിയുടെ കൂടെ കിടക്കുന്നവരുടെ ബഞ്ച് ഒഴിഞ്ഞത് കണ്ട് അവർ ആദ്യം അമ്പരക്കും. പിന്നീട് നിലത്തു നോക്കും. പിന്നീട് എന്നെ നോക്കും. എന്നിട്ടും സംശയം തീരാഞ്ഞാൽ ചോദിക്കും: ഛർദ്ദിച്ചിട്ടുണ്ടോ? ഇല്ല എന്ന് ഞാൻ സത്യം പറയും. ഒരു ദിവസം ഞാൻ പറഞ്ഞു: ഛർദ്ദിച്ചിട്ടുണ്ട്. തടിച്ചുകൊഴുത്ത ആ അടിച്ചുതളിക്കാരി മുറി മുഴുവൻ നോക്കുന്നതിനു പകരം എന്നോടു പറഞ്ഞു: അതു വൃത്തിയാക്ക്. എന്നിട്ടുവേണം എനിക്ക് അങ്ങോട്ടു കടക്കാൻ. നല്ല വൃത്തിയുള്ളവൾ. വൃത്തികേട് ഉണ്ടാക്കിയവർ തന്നെ സ്വയം വൃത്തിയാക്കണമെന്നു ശഠിക്കുന്നവൾ. ഗർഭം ഉണ്ടാക്കിയവൻ തന്നെ പേറ്റുശുശ്രൂഷയും ചെയ്യണമെന്നു പറയും പോലെ. നമ്മുടെ നാട് എത്ര മനോഹരമാണ്. പക്ഷേ, എന്റെ ഈ മുറി അത്രയും മനോഹരമല്ല. ചുമരിൽ അനേകം കലകൾ. എല്ലാം മൂട്ടകളെ കൊന്നത് മേലെ മാറാല രാത്രികാലങ്ങളിൽ ബൾബിന്റെ നേരിയ പ്രകാശത്തിൽക്കൂടി ഇളകിക്കളിക്കുന്ന അനേകായിരം ജന്തുക്കൾ. അവ മതിലിലും മുറിയിലെ ആകാശത്തിലും ചാടിക്കളിച്ചശേഷം ചത്തുമരവിച്ചു നിലത്തു വീഴും. ബാക്കിയുള്ളവ പറന്നു പുറത്തുപോകും. ശേഷിച്ച വണ്ണാന്മാർ പിറ്റേന്നു പ്രഭാതമാവുമ്പോഴേക്കും വലകെട്ടും. രാവിലെ എന്നെ

നോക്കാനായി 'റൗണ്ടിന്' വരുന്ന ഡോക്ടർ ചിലന്തിവല മുഖത്തുണ്ടാക്കുന്ന അസ്വസ്ഥത തുടച്ചുകൊണ്ടാണ് കയറിവരിക.

അദ്ദേഹത്തിന്റെ കൂടെ ചെറിയ ഒരു പരിവാരം. മൂന്നു നഴ്സുമാർ. അതിൽ രണ്ടു സുന്ദരികൾ. ഒരുവൾ എങ്ങും ശ്രദ്ധിക്കുകയില്ല. രണ്ടാമത്തവൾക്ക് കണ്ണുകൾ മൂന്നുള്ളതുപോലെയാണ്. സോഡാകുപ്പിയിൽ കൂറ കയറിയ പോലെ. മൂന്നാമത്തെപ്പെണ്ണ് നാലടി ഉയരം. നന്നായി വെളുത്തിട്ടാണ്. കണ്ണുകൾ ചത്തമീനിന്റേതുപോലെ. പിന്നെ ഒരു മനുഷ്യൻ. അയാൾ കറുത്തു നീണ്ട് വലിയ മീശയുള്ള ഒരാൾ. മിലിട്ടറിയിൽ നിന്നു റിട്ടയർ ചെയ്തുവന്ന നഴ്സിങ്ങ് ഓർഡർലിയാണെന്നു പിന്നീട് അറിയാൻ കഴിഞ്ഞു. ബറ്റാലിയന്റെ നിയന്ത്രണം മുഴുവൻ അയാളുടെ കൈയിലുള്ളതുപോലെയാണ് പെരുമാറ്റം.

ഡോക്ടർ ബഹുരസികനാണ്; സുന്ദരനും. മുറിയിൽ അവർ കടന്നുവരുമ്പോഴുള്ള നല്ലവാസന അദ്ദേഹത്തിന്റേതുമാത്രമാണ്. ആ നല്ല പെരുമാറ്റവും. അദ്ദേഹം ചിരിക്കുമ്പോൾ ഒരു പൂവ് വിടരുന്നതുപോലെ തോന്നും. സംസാരിക്കുമ്പോൾ ആരോ പാടുന്നപോലെയും. കൈകൾ എന്റെ ദേഹത്തു കൂടെ ചലിക്കുമ്പോൾ പുതിയ കാമുകിയുടെ കരസ്പർശമാണെന്നു തോന്നിപ്പോകും. നല്ല വർത്തമാനങ്ങളും-എനിക്ക് ഒരു രോഗവും ഇല്ലെന്ന പ്രവചനം. ഞാൻ കഴിക്കേണ്ട ഭക്ഷണക്രമങ്ങൾ. എനിക്കു ധാരാളം ആരോഗ്യം ഉണ്ടാവേണ്ട ആവശ്യകത. ആയതിന്ന് ഈ നാട്ടിൽ സോഷ്യലിസം വരേണ്ട സംഭവബഹുലമായ ഭാവിജീവിതത്തെക്കുറിച്ചും അദ്ദേഹം സംസാരിക്കും. നല്ലൊരു മനുഷ്യൻ. കൂടുതൽ പരിചയപ്പെട്ടപ്പോഴാണ് മനസ്സിലായത് പച്ചക്കറിയേ കഴിക്കാറുള്ളൂ, ശുദ്ധ സസ്യഭോജിയാണ്, യോഗ്യനായ ഈ ഡോക്ടർ.

ഏഴു ദിവസം ഞാനവിടെ കഴിച്ചുകൂട്ടി എന്റെ രക്തം, മൂത്രം, മലം, കഫം എല്ലാം പരിശോധിച്ചു. രക്തത്തിലെ പഞ്ചസാരയും പരിശോധിച്ചു. പിന്നീട് എക്സ്റേകളുടെ ബഹളം. തല, നട്ടെല്ല്, നെഞ്ച്, മൂത്രാശയം, എല്ലാറ്റിന്റെയും ഫോട്ടോ എടുത്തു. ശുഷ്കിച്ച എന്റെ എല്ലിൻകൂടുകൾ കണ്ടപ്പോൾ ഞാനെന്റെ കുഴിമാടത്തിൽ എത്രയോ വർഷങ്ങൾ കിടന്നുറങ്ങിക്കഴിഞ്ഞ പോലെ എനിക്കു തോന്നി. പ്രത്യേകിച്ച് തലയോട്, നരവംശ ശാസ്ത്രജ്ഞന്മാർക്ക് പഠിക്കുവാനായി ഇത് എക്കാലവും ഉതകണേയെന്ന് ഞാനാശിച്ചു. ഫിലിമിൽ എന്റെ പേരും വയസ്സും തീയതിയും കുറിച്ചിട്ടുണ്ട്. ചരിത്രത്തിന്റെ അവശിഷ്ടങ്ങളാവാൻ ഭാഗ്യമുള്ള ആ ഫോട്ടോകളെ എന്റെ തലയിണയ്ക്ക് കീഴെവച്ചു രോഗം മാറാനായി ഞാൻ എന്റെ കട്ടിലിൽ കിടന്നു.

എട്ടാമത്തെ ദിവസം ഡോക്ടറും പരിവാരവും മുറിയിൽ വന്നപ്പോൾ എന്റെ ഇടനെഞ്ച് പൊട്ടിപ്പോയി. എന്നും ചിരിക്കുന്ന എന്റെ ഡോക്ടറുടെ മുഖത്ത് മ്ലാനത. എന്തു സംഭവിച്ചുകാണും? ഡോക്ടറുടെ ആർക്കെങ്കിലും വല്ലതും പറ്റിയോ? ഡോക്ടർക്കു തന്നെ സുഖമില്ലേ? മുഖം കണ്ണാടിയെന്നല്ലേ നമ്മൾ പഠിച്ചത്?

പക്ഷേ, എന്റെ ധാരണകൾ തെറ്റി. ഡോക്ടർക്കും കുടുംബത്തിനും ഒന്നും പറ്റിയിട്ടില്ല. പറ്റിയത് എനിക്കു തന്നെ. എന്റെ രോഗം മാറണമെങ്കിൽ ഞാനൊരു വിദഗ്ദ്ധനെ കാണണമത്രെ. കഴുത്തിനു പിന്നിലുള്ള നട്ടെല്ലിന്റെ ഭാഗത്തിനു സാരമായ എന്തോ കേടുണ്ട്. ആ കേട് കണ്ടുപിടിക്കാൻ എല്ലു നോക്കുന്ന സ്പെഷ്യലിസ്റ്റിനെ കാണണം.

ഡോക്ടർ നട്ടെല്ലിന്റെ ഒരു ചിത്രം വരച്ച് അതു നമ്മുടെ ദേഹത്തിനു നല്കുന്ന പ്രാധാന്യത്തെപ്പറ്റി വ്യക്തമാക്കി. ചുരുക്കിപ്പറഞ്ഞാൽ ഈ നട്ടെല്ലാണ് ശരീരത്തിന്റെ അച്ചുതണ്ട്. ഇതിനെ കേന്ദ്രീകരിച്ചാണ് മനുഷ്യന്റെ എല്ലാ ചുറ്റലും. സ്പോണ്ടിലൈറ്റിസ്, ഡിസ്ക്പ്രൊലാപ്സ് തുടങ്ങിയ ചില വാക്കുകൾ അദ്ദേഹം എഴുതുകയും പറയുകയും ചെയ്തു.

എന്റെ ഡോക്ടർ വളരെ ദയാലുവാണ്. 500കയുടെ ഒരു ബില്ലും സ്പെഷ്യലിസ്റ്റിനു കൊടുക്കാനൊരു കത്തും എനിക്കു തന്നു. പോയ ഉറുപ്പികയേക്കാളും വിലപ്പെട്ടത് ആ കത്തുതന്നെ. ഒട്ടിച്ച ആ കവർ ഞാൻ ഒരമൂല്യ നിധി പോലെ എന്റെ പോക്കറ്റിൽ വച്ചു. എന്റെ പോക്കറ്റ് കാലിയാണല്ലോ.

പിറ്റേന്ന് 36 നാഴിക അകലെയുള്ള വിദഗ്ദ്ധനേയും തേടി ഞാൻ യാത്രയായി. പട്ടണത്തിൽ ബസ് ഇറങ്ങുമ്പോഴേക്കും ഞാൻ ക്ഷീണിച്ചു. പോകേണ്ട വഴിയും മറ്റും എന്റെ ഡോക്ടർ ഒരു മേപ്പ് പോലെ എന്നോട് പറഞ്ഞിരുന്നു, ഒരു ഓട്ടോയിൽ കയറി ഞാൻ അവിടെയെത്തി.

ആദ്യം എന്റെ കണ്ണിൽപ്പെട്ടത് വിലപിടിച്ച അദ്ദേഹത്തിന്റെ കാറാണ്. കല്യാണം കഴിക്കാൻ കാത്തിരിക്കുന്ന ഒരു പെണ്ണിനെപ്പോലെ അതു ഷെഡ്ഡിൽ പുഞ്ചിരിച്ച് മയങ്ങിക്കിടന്നു സുന്ദരി. പിന്നെ എന്റെ കണ്ണിൽ പെട്ടത് എന്നെപ്പോലെയുള്ള വിലയില്ലാത്ത അനേകം രോഗികൾ. ഇത്രയും ദൈന്യത നിറഞ്ഞ മുഖങ്ങൾ ഞാനൊരിക്കലും കണ്ടിട്ടില്ല. വേദനിക്കുകയും വിമ്മിട്ടപ്പെടുകയും ചെയ്യുന്ന ആൾക്കൂട്ടത്തിന്റെ ഒരുപരിച്ഛേദമാണ്. ആ ഇരിക്കുന്നവർ, ആ. ഇ.-ആ ഇരിക്കുന്നവർ. നല്ല രസമുള്ള അബ്രിവിയേഷൻസ് എന്റെ മനസ്സിലൂടെ പാഞ്ഞുപോകുന്നു.

ഒരു നോട്ടുബുക്കിൽ എന്റെ പേർ എഴുതപ്പെട്ടു. ചിത്രഗുപ്തന്റെ താള്. എന്റെ പേർ എഴുതിയ മനുഷ്യൻ പുരാണങ്ങളിൽ ഞാനെവിടെയോ വായിച്ച പോലെ തോന്നി, ഞാനയാളെ സൂക്ഷിച്ചുനോക്കി. ആ നോട്ടം അയാൾക്കു രസിച്ചില്ല. അയാൾ പറഞ്ഞു; മുപ്പത്താറ്. ഞാൻ തിരിഞ്ഞുനോക്കുമ്പോൾ അയാളെന്നെ തൊട്ടു. കാലൻ എന്നെ പിടികൂടിയപോലെ തോന്നി എനിക്ക്. ഞാൻ തിരിഞ്ഞുനോക്കി, ഭാഗ്യം അയാളിരിക്കുന്നത് കസേരയിലാണ്. പോത്ത് അങ്ങേതോ ഹോട്ടലിൽ തുണ്ടം തുണ്ടമായി വിശക്കുന്നവരേയും കാത്തിരിക്കുകയാണ്.

എന്റെ പേർ എഴുതിയ ചിത്രഗുപ്തൻ എന്നോടു പറഞ്ഞു: മുപ്പത്തിയാറ് ആണ് നിങ്ങളുടെ നമ്പർ. വെറുതെ ഇവിടെ കുത്തിയിരിക്കേണ്ട

ആവശ്യമില്ല. അല്ലെങ്കിൽ തന്നെ ഇവിടെ അനേകം അലവലാതികളുണ്ട്. പോയി ഊണു കഴിച്ച് ഒരു മാറ്റിനിയും കണ്ട് വന്നോളൂ. ഏഴുമണിയാകും. നിങ്ങളുടെ ഊഴമെത്താൻ.

കാത്തിരിക്കുന്ന എന്റെ സഹജരെ ഒരിക്കൽക്കൂടി ഞാൻ നോക്കി.

അവശന്മാർ

ഞാൻ ഗേറ്റിറങ്ങി. ഇറങ്ങുമ്പോൾ എന്റെ കാർ ആരോ തുടച്ച് വൃത്തിയാക്കുന്നു. എനിക്ക് തെറ്റു പറ്റുന്നു. എന്റെ കാറല്ല, വിദഗ്ദ്ധനായ ഡോക്ടറുടെ കാർ. എനിക്ക് അർഹതപ്പെടാത്ത പലതും എന്റേതായിതോന്നുക എന്റെ ഒരു വികാരമായി മാറിയിരിക്കയാണിപ്പോൾ, അസുഖം പ്രാപിക്കുമ്പോൾ മനുഷ്യന്റെ മനസ്സിനു വരുന്ന മാറ്റങ്ങളെ ഞാനോർത്തു. മാത്രമല്ല, രോഗം ചില ആളുകളെ എന്നെന്നും നിർജ്ജീവികളാക്കുന്നതു പോലെ തത്ത്വജ്ഞാനികളും ആക്കുന്നു. എല്ലാം ത്യജിച്ച് കായ് കനികൾ തിന്ന് ഏതെങ്കിലും കാട്ടിൽ വന്യമൃഗങ്ങളോടും വിഷജീവികളോടും സൗഹൃദം പുലർത്തി ജീവിക്കാൻവരെ ഞാൻ കൊതിച്ചതല്ലേ.

പട്ടണത്തിൽ എവിടെ പോകാനാണ്? സമയം പന്ത്രണ്ട്. ആറേഴ് മണിയാവും എന്റെ ഊഴമെത്താൻ, സിനിമ കാണാൻ ചിത്രഗുപ്തൻ പറഞ്ഞതുമാണ്, അദ്ദേഹത്തെ അനുസരിച്ചില്ലെങ്കിൽ രോഗം മാറാതെ വരുമോ? എനിക്കു പേടിയായി. സിനിമ കണ്ടിട്ട് വർഷങ്ങളായി. കോളേജിൽ പഠിക്കുമ്പോൾ മാറ്റിനിയും ഫസ്റ്റ്ഷോയും സെക്കന്റ്ഷോയും ഒരേ ദിവസം കണ്ടിട്ടുണ്ട്. അക്കാലത്ത് മോണിംഗ് ഷോ ഉണ്ടായിരുന്നില്ല.

ഇക്കാലത്ത് പടങ്ങൾ രണ്ടുതരമാണല്ലോ. ആർട്ട് ഫിലിം, കൊമേഴ്സ്യൽ ഫിലിം. ഞാനെല്ലാ പരസ്യങ്ങളും നോക്കാനായി ഒരു പത്രം വാങ്ങി. ഇന്നത്തെ സിനിമയിൽ ആർട്ട് പടമില്ല. കൊമേഴ്സ്യൽ സിനിമ കാണുന്നത് വല്ലവരും കണ്ടാലോ? ഇതിൽപ്പരം അപമാനം വേറെ വല്ലതുമുണ്ടോ?

അസുഖമില്ലാത്ത കാലത്ത് സമയം കൊല്ലാനായി ഞാൻ ഇടയ്ക്ക് വ്യഭിചാരത്തിനു പോകാറുണ്ട്. ഇപ്പോൾ അതും വയ്യ. നട്ടെല്ലിനല്ലേ കേട്! അതു നന്നാക്കിയെടുത്തിട്ടുവേണ്ടേ വ്യഭിചാരവും കല്യാണവും മറ്റും സംഘടിപ്പിക്കുവാൻ!

ഇങ്ങനെ ഓരോന്ന് ആലോചിച്ച് അവസാനം ഞാനൊരു പുസ്തക വില്പന ശാലയിൽ എത്തി. വലതുപക്ഷക്കാരുടെ ഒരു സ്ഥാപനം. റഷ്യൻ എഴുത്തുകാരുടെ എണ്ണപ്പെട്ട ക്ലാസിക്കുകൾ മൂന്നുറുപ്പികയ്ക്കു വരെ കിട്ടാനുണ്ട്. ഞാൻ ഓരോ ടൈറ്റിലും ശ്രദ്ധിച്ചു. സ്റ്റാലിന്റെ മീശയുള്ള മെലിഞ്ഞ ചെറുപ്പക്കാരനായ മാനേജർ എന്നെ ഇടം കണ്ണിട്ട് ഇടയ്ക്കിടെ നോക്കുന്നുണ്ട്. ഒരുപക്ഷേ, വല്ല ക്ലാസിക്കുകളും പൊക്കി ബനിയനകത്താക്കുന്നുണ്ടോ എന്നതാകാം സംശയം. അല്ലെങ്കിൽ ഏതെങ്കിലും ഒരെഴുത്തുകാരനാണോ എന്നു സംശയിക്കുന്നുമുണ്ടാകാം. ഞാൻ അതൊന്നും ശ്രദ്ധിച്ചില്ല.

അവസാനം എനിക്കില്ലാത്ത, അഥവാ എനിക്കു നഷ്ടപ്പെട്ട ഒരു വിഷയ ത്തെക്കുറിച്ച് ഒരു പുസ്തകം ഞാനെടുത്തു; 'How to win friends.'

ആ പുസ്തകം വായിച്ച് ഞാൻ ഇരിക്കുമ്പോൾ എന്റെ ഊഴമായി. മുപ്പത്തിയാറെന്ന ശബ്ദം കേട്ട് ഞാൻ ഞെട്ടി.

എഴുന്നേറ്റ് സ്പെഷ്യലിസ്റ്റിന്റെ മുറിയിലേക്കു കടന്നു. കടക്കുന്നതിനു മുമ്പ് കാത്തിരിക്കുന്നവരെ ഒന്നുകൂടി നോക്കി. ഞാൻ വരുമ്പോൾ കണ്ടതി ലധികം ജനങ്ങൾ ഇപ്പോഴുമുണ്ട്. മണി, ഏഴ്, രണ്ട്.

ശരിയായ ഒരു കണ്ടാമൃഗം തന്നെ. എല്ലു പരിശോധിക്കാൻ പറ്റിയ ഒരു പരുക്കൻ ഡോക്ടർ. ആറടി ഉയരം. അത്രതന്നെ തടി.അതിലും തടിച്ച മീശ. ഒരു ജൂബ്ബായും കള്ളിമുണ്ടുമാണ് വേഷം. മുറിയുടെ മൂലയിൽ കണ്ണാടി ഗ്ലാസ്സിൽ ഒരു പൂർണ്ണമനുഷ്യന്റെ അസ്ഥികൂടം. അതു കണ്ടതോടെ എനിക്കു മതിയായി. ഇയാൾ ഡോക്ടർ അല്ല, മന്ത്രവാദിതന്നെ.

എന്നിട്ടും ഞാൻ ഇരുന്നുകൊടുത്തു. എല്ലാവിധ തട്ടലിനും മുട്ടലിനും ഞാൻ വിധേയനായി. കിടത്തിയും കമഴ്ത്തിയും പരിശോധിച്ചു. ചരിച്ചും മറിച്ചും പരിശോധിച്ചു. തൂക്കംനോക്കി. തൂക്കിയില്ല, അതു മഹാഭാഗ്യം. തൂക്കാൻ ഉപയോഗിച്ച യന്ത്രത്തിനു മുകളിൽ ഇംഗ്ലണ്ട് എന്നെഴുതിയിട്ടുണ്ട്. പ്രഷർ നോക്കിയ ഉപകരണം ജപ്പാനാണ്. നെഞ്ചിടിപ്പു നോക്കിയ സ്റ്റെത സ്കോപ്പ് അമേരിക്കൻ. കണ്ടാമൃഗത്തിന്റെ കടലാസ് കിട്ടിയപ്പോഴാണ് തമാശ. പഠിച്ചതത്രയും നെതർലണ്ടിൽ, കുതിരകളും മനുഷ്യരും ഒരുപോലെ മുതിര തിന്നുന്ന നാട്. പക്ഷേ, അവിടെ സാഹിത്യമുണ്ടല്ലോ! മുതിരയേക്കാളും ഭേദമാണല്ലോ അത്. അതോ മുതിരയോ?

കണ്ടാമൃഗത്തിന്റെ ശബ്ദം കേട്ടപ്പോഴാണ് ഞാൻ ഞെട്ടിയത്. എന്റെ നട്ടെല്ലിനു ടി.ബിയാണത്രേ. എക്സറേ, കിക്സറേ ഒന്നും വേണ്ടാ രക്തം പരിശോധിക്കേണ്ട. മൂത്രവും വേണ്ടാ. ഇതൊക്കെ നോക്കി രോഗം നിർണ്ണ യിക്കേണ്ടത് സമ്പന്ന രാഷ്ട്രങ്ങളിലാണ്. നമ്മുടെ നാട്ടിൽ അരിയില്ല, തുണി യില്ല, ജോലിയില്ല, രോഗമേയുള്ളൂ, കൂടെ ദുരിതങ്ങളും. അതിനാൽ നീ പോയി ഈ മരുന്നു കുടിക്കുക.

തൊണ്ണൂറ് ഇഞ്ചക്ഷൻ, തൊണ്ണൂറു ദിവസം ഗുളികകളും. രണ്ടുവീതം മൂന്നുനേരം. ഗുളിക ദിവസം ആറ്. മാസം 180. മൂന്നുമാസം 540. നിത്യേന രണ്ടു മുട്ട, ഒരു കുപ്പി പാൽ, മത്തിയുള്ള കാലങ്ങളിൽ 27 മത്തി. പുകവലി പാടില്ല. പ്രകൃതിവിരുദ്ധവും പാടില്ല.

അവസാനത്തെ വാചകത്തിൽ ഞാൻ വീണുപോയി. ഞാൻ കല്യാണം കഴിക്കാത്ത കാര്യം എന്നെ പരിശോധിച്ച ഡോക്ടർ മനസ്സിലാക്കിയിരിക്കുന്നു.

പക്ഷേ, തൊണ്ണൂറ് ഇഞ്ചക്ഷനും അതിന്റെ പരിവാരങ്ങളും ആർക്കു താങ്ങാൻ കഴിയും? മുട്ട ഞാൻ തിന്നിട്ടേയില്ല. മത്തി എനിക്കിഷ്ടവുമല്ല.

ഒരു മുട്ട തിന്നാൽ സാധാരണ മൂന്നു ദിവസം എന്റെ വയർ വീർക്കും. പാൽ കുടിക്കുമ്പോൾ ഛർദ്ദിക്കും. ചെറുപ്പത്തിൽ അമ്മയുടെ തല്ലു കൊണ്ടതു മുഴുവനും പാലുകുടിക്കാഞ്ഞിട്ടാണ്.

വയ്യ. ഈ രീതി വയ്യാ.

വേറെ രീതിയെക്കുറിച്ച് ചിന്തിക്കേണ്ട ഗതികേടിലായി ഞാൻ. എനിക്ക് ഇരിക്കപ്പൊറുതിയില്ലാതായി. മനസ്സും ശരീരവും ക്ഷീണിക്കുന്നു: സർവ്വോപരി കഴുത്തിന്റെ വേദന വർദ്ധിക്കുന്നു.

ഏതായാലും വിദഗ്ദ്ധൻ പറഞ്ഞ ചികിത്സാരീതി പരീക്ഷിക്കാൻ തന്നെ ഞാൻ തീരുമാനിച്ചു.

പട്ടാളത്തിൽ നിന്നു റിട്ടയർ ചെയ്തുവന്ന തടിച്ചുകൊഴുത്ത് കണ്ണട വച്ച ഒരു കമ്പൗണ്ടർ നിത്യവും വൈകുന്നേരം എന്റെ മുറിയിൽ വന്നുതുടങ്ങി.

പിന്നീട് വേദന പുതിയ രണ്ടുസ്ഥലങ്ങളിൽക്കൂടി വ്യാപിച്ചു. തോളിലും ചന്തിയിലും. വാർദ്ധക്യം ബാധിച്ച ഒരു സൂചിയാണ് കമ്പൗണ്ടർ ഉപയോഗിക്കുന്നത്. പട്ടാളത്തിൽ നിന്നു വന്നപ്പോൾ കൊണ്ടുവന്നതായിരിക്കണം. ഇഞ്ചക്ഷൻ മരുന്നിന്റെ കുപ്പിയിൽ ഡിസ്റ്റിൽഡ് വാട്ടർ കുത്തിക്കയറ്റി കുലുക്കി കലക്കുമ്പോൾ ഞാൻ കമ്പോണ്ടറെ സാകൂതം നോക്കിനില്ക്കും. റബ്ബറിന്റെ അടപ്പിൽ സൂചി തറയ്ക്കുന്നത് കാണുമ്പോൾ ഞാൻ അറിയാതെ 'ഉയി' എന്നു പറഞ്ഞുപോകും. കമ്പൗണ്ടർ കുത്തിനിറുത്തിയ സൂചി അതുപോലെ വച്ച് തലതാഴ്ത്തി കണ്ണടയ്ക്കിടയിലൂടെ എന്നെ നോക്കും. പല്ലുകൾ കടിച്ചമർത്തി എന്റെ സൂചിയും കാത്ത് ഞാനിരിക്കും.

അറുപത് സൂചികൾ കയറിയിറങ്ങി എന്റെ തോളും ചന്തിയും പഴുത്തു. ഗുളികകൾ വിഴുങ്ങി എന്റെ വയറ്റിൽ പുണ്ണ് നിറഞ്ഞുതുടങ്ങി.

കഴുത്തിന്റെ വേദനയ്ക്ക് ഒരു മാറ്റവുമില്ല. സുഖമാവും സുഖമാവും എന്ന വചനങ്ങൾ, ഒരു പള്ളിയിലെ കപ്യാരെപ്പോലെ കമ്പൗണ്ടർ എപ്പോഴും ഉരുവിടും.

എനിക്കു മടുത്തു; ചികിത്സ നിറുത്തി. ഒരുനാൾ വൃദ്ധനായ കമ്പൗണ്ടർ തന്റെ വൃദ്ധനായ സൂചിയും മടിയിൽ തിരുകി അസന്തുഷ്ടനായി മുറിയിൽ നിന്നിറങ്ങിപ്പോയി. ഇറങ്ങുമ്പോൾ എന്നെനോക്കി അയാൾ ഉപദേശിച്ചു: ക്ഷമ വേണം, ക്ഷമ. എല്ലാറ്റിനും ക്ഷമ. ഒരു രോഗം മാറണമെങ്കിൽ ഒരു കോഴ്സ് കംപ്ളീറ്റ് ചെയ്യണം.

മണ്ണാങ്കട്ട. എനിക്കു വൃത്തികെട്ട ആ മനുഷ്യന്റെ മുഖത്തടിക്കണമെന്നു തോന്നി. അയാളുടെ മടിയിലുള്ള ആ സിറിഞ്ചും സൂചിയും വലിച്ചെടുത്ത് മരുന്ന് നിറച്ച് അയാളുടെ ഹൃദയത്തിൽത്തന്നെ കുത്തിയിറക്കണം. എത്രയോ മനുഷ്യജീവികളുടെ ശരീരത്തിൽ വിഷാംശം കുത്തിക്കയറ്റിയ ആ എളിയ ഉപകരണം ഭദ്രമായി മടിയിൽ തിരുകി എന്നിൽ നിന്നും അകന്നകന്നു പോകുന്ന കമ്പൗണ്ടർ അവ്യക്തമായ ഒരു രൂപമായി മാറി.

ഹൗ ടു വിൻ ഫ്രണ്ട്സ് വായിച്ച് വായിച്ച് ഹൃദിസ്ഥമായി. വേദന വരുമ്പോഴും വേദന കൂടുമ്പോഴും ഒരു ടോണിക്കുപോലെ ഞാൻ ആ പുസ്തകം വായിക്കും. ഒരു കാപ്സ്യൂൾപോലെ ആ പുസ്തകം വിഴുങ്ങിയാലോ എന്നു ഞാൻ ആലോചിച്ചു. എന്തുകൊണ്ട് മനുഷ്യനു മാത്രം കടലാസ് തിന്നുകൂടാ? ഒരുപക്ഷേ ഈ അച്ചടി മഷിയിലെ മരുന്ന് എന്റെ വേദന മാറ്റുമായിരിക്കും. അച്ചടി മഷി, അതിൽ മരുന്നിന്റെ അംശമുണ്ടാകും. കൺമഷി, എഴുത്തുമഷി, അച്ചടിമഷി, എല്ലാം വ്യത്യസ്ത തോതിൽ ചേർത്ത് അല്പം കഴിച്ചാലോ?

ഞാൻ വ്യതിചലിക്കുന്നു. ശരീരം വേദനിക്കുന്ന ഞാൻ മാനസിക വിദഗ്ദ്ധനെ കാണേണ്ടിവരുമോ? എല്ലിന്റെ ടി ബി ഭ്രാന്തായി മാറുകയോ? പാടില്ല, പാടില്ല.

പുതിയ ഒരു പുസ്തകം കിട്ടി. അതിൽ പ്രകൃതി ചികിത്സ, അക്യൂപങ്ചർ തുടങ്ങിയവ കണ്ടു. ചൈനീസ് രീതികളിൽ എനിക്കു പണ്ടേ വിശ്വാസമാണ്. പ്രത്യേകിച്ച് ഭക്ഷണരീതിയിൽ. ഭക്ഷിക്കാൻ ഒന്നുമില്ലാത്ത നാട്ടിൽ പാമ്പിനെത്തന്നെ ഭക്ഷിക്കണം. പാമ്പിന്റെ വിഷവും മരുന്നുതന്നെ.

ഒരാഴ്ച കഴിഞ്ഞു. കമ്പൗണ്ടർ കുത്തിപ്പഴുപ്പിച്ച തോളും ചന്തിയും സാധാരണനിലയിലായി. നടക്കാനും കൈവീശാനും പ്രയാസമില്ല.

ഞാൻ വീണ്ടും ഡോക്ടറുടെ സന്നിധാനത്തിലെത്തി. കണ്ടാൽ ഒരു ചൈനക്കാരൻ. 'ഇൻ ആൻഡ് ദ ബ്യൂട്ടി' എന്ന അവാർഡുകൾ നേടിയ ഒരു ചൈനീസ് ചലച്ചിത്രം കണ്ട ഓർമ്മ വന്നു. അതിലെ കാണാതായ പെങ്ങളേയും തേടിയിറങ്ങിയ ചെറുപ്പക്കാരന്റെ അതേ മുഖം. കൊച്ചു താടി, കുറിയ ശരീരം, ചെറിയ കണ്ണുകൾ.

അദ്ദേഹം സംസാരിച്ചപ്പോൾ ഞാൻ സ്തബ്ധനായിപ്പോയി. ചൈനക്കാരുടെ അതേ ശബ്ദം. അതേ ഒച്ച. ചീവിടു കരയുന്നതുപോലെ.

അദ്ദേഹവും ഒരു വായനാപ്രേമിയാണ്. മലയാളത്തിലും ഇംഗ്ലീഷിലും അദ്ദേഹം ധാരാളം വായിച്ചിട്ടുണ്ട്. ഫിക്ഷനും ശാസ്ത്രവും ഇടയ്ക്കു പത്രങ്ങളിൽ എഴുതുന്ന ദുശ്ശീലവുമുണ്ട്. ചീട്ടുകളിപോലെ.

പ്രകൃതി ചികിത്സയെക്കുറിച്ചും അക്യുപങ്ചറിനെക്കുറിച്ചും അദ്ദേഹം സംസാരിച്ചു. ചൈനയിൽ അഞ്ചുവർഷങ്ങൾ ചിലവഴിച്ചിട്ടുണ്ട്. ഉള്ളതിൽ നിന്നും ഇല്ലാത്തതിലേക്ക് എടുക്കുക എന്നതാണ് അക്യുപങ്ചറിന്റെ മുഖ്യധാര. ലാഭത്തിൽ നിന്നും നഷ്ടം നികത്തുക, ഉള്ളവനിൽ നിന്നും കവർന്ന് ഇല്ലാത്തവനു കൊടുക്കുക: യഥാർത്ഥത്തിൽ നാം വന്നുകാണാൻ ആഗ്രഹിക്കുന്ന സോഷ്യലിസം തന്നെ.

നാലഞ്ചു സൂചികൾ അദ്ദേഹം എന്റെ ദേഹത്ത് ചില പ്രത്യേക സ്ഥാനങ്ങളിൽ വച്ചു. ഒരു യന്ത്രവുമായി അവ ഘടിപ്പിച്ചു സ്വിച്ചിട്ടു. ചില കൂട്ടലും കിഴിക്കലും നടത്തി.

അദ്ദേഹം പറഞ്ഞു: ഞാൻ വ്യസനിക്കുന്നു. താങ്കളുടെ രോഗത്തിനു ഈ ചികിത്സ ഫലിക്കുകയില്ല. ഒന്നുകിൽ പ്രകൃതിചികിത്സ, അല്ലെങ്കിൽ യുനാനി. ഒന്നും ഫലിക്കാതെ വന്നാൽ നമ്മുടെ ആയുർവേദം.

നിരാശനായി ഞാൻ പുറത്തിറങ്ങി. ഇനി എങ്ങോട്ട് പോകണം? ഒരു രാത്രി മുഴുവൻ എന്റെ കട്ടിലിൽ കിടന്ന് ഞാൻ ഇതേക്കുറിച്ച് ആലോചിച്ചു. ഉറക്കമൊഴിച്ച കാരണം പിറ്റേന്ന് വേദന പതിന്മടങ്ങ് വർദ്ധിച്ചു. കഴുത്ത് അനക്കാൻ വയ്യാതായി.

ഞാൻ ആയുർവ്വേദ വൈദ്യന്റെ വീട്ടിലെത്തി. വലിയ ബംഗ്ലാവു തന്നെ. ആയുർവ്വേദ ആശുപത്രിയിലെ പ്രധാന വൈദ്യരാണ്. ജ്യേഷ്ഠനും ഭാര്യയും വൈദ്യന്മാർ തന്നെ. ഒരു മകനും വൈദ്യർ. എല്ലാം വൈദ്യന്മാരും ചേർന്നാണ് വൈദ്യം നടത്തുന്നത്.

പ്രധാന വൈദ്യൻ എന്റെ എല്ലാ രോഗങ്ങളും കേട്ടു. എന്നെ അഡ്മിറ്റാക്കാനും അദ്ദേഹം തീരുമാനിച്ചു. മാത്രമല്ല, എന്റെ രോഗം മാറുമെന്ന് അദ്ദേഹം പറഞ്ഞു. അതോടെ എന്റെ വേദന പകുതിയായി കുറഞ്ഞു.

ആയുർവ്വേദ ആശുപത്രിയിൽ ഞാൻ അഡ്മിറ്റായി. വലിയ ആശുപത്രി. പത്തുമുപ്പതു മുറികൾ. ആശുപത്രിക്കു പിന്നിൽ വലിയ ഒരു വയ്പുപുര. ഒരു ഫാക്ടറിയിൽ നിന്നെന്നപോലെ ആ വയ്പുപുരയിൽ നിന്നു പുക ഉയർന്നുകൊണ്ടിരുന്നു. ഭീമമായ അടപ്പുകൾ. വലിയ വലിയ ഉരുളികൾ. അവ തിളച്ചുമറിഞ്ഞുകൊണ്ടിരുന്നു. ഉരുക്കുകൾ കത്തിജ്വലിക്കുന്നപോലെ മരുന്നിന്റെ പതകൾ ധൂമപടലങ്ങൾ ഉയർത്തുന്നു. വലിയ മരങ്ങൾ വെട്ടിയപോലെ അടുപ്പിൽ കത്തിയെരിയുന്നു. തീയുടെ നാമ്പുകൾ. വിയർത്തൊലിക്കുന്ന ആയുർവ്വേദ കമ്പൗണ്ടർമാർ. മരുന്നുണ്ടാക്കാൻ കത്തിക്കുന്നത് മരുന്നിന്റെ അംശമുള്ള വിറകുകൾ തന്നെ.

വയ്പു പുരക്കടുത്തായി വേറെയും രണ്ട് ഗുദാമുകൾ. ഒന്നിൽ വിറക്. രണ്ടാമത്തേത് ആലയാണ്. വിശാലമായ തൊഴുത്ത്. തൊഴുത്തിൽ തടിച്ചുകൊഴുത്ത പത്ത് പതിനഞ്ച് പശുക്കൾ.

പാൽക്കഷായം ആയുർവ്വേദാശുപത്രിയിലെ ഒരു പ്രധാന മരുന്നാണത്രെ.

എന്റെ മുറിക്കു സാമാന്യം വൃത്തിയുണ്ട്. പണ്ട് കിടന്ന നഴ്സിങ്ഹോമിനേക്കാൾ ഭേദം. മൂട്ടകളില്ല, മാറാലയില്ല. പക്ഷേ, ചുമരിൽ എണ്ണയുടെ പാടുകൾ. മുറിയിൽ സർവ്വത്ര ഗന്ധം. ഇടയ്ക്ക് ചിറ്റുള്ളി നെയ്യിൽ വേവിക്കുന്ന ഗന്ധം വരും. ഇടയ്ക്ക് പശുവിന്റെ അകിടിന്റെ വാസനയായിരിക്കും. ചിലപ്പോൾ കുറുന്തോട്ടിയുടെ മണം. വല്ലപ്പോഴും പശുവിൻനെയ്യിന്റെ സുഗന്ധവും. ആകപ്പാടെ ഇവിടെ കാറ്റിനു സുഗന്ധം.

എന്നും രാവിലെ പരിശോധിക്കുവാൻ പ്രധാന ഡോക്ടറും അദ്ദേഹത്തിന്റെ സഹായി ഡോക്ടറും വരും. സഹായി ഒരു പെണ്ണാണ്. പെൺവൈദ്യ-

കാണാൻ നല്ല ചന്തം. ഭാരതപ്പുഴയിൽ കുളിച്ചപോലെ. അവരുടെ മുഖത്ത് സന്തോഷം. എന്റെ വിരലിൽ മോതിരമില്ലല്ലോ. ഒരു ചെറിയ പ്രേമം തരപ്പെടാനുള്ള സാദ്ധ്യത ഉറച്ചതു തന്നെ.

നവരക്കിഴിയാണ് ചികിത്സമുറ. രാവിലെ മരുന്നും തേവാരങ്ങളുമായി പെൺഡോക്ടറും ദേഹണ്ഡക്കാരനും വരും. പാൽക്കഷായത്തിൽ മുക്കിയ കിഴിക്ക് നല്ല ചൂടുണ്ടാകും. ദണ്ഡനങ്ങൾ കഴിയുമ്പോഴേക്കും ഞാൻ തളരും.

പോകാൻ നേരത്ത് എന്റെ ഒഴിഞ്ഞ കൈവിരലുകൾ നോക്കാൻ പെൺഡോക്ടർ മറക്കാറില്ല.

പതിനാല് ദിവസത്തെ നവരക്കിഴി പ്രയോഗം കഴിഞ്ഞു. രണ്ടു ദിവസം ഒരു മരുന്നുമില്ല. മൂന്നാം ദിവസം എനിക്കു പോകേണ്ട ദിവസമാണ്. ഉണർന്നപ്പോൾത്തന്നെ കഴുത്തിന്റെ വേദന തുടങ്ങി. പതിന്നാലു ദിവസം ചികിത്സിച്ചിട്ട് രണ്ടു ദിവസം സുഖം കിട്ടി.

രണ്ടായിരത്തി അഞ്ഞൂറ് ഉറുപ്പിക ബില്ലു കൊടുക്കുമ്പോൾ എന്റെ കൈ വിറച്ചില്ല. വിറയ്ക്കാൻ ഇനി ഒന്നുമില്ല. സ്വത്തുണ്ടായിരുന്നെങ്കിൽ 'വിൽ' എഴുതിപ്പോയേനേ.

പക്ഷേ, ഡോക്ടർ എന്നെ സമാധാനിപ്പിച്ചു. അദ്ദേഹം എന്നോടു പറഞ്ഞു. നിങ്ങൾ വിഷമിക്കരുത്. നിങ്ങളുടെ രോഗം ഭേദമാവുകയില്ല. അതിനു ചികിത്സയുമില്ല.

എന്റെ രോഗം എന്താണെന്നറിയാനായി ഞാൻ അദ്ദേഹത്തെ നോക്കുമ്പോൾ അദ്ദേഹം പറഞ്ഞു.

ആമവാതം.

അങ്ങനെ ഇപ്പോൾ ഞാൻ എന്റെ മുറിയിൽ ആമയായി ഇരിക്കുകയാണ്.

എനിക്ക് തലയോ കൈകാലുകളോ ഇല്ല. ഇല്ല എന്ന് ഞാൻ ഉറച്ചു പറയുന്നില്ല. എന്റെ തലയും കൈകാലുകളും പുറത്തു കാണുകയില്ല.

പക്ഷേ, മുറിയിൽ നിന്നു രക്ഷപ്പെടാനായി അവ പുറത്തേക്കു നീട്ടേണ്ടി വരുമല്ലോ എന്ന ദുഃഖത്തിലാണ് ഞാൻ - ഈ ആമ.

■

അധികാര കൈമാറ്റം

മലയടിവാരത്തിലൂടെ കുതിരവണ്ടി ഒരു ചാട്ടുളിപോലെ പായുകയാണ്. മലയിറങ്ങുമ്പോൾ കുതിര അസ്വസ്ഥനായിരുന്നു. വണ്ടിക്കാരൻ കമ്പയിൽ കയറിനിന്ന് തന്റെ ശരീരത്തിന്റെ താങ്ങുവില മുഴുവൻ നല്കിയെങ്കിലും ചക്രങ്ങളിൽ ബ്രേക്ക് അശേഷം പതിഞ്ഞില്ല. കുതിര തന്റെ കുളമ്പുകൾ കൊണ്ട് കീഴ്നിരയിൽ പോകുന്ന പാതയിൽ അള്ളിപ്പിടിച്ചു ബ്രേക്കിനെ സഹായിച്ചു. തേരാളിയായ കുതിരക്കാരൻ വിചാരിച്ചത് തന്റെ ശരീരത്തിന്റെ താങ്ങുവില വണ്ടിയെയും കുതിരയെയും വണ്ടിക്കകത്തുള്ള തടിയനായ യജമാനനെയും അതിലെ തടിയുള്ള യജമാനത്തിയെയും താങ്ങിനിർത്തി യെന്നാണ്. പാവം കുതിരയുടെ കുളമ്പിൽ പൊടിഞ്ഞ ചോരപ്പാടുകൾ ആരറിയാൻ? പാറപോലുള്ള കുളമ്പിൽ ചോര പൊടിയില്ലെന്നാണ് എല്ലാവ രുടെയും വിചാരം.

സമതലത്തിലെത്തിയപ്പോൾ വണ്ടിയുടെ പാച്ചിലിന് ഒരു ഈണം വന്നു. കാടും മരങ്ങളും, പൂക്കളും താണ്ടിക്കഴിഞ്ഞെങ്കിലും അതിന്റെ മാദകമായ ഗന്ധം കുതിരയുടെ സിരകളിൽ അലയടിച്ചുകൊണ്ടിരുന്നു. റാക്ക് കുടിച്ച മത്തനെപ്പോലെ കുതിര മുൻകാലുകൾ പൊക്കിക്കൊണ്ട് ഉടുതുണിയി ല്ലാതെ പാഞ്ഞു. കുതിരയുടെ ലിംഗം ഓട്ടത്തിന്റെ വേഗതയിൽ പാനൂസ് പോലെ ആടി. വണ്ടിയുടെ അടിയിലും ഒരു പാനൂസ് ആടുന്നുണ്ട്.

വളരെ ദൂരെ പൊട്ടുപോലെ വെളിച്ചം കണ്ടു. വെളിച്ചം നക്ഷത്രങ്ങളായി മാറി. അവ പെരുകിക്കൊണ്ടിരുന്നു. ആൾപ്പാർപ്പിന്റെ ഗന്ധം ആലിലക്കാറ്റിൽ ഓടിക്കിതച്ചെത്തി.

ഗന്ധത്തിന്റെ പിന്നാലെ സംഗീതം. വായ്പാട്ടിനെ താളം തെറ്റിച്ചു കൊണ്ട് തബലയും ഹാർമ്മോണിയവും കാറ്റിൽ ഉലഞ്ഞാടി വന്നു.

“വണ്ടി വേഗം വിട്. നാടകം തുടങ്ങാറായി” വണ്ടിക്കകത്തു നിന്ന് യജ മാനത്തിയുടെ ശബ്ദം.

നാടകം തുടങ്ങിയാലെന്ത്, തീർന്നാലെന്ത്? കുതിരക്കാരനെന്തു നാടകം? വണ്ടിക്കകത്തുനിന്ന് യജമാനന്റെ ശബ്ദം.

“ഹോയ്, ഗ്ഗ്...........ഗ്ഗ്........” വണ്ടിക്കാരൻ കമ്പയിൽ കയറി നിന്നു ചാട്ട വാർ വായുവിൽ ആഞ്ഞു വീശി.

വണ്ടി ചീറിപ്പായുകയാണ്.

കുതിര വായുവേഗത്തിൽ ഓടുകയാണ്.

കൃത്യസമയത്തുതന്നെ കുതിരവണ്ടി നാടകപ്പന്തലിനു മുന്നിലെത്തി. യജമാനന്റെയും യജമാനത്തിയുടെയും വരവു പ്രതീക്ഷിച്ചു പ്രധാന അതിഥി അസ്വസ്ഥനായിരുന്നു. അവരെ കണ്ടപ്പോൾ അദ്ദേഹം പുഞ്ചിരിച്ചുകൊണ്ടു തൊഴുതെഴുന്നേറ്റു.

ചായസല്ക്കാരത്തിനുശേഷം നാടകം തുടങ്ങി.

ചേങ്ങലയിൽ വിളംബരക്കാരന്റെ ദണ്ഡ് വീണപ്പോൾ കുതിരക്കാരന്റെ നെഞ്ചിനകത്തു കാറ്റു കയറി. അതുവരെ അത് കരിങ്കല്ലു പോലെ ഇരിക്കുകയായിരുന്നു.

നാടകപ്പന്തലിനു പുറത്തു കുതിരവണ്ടികൾ നിരനിരയായി പാർക്ക് ചെയ്തിരിക്കുകയാണ്. വളരെ ഈണത്തിൽ തന്റെ കുതിരയെ തെളിച്ചു തെളിച്ചു കുതിരക്കാരൻ മറ്റു രണ്ടു വണ്ടികൾക്കിടയിൽ തന്റെ വണ്ടി പാർക്ക് ചെയ്തു ധൃതിയിൽ വണ്ടിയിൽ നിന്നിറങ്ങി.

വണ്ടിക്കാർ ചെറിയ ചെറിയ കൂട്ടങ്ങളായിരുന്നുകൊണ്ടു സൊള്ളു പറഞ്ഞും നാടൻ ചാരായം കുടിച്ചും ചീട്ടുകളിച്ചും സമയം കൊല്ലുന്നതു കുതിരക്കാരൻ കണ്ടു.

'വാ, ഇവിടെ വാ' ഒരു കൂട്ടത്തിൽ നിന്ന് ഒരാൾ അവനെ വിളിച്ചു

വിളി കേൾക്കാത്തഭാവത്തിൽ കുതിരക്കാരൻ നടന്നകന്നു.

നാടകം തുടങ്ങുകയാണ്.

പെരുമ്പറ മുഴക്കിക്കൊണ്ട് അറിയിപ്പുകൾ ഉയരുന്നു

പനമ്പിന്റെ വിള്ളലിലൂടെ കുതിരക്കാരൻ നാടകശാലയിലേക്കു നോക്കി. കത്തുന്ന പ്രഭാപൂരത്തിൽ വേദിയും കാഴ്ചക്കാരെയും അവൻ കണ്ടു. മുൻനിരയിൽ പ്രഭുക്കന്മാർ. പിന്നാലെ യജമാനന്മാർ. പിന്നെ കർഷകമുതലാളിമാർ. പിന്നെ വലിയ കച്ചവടക്കാർ (രത്നവ്യാപാരികളും മറ്റും).

ഈ നാടകം ഒരു നാടകകൃത്തിന്റെ രചനയും പ്രേമവും അഥവാ ആത്മാവിഷ്ക്കാരവും കുടുംബവും തമ്മിലുള്ള സംഘട്ടനമാണെന്ന് അറിയിപ്പുകാരൻ വിളിച്ചു പറഞ്ഞപ്പോൾ അതുവേണ്ടായിരുന്നുവെന്നു പനമ്പിന്റെ വിള്ളലിലൂടെ നാടകശാല കാണുന്ന കുതിരക്കാരനു തോന്നി.

നാടകം തുടരുകയാണ്

കുതിരക്കാരൻ നാടകം കാണുകയാണ്

ഒരു കഥാപാത്രം "നീ നാടകം രചിക്കുന്ന രീതിയെപ്പറ്റി സംസാരിക്കുന്നതു കേൾക്കുമ്പോൾ എനിക്കു ചിരിവരുന്നു. കോമഡിയിൽ നിന്നു പല അംശങ്ങളും എടുത്തു നീ ഗൗരവപൂർണ്ണമായ നാടകങ്ങൾ ഉണ്ടാക്കുന്നു. അല്ലേ?"

മറ്റേ കഥാപാത്രം: "അതെ"

ഒരു കഥാപാത്രം: "നിങ്ങൾ പ്രഹസനത്തിന്റെ അംശങ്ങൾ ഗൗരവപ്രദ മായ നാടകങ്ങളിൽ തിരുകുമ്പോൾ ശോകാത്മകത്വം നഷ്ടഗതമാകുകയില്ലേ?"

വേറൊരു കഥാപാത്രം: "ഇതെല്ലാം ശോകാത്മകത്വത്തെ പൂർണ്ണമായും നശിപ്പിക്കുമെന്നാണ് എനിക്കും വിശ്വാസം."

മറ്റേ കഥാപാത്രം: "ഇതുകൂടി പക്ഷേ ഓർമ്മിക്കണം. ഷെയ്ക്സ്പിയറിൽ ഹാസ്യനാടകങ്ങളുടെ പ്രത്യേകതകൾ ശോകാത്മകതയെ വർദ്ധിപ്പിക്കുക യാണ് ചെയ്യുന്നത്."

വേറൊരു കഥാപാത്രം: "പക്ഷേ ഈ നാടകത്തിൽ സ്ഥായിരസവും നശി ക്കുന്നില്ല."

മറ്റേ കഥാപാത്രം: "നമ്മുടെ വിവാദത്തിൽ കഴിയുന്നിടത്തോളം ശുഭാപ്തിവിശ്വാസം പുലർത്തുക."

കുതിരക്കാരൻ വലതുകൈ തലയിലടിച്ചു.

ഹൊ ഇത്രയും വേണമായിരുന്നോ?

നാടകം തുടരുകയാണ്.

പക്ഷേ കാഴ്ചക്കാരിൽ ഒരാൾ മാത്രം തൊപ്പിയെടുക്കുന്നതു കുതിര ക്കാരൻ കണ്ടു. അയാൾ ഏറ്റവും പിൻനിരക്കാരനാണ്. തീർച്ചയായും അയാൾ ഒരു ബുദ്ധിജീവിയായിരിക്കും. അയാളുടെ തലയിലെ ആശയവും നാടക ത്തിലെ ആശയവും കൂട്ടിമുട്ടുകയാണ്. പിന്നെ തൊപ്പിക്കു തലയിൽ എന്തു സ്ഥാനം?

നാടകം തുടരുകയാണ്.

പുരോഹിതൻ പ്രവേശിക്കുന്നു

പുരോഹിതൻ: "യഥാർത്ഥ വിശ്വാസം വളരെ ദുർലഭമായി മാത്രമേ നാം കാണുകയുള്ളൂ. അതിനു സംശയമോ അനാസ്ഥയോ ആണ് നാം കാണു ന്നത്. നമ്മുടെ ആളുകളെ(ആടുകളെ) ഓർത്താൽ വല്ലാത്ത നിരാശ തോന്നും. ഞാൻ അവരോട് എപ്പോഴും പറയുന്നതെന്തെന്നാൽ ദൈവത്തെ ക്കൂടാതെ ഒരു വൃക്ഷവും ഫലം പുറപ്പെടുവിക്കുകയില്ല."

ന്യായാധിപൻ: "താങ്കൾ പറയുന്നത് എനിക്കു മനസ്സിലാകുന്നു. സംസ്കാരം ഈ ഓണം കേറാമൂലകളിൽ എത്തിക്കുക എന്നു പറയുന്നതു കുട്ടിക്കളിയല്ല."

വക്കീൽ: "ഞങ്ങൾ വക്കീലന്മാരുടെ ജീവിതവും അത്ര എളുപ്പമല്ല. ചെറിയ കൃഷിക്കാരാണു ഞങ്ങളുടെ വരുമാനമാർഗ്ഗം. കൈക്കോട്ട് ഉപേക്ഷി ച്ചാലും സ്വന്തം അവകാശങ്ങൾ ഉപേക്ഷിക്കാത്ത ഇരുമ്പുമനുഷ്യരാണവർ. കേസുകളുണ്ടാക്കുക അവർക്ക് ഇഷ്ടമാണ്."

ന്യായാധിപൻ: “ഇതു കച്ചവടത്തിന്റെ യുഗമാണ്.”

നാടകം അങ്ങനെ തുടർന്നു മണിക്കൂറുകളോളം നീണ്ടുപോയി. ആളുകൾ (കാണികൾ) സ്തബ്ധരായി.

നാടകം തീർന്നു.

കൊട്ടക കാലിയായിക്കൊണ്ടിരിക്കുകയാണ്.

കൊട്ടകയ്ക്കു പുറത്തു വണ്ടിമണികൾ മുഴങ്ങി.

അപ്പോൾ യജമാനനും യജമാനത്തിക്കും ഒരു ആഗ്രഹം. ഇത്രയും നല്ല നാടകമെഴുതിയുണ്ടാക്കിയ നാടകമാന്യനെ ഒന്നു നേരിൽ കണ്ട് അനുമോദിക്കണം.

നാടകസംഘത്തിന്റെ മാനേജരെ വിളിച്ചപ്പോൾ അദ്ദേഹം പറയുകയാണ്:

“യജമാനന്മാരെ, ഈ അസമയത്ത് ആ പാവം നാടകകൃത്തിനെ നിങ്ങൾ എന്തിനാണ് കാണാൻ ആശിക്കുന്നത്?”

യജമാനനും യജമാനത്തിയും ഒരുമിച്ചു പറയുകയാണ്:

“നാടകകൃത്തിനെ ഒരുനോക്കുകാണാൻ. കണ്ടിട്ട് അനുമോദിക്കാൻ.”

മാനേജർ പറഞ്ഞു: “അയാളൊരു പാവം മനുഷ്യനാണ്. കാണാതിരിക്കുന്നതായിരിക്കും നല്ലത്. പ്രത്യേകിച്ചും ഈ അസമയത്ത്.”

യജമാനനും യജമാനത്തിയും: “അതെന്താ അങ്ങനെ?”

മാനേജർ: “അതങ്ങനെയാണ്.”

യജമാനത്തി: “എന്തായാലും എനിക്ക് കണ്ടേ ഒക്കൂ.”

യജമാനൻ: “എനിക്കും.”

മാനേജർ പുറത്തേക്കു പോയി. തിരശ്ശീലയ്ക്കു പിന്നിൽ നിന്നു നടീനടന്മാരുടെ തളർന്ന വാക്കുകളും ക്ഷീണിച്ച ചിരികളും കേട്ടു. ഹാർമോണിയത്തിന്റെ നേരിയ രോദനവും ഉയർന്നു.

പക്ഷേ, നാടകകൃത്തും മാനേജരും വന്നതു തിരശ്ശീലയ്ക്കു പിന്നിൽ നിന്നല്ല. കൊട്ടകയ്ക്കു പുറത്തു നിന്നാണ്.

“എവിടെ നാടകകൃത്ത്?” യജമാനയജമാനത്തികൾ ചോദിച്ചു.

“ഇദ്ദേഹം തന്നെ നാടകകൃത്ത്.” മാനേജർ പറഞ്ഞു.

കുണ്ടിൽ പോയ കണ്ണുകളും വിയർപ്പും പൊടിയും പറ്റിയ നീണ്ട തലമുടിയും താടിയും, മുഷിഞ്ഞു നാറിയ ജുബ്ബായും പൈജാമയും ധരിച്ച കയ്യിൽ ചാട്ടവാറുമായി നില്ക്കുന്ന കിഴവനെ നോക്കി യജമാന യജമാനത്തികൾ പറഞ്ഞു:

“ഇതു ഞങ്ങളുടെ കുതിരക്കാരനാണല്ലോ.”

“അതെ. ഇദ്ദേഹം തന്നെയാണ് നാടകകൃത്ത്.” മാനേജർ പറഞ്ഞു.

യജമാനത്തി പൊട്ടിച്ചിരിച്ചുകൊണ്ടു തന്റെ പൊങ്ങച്ച സഞ്ചിയിൽ നിന്നു പ്രാർത്ഥനാ പുസ്തകം എടുത്തു തുറന്നു പിടിച്ചു കുതിരക്കാരന്റെ കൈയിൽ കൊടുത്തിട്ടു പറഞ്ഞു:

“വായിക്ക്.”

കുതിരക്കാരൻ പ്രാർത്ഥനാപുസ്തകത്തിലേക്കും മാനേജരുടെ മുഖത്തേക്കും ശൂന്യമായ ദൃഷ്ടികളോടെ മാറി മാറി നോക്കി.

യജമാനത്തി പൊട്ടിച്ചിരിച്ചും പരിഹസിച്ചും പറയുകയാണ്:

“ഇയാൾക്ക് എഴുത്തും വായനയും അറിയില്ല. മുപ്പതു വർഷമായി ഇയാൾ എന്റെ കുടുംബത്തിന്റെ കുതിരക്കാരനാണ്. എന്റെ അച്ഛനെ ഓടിച്ചതും ഇയാളാണ്.”

“പറഞ്ഞിട്ടെന്താ കാര്യം? നാടകകൃത്ത് ഇയാളാണ്. അല്ല, ഇദ്ദേഹമാണ്.” മാനേജർ പറഞ്ഞു.

“നല്ല തമാശ,” യജമാനത്തി പറഞ്ഞു. “എഴുത്തും വായനയും അറിയാത്ത....”

മുഴുമിക്കുവാൻ മാനേജർ അനുവദിച്ചില്ല. അദ്ദേഹം തുടരുകയാണ്:

“കഴിഞ്ഞ മുപ്പതു വർഷങ്ങളായി ഇദ്ദേഹം നിങ്ങളുടെ കുതിരക്കാരനാണ്. നിങ്ങളുടെ അച്ഛനെയും അമ്മയെയും നാടകക്കൊട്ടകയിലേക്ക് ഓടിച്ചതും നിങ്ങളുടെ ഭർത്താവിനെ ഓടിക്കുന്നതും ഇദ്ദേഹമാണ്. എല്ലാം ശരിയാണ്. ഈ മുപ്പതു വർഷങ്ങളിൽ നിങ്ങളുടെ അച്ഛനമ്മമാരും നിങ്ങളുടെ ഭർത്താവും നാടകക്കൊട്ടകയിലിരുന്നു നാടകം കാണുമ്പോൾ കൊട്ടകയ്ക്കു പുറത്തു പനമ്പിന്റെ വിള്ളലിൽ അഭയം തേടി ഇദ്ദേഹം ഈ നാടകങ്ങൾ അത്രയും കേൾക്കുകയായിരുന്നു. എല്ലാം കേട്ടു തല നിറയെ നാടകങ്ങളുമായി, പുതിയ നാടകങ്ങളുമായി ഈ മനുഷ്യൻ നടക്കാൻ തുടങ്ങി. എഴുതുന്നതിനു പകരം ഇയാൾ നാടകം പറയാൻ തുടങ്ങി. ഞങ്ങൾ നാടകക്കമ്പനിക്കാർ എങ്ങനെയോ ആ വിവരം മണത്തറിഞ്ഞു. അങ്ങനെ ഇദ്ദേഹം നാടകം പറയുകയും ഞങ്ങൾ എഴുതിയെടുക്കുകയും ചെയ്തു.”

അല്പം നിർത്തി കൈകൾ മലർത്തിക്കൊണ്ടു മാനേജർ പറഞ്ഞു: “എഴുത്തും വായനയും അറിഞ്ഞില്ലെങ്കിലെന്താ?”

യജമാനൻ എഴുന്നേറ്റു തൊപ്പി ഊരി. അയാൾ കുതിരക്കാരന്റെ അടുത്തേക്കു നീങ്ങി. അദ്ദേഹത്തിന്റെ കൈയിൽ നിന്നു ചാട്ടവാർ വാങ്ങി തിരശ്ശീല ചൂണ്ടിക്കൊണ്ടു യജമാനൻ പറഞ്ഞു:

“പേനപിടിക്കാൻ അറിയില്ലെങ്കിലും ഇനിമുതൽ നിങ്ങൾ ചാട്ടവാർ പിടിക്കേണ്ട. നിങ്ങളുടെ സ്ഥാനം ഇന്നു തുടങ്ങി ആ തിരശ്ശീലയ്ക്കു പിന്നിലാണ്”

യജമാനനും യജമാനത്തിയും പുറത്തേക്കുള്ള വഴിയിലേക്കു നടക്കാൻ തുടങ്ങി.

“ഞങ്ങളുടെ സംഘത്തിൽ ഇയാളെ ആവശ്യമില്ല. ആത്യന്തികമായി ഇയാൾ കുതിരക്കാരനാണ്.” അവരുടെ മുന്നിലേക്കു കയറിനിന്നുകൊണ്ട് മാനേജർ പറഞ്ഞു,

“ഞങ്ങൾക്കും ഇനി ആവശ്യമില്ല. അത്യന്തികമായി ഇയാൾ നാടകകൃത്താണ്. ” യജമാനനും യജമാനത്തിയും ഒരുമിച്ചു പറഞ്ഞുകൊണ്ടു പുറത്തേക്കുള്ള വഴിയിലേക്കിറങ്ങി. ചാട്ടവാർ വായുവിൽ ചുഴറ്റി യജമാനൻ സീൽക്കാരം പുറപ്പെടുവിച്ചു.

അപ്പോൾ തിരശ്ശീലയ്ക്കു പിന്നിൽ ഹാർമ്മോണിയത്തിന്റെ രോദനം ഉയർന്നു.

നാളത്തെ നാടകത്തിനുള്ള ഒരു വിലാപകാവ്യം ഗായകൻ ട്യൂൺ ചെയ്യുകയാണ്.

■

സായിവിന്റെ ബസ്

കോട്ടപ്പറമ്പത്തു പൂമരത്തിന്റെ ചുവട്ടിൽ സായിവിന്റെ ബസ് യാത്രയ്ക്കായി കാത്തുനിന്നു. അന്നു വടകരയിൽ ചന്തയാണ്. മടപ്പള്ളി, വില്യാപ്പള്ളി, ആയഞ്ചേരി, ഇരിങ്ങൽ, പയ്യോളി, നാദാപുരം, തണ്ണീർപന്തൽ, കുറ്റ്യാടി തുടങ്ങിയ സ്ഥലങ്ങളിൽനിന്നും പാദം നിറയെ പൊടിമണ്ണുമായി നടന്നുവന്ന ആണുങ്ങളും കുപ്പായമിടാത്ത പെണ്ണുങ്ങളും കോട്ടപ്പറമ്പിലെ പൂമരത്തിനു ചുവട്ടിൽ ചന്തകൂടി.

വെറ്റിലക്കൊട്ടയുടെ മുന്നിൽ നിന്നു ചെട്ടിയാന്മാർ കുടവയറുകുലുക്കിക്കൊണ്ടു തർക്കിച്ചു. മൊട്ടയടിച്ച മാപ്പിളകാക്കമാർ ആടിനേയും മൂരിയേയും വില്ക്കാനായി ചാണകത്തിന്റെ ഗന്ധം ശ്വസിച്ച് അറവുകാർക്കായി കാത്തിരുന്നു. ചന്തയിലെ സാമാനങ്ങൾ ഭാരമാക്കി തലയിലേറ്റി ഗ്രാമങ്ങളിലേക്കു കൊണ്ടുപോകേണ്ട കറുത്തു തടിച്ച തിയ്യത്തികൾ പൂമരത്തിനു ചുവട്ടിലിരുന്നു മണിക്കടല കൊറിച്ചും പരദൂഷണം പറഞ്ഞും സമയം പോക്കി. മൂരിവണ്ടിക്കാർ, കാളകൾക്കു പുല്ലും വെള്ളവും കൊടുത്ത് മൂരികളുടെ മുതുകിൽ തടവിക്കൊണ്ടിരുന്നു. വിയർത്തൊലിച്ച മാപ്പിളമാർ അരിച്ചാക്കുകളുമായി കാളവണ്ടികൾ നിറച്ചുകൊണ്ടിരുന്നു.

അപ്പോഴാണ് മെഗഫോണിന്റെ ശബ്ദം കേൾക്കുന്നത്. എം.ഡി.എം. 606 ബസ്സിലെ ക്ലീനർ പല്ലൻ കേളുവാണ്.

പല്ലൻ കേളുവിനെ അറിയാത്തവർ വടകരയ്ക്കും തലശ്ശേരിക്കും ഇടയിലില്ല. കരിപുരണ്ട ബനിയൻ, തീവണ്ടി എഞ്ചിന്റെ കൗകേച്ചർപോലെ മുന്നിൽ ഉന്തിനില്ക്കുന്ന രണ്ടു പല്ലുകൾ. ജടപിടിച്ച തലമുടി. നാലാളുകൾക്കു കയറിയിറങ്ങാൻ വലിപ്പമുള്ളത്ര പാകത്തിലുള്ള കാക്കി ട്രൗസർ. അതിന്റെ കീശകളിൽ ബസ്സിന്റെ ഗ്ലാസ്സ് തുടയ്ക്കുന്ന തുണികൾ.

മെഗഫോൺ വടകരച്ചന്തയുടെ ആകാശത്തിലേക്ക് ഉയർത്തി കേളു വിളിച്ചു കൂവി:

"കൂട്ടരേ, നാട്ടുകാരേ, മാപ്പിളമാരേ[1] തലശ്ശേരിക്കുള്ള ബസ് പുറപ്പടാറായി. വരുവിൻ, ഇരിക്കുവിൻ, ടിക്കറ്റെടുക്കുവിൻ."

---

1. മാപ്പിളമാരെ പ്രത്യേകം വിളിക്കുവാൻ കാരണം, യാത്രക്കാരിൽ നല്ല വിഭാഗം പുതുപ്പണക്കാരായ മാപ്പിളമാരാണ്. ബർമ്മയിൽനിന്നും സിലോണിൽനിന്നും പുത്തൻ നോട്ട് നാട്ടിൽ ചെലവാക്കാനായി വന്ന കാക്കമാർ.

തലശ്ശേരിക്കും വടകരയ്ക്കും ഇടയിൽ ഓടുന്ന ഏക വാഹനമാണ് സായിവിന്റെ ബസ്. കല്ക്കത്തയിൽ നിന്ന് രണ്ടു വർഷങ്ങൾക്കപ്പുറമാണ് സായിവ് ബസ് നാട്ടിൽ കൊണ്ടുവന്നത്. കല്ക്കത്തയിൽ നിന്ന് ബസ് നാട്ടിലോടിയെത്താൻ ഒരു മാസമെടുത്തു. വഴി നീളെ വർക്ക്ഷോപ്പ് ഉണ്ടായിരുന്നില്ല എന്നത് ഒരു ചരിത്രസത്യമാണല്ലോ.

ചന്തദിവസമാണ് ബസ് വടകരയിൽ എത്തിയത്. വടകരയിൽ അന്ന് ഉത്സവമായിരുന്നു. പൗരമുഖ്യനായ ചിറയ്ക്കലെ കോയോട്ടിഹാജിയാണ് ബസിന്റെ ആദ്യയാത്ര ഉദ്ഘാടനം ചെയ്തത്. പതിനഞ്ചണയ്ക്ക്[2] വടകരയിൽ നിന്ന് തലശ്ശേരിക്കുള്ള ടിക്കറ്റ് മുറിച്ചു കണ്ടക്ടർ നാണുനായർ ആദ്യത്തെ ടിക്കറ്റ് കോയോട്ടിഹാജിക്കു കൊടുത്തു. പിന്നീട് ഹാജിയാരുടെ നാലഞ്ച് ആശ്രിതരും ബസ്സിൽ കയറി. കണ്ടക്ടർ നാണുനായരുടെ അളിയൻ അംശം അധികാരി കുഞ്ഞുണ്ണിനായരും സായിവിന്റെ അനുജൻ ഫ്രെഡറിക് ദെക്കോസ്തയും മുന്നിലെ രണ്ടാമത്തെ സീറ്റിൽ ഇരിപ്പുറപ്പിച്ചു.

വടകരയിലെ ബാക്കി ജനംമുഴുവൻ ബസ് നീങ്ങുന്ന കാഴ്ച കാണാനായി കാത്തുനിന്നു.

നേരത്തെ പറഞ്ഞ അതേ വേഷത്തിലുള്ള പല്ലൻകേളു ബസ്സിന്റെ മുകളിൽകയറി കല്ക്കരിച്ചാക്കുമായി താഴെ ഇറങ്ങി. കല്ക്കരിയെടുത്ത് പിന്നിലെ ചൂളയിൽ വാരിയിട്ട് ഇരുമ്പിന്റെ ദണ്ഡിളക്കി. തീ ആളിക്കത്തി. പിന്നീട് കേളു സ്റ്റാർട്ടിങ് ഹാൻഡിൽ എടുത്ത് ഗ്രിൽസിന്റെ നടുവിലുള്ള ചെറിയ ദ്വാരത്തിൽ ഒരറ്റം കയറ്റി നാലഞ്ചു മറി തിരിച്ചു. അപ്പോഴേക്കും പല്ലൻ കേളു വിയർത്തു. സായിവ് 'ബ്ലഡി' 'ബ്ലഡി' എന്നു വിളിച്ചുകൊണ്ടിരുന്നു. കേളു വീണ്ടും തിരിച്ചു.

ഖി ഖി, ഖി ഖി എന്ന രണ്ടുമൂന്നു ശബ്ദമുണ്ടാക്കി ബസ് നിശ്ചലമായി. പിന്നീട് സായിവ് പുറത്തിറങ്ങി ബോണറ്റ് തുറന്ന് ചില കൂട്ടലും കിഴിക്കലും നടത്തി. വീണ്ടും സീറ്റിൽ വന്നിരുന്നു. കേളു വീണ്ടും സ്റ്റാർട്ടിങ് നടത്തി. വീണ്ടും സീറ്റിൽ വന്നിരുന്നു. കേളു വീണ്ടും സ്റ്റാർട്ടിങ് ഹാൻഡിലിളക്കി.

ബസ് സ്റ്റാർട്ടായി.

അതാണ് ഒന്നാമത്തെ യാത്ര.

ഇപ്പോഴും യാത്ര അങ്ങനെതന്നെ. ഞായറാഴ്ച സായിവിന്റെ ബസ് ഓടാറില്ല. കാരണം, ഡിസ്ഇൻഫെക്ഷൻ എവരി സൺഡേ[3] എന്നതു തന്നെ. ചുകന്ന അക്ഷരത്തിൽ ആ ബോർഡ് എഴുതി ബസിനകത്തു തൂക്കിയത് സായിവ് തന്നെയാണ്.

സായിവ് കല്ക്കത്തയിൽ പോയി വിലകൊടുത്തു വാങ്ങിയതാണ് ബസ്. സായിവ് തന്നെയാണ് ഡ്രൈവറും.

---

2. ഉറുപ്പികയ്ക്ക് പതിനാറണയാണ് വില.
3. ഇന്നും ഈ ഈരടികൾ ബസ്സിന്റെ ചുമരുകളിൽ ലിഖിതങ്ങളാണ്.

സായിവിനെക്കുറിച്ച് വിവരണത്തിന്റെ ഒരാവശ്യവുമില്ല. സ്റ്റാലിനെ (ജോസഫ് സ്റ്റാലിൻ) കണ്ടവർക്കും അദ്ദേഹത്തിന്റെ പടം കണ്ടവർക്കും സായിവിന്റെ അനാട്ടമി വിവരിക്കേണ്ടതില്ല. കാണാത്തവരോട് എന്തു പറയാൻ? അതിനാൽ മഹാനായ ഡ്രൈവറും ഉടമസ്ഥനുമായ സായിവിന്റെ അന്ത്രോ പോളോജിക്കൽ സ്റ്റഡി ഞാൻ ഒഴിച്ചു നിർത്തുന്നു.

പല്ലൻ കേളു മെഗാഫോണിലൂടെ വീണ്ടും വിളിച്ചു കൂവി: "നാട്ടുകാരേ, പണക്കാരേ, മാപ്പിളമാരേ, ഇതാ തലശ്ശേരിക്കുള്ള ബസ് വിടാറായി."

ആദ്യം പിൻവാതിലിലൂടെ കയറിയത് ബിസിനസ് അസ്സുവാണ്. ബിസിനസ് അസ്സു മാടപ്പള്ളിക്കാരനാണ്.. ബർമ്മയിൽ നിന്നും വന്ന പുതുപ്പണക്കാരൻ. അസ്സുവിന് എന്താണ് ജോലിയെന്നു ചോദിച്ചാൽ അസ്സു പറയും; 'ബിസിനസ്'. എന്തു ബിസിനസ്സാണെന്നു ചോദിച്ചാൽ പറയും. 'വാട്ടെ ഫൂൾ യു.' ബിസിനസ്സുതന്നെ. അങ്ങനെയാണ് അക്കം വീട്ടിലെ അസ്സയിനാർ ബിസിനസ് അസ്സുവായി മാറിയത്.

അസ്സു വെളുത്തിട്ടാണ്. മൊട്ടയടിക്കാറില്ല. കുറ്റിത്തലമുടി, തടിച്ച മീശ. വെള്ളക്കുപ്പായം, കുപ്പായത്തിനുമീതെ ബർമ്മാ കൈലിമുണ്ട്. എല്ലാറ്റിനും മീതെ പച്ച നിറത്തിലുള്ള കോട്ട്. ലാൽ ഇം ല വുളസ്റെ കോട്ട് അഥവാ ബ്ലേസിയർ.

അസ്സു ബസ്സിനകത്തു കയറി ചകിരി നിറച്ച സീറ്റിലിരുന്നു. ഒരു ബർമ്മാ ചുരുട്ടിനു തീ കൊളുത്തിയതോടെ അസ്സു സജീവമായി.

പിന്നെ താഴെ മഠത്തിലെ രാമൻനമ്പ്യാർ കയറി. അറുപിശുക്കനാണ് നമ്പ്യാർ. വടകരമുതൽ മാഹിവരെയുള്ള എട്ടു നാഴിക നടന്നുപോയിട്ടുള്ള ചരിത്രമേ നമ്പ്യാർക്കുള്ളൂ. പക്ഷേ, ഈയിടെ കാൽമുട്ടുകളിൽ വാതം പിടിപെട്ടതിനാൽ, നമ്പ്യാർ പത്തണ കൊടുത്തു മാഹിയിൽ നിന്നു വടകരവരെയും തിരിച്ചും സായിപ്പിന്റെ ബസ്സിൽ യാത്രപോകുന്നു.

ശേഷം രണ്ടു ചാക്കുകളാണ് ബസ്സിൽ കയറിയത്. സാധാരണ മൂരി വണ്ടിക്കാണ് അരിച്ചാക്കു കൊണ്ടുപോകാറ്. പക്ഷേ, മമ്മുക്കേയിയുടെ[4] നെയ്ച്ചോറിനുള്ള നേരിയ അരി സായിവിന്റെ ബസ്സിലേ കയറ്റാറുള്ളൂ. പതച്ചുരുകുന്ന കൽക്കരിനാളത്തിന്റെ വലത്തേ അറ്റത്തുള്ള ഇരുമ്പു കോണിയിലൂടെ തായങ്ങാടിയിലെ ചുമട്ടുകാരൻ സർക്കസ്സഭ്യാസിയുടെ കഴിവിനൊത്ത് ബസ്സിന്റെ മുകളിലെത്തി. ചാക്കരികൾ ബസ്സിന്റെ മുകളിലാക്കി ടാർപോളിൻ ചാർത്തി കയറുകൊണ്ടു വരിഞ്ഞു.

പിന്നീട് വേറൊരു സിങ്കപ്പൂർകാരൻ മാപ്പിളനേന്ത്രക്കുലയും കോഴികളുമായി ബസ്സിൽ കയറി.

---

4. പഴയ മമ്മുക്കേയി. (കഥയിൽ ജീവിച്ചിരിക്കുന്നവർക്കോ മരിച്ചവർക്കോ കഥാകൃത്ത് സ്ഥാനം കൊടുക്കാറില്ല)

വേറെയും കേറി: ശുജായികളായ ഒന്നുരണ്ടു പേർ.

കേളുവിന് ആവേശം മൂത്തു.

മെഗഫോൺ ശബ്ദിച്ചു.

കല്ക്കരിഖനി ഉരുകിയൊലിച്ചു. ദണ്ഡുകൾ ആട്ടിയിളക്കി. തീപ്പൊരികളും കറുത്ത പുകയും വടകരച്ചന്തയിൽ ഉയർന്നു.

കണ്ടക്ടർ നാണുനായർ ടിക്കറ്റുകൾ മുറിച്ച് കാശുവാങ്ങി സഞ്ചിയിലിട്ടു.

സായിവ് ബസ്സിന്റെ മുൻവാതിലിലൂടെ കയറി യാത്രക്കാരെ പരിഹാസ രൂപത്തിൽ നോക്കി ചിരിച്ചു. എന്നിട്ടു പറഞ്ഞു:

"ബസ് വിടാൻ പോവുകയാണ്. എല്ലാവരും മുറുക്കിപ്പിടിച്ചുകൊള്ളണം. പല്ലു കേടുവന്നാൽ ചോര നിറുത്താൻ ആളില്ല."

പിന്നീട് സായിവ് ഒരു വൈമാനികന്റെ ഗൗരവത്തോടെ ഡ്രൈവറുടെ സീറ്റിലിരുന്നു. കണ്ണാടിയിലൂടെ അല്പനേരം മുന്നോട്ടു നോക്കി. നേരെ മുന്നിൽ ഒരു പശു. സായിവ് റബ്ബറിന്റെ ഹോൺ വലതുകൈ കൊണ്ടു ഞെരുക്കി. പ്രോം പ്രോം കേട്ടു പശു മെല്ലെ എഴുന്നേറ്റുനിന്നു. ഒരു നിമിഷം കഴിഞ്ഞപ്പോൾ ഒന്നു മൂത്രമൊഴിച്ചു. വീണ്ടും നടുറോഡിൽത്തന്നെ കിടന്നു.

സായിവ് ചൂരലുമായി[5] ബസ്സിൽനിന്നിറങ്ങി നടുനിരത്തിൽ കിടക്കുന്ന പശുവിനെ ചൂരൽകൊണ്ട് നാലഞ്ചു വീക്കു വീക്കി. പശു എഴുന്നേറ്റോടി.

സായിവ് വീണ്ടും ബസ്സിൽ കയറി. ചൂരൽ സീറ്റിനു പുറകിൽ തിരുകി. പല്ലൻ കേളു സ്റ്റാർട്ടിങ് ഹാന്റിൽ തിരിച്ചു, ബസ് സ്റ്റാർട്ടായി.

അന്നേരത്താണ് അടുത്ത ചായപ്പീടികയിൽനിന്നും ഒരാൾ കൈ മുട്ടുന്നത്:

"മനയ്ക്കലെ നമ്പൂതിരി ഇതാ എത്തിപ്പോയി."

സായിവ് ചോദിച്ചു: "എവിടെ പോകാനാ?"

"തലശ്ശേരി."

"വേഗം വരാൻ പറ" എന്നായി സായിവ്.

"ചൂടുള്ള ചായയാ." എന്നായി വിളിച്ചു പറയുന്നവൻ.

അവസാനം നമ്പൂതിരി ചായയും കുടിച്ചു കൈകഴുകി പുറത്തുവന്നു. അപ്പോഴേക്കും സായിവ് ബസ് ഓഫാക്കിയിരുന്നു.

നമ്പൂതിരി ബസ്സിൽ കയറി നോക്കി. ഫ്രണ്ട് സീറ്റിൽ ആളുകൾ ഇരിപ്പുറപ്പിച്ചിരിക്കുന്നു. ഒരു സീറ്റ് ഒഴിവുണ്ട്. നമ്പൂതിരി അങ്ങോട്ടു നീങ്ങി.

---

5. സായിവ് ഒരു ചൂരൽ കരുതുന്നു. നടുറോഡിലൂടെ നടക്കുന്ന മനുഷ്യർ, പട്ടി, പശു എന്നീ മൃഗങ്ങളെ അടിച്ചു മാറ്റാൻ.

അപ്പോൾ കണ്ടക്ടർ നാണുനായർ ചോദിച്ചു:

"എങ്ങോട്ടാ?"

"മുന്നിലേക്ക്." നമ്പൂതിരി പറഞ്ഞു.

"പോലീസ് ഇൻസ്പെക്ടർ വരാനുണ്ട്."

പിന്നീട് നമ്പൂതിരി ഒന്നും പറയാതെ ഒഴിവുള്ള ഒരു സീറ്റിലിരുന്നു. അടി കൊള്ളാൻ പേടിയില്ലാത്തവരാരുണ്ട് ഈ ലോകത്തിൽ?

ക്ലീനർ പല്ലൻ കേളുവിന്റെ തൊണ്ടയടഞ്ഞുപോയി, അതുപോലെ ഹാന്റിൽ തിരിച്ചു കൈകളും തളർന്നു.

മെഗാഫോണുമായി പല്ലൻ കേളു ബസ്സിൽ കയറി.

അവസാനം ബസ് നീങ്ങി.

ഒച്ചയും ബഹളവും വച്ച് നീങ്ങി നിരങ്ങാൻ തുടങ്ങി. പെരുവാട്ടിൻ താഴെ യുള്ള അങ്ങാടിയിൽ പിണ്ണാക്കുചാക്കുകൾ കയറ്റാനായി ബസ് നിന്നു. സായിവ് തിരിഞ്ഞുനോക്കി. കേളു അവശനായിരിക്കുന്നു. അതിനാൽ സായിവ് ബസ് ഓഫാക്കിയില്ല.

ബസ് വീണ്ടും നീങ്ങി.

മുട്ടുങ്ങൽ എത്തിയപ്പോൾ ബസ് നിന്നു. റോഡിൽ റിപ്പേറാണ്. കൊട്ടക ളിൽ നിറച്ച പൊടിമണ്ണ് റോഡിൽ വിതറി വെള്ളം പൂശുകയാണ് കൂലിക്കാർ. കൺട്രാക്ടർ അതു നോക്കി നില്ക്കുന്നു. ഏകദേശം വെള്ളം അമർന്ന മണ്ണ് ശരിയായി അമർന്നപ്പോൾ ബസ് നീങ്ങി. സായിവിനെ കണ്ടപ്പോൾ കൺ ട്രാക്ടർ എഴുന്നേറ്റു. സായിവിനോട് എന്തോ സ്വകാര്യം പറഞ്ഞു. സായിവ് ആദ്യം ചില തടസ്സങ്ങൾ പറയുന്നതുപോലെ തോന്നി. കൺട്രാക്ടർ വിടുന്ന ലക്ഷണമില്ല. സായിവ് പിന്നീട് ഒരു ക്ഷമാപണത്തോടെ പിന്നിലെ സവാരി കളെ നോക്കി താഴെ ഇറങ്ങി. കൺട്രാക്ടറുടെ കൂടെ അടുത്തുള്ള റാക്ക് ഷാപ്പിലേക്കു പോയി.

യാത്രക്കാർ അക്ഷമരായി.

സിങ്കപ്പൂർകാരൻ മാപ്പിളയുടെ കോഴികൾ തമ്മിൽ കൊത്തി പടപൊരു താൻ തുടങ്ങി. പൂവനും പൂവനുമായിരുന്നു കോഴികൾ. കോഴിപ്പട കണ്ട നമ്പൂതിരി പറഞ്ഞു.

"ഭേഷ്!"

ബർമയിൽ നിന്നും വന്ന ബിസിനസ് അസ്സു പറഞ്ഞു: "മോശം മോശം ഇത്തരം പരിപാടികൾ ബർമ്മയിൽ കാണൂലാ. അവിടെ ബസ്സിൽ കോഴി കളെ കയറ്റാറില്ല."

"ഫൂ! നിന്റെ ബർമ്മ!" നമ്പൂതിരി കളിയാക്കി മുറുക്കിത്തുപ്പി

"ഈ ഡ്രൈവർ സായിവ് എവിടെപ്പോയി? ഇയാളെന്താ വരാത്തത്?"

രാമുണ്ണിനായർ അക്ഷമനായി

ശേഷം എല്ലാവരും അക്ഷമരായി.

ക്ലീനർ പല്ലൻ കേളു ഇറങ്ങി ഷാപ്പിലേക്കു പോയി.

പിന്നീട് കേളുവും വന്നില്ല.

അവസാനം ആടിയാടി സായിവും പിന്നിൽ ഒരു കുപ്പിയുമായി പല്ലൻ കേളുവും വന്നു.

കേളു പിന്നിലും സായിവ് മുന്നിലും കയറി.

സായിവ് കണ്ണുകൾ ചുവപ്പിച്ചുകൊണ്ട് അലറി:

"എടാ പല്ലാ, വാ മുന്നിൽ."

കേളു ഹാൻഡിലുമായി മുന്നിലെത്തി. ചരിത്രം ആവർത്തിച്ചു. പല്ലൻ കേളുവിന് ഉശിരു കൂടിയിരുന്നു. സ്പിരിട്ടിന്റെ ശക്തി. അഥവാ ഊർജ്ജം.

ബസ് നീങ്ങി.

കുഞ്ഞിപ്പള്ളിയിൽ എത്തിയപ്പോൾ ബസ് നിന്നു. എല്ലാവരും പള്ളിയിലെ പടിവാതിലിൽ സ്ഥാപിച്ച ഭണ്ഡാരത്തിൽ നേർച്ചപ്പണമിട്ടു. അപകടത്തിൽ നിന്നു രക്ഷപ്പെടുവാനുള്ള മാർഗ്ഗം അതുമാത്രമാണല്ലോ.

സായിവ് ഒരണതന്നെയാണ് അന്നു നേർച്ചയാക്കിയത്.

അഴിയൂരിൽ ബസ് വീണ്ടും നിന്നു. അവിടെ കയറാനോ ഇറങ്ങാനോ ആരുമുണ്ടായിരുന്നില്ല. പക്ഷേ, ചോറ്റുപാത്രം സായിവിന്റെ കൈയിൽ നിന്നും താഴെ വീണു. ചെമ്മണ്ണുനിറഞ്ഞ റോഡിൽ സായിവിന്റെ ചോറും മൂരിയിറച്ചിയും അലവലാതിയായി കുത്തിമറിഞ്ഞു.

സായിവ് പണിക്കാരനെ നോക്കി ആശ്വസിപ്പിച്ചു.

"സാരമില്ല എനിക്കു വിശപ്പില്ല നീ പോ."

സായിവ് തിരിഞ്ഞു കേളുവിനെ നോക്കി. കേളു ഒട്ടും കാത്തുനില്ക്കാതെ മുന്നോട്ടു പോയി. ട്രൗസറിന്റെ കീശയിൽ നിന്നു കുപ്പിയെടുത്തു.

സായിവ് നീറ്റായി റാക്കു കുടിച്ചു ഓൺ ദ റോക്ക്

ബസ് നീങ്ങി.

ഇന്ത്യൻ യൂണിയൻ പിന്നിട്ട് ബസ് ഫ്രഞ്ച് മാഹിയിലെത്തി. സുന്ദരമായ ഭൂപ്രദേശം. സുന്ദരന്മാരുടെയും സുന്ദരികളുടെയും നാട്. ടാറിട്ട് കറുത്ത, മനോരമായ, വെയിലിൽ ഉരുകി വെട്ടിത്തിളങ്ങുന്ന റോഡ്. ഫ്രഞ്ചുഭാഷകൾ എഴുതിയ കവലകളെ പിന്നിട്ടു സായിവന്റെ ബസ് നീങ്ങിനിരങ്ങി.

മനോഹരമായ മയ്യഴിപ്പുഴ, മുകുന്ദൻ പിറക്കാനിരിക്കുന്ന നാട്. യാത്രക്കാർ പുഴയും പുഴക്കരയിലുള്ള ഭാഗ്യവാന്മാരായ മയ്യഴിക്കാരുടെ മണിമന്ദിരങ്ങളും നോക്കി ആഹ്ലാദം പൂണ്ടു.

സായിവും ലഹരിയിലായിരുന്നു. അന്ന് മയ്യഴിപ്പുഴ സായിവിനെ പതിവിലേറെ ആകർഷിച്ചു.

അപ്പോൾ സായിവിന് ഒരു പൂതി

മയ്യഴിപ്പുഴയിൽ ഒന്ന് മുങ്ങിക്കുളിക്കണം

സായിവ് പിന്തിരിഞ്ഞുനോക്കി ഒന്നു പുഞ്ചിരിച്ചു. എല്ലാവർക്കും സമ്മതം.

പല്ലൻകേളുവും ചിരിക്കുന്നു. പിന്നീട് സായിവ് ഒന്നും ആലോചിച്ചില്ല.

സ്റ്റിയറിങ് നന്നായി വലത്തോട്ടേക്കൊടിച്ചു

സായിവിന്റെ ബസ് മയ്യഴിപ്പുഴയിലേക്കു മറിഞ്ഞു വീണു. പുഴ ഓളങ്ങളുയർത്തി.

വലിയ ഒരാരവം മയ്യഴിക്കാർ കേട്ടു.

■

കഴുവേറി

അവസാനം അയാൾ മരിക്കാൻതന്നെ തീരുമാനിച്ചു. ഒരു പ്രത്യാശയ്ക്കും വഴിയില്ലാത്ത ഈ ജീവിതവലയത്തിൽ നിന്നും ഒളിച്ചോടുകയല്ലാതെ മറ്റെന്തു ചെയ്യും?

അയാൾക്ക് എല്ലാമുണ്ട്. സുന്ദരിയായ ഭാര്യ, കുട്ടികൾ, ജീവിക്കാനും സുഖിക്കാനും വേണ്ടതിലധികം വരുമാനം. പേര്, പെരുമ, ആരാധകർ എന്നിട്ടെന്തു ചെയ്യും? മനസ്സമാധാനം മാത്രം അയാൾക്കില്ലാതെപോയി.

അയാളുടെ കൈയിൽ കൈത്തോക്കുണ്ട്. നൂറിലധികം ഉറക്കഗുളികകളുണ്ട്. പതിനഞ്ചു മില്ലിലിറ്റർ വായു ഒരു സിറിഞ്ചിലാക്കി സ്വയം ധമനിയിൽ കയറ്റാനുള്ള സാങ്കേതികജ്ഞാനവുമുണ്ട്. പക്ഷേ, വളരെ പ്രാകൃതമായി മരിക്കാനാണ് അയാൾ ആഗ്രഹിച്ചത്.

തൂങ്ങിമരിക്കുക

പച്ചിലപ്പടർപ്പുകൾ പന്തലിച്ചു നില്ക്കുന്ന ഒരു വലിയ മരത്തിന്റെ തെക്കോട്ടു പോകുന്ന ദൃഢമായ ഒരു കൊമ്പിൽ അൻപത്തിനാലു കിലോഗ്രാം തൂക്കം വരുന്ന തന്റെ ദേഹത്തെ തൂക്കുക. ഒരു മുഴം കയറിൽ.

കക്കാട്ടുകുന്നിന്റെ മുകളിൽ, വെടിമരുന്നു സൂക്ഷിക്കുന്ന ഗുദാമിന്റെ പിന്നിൽ അനവധി കന്നുകാലികൾ വഴിതെറ്റിവീണു ചത്ത പൊട്ടക്കിണറിന്റെ ഓരത്തു പടർന്നുപന്തലിച്ചു നില്ക്കുന്ന ഒരു കൂറ്റൻമാവുണ്ട്. നട്ടുച്ചയ്ക്കുപോലും അതിന്റെ ചോട്ടിൽ ഇരുട്ടാണ്. വെയിലിന്റെ ഒരു മുട്ടപോലും കാണില്ല.

അയാൾ നടക്കാൻ തുടങ്ങി.

കക്കാട്ടുകുന്നിന്റെ താഴ്വരയിലെത്തിയപ്പോഴാണ് അയാൾക്ക് ഓർമ്മ വന്നത്; കയറില്ല.

നേരം സന്ധ്യകഴിഞ്ഞു. താഴ്വരകളിലെ വീടുകളിൽ പൊട്ടുകൾ പോലെ വിളക്കുകൾ തെളിഞ്ഞു. കുട്ടികളുടെ രാമനാമം ഇടയ്ക്കിടെ കേട്ടു.

ഇരുട്ടിന്റെ കനം കൂടുകയാണ്.

അയാൾ താഴ്വരയിറങ്ങി വെളിമ്പറമ്പിലൂടെ നടന്നു. അയാളുടെ തല നിറയെ ഒരു മുഴം കയറായിരുന്നു. അന്നേരത്താണ് ഇടതുഭാഗത്തുള്ള വളപ്പിലെ തൈത്തെങ്ങിൽ കെട്ടിയിട്ട കയർ അയാൾ കാണുന്നത്. ഒട്ടും

താമസിച്ചില്ല. വളപ്പിൽ കയറി തെങ്ങിൽ കെട്ടിയിട്ട കയർ അയാൾ അഴിച്ചെടുത്തു.

നല്ല കയർ. പിരി ഉടഞ്ഞിട്ടുപോലുമില്ല. മണത്തുനോക്കി, കോരപ്പുഴയുടെ ഗന്ധം.

കയറും പിടിച്ച് അയാൾ കുന്നുകയറാൻ തുടങ്ങി. അന്നേരത്താണ് പിന്നിൽ നിന്നും ശബ്ദം കേൾക്കുന്നത്.

"നില്ക്കവിടെ!"

തുലഞ്ഞു. ആരോ തന്നെ പിൻതുടരുകയാണ്. മരിക്കാനുംകൂടി ഇവർ സമ്മതിക്കില്ല. അയാൾ വേഗത കൂട്ടി. കുന്ന് ഓടിക്കയറാൻ തുടങ്ങി. അപ്പോൾ പിന്നിൽ നിന്നും ആർപ്പുവിളി:

"കള്ളൻ...........കള്ളൻ."

അയാൾ തിരിഞ്ഞുനോക്കി. കുന്നിന്റെ താഴ്‌വരയിലൂടെ ഒരു കറുത്ത നിഴൽപോലെ വലിയ ആൾക്കൂട്ടം, അനവധി ചൂട്ടുകൾ, ഇടയ്ക്കിടെ ടോർച്ചടികൾ.

"പിടി, പിടി, കള്ളൻ, കള്ളൻ!"

അപ്പോഴേക്കും ആൾക്കൂട്ടം അടുത്തെത്തി അയാളെ വളഞ്ഞു. അയാളുടെ മുഖത്തു ടോർച്ചിന്റെ വെളിച്ചം പരന്നു.

"നല്ല കഥ. നിങ്ങളാണോ ഈ പണി പറ്റിച്ചത്?"

"നീയാണ് ഇവിടത്തെ പതിവുകള്ളൻ, ഇല്ലേടാ കഴുവേറി?"

അയാൾക്കൊന്നും ഏശിയില്ല. അയാൾ വിതുമ്പി:

"ഞാൻ......ഞാനൊന്നും ചെയ്തില്ല..........എന്നെ വെറുതെ വിടൂ?"

അപ്പോൾ ആരോ പറഞ്ഞു: "എടാ കഴുവേറീ, നിന്നെ ഞങ്ങൾ കഴുവിലേറ്റും. നിന്റെ കളവ് ഇതോടെ നിന്നതുതന്നെ"

"ഈ കയറ് എടുത്തതിനോ?" പെട്ടെന്ന് ഏതോ ധൈര്യം കൈവന്നപോലെ അയാൾ ചോദിച്ചു.

"ഈ കയറോ?" എന്നായി ആൾക്കൂട്ടം.

'അതെ, ഈ കയർതന്നെ." അയാളുടെ ധൈര്യം ഇരട്ടിയായി.

ആൾക്കൂട്ടം കൂക്കിവിളിക്കാൻ തുടങ്ങി. ടോർച്ചുകൾ തെളിഞ്ഞു. കുറെയേറെ ചൂട്ടുകൾ മിന്നി.

അന്നേരത്താണ് തന്റെ കൈയിലുള്ള കയറിന്റെ മറ്റേ അറ്റം അയാൾ കാണുന്നത്.

അതിന്റെ അറ്റത്ത് ഒരു പശുവുണ്ടായിരുന്നു.

■

അകമ്പടിക്കാരില്ലാതെ

പതിനഞ്ചാം വയസ്സിലാണ് മുഹമ്മദ് ദാവൂദ് കള്ളക്കടത്തു സംഘത്തിൽ ചേർന്നത്. ഒട്ടും താത്പര്യമില്ലാതെയാണ് ഈ ജോലിയിൽ അയാൾ ഏർപ്പെട്ടത്. തുണിപ്പീടികയിലും ഹോട്ടലിലും പലചരക്കുകടയിലും കാറ്റാടിമില്ലിലും എന്നു വേണ്ട വേശ്യാലയത്തിലും കാവൽക്കാരനായിട്ടു പോലും ജോലി ചെയ്യാൻ മുഹമ്മദ് ദാവൂദ് സന്നദ്ധനായിരുന്നു. ഭാഗ്യമോ നിർഭാഗ്യമോ എന്നു പറയട്ടെ അവസാനം അയാൾ ചെന്നെത്തിയത് കള്ളക്കടത്തു സംഘത്തിലാണ്.

സംഘത്തിന്റെ രാജാവ്തന്നെയാണ് മുഹമ്മദ് ദാവൂദിന്റെ ആദ്യത്തെ കൂടിക്കാഴ്ച നടത്തിയത്. കോട്ടപോലുള്ള ഒരു വൻകെട്ടിടത്തിനകത്ത് ഇടത്തോട്ടും വലത്തോട്ടും തിരിഞ്ഞും മറിഞ്ഞും താഴോട്ടും മുകളിലോട്ടും കയറിയും ഇറങ്ങിയും അരമണിക്കൂറോളം നടന്നിട്ടാണ് അവസാനം അയാൾ രാജാവിന്റെ മുന്നിലെത്തിയത്. ചെറിയവനായാലും വലിയവനായാലും കൊടും ഭീകരനായാലും ആദ്യത്തെ കൂടിക്കാഴ്ച രാജാവ്തന്നെ നടത്തും.

തീക്ഷ്ണമായ കണ്ണുകളാൽ രാജാവ് ദാവൂദിനെ നോക്കി. നല്ല മതിപ്പുള്ള ഒരു നോട്ടമായിരുന്നു അത്. വിശറിപോലുള്ള കൈ വിടർത്തി രാജാവ് അയാളെ അരികെ വിളിച്ചു. ചോദ്യങ്ങൾ ഒന്നും ചോദിച്ചില്ല. ആദ്യം കൺപോളകൾ വിടർത്തി ആരോഗ്യം പരിശോധിച്ചു നിജപ്പെടുത്തി. പിന്നെ തല ആകമാനം തലോടിയ ശേഷം മൂർദ്ധാവിൽ പച്ചത്തേങ്ങയുടെ കാതൽ പരിശോധിക്കുന്ന രീതിയിൽ രണ്ടുമൂന്നു ചൊട്ടുചൊട്ടി.

"ശരി പൊയ്ക്കോളൂ." രാജാവ് കല്പിച്ചു.

ചമ്പൽക്കാട്ടിലെ മലമടക്കുകളിൽ കെണിഞ്ഞുപോയ ഒരാൾക്ക് രക്ഷപ്പെടാൻ കഴിഞ്ഞാലും രാജാവിന്റെ കോട്ടയിൽ അകപ്പെട്ടുകഴിഞ്ഞാൽ പുറത്തു കടക്കുക അസാധ്യമാണ്.

മുഹമ്മദ് ദാവൂദ് പകച്ചു നിന്നു.

"പോകാനാണ് പറഞ്ഞത്, വന്ന വഴിയിലേ നടക്ക്. പിന്നിട്ട വഴി മറക്കുന്നവന് എന്റെ സംഘത്തിൽ സ്ഥാനമില്ല." രാജാവിന്റെ കനത്ത ശബ്ദം കോട്ടയ്ക്കകത്ത് മുഴങ്ങി.

അവൻ ഒരു പട്ടാളക്കാരന്റെ അനുസരണശീലത്തോടെ നടക്കാൻ തുടങ്ങി. പിന്നിൽ രാജാവും. മൃഗരാജന്റെ മുന്നിലകപ്പെട്ട ഇരയെപ്പോലെ ദാവൂദ് നടക്കാൻ തുടങ്ങി. ഇടനാഴിയിലെത്തിയപ്പോൾ അമ്പരക്കാതെ നിവൃത്തിയില്ല. നാലുപാടും വഴികൾ. താഴോട്ടും മുകളിലോട്ടും കോണികൾ. ഭൂതത്താൻകെട്ടു പോലുള്ള കെട്ടുപിണഞ്ഞ ഒരു സ്ഥലം. അവൻ തിരിഞ്ഞു നോക്കിയില്ല. ആരോടും ഒന്നും ചോദിക്കാതെ ഒരു നിയോഗം കണക്കെ നടക്കാൻ തുടങ്ങി.

അവന്റെ വഴി ശരിയായിരുന്നു. അപൂർവം അനുചരന്മാർ കൈവരിച്ച വിജയം ദാവൂദ് കരസ്ഥമാക്കി.

രാജാവ് അവനെ കെട്ടിപ്പിടിച്ചു നെറുകയിൽ ഉമ്മവെച്ചു.

നേതാവിന്റെ ആദ്യത്തെ അനുഗ്രഹമായിരുന്നു അത്.

ആ അനുഗ്രഹത്തിന്റെ കരുത്തിലും കാരുണ്യത്തിലും ദാവൂദ് വളർന്നു പന്തലിച്ച് കള്ളക്കടത്തിന്റെ ഒരു വടവൃക്ഷമായി മാറി.

അങ്ങനെ ഇരുപത്തഞ്ചു വർഷം പിന്നിട്ടു. പോയ വർഷം സംഭവബഹുലമായിരുന്നു. കൊള്ളയുടെയും കൊലയുടെയും തട്ടിക്കൊണ്ടുപോകലിന്റെയും ബലാൽസംഗത്തിന്റെയും ഏടുകൾ ആ ചരിത്രത്തെ രക്തപങ്കിലമാക്കുന്നു.

ഇപ്പോൾ ഈ മഹാനഗരത്തിലെ ഏറ്റവും വലിയ പ്രബലൻ മുഖ്യമന്ത്രിയോ മേയറോ പൊലീസ് മേധാവിയോ ആരുമല്ല. കള്ളക്കടത്തു രാജാവായി മാറിയ മുഹമ്മദ് ദാവൂദാണ്.

പുതിയ രാജാവായ മുഹമ്മദ് ദാവൂദ് തന്റെ വൻ വ്യാപാരത്തിന്റെ ഇരുപത്തഞ്ചാം വാർഷികം ആഘോഷിക്കുവാൻ തീരുമാനിച്ചിരിക്കുകയാണ്.

ചെറിയരീതിയിലുള്ള ആഘോഷമൊന്നുമല്ല. ആഘോഷത്തിന്റെ മൊത്തം ചെലവായി കണക്കാക്കിയിരിക്കുന്നത് കോടിക്കണക്കിലാണ്. കോട്ടയിൽ തന്നെയാണ് പുതിയ രാജാവായ മുഹമ്മദ് ദാവൂദിന്റെയും അനുചരന്മാരുടെയും താവളം. പക്ഷേ, ചുറ്റുപാടുകൾ പരിഷ്കരിക്കപ്പെട്ടിരിക്കുന്നു. പഴയ പോയിന്റ് 22 തോക്കുകൾക്കു പകരം പുതിയ എ.കെ. 47 റൈഫിളുകളാണ് ഉപയോഗിക്കുന്നത്. ബുള്ളറ്റ് പ്രൂഫ് കാറാണ് വാഹനം. അത് കസ്റ്റംസുകാരെയോ പൊലിസിനെയോ പട്ടാളത്തിനെയോ ഭയന്നിട്ടല്ല. ഏതു നിമിഷവും മരണം ദാവൂദിന്റെ മുന്നിലുണ്ട്. ആയതിനാൽ അംഗരക്ഷകരായി നിയമിച്ചിരിക്കുന്നത് ഡൽഹിയിൽ വിദഗ്ദ്ധ പരിശീലനം നേടിയ കമാണ്ടോകളെയാണ്.

മഹാനഗരത്തിലെ കടൽത്തീരത്തുള്ള വലിയ ഹോട്ടൽ ലോണിലാണ്. ആഘോഷപരിപാടികൾ പര്യവസാനിക്കുന്നത്. അമേരിക്കൻ പ്രസിഡണ്ട് രാഷ്ട്രത്തലവന്മാർക്കു കൊടുക്കുന്നതിലും വലിയ ആർഭാടപൂർണ്ണമായ പാർട്ടിയാണ് അവിടെ നടക്കുന്നത്. ഏകദേശം ഒരു പഞ്ചവത്സര പദ്ധതിയുടെ

ബജറ്റ്. ബ്രിട്ടീഷ് ഹൈക്കമ്മീഷനിൽ നിന്നും റോയൽ സല്യൂട്ട് വിസ്കിയുടെ കാർട്ടൺ കണക്കിന് കുപ്പികൾ ഇവിടെ എത്തിച്ചു കഴിഞ്ഞു.

സമ്പത്തിന്റെ നക്ഷത്രദൂരത്തിലെത്തിയ നാല്പതാം വയസ്സിൽ മുഹമ്മദ് ദാവൂദിന് അതിയായ ഒരാഗ്രഹം. കോട്ടയിൽ നിന്നും അകമ്പടിക്കാരില്ലാതെ ആർഭാടപൂർണ്ണമായ ആഘോഷം നടക്കുന്ന ഹോട്ടൽ ലോൺവരെ കുതിരപ്പുറത്തു യാത്രചെയ്തെത്തണം. വഴിയുടെ ഇരുപുറവും പൂമാലയും പൂക്കളും മഞ്ഞയും പച്ചയും കലർന്ന കൊടികളും പിടിച്ചുകൊണ്ട് ജനങ്ങൾ എതിരേല്ക്കണം. എതിരേല്ക്കാൻ വരുന്നവർക്കൊക്കെ വില കൂടിയ ഉടുപ്പുകളും സ്വർണ്ണാഭരണങ്ങളും വാച്ചുകളും നേരത്തേ തന്നെ എത്തിക്കും. അവ ധരിച്ചുകൊണ്ടായിരിക്കണം അവരവിടെ നില്ക്കേണ്ടത്. കൊടികളും തോരണങ്ങളും കാറ്റിൽ പാറിപ്പറക്കണം. വൃത്തികെട്ട ഒരു സാധനത്തെയും വഴിമദ്ധ്യേ കാണരുത്. സ്വർഗ്ഗത്തിന്റെ നടപ്പാതയിലൂടെ യാത്രചെയ്യുന്ന അനുഭൂതിയുണ്ടാകണം.

മുഖ്യമന്ത്രിയും മേയറും പൊലീസ് മേധാവിയും മുഹമ്മദ് ദാവൂദ് കല്പിച്ചതത്രയും ശിരസ്സാ വഹിക്കുകയും യാത്രയ്ക്കുള്ള മാർഗ്ഗം സുഗമമാക്കുകയും ചെയ്തു.

അങ്ങനെ മുഹമ്മദ് ദാവൂദ് തന്റെ ഐതിഹാസികമായ യാത്ര പുറപ്പെട്ടു. നാല്പതു വെടിക്കെട്ടുകൾ കോട്ടയുടെ കവാടത്തിൽ മുഴങ്ങി.

സ്വർണ്ണത്തലപ്പാവും കഴുത്തു നിറയെ മുല്ലമാലയും ധരിച്ച് അശ്വാരൂഢനായ മുഹമ്മദ് ദാവൂദ് ആർത്തലയ്ക്കുന്ന ശബ്ദത്തോടെ തുറക്കപ്പെട്ട കോട്ടവാതിലിലൂടെ പ്രത്യക്ഷപ്പെട്ടു.

നല്ല തലയെടുപ്പുള്ള നീണ്ടുനിവർന്ന ഒരു പുള്ളിക്കുതിര. കുതിരനക്കൽ നിർത്തി ഒരൊറ്റ മാംസപേശിപോലും അനക്കാതെ മുന്നിലുള്ള കാവൽക്കാരനെ തുറിച്ചു നോക്കി. ദാവൂദ് കാലുകൾ ഇളക്കിയപ്പോൾ കുതിരയുടെ വയറ്റത്തൂടെ ഒരു വിറയൽ ഓടി മറഞ്ഞു. നെടുതായൊന്നു നിശ്വസിച്ചുകൊണ്ട് കുതിര തലതിരിച്ചു.

ഇതിനേക്കാൾ നല്ല ജാതി കുതിര ലോകത്തിലില്ലെന്നു തോന്നും. അകലമുള്ള കാൽവെപ്പുകളോടെ കുതിര നീങ്ങാൻ തുടങ്ങി.

ആദ്യം എതിരേറ്റ മുഖ്യമന്ത്രിക്ക് വൈരമോതിരം. മേയർക്ക് സ്വർണ്ണത്തളിക. പൊലീസ് മേധാവിക്ക് തങ്കം കൊണ്ടുണ്ടാക്കിയ ആനക്കുട്ടി, പക്ഷേ, തടിപിടിക്കുകയില്ല. വില്ക്കുകയാണെങ്കിലോ ലക്ഷങ്ങൾ.

ആദ്യം കാഹളം വിളി. പിന്നെ ബാന്റ് വാദ്യം മുഴങ്ങി. ബാന്റ് സംഘത്തിന്റെ തൊട്ടുപിറകെ ഹിജഡകളുടെ നൃത്തം. പിന്നാലെ പലവിധ കലാസംഘങ്ങൾ. നഗരത്തിലെ പ്രശസ്തമായ വിദ്യാലയങ്ങളിലെ സുന്ദരികളായ പെൺകുട്ടികളുടെ നൃത്തപ്രകടനങ്ങൾ, ആൺകുട്ടികളുടെ പുലി സംഘം.

നരവംശശാസ്ത്രജ്ഞന്മാർ തയ്യാറാക്കിയ മനുഷ്യപുരോഗതിയുടെ ടാബ്ലോകൾ. മുഹമ്മദ് ദാവീദിന് സിന്ദാബാദ് വിളിക്കുന്ന സാധാരണ ജനക്കൂട്ടം ഏറ്റവും പിറകെ.

സംഘം നീങ്ങി.

ലബ്ബ് ഡപ്പ് , ലബ്ബ് ഡപ്പ് എന്ന ശബ്ദമുണ്ടാക്കിക്കൊണ്ട് തലയെടുപ്പോടെ നടക്കുന്ന അശ്വം പാതി വഴി പിന്നിട്ടു. കൂടിനിന്ന ജനങ്ങൾക്കെല്ലാം കറൻസി നോട്ടുകൾ. പട്ടുടുപ്പുകൾ മോഹനവാഗ്ദാനങ്ങൾ.

നഗരം കണ്ടിട്ടുള്ള ഏറ്റവും വർണ്ണപ്പകിട്ടുള്ള രാത്രി കടന്നുപോവുകയാണ്.

മുഹമ്മദ് ദാവൂദ് മണം പിടിച്ചുകൊണ്ടിരുന്നു. വൃത്തികെട്ടതായി അദ്ദേഹം ഒന്നും കണ്ടില്ല. മുഖ്യമന്ത്രിയെക്കുറിച്ചും പൊലീസ് മേധാവിയെക്കുറിച്ചും ഒരിക്കലുമില്ലാത്ത മതിപ്പ് മുഹമ്മദ് ദാവൂദിനെ അസ്വസ്ഥനാക്കി.

ആവലാതി പറയാൻ ഇനി എന്തുണ്ട്.

അപ്പോഴാണ് ആഘോഷത്തിന്റെ പരിസമാപ്തി കുറിക്കുന്ന കവാടത്തിൽ നീണ്ട താടിയും ജടയുമായി ഒരു വൃദ്ധൻ പ്രത്യക്ഷപ്പെട്ടത്.

മുഹമ്മദ് ദാവൂദിന്റെ ചുണ്ടുകൾ ഇടവശത്തേയ്ക്കു കോടി. ഭയങ്കര ദേഷ്യം വരുമ്പോൾ അങ്ങനെയാണ്.

ആരെല്ലാമോ യാചകവേഷത്തിലുള്ള ആ വൃദ്ധനെ തള്ളിമാറ്റാൻ ശ്രമിക്കുകയാണ്. ആകെ ഒരു കൺഫ്യൂഷൻ.

ഏതോ ഉൾവിളിയുടെ പ്രേരണ അയാളെ ബോധവാനാക്കിയ വിധം മുഹമ്മദ് ദാവൂദ് ഉച്ചത്തിൽ വിളിച്ചു പറഞ്ഞു.

'നില്ക്കട്ടെ അയാളവിടെ നില്ക്കട്ടെ.'

അശ്വാരൂഢനായ മുഹമ്മദ് ദാവൂദ് ആ വൃദ്ധന്റെ അരികെ എത്തിയപ്പോൾ കുതിരയുടെ കടിഞ്ഞാൺ വലിച്ചു.

ഒരു കുറിയ മനുഷ്യൻ. താൻ ഇരിക്കുന്ന ഗംഭീരനായ കുതിരയുടെ കാലോളം വരില്ല.

ഒറ്റ നോട്ടത്തിൽ യാചകനെന്നു തോന്നിക്കുമെങ്കിലും അയാൾ വേറെ യാരോ ആണെന്ന് മുഹമ്മദ് ദാവുദിന് പെട്ടെന്ന് ബോദ്ധ്യമായി. എത്ര വലിയ ആൾക്കൂട്ടത്തിലും പൊലീസിനെ തിരിച്ചറിയാനുള്ള പാടവം ദാവൂദിന്റെ കൈമുതലാണല്ലോ.

വൃദ്ധൻ പഴയ ഒരു വടിയാണ് കുത്തിപ്പിടിച്ചു നില്ക്കുന്നത്, എങ്കിലും ആ വടിക്ക് ഏതോ മാന്ത്രികശക്തിയുള്ളതായി ദാവൂദ് മനസ്സിലാക്കി.

വടിയുടെ സ്പർശനത്തിലൂടെ ഭൂമിയുടെ അന്തർധാരകൾ വൃദ്ധൻ ഗ്രഹിക്കുന്നതുപോലെ മുഹമ്മദിനു തോന്നി.

ആ വൃദ്ധൻ പ്രച്ഛന്നവേഷധാരിയായി വന്ന ശത്രുസംഘത്തിലെ ചാരനല്ല. തന്നെ വധിക്കാൻ വന്നവനല്ല. കേന്ദ്രത്താൽ നിയോഗിക്കപ്പെട്ട ഉയർന്ന സി.ഐ.ഡിയുമല്ല. തന്റെ ഔദാര്യത്തിന് കേഴാൻ വന്ന പ്രജയുമല്ല:

വൃദ്ധന്റെ താടിരോമങ്ങളിൽ പറ്റുപേനും ചേറും വിയർപ്പും പറ്റിപ്പിടിച്ചിട്ടുണ്ടെങ്കിലും ദാവൂദിനെ നോക്കുന്ന അയാളുടെ കണ്ണുകൾ ജ്വലിക്കുന്നതും മാസ്മരശക്തിയുള്ളതുമാണ്.

എങ്കിലും വർഷങ്ങളായി ആർജ്ജിച്ചെടുത്ത ശക്തി മുഹമ്മദ് ദാവൂദിന് പൊടുന്നനെ ധൈര്യം പകർന്നുകൊടുത്തു.

കുതിരപ്പുറമേറിയ മഹാമന്നനായ മുഹമ്മദ് ചോദിച്ചു.

'നിനക്കെന്തുവേണം. ഈ വൃത്തികെട്ട വേഷത്തിൽ നീയെന്തിനിവിടെ വന്നു.'

'ഞാൻ വന്നതല്ല.' വൃദ്ധന്റെ സ്വരം മൃദുവും സ്പഷ്ടവുമായിരുന്നു. ആ മുഖത്തു മിന്നൽപിണർപോലെ തേജസ്സുദിച്ചു. വിളർത്ത മുഖം രക്തച്ഛവ പൂണ്ടു.

'എന്നെ ഇങ്ങോട്ടേക്ക് അവൻ അയച്ചതാണ്.'

'അവനോ?'

കുതിരപ്പുറത്തിരുന്ന ദാവൂദിന്റെ പാദങ്ങൾ ജീനിയിൽ ഘടിപ്പിച്ച സിറപ്പിൽ നിന്നും അയഞ്ഞു. ശരീരത്തിനകത്തുനിന്നും നേരിയ കുളിര് വരുന്നു. സമ്പത്തിന്റെ ഉന്മാദം ഉയർത്തിപ്പിടിച്ച തലയ്ക്കകത്ത് വരണ്ട കാറ്റു വീശുന്നു.

എങ്കിലും ജന്മസിദ്ധമായ ധൈര്യം ദാവൂദിന് കൈവന്നു. വിറയാർന്നതാണെങ്കിലും പുറത്തു കേൾക്കാതിരിക്കാൻ വിമ്മിട്ടപ്പെട്ടുകൊണ്ട് അയാൾ ചോദിച്ചു.

'ആരാണവൻ.' ഈ ശുഭമുഹൂർത്തം അലങ്കോലപ്പെടുത്താൻ നിന്നെ ഇങ്ങോട്ടയച്ച വ്യക്തി'.

വൃദ്ധൻ ഒന്നുകൂടി തലയുയർത്തിപ്പിടിച്ചു. കുതിരയുടെ കാലോളം നീളമുള്ള ആ മനുഷ്യൻ ആകാശം മുട്ടുന്നതായി ദാവൂദിന് തോന്നി. അയാളെ കാണാൻ ദാവൂദ് മുഖമുയർത്തി. കൈകൾ തളരുന്നു. കാലുകൾ തളരുന്നു. മനസ്സുരുകുന്നു.

വർഷങ്ങളായി കൈമുതലാക്കിയ ധൈര്യം ഒരിക്കൽക്കൂടി ദാവൂദിന്റെ മനസ്സിലെത്തി. വൃദ്ധനെ പേടിപ്പെടുത്താനായില്ലെങ്കിലും പേടിപ്പെടുത്തും വിധം അയാൾ ചോദിച്ചു.

'അപ്പോൾ നീയാരാണ്?'

ചോദ്യം കേൾക്കേണ്ട താമസം വൃദ്ധന്റെ കണ്ണുകളിൽ തീ മിന്നി. പക്ഷേ,

മുഖത്തെ മാംസപേശികൾ ശാന്തമായി. നാസാരന്ധ്രങ്ങൾ വികസിച്ചു. ചെവി കൂർത്തു. വൃദ്ധൻ ചോദിച്ചു–

'എന്നെ അറിയില്ലേ?'

ദാവൂദിന്റെ സമസ്തധൈര്യവും ഓട്ടപ്പാത്രത്തിലൂടെ ചോരുകയാണ്. ശബ്ദത്തിൽ പതറിച്ച വരുത്തല്ലേ എന്ന് പ്രാർത്ഥിച്ചുകൊണ്ട് ദാവൂദ് പറഞ്ഞു.

'അറിയില്ല'

ഒരു ഭയങ്കര ചിരി ജനക്കൂട്ടം കേട്ടു. ചിരിച്ചു തളർന്ന വൃദ്ധൻ ദാവൂദിനെ നോക്കിക്കൊണ്ട് പറഞ്ഞു;

'ഞാനാണ് അന്തകൻ.' മുഹമ്മദ് ദാവൂദിന്റെ ജീവനെ പിടിച്ചു കൊണ്ടു ചെല്ലാൻ ദൈവത്താൽ നിയോഗിക്കപ്പെട്ട മലക്കുൽ മൗത്ത്.

ഇതുകേൾക്കേണ്ട താമസം മുഹമ്മദ് നീണ്ട ഒരു നിശ്വാസം വിട്ടു. അത് അവസാനത്തെ വിടലായിരുന്നു. ബലിഷ്ഠനായ കുതിരയുടെ പുറത്തുനിന്ന് അയാൾ തറയിൽ മലർന്നു വീണു. അയാളുടെ കിരീടവും പാദുകങ്ങളും ദൂരെ തെറിച്ചുപോയി.

ഒന്നു പിടഞ്ഞശേഷം വിശേഷാലംകൃതനായ മുഹമ്മദ് ദാവൂദ് നിശ്ചല നായി. മലക്കുൽ മൗത്ത് അപ്രത്യക്ഷനും.

■

വിളിച്ചാൽ വരുന്ന വസ്തുക്കൾ

ഒരു യുവതിയുടെ ശരീരസൗന്ദര്യത്തിൽ ഞാൻ ഒരിക്കും ആകൃഷ്ടനായി ട്ടില്ല. സ്ത്രീയുടെ സൗന്ദര്യലഹരി എനിക്ക് ഏശാത്തതുകൊണ്ടല്ല. മറിച്ച് സൗന്ദര്യത്തെക്കാൾ എനിക്കിഷ്ടം അവളുടെ ഏതെങ്കിലും ഒരവയവമോ, ഒരു സ്വഭാവമോ ഒരു ചേഷ്ടയോ ആയിരിക്കും.

പിന്നീട് എന്റെ കാമുകിയായി മാറിയ എന്റെ ആരാധിക എന്നെ ആദ്യ മായി കാണാൻ വന്നപ്പോൾ മേല്പറഞ്ഞ കാഴ്ചപ്പാടിലൂടെയാണ് ഞാൻ അവളെ കണ്ടത്. അവളുടെ വലിയ കണ്ണുകളും ആ കണ്ണുകളുടെ ആഴവും എന്നെ ആദ്യം ആകർഷിച്ചു. എന്റെ ഒരു ആരാധിക എന്ന നിലയിലാണവൾ എന്നെ കാണാൻ വന്നതെന്ന സത്യം അവൾ വെളിപ്പെടുത്തിയില്ല. ഞാൻ എഴുതിയ ടെലിപ്പതി, കുട്ടിച്ചാത്തൻ മരുന്നിനെ തോല്പിക്കുന്ന മന്ത്രവാദം, ഒടിയൻ, ഒറ്റമുലച്ചി, പുനർജന്മം തുടങ്ങിയ മഹത്തായ ഗ്രന്ഥങ്ങൾ മുഴുവനും അവൾ വായിച്ചിരുന്നു. പക്ഷേ അക്കാര്യത്തെക്കുറിച്ചൊന്നും അവൾ സംസാ രിച്ചില്ല.

അവൾ വന്നത് ഒരു അഭിമുഖത്തിനായിരുന്നത്രേ.

അതുകേട്ടതോടെ എനിക്കവളെ മുറിയിൽ നിന്നും ആട്ടിപ്പായിക്കണമെന്നു തോന്നി. എങ്കിലും ആ കണ്ണുകളിലെ മാസ്മരശക്തി എന്നെ തടുത്തു. മാത്രമല്ല കഴുത്തിലെ സ്വർണ്ണമാല അവൾ ഇടയ്ക്കിടയ്ക്കു കടിക്കുന്നതും എനിക്കിഷ്ടമായി. വേണമെങ്കിൽ അവളെ തങ്കമെന്നോ തങ്കമണി എന്നോ വിളിക്കാം. എത്രയോ കാലമായി സ്ഥായിയാക്കിയ സ്വഭാവമായിരിക്കണം ഈ കടിക്കൽ അല്ലെങ്കിൽ എന്റെ മുന്നിൽ വെച്ച് ഇതു ചെയ്യുമായിരുന്നോ?

ഏതായാലും അവളുടെ ദേഹത്തിൽ സ്വർണ്ണത്തിന്റെ അംശം കാണണം.

ചുണ്ടുകൾ മേലോട്ടുയർത്തി പുഞ്ചിരിച്ചുകൊണ്ട് അവൾ പറഞ്ഞു.

"പേടിക്കേണ്ട, നിരവധി ചോദ്യങ്ങളൊന്നും എനിക്കു നിങ്ങളോട് ചോദി ക്കാനില്ല. ഞാൻ ഒരു പത്രപ്രവർത്തകയാണെന്നു നിങ്ങൾക്കറിയാമല്ലോ., ഒരുപാട് ഇന്റർവ്യൂകൾ നടത്തിയിട്ടുണ്ട്. പക്ഷേ അത്തരം ഒരു നേരംകൊല്ലി പ്രസ്ഥാനവുമായല്ല ഞാൻ വന്നത്. താങ്കളുടെ കുടുംബത്തെപ്പറ്റിയോ താങ്കൾ ഒരു ലേഖനം എത്ര സമയം കൊണ്ടെഴുതുമെന്നോ എപ്പോഴാണെഴുതുന്ന തെന്നോ എഴുതുമ്പോൾ ഉത്തേജകവസ്തുക്കൾ ഉപയോഗിക്കാറുണ്ടോ

എന്നൊന്നും ഞാൻ ചോദിക്കുകയില്ല. അതെല്ലാം ബാലിശമാണെന്നെനിക്കറിയാം. മാത്രമല്ല എനിക്ക് താങ്കളുടെ ഫോട്ടോയും ആവശ്യമില്ല. എനിക്ക് ഒരു ചോദ്യം മാത്രം ചോദിക്കണം. ഒരൊറ്റ ചോദ്യം......"

എന്നിട്ട് ആ വലിയ കണ്ണുകൾ ഉയർത്തി അവൾ എന്നെ നോക്കി. വാസ്തവം പറഞ്ഞാൽ ഞാൻ അല്പം അമ്പരന്നു. കുട്ടിച്ചാത്തനേയും ഒറ്റമുലച്ചിയെയും തളച്ചുകെട്ടി എന്റെ അധീനത്തിലാക്കി ഗവേഷണം ചെയ്ത് അതിമഹത്തായ ഗ്രന്ഥങ്ങൾ എഴുതിയ എനിക്കു പേടിതോന്നി.

വളരെ സാവകാശം അവൾ പറയുകയാണ്.

"എന്റെ ചോദ്യത്തിന്റെ ഉത്തരം ഉടനെ വേണമെന്നില്ല. ഇന്നു പറയാൻ പറ്റിയില്ലെങ്കിൽ നാളെ പറഞ്ഞുതന്നാൽ മതി. നാളെയും പറ്റിയില്ലെങ്കിൽ വേറൊരു നാൾ ഞാൻ വരാം. എല്ലാം താങ്കളുടെ ഇഷ്ടം പോലെ......."

"ചോദിച്ചോളൂ. എന്തിനാണ് ഇത്രയും വലിയ ആമുഖം...." എന്നായി ഞാൻ.

"ശരിയാണ്....." അവൾ പറയാൻ തുടങ്ങി. "ആമുഖത്തിന്റെ ആവശ്യമില്ല. പക്ഷേ ഒന്നുണ്ട്. താങ്കൾ വേദങ്ങൾ കലക്കിക്കുടിച്ചവനും പുരാണങ്ങൾ കാണാപാഠമാക്കിയവനും, കുട്ടിച്ചാത്തൻ, ചാത്തൻ, ഒറ്റമുലച്ചി, യക്ഷി തുടങ്ങിയ പ്രജകളെ കീഴടക്കി ഭരിക്കുന്ന രാജാവുമാണല്ലോ. അതുകൊണ്ട് എന്റെ ചോദ്യത്തിന് ഒറ്റ വാക്കിൽ ഉത്തരം തരണം. ഒന്നുകിൽ അതെ എന്ന ഉത്തരം അല്ലെങ്കിൽ ഇല്ല എന്ന ഉത്തരം വെരി സിംപിൾ, യസ് ഓർ നൊ.....

ഞാൻ യഥാർത്ഥത്തിൽ അമ്പരക്കാതിരുന്നില്ല. ഈ പെൺകുട്ടി കേമി തന്നെ. എന്നെ ഒരു പാഠം പഠിപ്പിക്കാൻ പുറപ്പെട്ട് വന്നവൾ തന്നെയിവൾ!

എന്നാൽ എന്റെ ക്ഷീണം ഒരിക്കലും പുറത്തു കാണിക്കുക പതിവില്ലല്ലോ.

അപ്പോൾ അവൾ പറഞ്ഞു: ഇത് ഒരു സാധാരണ ഇന്റർവ്യൂ ആണ്. ഇതിലെ കാര്യങ്ങൾ ലേഖന രൂപത്തിൽ പ്രസിദ്ധീകരിക്കാനോ അങ്ങനെ എനിക്ക് എന്റെ പത്രപ്രവർത്തന ജീവിതത്തിൽ ഒരു നാഴികക്കല്ലുണ്ടാക്കാനോ ഉദ്ദേശിച്ചല്ല ഞാൻ വന്നത്. മനുഷ്യനു മനുഷ്യനെ കാണാൻ കഴിയുമോ എന്നാണ് എനിക്കറിയേണ്ടത്. മനുഷ്യനേക്കുറിച്ച് മാത്രം പഠിച്ചവർക്ക് ആ കാര്യത്തിൽ വെളിച്ചം വീശാൻ കഴിഞ്ഞിട്ടില്ല. കാരണം അവർ മനുഷ്യരെക്കുറിച്ച് മാത്രമേ പഠിച്ചിട്ടുള്ളൂ. താങ്കളാണെങ്കിൽ ദൃശ്യലോകത്തെയും അദൃശ്യലോകത്തെയും കൈയിലെടുത്തിരിക്കുന്ന ആളാണല്ലോ. അതുകൊണ്ട് മനുഷ്യൻ എവിടെ നില്ക്കുന്നു, അവന്റെ അതിർവരമ്പ് അവൻ തന്നെ പടുത്തിട്ടുണ്ടോ എന്നൊക്കെ താങ്കൾക്കു പറയാൻ കഴിയും......

"എനിക്കു വേറെ ജോലിയുണ്ട്....." ഞാൻ കോപം നടിച്ചു. "നിങ്ങൾക്ക് ചോദിക്കാനുള്ളത് ചോദിച്ചോളൂ......"

അവൾ ചിരിച്ചു.

ആ ചിരി ഞാനിപ്പോഴും ഓർക്കുന്നു

ഞാൻ പറഞ്ഞു: എന്താണ് കേൾക്കട്ടെ.....

പദ്യം ചൊല്ലൽ മത്സരത്തിൽ പങ്കെടുക്കാൻ സ്റ്റേജിൽ കയറിയ ഒരു കൊച്ചുകുട്ടിയെപ്പോലെ അവൾ കണ്ഠശുദ്ധിവരുത്തി എന്നിട്ടു ചോദിച്ചു.

"താങ്കൾക്ക് പരാശ്രയം കൂടാതെ ജീവിക്കാൻ സാദ്ധ്യമാവുമോ?"

ഒരു ചുഴലിക്കാറ്റിൽ പെട്ടപോലെയായി ഞാൻ. മുപ്പത്തിയാറു വയസ്സു വരെ ലോകവും അധോലോകവും പഠിച്ച ഞാൻ എന്തുത്തരം പറയും? ഈ പെണ്ണ് എന്നെ തോല്പിക്കാൻ വന്നവളാണ്.

"ബാബുജി, ഞാൻ നാളെ വരാം. എനിക്ക് തിരക്കില്ല എളുപ്പമുള്ള കാര്യം പറയാനാണ് പ്രയാസം എന്നെനിക്കറിയാം........"

അവൾ പിന്നീട് ഒന്നും പറയാതെ എഴുന്നേറ്റുപോയി.

പിറ്റേന്നും അവൾ വന്നു. അന്നു ഞങ്ങൾ വേറെ ചില കാര്യങ്ങൾ സംസാരിച്ചു. പക്ഷേ അവൾ അവളുടെ ചോദ്യം ആവർത്തിച്ചില്ല. ഉത്തരം ആയോ എന്നു ചോദിച്ചുമില്ല.

അങ്ങനെ കുറെ ദിവസം അവൾ ഓഫീസിൽ വന്നു. എനിക്ക് ഒരു ജോലിയും ഒരോഫീസുമുണ്ടല്ലോ. ഈ വരവിലൊന്നും തന്നെ അവൾ ഉത്തരം ആയോ എന്ന കാര്യം തിരക്കിയില്ല. പക്ഷേ അവളുടെ ഓരോ വരവിലും ആ ചോദ്യം പൊട്ടാനിരിക്കുന്ന ഒരു ബോംബുപോലെ എന്റെ മുന്നിൽ പ്രത്യക്ഷപ്പെട്ടു. ഞാൻ പേടിസ്വപ്നങ്ങളാൽ വിരളാൻ തുടങ്ങി.

ക്രമേണ എനിക്കവൾ ഒരു ഭീഷണിയായി മാറി. അതോടൊപ്പം ഉള്ളിന്റെ ഉള്ളിൽ അവളോട് സ്നേഹവും. എന്നെക്കാൾ പന്ത്രണ്ടു വയസ്സു പ്രായം കുറഞ്ഞ അവളോട്, (കുട്ടിച്ചാത്തനാണ് അവളുടെ യഥാർത്ഥ വയസ്സ് എനിക്കു പറഞ്ഞുതന്നത്).

പിന്നീട് ഒരു ദിവസം ഓർക്കാപ്പുറത്ത് ഒരു നേരം അവൾ എന്റെ വീട്ടിൽ വന്നു. വളരെ പരിചയഭാവത്തിലാണ് അവൾ അവിടെ പെരുമാറിയത്. കോളിംഗ്ബെൽ അടിക്കാതെ അവൾ അടച്ച വാതിൽ തള്ളിത്തുറന്ന് അകത്തു കടന്നു.

പുസതകവും വായിച്ച് വെറും ഒരു മുണ്ടുമുടുത്തു കിടക്കുന്ന ഞാൻ എന്റെ മാറിലേക്കു നോക്കി. അവിടെ രോമത്തിന്റെ കാടാണ്. ഞാൻ ഒരു കുപ്പായമെടുത്തിട്ടു.

ഭാര്യയാൽ ഉപേക്ഷിക്കപ്പെട്ട എനിക്ക് അവൾ വീട്ടിൽ വന്നു കയറിയപ്പോൾ ആവേശമായി. ഞാൻ പുനർവിവാഹം ചെയ്തതായി എനിക്കു തോന്നി. അവളെ ചേർത്തു നിർത്തി ഉമ്മവെക്കാൻ കൊതിയായി. അപ്പോൾ

അദൃശ്യലോകത്തിലെ പ്രജകൾ എന്നെ വിലക്കി. കാമം നിങ്ങളുടെ തേജസ്സിനെ നശിപ്പിക്കും. കുട്ടിച്ചാത്തന്റെയും ചാമുണ്ഡിയുടെയും ഒറ്റമുലച്ചിയുടെയും ഭീഷണികൾ ഒപ്പം ഉയർന്നു.

"എന്തേ, എന്തു പറ്റി?..........."

എനിക്കൊന്നും പറയാൻ പറ്റിയില്ല. എനിക്കവളുടെ പേരുപോലും അറിയില്ല. അഞ്ചാറുതവണ എന്റെ ഓഫീസിൽ വന്നിട്ടും എന്റെ ജീവിതത്തിലാദ്യമായി, എന്നെ കുഴക്കിയ ചോദ്യം ചോദിച്ചിട്ടും ഞാൻ അവളുടെ പേരു ചോദിച്ചില്ല. പക്ഷേ അവളുടെ ഇടതു കാലിൽ പച്ച കുത്തിയതു കണ്ടു.

സുകുമാരി.

നല്ല പേര് "സു" എന്ന അക്ഷരം ഐശ്വര്യത്തിന്റെ ലക്ഷണമാണ്.

ഞാൻ അവളോടു ചോദിച്ചു

"നിങ്ങൾക്ക് അക്ഷരത്തിലെന്നപോലെ അക്കങ്ങളിലും വിശ്വാസമുണ്ടോ?"

"ഉണ്ട്, എന്റെ വീടിന് ഒരുനമ്പറുണ്ട്. പഠിക്കുന്ന കാലത്ത് ഓരോ ക്ലാസ്സിലും ഓരോ നമ്പറായിരുന്നു. പരീക്ഷകളിൽ പാസ്സായതും തോറ്റതുമെല്ലാം ഓരോ നമ്പറിലാണ്."

"ഏതാണ് നിങ്ങളുടെ ഭാഗ്യനമ്പർ?"

എനിക്കു ഭാഗ്യനമ്പറില്ല. ഓരോ നമ്പറിനെയും ഞാൻ ഭാഗ്യനമ്പറാക്കുകയാണ് പതിവ്. നക്ഷത്രങ്ങളെ വ്യതിചലിപ്പിച്ച് ജാതകം തിരുത്തുന്നതുപോലെ.....

"അതു വളരെ പ്രയാസമേറിയ സംഗതിയാണ്......." ഞാൻ ഏറെനേരം ആലോചിച്ചു. എന്നിട്ടവളോടു പറഞ്ഞു. "നിങ്ങളുടെ ഭാഗ്യനമ്പർ ഏഴാണ്. അക്കങ്ങൾകൊണ്ട് ഭാഗ്യംനേടിയ അവസരങ്ങൾ ഓർത്തുനോക്കൂ. ആ അക്ഷരങ്ങൾ കൂട്ടിക്കിട്ടുന്ന ഒറ്റസംഖ്യ ഏഴായിരിക്കും. ഏതായാലും ഏഴു വരുന്ന തീയതികളിൽ നിങ്ങൾക്കു ദുർമരണം സംഭവിക്കുകയില്ല അതായത് 7, 16, 25 എന്നീ തിയതികളിൽ."

ഏതോ ഒരു മായാവലയത്തിൽപെട്ട പോലെ അവൾ തളർന്നവശയായി. തിരിച്ചുപോവാനാവാത്തവിധം അവൾ എന്റെ വീട്ടിൽ തങ്ങി.

അന്നു രാത്രി അവളുടെ വലത്തേക്കവിളിൽ ഞാൻ ഉമ്മ വെച്ചു. അത് ഒരു 16-ാം തീയതിയായിരുന്നു.

പിറ്റേന്ന് അവൾ യാത്ര ചോദിച്ചപ്പോൾ ഞാൻ പറഞ്ഞു.

"കവിളിൽ ഉമ്മവച്ചതുകൊണ്ട് ഒരു സ്ത്രീക്ക് ഒന്നും നഷ്ടപ്പെടാനില്ല. കവിൾ നിഷ്ക്കളങ്കമായ സ്നേഹത്തിന്റെ ഇരിപ്പിടമാണ്. എന്നാൽ നിങ്ങളുടെ ചുണ്ടുകളെ നിങ്ങൾ സൂക്ഷിക്കണം. അതിൽ ഒരു പുരുഷന്റെ ചുണ്ടുകൾ പതിഞ്ഞാൽ എല്ലാം നഷ്ടപ്പെട്ടതുതന്നെ......"

ഞങ്ങൾ കൂടുതൽ അടുത്തുതുടങ്ങി. കനപ്പെട്ട കാര്യങ്ങൾ മാത്രമാണ് ഞങ്ങൾ പകൽ സമയങ്ങളിൽ കൈകാര്യം ചെയ്തത്.

വീണ്ടും ഒരു ദിവസം ഞങ്ങൾ രണ്ടുപേരും ഒരു കട്ടിലിൽ കിടപ്പായി. എന്നെ നിയന്ത്രിക്കുന്ന ചങ്ങലക്കണ്ണി എവിടെയോ മുറിഞ്ഞു.

ഞാൻ അവളുടെ ചുണ്ടുകൾ ആക്രമിക്കാൻ മുതിർന്നു. അപ്പോൾ അവൾ പറഞ്ഞു,

"എന്റെ ഉത്തരം തന്നിട്ടു മതി എന്നെ സ്വന്തമാക്കാൻ"

"ഏതുത്തരം?"

'ഇത്രവേഗം മറന്നുപോയോ? പരാശ്രയം കൂടാതെ ഈ ലോകത്ത് ജീവിക്കാൻ സാദ്ധ്യമാണോ എന്നു ചോദിച്ചത് മറന്നുപോയി അല്ലേ?'

എനിക്കു കലി കയറി. എന്റെ വിശ്വസങ്ങളിൽ എനിക്ക് അടിത്തറയുണ്ടായിരുന്നു. അന്നു രാത്രി ഞാൻ വേറൊരു കട്ടിലിൽ തനിച്ചു കിടന്നു.

പിറ്റേന്ന് അവൾ ഒരക്ഷരം ഉരിയാടാതെ വീടുവിട്ടിറങ്ങിയപ്പോൾ എനിക്ക് അവളെ തോല്പിക്കേണ്ട വാശിയാണ്. ഞാൻ എന്റെ പ്രജകളുമായി സമ്പർക്കം പുലർത്തി. കുട്ടിച്ചാത്തനും, ചാമുണ്ഡിയും ഒറ്റമുലച്ചിയും, രക്തരക്ഷസ്സും എന്റെ മുന്നിൽ വന്നിരിപ്പായി. ഞങ്ങൾ ദീർഘനേരം ചർച്ച ചെയ്തു. അവസാനം അവർ എനിക്കുറപ്പുതുന്നു.

സംഗതി നടക്കും

എനിക്കാശ്വാസമായി. ഞാൻ സുഖമായുറങ്ങി.

രണ്ടാം ദിവസം അവൾ വീട്ടിൽ വന്നു. ഞാൻ അവളെ കണ്ട ഉടനെ പറഞ്ഞു.

"അതെ"

അവൾ അന്തം വിട്ടു നിന്നു,

"നീ നിന്റെ ചോദ്യം മറന്നു പോയോ? പരാശ്രയം കൂടാതെ എനിക്കീ ലോകത്ത് ജീവിക്കാൻ കഴിയും?"

"ശരി"അവൾ പറഞ്ഞു., എന്താണ് തെളിവ്? ജീവിക്കുന്നത് എനിക്കു കാണിച്ചു തരൂ.

"രണ്ടു ദിവസം കഴിഞ്ഞു വരൂ" ഞാൻ പറഞ്ഞു.

അവൾ പോയി

പിന്നീടുള്ള രണ്ടു ദിവസങ്ങളും കുട്ടിച്ചാത്തന്റെ സേവയായിരുന്നു. അവൻ തീകൊണ്ടും തീട്ടംകൊണ്ടും കളിക്കും. രണ്ടും അവനറിയാം. കൊളുത്താനും കെടുത്താനും. അതിനിടയിൽ ഒറ്റമുലച്ചി വന്നു. പാലിന്റെ കാര്യം

അവളേറ്റു. വീട്ടിൽ പാൽ, തൈർ, വെണ്ണ, നെയ്യ്, മോര് ഇവ ഒരിക്കലും ഇല്ലാതിരിക്കില്ല. ഒരു പശുവോ ആടോ വളപ്പിൽ കയറില്ല. ആ കാര്യം ഞാനേറ്റു. ഒറ്റമുലച്ചി പറഞ്ഞു.

ചാമുണ്ഡി കള്ളന്മാരിൽ നിന്നും കൊലപാതകികളിൽ നിന്നും എന്നെ രക്ഷിക്കാമെന്നേറ്റു. കുട്ടിച്ചാത്തൻ തീട്ടം കൊണ്ടു വല്ലവ്യത്തികേടും കളിച്ചാൽ അതു വൃത്തിയാക്കേണ്ട കാര്യവും ചാമുണ്ഡിയേറ്റു.

എല്ലാ പ്രേതങ്ങളും വാഗ്ദത്തം തന്നു പോയതിനു ശേഷം കുട്ടിച്ചാത്തൻ വീണ്ടും വന്നു. അവനാണ് ശരിയായ സേവകൻ എന്ന് അന്നാണ് മനസ്സിലാക്കിയത്. കുട്ടിച്ചാത്തൻ പറയുകയാണ്

സ്വാമി വിഷമിക്കേണ്ട (കുട്ടിച്ചാത്തൻ എന്നെ എപ്പോഴും സ്വാമിയെന്നേ വിളിക്കാറുള്ളൂ) മുറിയിൽ നിന്നു പുറത്തിറങ്ങേണ്ട. അല്ലെങ്കിൽ കട്ടിലിൽ നിന്നും എഴുന്നേൽക്കേണ്ട . നേരം പുലരുമ്പോൾ സ്വാമി പറയണം.

ഒരു ചായ വരട്ടേ.

ഉടനെ മേശയിൽ ചായയെത്തും.

കുളിക്കാൻ വെള്ളം, സ്വാമി പറയണം.

ഉടനെ കുളിമുറിയിൽ വെള്ളവും സോപ്പും തോർത്തും റെഡിയാകും.

ചുരുക്കി പറഞ്ഞാൽ ഏതു വസ്തുവാണോ അതിന്റെ പേരു സ്വാമി വിളിച്ചാൽ മതി.

പിറ്റേന്നു ഞാൻ പരീക്ഷണം ആരംഭിച്ചു. എല്ലാം പറഞ്ഞപോലെ.

ചായ, സിഗററ്റ്, കുളിക്കാൻ വെള്ളം, ഊണ്, സോഡ, മരുന്ന്, പടക്കം, പേന, എന്നുവേണ്ട എന്തിന്റെ പേരു വിളിച്ചാലും വസ്തു ഉടനെ മുറിയിലേക്കു വരികയായി.

പിറ്റേന്ന് അവൾ, സുകുമാരി വീട്ടിൽ വന്നു.

അപ്പോൾ ഞാൻ പറഞ്ഞു. എനിക്ക് എല്ലാം സാധിച്ചു. പരാശ്രയം കൂടാതെ ഇനി ഞാൻ ജീവിക്കും.

അവൾ തളർന്നിരുന്നുപോയി. എന്റെ ഭാവം അത്രയും ശാന്തമായിരുന്നു. ഞാൻ കിടക്കുന്ന കട്ടിലിൽ നിന്ന് ആറേഴുവാര അകലെ ഒരു കസേരയിൽ അവളിരുന്നു.

അപ്പോൾ ഞാൻ പറഞ്ഞു.

"സുകുമാരിക്ക് ഒരു ചായ...."

സുകുമാരി ഇരിക്കുന്ന കസേരയുടെ മുന്നിൽ ആദ്യം ഒരു ടീപ്പോയി വന്നു. പിന്നെ അതിന്മേൽ ഒരു കപ്പ് ചായ.

"കുടിക്ക്......"

ഞാൻ പറഞ്ഞു. എന്റെ ജീവിതാഭിലാഷം നിറവേറ്റിയതു സുകുമാരി കണ്ടു. ഇനി എനിക്കവളുടെ ചുണ്ടിൽ ഉമ്മവെക്കാം.

"കുടിക്ക് ചായ കുടിക്ക്......." ഞാൻ കിടന്ന കിടപ്പിൽ നിന്ന് സ്നേഹ പൂർവ്വം അവളോടു പറഞ്ഞു.

സുകുമാരിയുടെ മുഖം വിളറാൻ തുടങ്ങി. അവളുടെ കണ്ണുകളിൽ ഭീതി യുടെ നിഴലുകൾ വീഴുകയാണ്. രംഗം സജീവമാക്കാനായി പിന്നെ എന്റെ ശ്രമം.

സുകുമാരിക്ക് ഒരു വൈരമോതിരം.......

പെട്ടെന്നു മുറിയിൽ പ്രകാശം പരന്നു. ഏതോ ദൈവദൂതന്മാർ വന്നു പെട്ടപോലെ.

ഞാൻ പറഞ്ഞു. "അത് എന്റെ കൈയിൽ വരട്ടെ."

ഞാൻ കൈനീട്ടേണ്ട താമസം വൈരമോതിരം എന്റെ വലത്തേ ഉള്ളം കൈയിൽ വന്നുവീണു.

സുകുമാരി കസേരയിൽ നിന്നെഴുന്നേറ്റു ചുറ്റും പേടിയോടെ നോക്കി. അവളുടെ ഉടുപടങ്ങൾ വിയർപ്പിൽ ഒട്ടുകയാണ്.

ഞാൻ പറഞ്ഞു.

"സുകുമാരി, എന്റെ സുകുമാരീ. ഞാൻ നിനക്കുവേണ്ടി വിജയിച്ചിരി ക്കുന്നു." എനിക്കു സന്തോഷമായി. ഞാൻ അവളെ വീണ്ടും വിളിച്ചു.

"വരൂ ഈ മോതിരം ഞാൻ നിന്റെ വിരലിലിടട്ടെ."

സുകുമാരി പുറത്തേക്കുള്ള വഴിയിലേക്കു നോക്കി,

കട്ടിലിൽ കിടന്നുകൊണ്ട് ഞാൻ വീണ്ടും വിളിച്ചു,

"സുകുമാരി, ഇവിടെ വരൂ. ഈ മോതിരം ഏറ്റുവാങ്ങൂ."

അവൾ തളർന്നവശയായിരിക്കുന്നു. കിതക്കുന്നതിനിടയിൽ അവൾ പറയുകയാണ്.

"ഞാൻ പോവുകയാണ്. എനിക്കു പേടിയാകുന്നു."

അവൾ എഴുന്നേറ്റു പുറത്തേക്കുള്ള വാതിലിന്നടുത്തേക്കു നടന്നു.

ഞാൻ വിളിച്ചു. "സുകുമാരി, സുകുമാരി........"

അവൾ പുറത്തേക്കുള്ള വാതിലിലൂടെ രക്ഷപ്പെടുന്നത് ഞാൻ കണ്ടു. കണ്ണിൽ നിന്നു മറയുന്നതുവരെ ഞാൻ അവളുടെ പേർ വിളിച്ചുകൊണ്ടേ യിരുന്നു.

പക്ഷേ അവൾ വന്നില്ല.

■

ജലപ്രസാദം

കർക്കടകക്കാലമായതിനാൽ വെള്ളച്ചാട്ടം കാണാൻ പോകുന്നതിൽ നിന്നും എല്ലാവരും എന്നെ പിന്തിരിപ്പിച്ചു. ഭയങ്കരമായ നീരൊഴുക്കായിരിക്കും. പാറകൾ വഴുവഴുക്കും. കാലൊന്നിടറിയാൽ മതി പിന്നെ കടലിൽ തപ്പേണ്ടി വരും. അങ്ങനെ മുന്നറിയിപ്പുകളുടെ ഒരു ഘോഷയാത്ര.

അപൂർവസുന്ദരമായ ഈ വെള്ളച്ചാട്ടം കാണാൻ എനിക്ക് അവസരം കിട്ടിയത് ഈ കള്ളക്കർക്കടകത്തിലാണ്. നിർഭാഗ്യം എന്നല്ലാതെ എന്തു പറയാൻ, പക്ഷേ, അവസരം ഉപയോഗിക്കുക എന്നതാണ് എന്റെ മതം.

കൂടെ വരാൻ ഞാൻ പലരേയും നിർബന്ധിച്ചു. സ്നേഹംകൊണ്ട് അവരെ വീർപ്പുമുട്ടിച്ചു. ചുംബനങ്ങൾകൊണ്ട് അവരെ പൊതിഞ്ഞു. പക്ഷേ, ആരും ഇളകിയില്ല. എല്ലാവരും മൂടിപ്പുതച്ച് മയങ്ങുകയാണ്.

മൂടിക്കെട്ടിയ ആകാശത്തിനു ചുവട്ടിൽ തകരച്ചെണ്ട മുട്ടിക്കൊണ്ട് പെയ്തിറങ്ങുന്ന മഴയിൽ ഞാൻ പാറപ്പുറത്തേക്കു കയറി. മലമുകളിൽനിന്ന് സ്ഫടികഗോളങ്ങൾ പൊട്ടിച്ചിതറിയപോലെ വെള്ളത്തിന്റെ തീനാമ്പുകൾ കുതിച്ച് കുതിച്ച് താഴോട്ടു പതിക്കുകയാണ്. ഇരുണ്ട നദിയും ഇടതൂർന്ന കാടും കറുത്തിരുണ്ട ആകാശവും എന്നെ ഒട്ടും പേടിപ്പെടുത്തിയില്ല. കാരണം വന്യതയെ അത്രമാത്രം ഞാൻ ഇഷ്ടപ്പെടുന്നു.

നൂറുനാഴിക ചുറ്റളവിൽ ഒരു മനുഷ്യജീവിയില്ല. കാടിനപ്പുറത്ത് മഴയിൽ നനഞ്ഞൊലിച്ച പുൽമേടുകൾ. അവ നീണ്ടു നീണ്ട് കിടക്കുകയാണ്.

മഴയ്ക്ക് ശക്തി കൂടി. എന്റെ കോട്ടും തൊപ്പിയും കാറ്റിൽ സ്ഥാനം തെറ്റാൻ തുടങ്ങി. ഒരു പാറപ്പുറത്തുനിന്ന് മറ്റേ പാറപ്പുറത്തേക്കു കാലെടുത്തു വച്ചതും ഞാൻ നദിയിലേക്കു വീണു.

പിന്നെ ഒന്നും ഓർമ്മയില്ല. ഞാൻ ആഴങ്ങളിലേക്ക് ആഴങ്ങളിലേക്ക് ഊർന്നിറങ്ങുകയാണ്. കണ്ണുകൾ അഞ്ചിപ്പോയെങ്കിലും തലച്ചോറിൽ സപ്ത വർണങ്ങൾ തെളിഞ്ഞു. നാസാരന്ധ്രങ്ങൾ അടഞ്ഞുപോയെങ്കിലും ശ്വാസ കോശങ്ങൾ പുളകം കൊണ്ടു. ഹൃദയം അതിന്റെ താളം വർധിപ്പിച്ചു.

അതെ, ഞാൻ ആസന്നമരണത്തിലേക്ക്....

ഊർന്നുകൊണ്ട് ഊളിയിട്ടുകൊണ്ട് താഴെ താഴെ പാതാളത്തിലേക്ക് ഒഴുകുകയാണ്. ശ്വാസം പൂർണമായും നിലച്ചു.

ഒരു നിലവിളിയോടെ ഞാൻ ഉണർന്നു.

ഞാൻ വിയർത്തു കുളിച്ചിരിക്കുന്നു.

വേനലിന്റെ അവസാനനാളുകളാണ്. നാല്പത്തെട്ട് ഡിഗ്രിയിൽ ലോകം ചുട്ടു തപിക്കുന്ന കാലം.

കണ്ണു തിരുമ്മി, പുതപ്പ് മാറ്റിവച്ച് ഞാൻ എഴുന്നേറ്റു. അപ്പോഴാണ് വെളുത്ത കിടക്കവിരിപ്പിൽ ഞാനത് കണ്ടത്. ഓ നീ സമയം തെറ്റിച്ചുകൊണ്ട് ഈ മാസം എന്നെ ചതിച്ചു, അല്ലേ. സാരമില്ല. ഏതായാലും മാസത്തിൽ ഒരു തവണ നീ വരുമല്ലോ.

കണ്ണാടിയിൽ മുടി കോതി മിനുക്കിക്കെട്ടിയശേഷം ഉള്ളംകൈകൾ തിരുമ്മി ഞാൻ മുഖം ചൂടാക്കി. കണ്ണുകൾ വീർത്തിരിക്കുന്നു. കവിളുകൾ ചുവന്ന് തുടുത്തിരിക്കുന്നു.

ദേഹത്തോടൊട്ടിക്കിടക്കുന്ന അടിവസ്ത്രങ്ങൾ ഒന്നൊന്നായി അഴിച്ച് മാറ്റി ഞാൻ കുളിമുറിയിലേക്കു കടന്നു. കഷ്ടമെന്നല്ലാതെ എന്തുപറയാൻ. ഒരു തുള്ളി വെള്ളമില്ല. ബക്കറ്റ് തലേദിവസം നിറച്ചു വയ്ക്കാൻ മറന്നു പോയിരിക്കുന്നു. ടാപ്പിൽ നിന്ന് അപ്പോഴും നിർദയമായ മുക്കലും മൂളലും ചീറ്റലും വന്നുകൊണ്ടിരുന്നു.

വിയർത്തു നനഞ്ഞ അതേ വസ്ത്രങ്ങൾ തന്നെ വീണ്ടും എടുത്ത ണിഞ്ഞു. താഴെ വീട്ടുടമയുടെ കുളിമുറിയിൽ വെള്ളം കാണും. അവിടെ ചെന്നപ്പോൾ അവർ കൈമലർത്തുകയാണ്. കണ്ണിലിറ്റിക്കാൻപോലും ഒരു തുള്ളി വെള്ളമില്ലത്രേ.

നനഞ്ഞ ശരീരവും മുഷിഞ്ഞ മനസ്സുമായി ഞാൻ റോഡിലിറങ്ങി സൂര്യൻ ഉദിച്ചുയർന്നിരിക്കുന്നു. പുലർകാലത്തുതന്നെ കത്തിയെരിയുക യാണ്. രശ്മികൾ എക്സ്-റേ പോലെ ദേഹത്തേക്കു തുളച്ചുകയറിക്കൊണ്ടി രുന്നു. ഇലകൾ കൊഴിഞ്ഞ മരങ്ങൾക്കിടയിലൂടെ നടക്കാൻ തുടങ്ങി. കാട്ടുതീ പിടിപെട്ടപോലെ പുല്ലുകൾ ഉണങ്ങിക്കരിഞ്ഞിരിക്കുന്നു.

ചെറുങ്ങനെ കാറ്റ് വീശി. പൊടിപടലങ്ങൾ ഉയർന്നു. ഉണങ്ങിയ മര ക്കൊമ്പിലിരുന്നുകൊണ്ട് ഒരു കാക്ക കരയുകയാണ്. ദാഹിച്ചിട്ടുതന്നെ യാവണം അത് കരയുന്നത്. കൊടിയ വേനലും വറ്റിയ കുളങ്ങളും കാക്കയെ തികച്ചും അവശനാക്കിയിരിക്കുന്നു.

വിജനമായ പാതയിലൂടെ ഞാൻ നടക്കാൻ തുടങ്ങി.

എത്ര ദൂരം നടന്നുവെന്ന് ഓർമ്മയില്ല.

സുമിത്രേ, നീ എങ്ങോട്ടു പോകുന്നു. റോഡരികിലുള്ള വീട്ടിൽനിന്നാണ് ശബ്ദം കേട്ടത്. ഒരു ചെറുപ്പക്കാരൻ മുറ്റത്തെ കിണറിൽ നിന്ന് വെള്ളം കോരുന്നത് നിർത്തിവച്ച് എന്നെ വിളിക്കുകയാണ്.

"സുമിത്രേ ഇങ്ങോട്ടു വരൂ."

എനിക്ക് ആളിനെ പിടികിട്ടിയില്ല. കണ്ടു പരിചയമുള്ള മുഖം പക്ഷേ, മനസ്സിലാകുന്നില്ലല്ലോ.

ഗേറ്റ് കടന്നു ഞാൻ മുറ്റത്തേക്കിറങ്ങിച്ചെന്നു.

ആഴമുള്ള കിണറിൽ നിന്ന് അയാൾ വെള്ളം കോരുകയാണ്. ചെമ്പിലും ബക്കറ്റിലും കുടത്തിലും വെള്ളം നിറച്ചുവച്ചിരിക്കുന്നു. എന്റെ ഉള്ളം കുളിർത്തു. മനസ്സ് തളിർത്തു.

ഒരു കുടം വെള്ളം അപ്പാടെ പൊക്കിയെടുത്ത് എന്റെ തലയിലൂടെ ഒഴിക്കാൻ ഞാൻ കൊതിച്ചു. എന്റെ കൈകൾ തരിച്ചു.

ഞാൻ അയാളുടെ നേരെ നോക്കി.

"എന്നെ മനസ്സിലായില്ലേ. ഞാൻ ബാലചന്ദ്രൻ. നമ്മൾ ഒരേ കോളേജിൽ പഠിച്ചത് സുമിത്രേ നീ ഓർക്കുന്നില്ലേ." ചെറുപ്പക്കാരൻ തോർത്തിൽ കൈ തുടച്ചുകൊണ്ട് പറഞ്ഞു. "ഞാൻ ഇക്കണോമിക്സ് ആയിരുന്നു. സുമിത്ര ബോട്ടണിയും."

ചെറുപ്പക്കാരൻ ചിരിച്ചപ്പോൾ, നുണക്കുഴികൾ പ്രത്യക്ഷപ്പെട്ടപ്പോൾ എനിക്ക് ആളെ പിടികിട്ടി.

"ഹൊ. ബാലചന്ദ്രൻ. ഫൈൻ ആർട്സ് ബാലചന്ദ്രൻ."

ബാലചന്ദ്രൻ ഫൈൻ ആർട്സ് സെക്രട്ടറിയായിരുന്നു. നല്ല ചിത്രകാരൻ. നന്നായി പാടും. പ്രസംഗിക്കും.

"നീ ഇത്ര വേഗം എന്നെ മറന്നോ സുമിത്രേ? ബാലചന്ദ്രൻ ചോദിച്ചു.

ആ ചോദ്യം ശ്രദ്ധിക്കാതെ ഞാൻ കിണറ്റിന്നരികിലേക്കു നീങ്ങി. കിണറിന്റെ ആൾമറയിൽ കൈ താങ്ങിക്കൊണ്ട് ഞാൻ കിണറ്റിലേക്കു നോക്കി. വളരെ ആഴത്തിലാണെങ്കിലും തെളിഞ്ഞ വെള്ളത്തിൽ എന്റെ മുഖം പ്രതിഫലിച്ചു. പണ്ട് സിംഹത്തിന്റെ മുഖം പ്രതിഫലിച്ചതുപോലെ. ഒന്നു ചാടിയാലോ? ഒരു നിമിഷം അങ്ങനെ ചിന്തിച്ചു. മുങ്ങിക്കുളിച്ചു കയറാമായിരുന്നു.

"സുമിത്രേ നീ എന്താണ് ആലോചിക്കുന്നത്?" ബാലചന്ദ്രൻ ചോദിച്ചു. വരൂ അകത്തേക്കു പോകാം."

അതൊരു ചെറിയ വീടാണ്. രണ്ട് മുറികളും ഒരു സ്റ്റഡീ റൂമും. പക്ഷേ, ചെറുതാണെങ്കിലും വീടിനകം മുഴുവനും അലങ്കോലപ്പെട്ടിരിക്കുന്നു. ബുക്ക്ഷെൽഫിൽ പുസ്തകങ്ങൾ താറുമാറായി അടുക്കും ചിട്ടയുമില്ലാതെ കിടക്കുന്നു. തലയണകൾ തലങ്ങും വിലങ്ങുമായി കിടക്കുന്നു. ഡൈനിങ്ങ് ടേബിളിൽ തലേന്നു രാത്രിയിലെ ഒഴിഞ്ഞ ഗ്ലാസ്സും പ്ലേറ്റുകളും മാറ്റിയിട്ടില്ല. പകുതിയാക്കിയ ചായക്കോപ്പ അതുപോലെ കിടക്കുന്നു. ഷോകെയ്സ് പൊടികൊണ്ടു നിറഞ്ഞിരിക്കുന്നു.

ചായയുണ്ടാക്കാനായി ബാലചന്ദ്രൻ അടുക്കളയിലേക്കു പോയി.

ഞാൻ മുറി വൃത്തിയാക്കാൻ തുടങ്ങി. ആദ്യം ടീപ്പോയിയും സോഫയും കൃത്യമായി പിടിച്ചു നീക്കിയിട്ടു. പൊടി തട്ടി പുസ്തകങ്ങളെല്ലാം അടുക്കി വച്ചു. ഷോകെയ്സ് തുറന്ന് കൗതുകവസ്തുക്കളെല്ലാം പുറത്തെടുത്തു തുടച്ചു വൃത്തിയാക്കി. ഡൈനിങ്ങ് ടേബിളിൽ നിന്നും ഗ്ലാസ്സും പ്ലേറ്റുകളും മാറ്റി അടുക്കളയിലേക്കു കൊണ്ടുപോയി വച്ചു. ചൂലെടുത്ത് തറ അടിച്ചു വാരി. ബക്കറ്റിൽ വെള്ളമെടുത്ത് നിലം തുടച്ച് വൃത്തിയാക്കി.

“ചായ തണുത്തുപോയല്ലോ. ഞാൻ ചൂടാക്കിക്കൊണ്ടു വരട്ടെ” ബാലചന്ദ്രൻ ചോദിച്ചു.

“എനിക്ക് ചായ വേണ്ട. അല്ലെങ്കിൽത്തന്നെ വിയർത്തു കുളിച്ചിരിക്കുന്നു” ഞാൻ പറഞ്ഞു.

കിണറിനോടു ചേർന്നുതന്നെയാണ് കുളിമുറി. കിണറ്റിലാണെങ്കിൽ സമൃദ്ധിയായി വെള്ളവും.

വസ്ത്രങ്ങളെല്ലാം ഊരിയെറിഞ്ഞ്, കുളിമുറിയിലേക്ക് ഓടിക്കയറി ധാര ധാരയായി വെള്ളം കോരിയൊഴിക്കാൻ എന്റെ ഉള്ളം പിടഞ്ഞു. എനിക്കതിനാവുന്നില്ല. അവിവാഹിതനായ അന്യപുരുഷന്റെ വീട്ടിൽ പകൽ സമയത്ത് ഒരു യുവതി കയറിച്ചെന്ന് കുളിക്കുക.

കുളിക്കാൻ ഒരു പോംവഴിയെന്ന നിലയ്ക്ക് വീട് വൃത്തിയാക്കിയതെല്ലാം വൃഥാവിലായി.

കുറെനേരം കൂടി ഞങ്ങൾ വർത്തമാനം പറഞ്ഞിരുന്നു. പിന്നെ ഞാൻ യാത്ര ചോദിച്ചിറങ്ങി.

ഞാൻ പടിഞ്ഞാറോട്ടേക്കു നടന്നു.

പൈപ്പിന്നരികിൽ സ്ത്രീകൾ വരിവരിയായി ബക്കറ്റും തൊട്ടിയുമായി നില്ക്കുകയാണ്. പൈപ്പിൽനിന്ന് സമൃദ്ധമായി വെള്ളം വരുന്നുണ്ട്. വൃദ്ധനായ ഒരു തമിഴൻ അല്പം അകലെ നിറച്ച തൊട്ടിയുടെ അരികിലിരുന്ന് കുളിക്കുകയാണ്.

പടിഞ്ഞാറു നിന്ന് കാറ്റടിച്ചു വരുന്നുണ്ട്. കടൽക്കാറ്റാണ്. ഉപ്പുരസം കലർന്ന നേർത്ത കുളിരുള്ള കാറ്റ്. മത്സ്യം കയറ്റിയ ഒന്നുരണ്ട് ലോറികൾ കടന്നുപോയി. ലോറികളിൽ നിന്ന് ഐസുകട്ടകൾ ഉരുകിയ വെള്ളം റോഡ് നീളെ ഒഴുകുകയാണ്.

പുഴക്കരയിലൂടെ ഞാൻ നടന്നു. അഴിമുഖം അടുക്കാറായതിനാൽ പുഴയിൽ ധാരാളം വെള്ളമുണ്ടായിരുന്നു, ആ പുഴവെള്ളത്തിൽ ചാടാൻ ഞാൻ കൊതിച്ചു. പുഴക്കരയിൽ പൂഴി കയറ്റാൻ വന്ന ലോറിയും തൊഴിലാളികളുമുണ്ട്.

ഞാൻ കടൽക്കരയിലേക്കു നടന്നു. കടലും പുഴയും സംഗമിക്കുകയാണ്. കാമുകീ കാമുകന്മാരെപ്പോലെ കടലും പുഴയും ഏറ്റുമുട്ടി. തലതല്ലിച്ചിരിച്ചാർത്തു.

എന്റെ സാരി പിടിച്ചാൽ കിട്ടാത്തവണ്ണം കാറ്റിൽ പാറിക്കൊണ്ടിരുന്നു. അടിവസ്ത്രങ്ങൾ ഒട്ടുന്നു. സാരി കാറ്റിലുലയുന്നു.

പൊക്കമുള്ള ഒരു പാറക്കെട്ടിന്റെ മൂലയിൽ ഞാനിരുന്നു. വസ്ത്രത്തെ ഞാൻ ഒതുക്കി നിർത്തി,

കാലത്തേയും കാലാവസ്ഥയേയും വെല്ലുവിളിച്ചുകൊണ്ട് നില്ക്കുന്ന കൂറ്റൻ പാറക്കെട്ടിനെ ഞാൻ സാകൂതം നോക്കിനടന്നു.

കാറ്റിന്റെ കാഠിന്യത്തെ അവഗണിച്ചുകൊണ്ട് നിറകണ്ണുകളോടെ ഞാൻ കടലിനെ നോക്കിക്കൊണ്ട് നിന്നു.

നടന്നതെന്താണെന്ന് സത്യത്തിൽ എനിക്കറിയില്ല. കാണുന്ന ദിക്കിലെല്ലാം വെള്ളം എനിക്കു ചുറ്റും വെള്ളം.

പക്ഷേ, എന്റെ അത്യാവശ്യത്തിന് എനിക്കത് ഉപയോഗിക്കാൻ കഴിയുന്നില്ലല്ലോ.

■

കണ്ണുതുറക്കാത്ത സ്വപ്നങ്ങൾ

സുൽത്താൻ ബത്തേരിയിൽനിന്ന് ചീരാലിലേക്ക് ഓട്ടം പോകുന്ന ബസ് മുസ്ലിയാരെ തൊട്ടുതൊട്ടില്ല എന്ന മട്ടിൽ കടന്നുപോയി. എന്തോ ചിന്തിച്ചു നടക്കുകയായിരുന്ന മുസ്ലിയാർ പൊടുന്നനേ ഞെട്ടി. കിളി തലപുറത്തേക്കിട്ടു പറയാൻ കൊള്ളാത്ത വാക്കുകൾ മുസ്ലിയാരോടു വിളിച്ചുപറഞ്ഞു. ചെവിക്കുള്ളിൽ ഈയം ഉരുക്കി ഒഴിച്ചിട്ടുണ്ടോ എന്നു ചോദിച്ച മര്യാദ വാക്കുകൾ മുസ്ലിയാർ സ്വയം ഉരുവിട്ടു, അപ്പോഴാണ് താൻ അരികിലൂടെയല്ല റോഡിലൂടെയാണ് നടക്കുന്നതെന്നു മുസ്ലിയാർക്കു ബോധ്യപ്പെട്ടത്. അല്ലെങ്കിൽത്തന്നെ ഈയിടെയായി ചെവി ഇത്തിരി കുറവാണ്.

പൊടിപറത്തിക്കൊണ്ട് ഓടിയ ബസ് വളവിലേക്കു തിരിഞ്ഞു മറഞ്ഞു പരിസരബോധം ഉറപ്പിച്ചുകൊണ്ട് മുസ്ലിയാർ ഓരം ചേർന്നു നടന്നുതുടങ്ങി.

പിന്നിൽനിന്ന് മണിയൊച്ച കേട്ടു. സൈക്കിളിന്റെ പിന്നിൽ കുത്തനെ നിറുത്തിയ രണ്ട് അലുമിനിയപ്പാത്രങ്ങളിൽ നിറച്ച പാലുമായി ഗോപാലൻകുട്ടി ഓടുകയാണ്.

"മുസ്ലിയാരേ, ഇന്ന്, സഞ്ചി നിറയെ സാധനങ്ങളുണ്ടല്ലോ. നല്ല കോളായിരിക്കും, അല്ലേ?" പരിഹസിച്ചുകൊണ്ട് ഗോപാലൻകുട്ടി പറഞ്ഞു.

ശരിയാണ്, മുസ്ലിയാർ ഇന്ന് എല്ലാ സാധനസാമഗ്രികളും സഞ്ചിയിൽ നിറച്ചുവച്ചിട്ടുണ്ട്. ഇന്ന് എന്തെങ്കിലും വിറ്റുപോകും. തീർച്ച. കാരണം മരം പിടിക്കാൻ പോകുന്ന ആനയെയാണ് ഇന്ന് കണികണ്ടത്. മാത്രമല്ല വീട്ടിൽ അരിതീർന്ന ദിവസവും കൂടിയാണ്.

സഞ്ചിയിൽ 'ജീപ്പ്' , 'എവറഡി' ടോർച്ചുകളുടെ സ്പെയർപാർട്സുകൾ അശോക പേനയുടെ നിബ്ബും കട്ടയും, ചീർപ്പ്, ഈരിയേലി, സുറുമ, സുറുമക്കോൽ, ഊതുബത്തി, ഊതിന്റെ അത്തർ, രണ്ടുകൂട്ടം മെതിയടി, മർമ്മാണിത്തൈലം, തുടങ്ങിയതെല്ലാമുണ്ട്. ഇതിനെയെല്ലാം വെല്ലുന്ന കൊച്ചു വായനശാലയുണ്ട്. കുറച്ച് പഴകിയ പുസ്തകങ്ങൾ.

യാസീൻ കുർറാസ്, പത്തുവക ഏടുകൾ, മൊയ്തീൻമാല, കെഞ്ചിൽ അർഷ്, ഹുസുനുൽ ജമാലും ബദൽ മുനീറും

തണുപ്പുകാലമാണ്. വെയിലിനു കൂടി തണുപ്പുണ്ട്. എന്നിട്ടും കുറെ നടന്നപ്പോൾ മുസ്ലിയാർ വിയർത്തു.

പാൽസൊസൈറ്റിയുടെ മുന്നിലെത്തിയപ്പോൾ സഞ്ചി താഴെവച്ച്, തലേക്കെട്ട് അഴിച്ച്, മുസ്ലിയാർ മുഖവും കഴുത്തും തുടച്ചു. പാൽഡബ്ബകളുമായി ആൾക്കാർ ക്യൂ നില്ക്കുന്നുണ്ട്. ജീവനക്കാരൻ ലാക്റ്റോമീറ്റർ ഉപയോഗിച്ച് പാലിന്റെ പനിയളന്നശേഷം വലിയ ജാറിലേക്ക് ഒഴിക്കുന്നു. എല്ലാ പശുവിന്റെയും പാൽ ഒരുമിക്കുന്നു. ഒന്നാകുന്നു. തന്റെ യൗവനംവരെ വെളുപ്പിക്കാത്ത ചായ കുടിച്ച ഓർമ്മ മുസ്ലിയാർക്കു തികട്ടിവന്നു.

സൊസൈറ്റിയുടെ പിന്നിലൂടെ പോകുന്ന ഊടുവഴിയിലിറങ്ങി മുസ്ലിയാർ കാപ്പിത്തോട്ടത്തിലേക്കു കയറി. കാപ്പി പൂത്തിരിക്കുകയാണ്. വെളുത്ത പൂക്കൾക്കൊണ്ട് മേലാട കെട്ടിയ കാപ്പിച്ചെടികളുടെ സമൃദ്ധിയിലൂടെ മുസ്ലിയാർ നടന്നു. കാപ്പിപ്പൂമണം ചുറ്റും പരന്നു. അത് മുസ്ലിയാരെ മത്തുപിടിപ്പിച്ചു. പെണ്ണിന് വയസ്സറിയിക്കുന്നതുപോലെ ഒരു സുപ്രഭാതത്തിലാണ് കാപ്പിച്ചെടികൾ പൂക്കുക. മുസ്ലിയാർ ഓർത്തു.

കുപ്പത്തോട് നായരുടെ തോട്ടമാണ്. വലിയ പ്രതാപികൾ. പഴശ്ശിയുടെ സഹചാരികൾ. പഴശ്ശിയുടെ പടയോട്ടവും അന്നേരം മുസ്ലിയാരുടെ നിനവിൽ വന്നു.

തോട്ടത്തിന് നടുവിലുള്ള വീട്ടുമുറ്റത്ത് മുസ്ലിയാർ നിന്നു. കെട്ടിയിട്ട വളർത്തുനായ കുരച്ചു. കോലായയുടെ ഓരത്തിരിക്കുന്ന വലിയമ്മ തലയുയർത്തി, അവർ ലളിതാസഹസ്രനാമം വായിക്കുകയാണ്. വീടിനകത്തുനിന്ന് റോഡിയോ ഗാനങ്ങളും കേൾക്കുന്നുണ്ട്.

“ടോർച്ച് നന്നാക്കാനുണ്ടോ?” മുസ്ലിയാർ ആരോടെന്നില്ലാതെ ചോദിച്ചു. അയാൾ ‘ജീപ്പും’ ‘എവറെഡി’ യും പുറത്തെടുത്തു.

“അയ്യോ മുസ്ലിയാരേ ഞങ്ങൾക്കു പുതിയ ടോർച്ച് കിട്ടി. അതിനു ബേറ്ററി വേണ്ട. ചുവരിൽ കുത്തിയിട്ടാൽ മതി. ശ്ലി കരണ്ട് ചെലവാകും അത്രമാത്രം.”

“കുട്ടികളുടെ പെന്ന് നന്നാക്കാനുണ്ടോ?” കൊച്ചളുക്കിൽ നിന്നു മുസ്ലിയാർ നിബ്ബും കട്ടയും പുറത്തെടുത്തു.

“എന്തിനാ മുസ്ലിയാരേ പെൺകുട്ടികളുടെ പാവടയിൽ മഷിയാക്കുന്നത്? കുട്ടികളുണ്ടോ മഷിക്കുപ്പി തൊടുന്നു? നട്ടെല്ലിലൂടെ കട്ടി മഷിയിറങ്ങി വരുന്ന പ്ലാസ്റ്റിക് പെന്നുകളല്ലേ കുട്ടികൾ സ്കൂളിൽ കൊണ്ടോണത്.”

വലിയമ്മ ലളിതാസഹസ്രനാമത്തിലേക്കു തലകുനിച്ചു, മുസ്ലിയാർ പടിയിറങ്ങി.

കുഞ്ഞാമിനയുമ്മയുടെ വീട് ലക്ഷ്യം വച്ച് മുസ്ലിയാർ വയലിലേക്കിറങ്ങി. വയൽനിറയെ വാഴകൾ കുലച്ചുനില്ക്കുന്നു. വാഴത്തോപ്പിലൂടെ നടക്കുമ്പോൾ ഇംഗ്ലീഷ് വളത്തിന്റെ ഗന്ധം മുസ്ലിയാരുടെ നാസാരന്ധ്രങ്ങളെ വിരട്ടി. നെടുവരമ്പിലേക്കിറങ്ങിയപ്പോൾ വരമ്പുകൾക്കിടയിൽ ബൈത്തു ചൊല്ലിക്കൊണ്ട് ഒഴുകുന്ന നീർച്ചാലുകൾ.

പതച്ചു പൊങ്ങിനില്ക്കുന്ന തവളമുട്ടകൾ. അത്താഴം മുടക്കുന്ന മരു നീർക്കോലി മുസ്‌ലിയാരുടെ കാലടികൾക്കിടയിലൂടെ ഊളിയിട്ട് പാഞ്ഞു.

കുഞ്ഞാമിനയുമ്മയുടെ വീട് പുതുക്കിപ്പണിതിരിക്കുന്നു. മകൻ ദുബൈയിലാണ്. മുസ്‌ലിയാർ ചുമച്ച് ആൾപ്രവേശം അറിയിച്ചു.. അതുകേട്ട് കുഞ്ഞാമിനയുമ്മ നിസ്ക്കാരക്കുപ്പായത്തോടെ പുറത്തേക്കുവന്നു. പിന്നിൽ തല മറയ്ക്കാത്ത മുതിർന്ന പെൺകുട്ടിയും.

"തലയിൽ തട്ടമിടടീ മുനീറ."കുഞ്ഞാമിനയുമ്മ ശാസിച്ചു.

മുസ്‌ലിയാർ കാലും മുഖവും കഴുകി വരാന്തയിലെ സോഫയിൽ കയറിയിരുന്നു. 'കണ്ടിറ്റ് കൊറച്ചായല്ലോ.' കുഞ്ഞാമിനയുമ്മ കുശലം പറഞ്ഞു. 'കച്ചവടമെല്ലാം മോശം കുഞ്ഞാമിന.' സങ്കടത്തോടെ മുസ്‌ലിയാർ ഉണർത്തിച്ചു. പിന്നെ അയാൾ സഞ്ചിതുറന്ന് ചീർപ്പും ഈരിയേലിയും പുറത്തെടുത്തു.

"ഇതൊന്നും പുറത്തെടുക്കണ്ട മുസ്‌ലിയാരെ." കുഞ്ഞാമിനയുമ്മ ശ്വാസിച്ചു. "ഇപ്പളത്തെപ്പെങ്കുട്ട്യേള്ട തലേലുണ്ടോ ഈര്. ഈര് പോയിറ്റ് മഷിയിട്ടാ കൂടി ഒരു പേനിനെ കാണൂല. ചിക്കിച്ചിക്കി ഞാൻ മടുത്തു."

കുഞ്ഞാമിനയുമ്മ അകത്തുപോയി 'ഹെഡ്&ഷോൾഡറി'ന്റെ ഷാമ്പുവുമായി പുറത്തുവന്നു.

അവർ പറഞ്ഞു: "ഈ മരുന്നാ കുട്ട്യേളിപ്പോ തലേ തേക്ക്ന്നത്. ഓരോര് മുടി എണ്ണിയെടുക്കാം പറ്റും. കാണാനും നല്ല ശേല്."

പിന്നെ മുസ്‌ലിയാർ തന്റെ ലൈബ്രറി നിരത്തി. 'പത്തുവക ഏടുകളും.' 'മൊയ്തീൻ മാലയും' കണ്ടപ്പോൾ ഒരു താക്കീതുപോലെ കുഞ്ഞാമിനയുമ്മ പറഞ്ഞു: "മുസ്‌ലിയാരെ ബേഗം കിത്താബ്കളെടുത്ത് സഞ്ചീലിട്ടോ. എന്റെ മോൻ ബഷീർ കാണണ്ട. കണ്ടാലെടുത്ത് ചുട്ടുകളയും. ഓൻ എന്താ പറയാ. മുജാഹിദോ, ജമായത്തിയോ എന്തോ ആണ്."

എടുത്തും വച്ചും പേജുകൾ ചുരുണ്ട പുസ്തകങ്ങൾ മുസ്‌ലിയാർ വീണ്ടും സഞ്ചിയിലേക്കെടുത്തുവച്ചു. പ്രാചീനമായ എണ്ണമണം പുസ്തകങ്ങളിൽ നിന്നുയർന്നു.

ഹതാശനായ മുസ്‌ലിയാർ ഇറങ്ങി നടക്കാൻ തുടങ്ങി. പാതയും നടപ്പാതയും തണ്ണീർപ്പന്തലും പിന്നിട്ട് മുസ്‌ലിയാർ പാലത്തിൽ കയറി. പാലത്തിന്റെ ഇരുമ്പഴി പിടിച്ച് മുസ്‌ലിയാർ താഴെ പുഴയിലേക്കു നോക്കി. വാള മത്സ്യങ്ങളുടെ ഓർമ്മ മുസ്‌ലിയാരെ വീണ്ടും ഭ്രമിപ്പിച്ചു. ഇരുണ്ട പുഴവെള്ളത്തിൽ ഇടിവാളുപോലെ ഊളിയിടുന്ന വാളമത്സ്യത്തെ മുസ്‌ലിയാർ കണ്ടു. അതിന്റെ സ്വാദ് നാവിൻതുമ്പിലറിഞ്ഞു വായിൽ വെള്ളം പൊട്ടി.

മുസ്‌ലിയാർ അധികം ഓർത്തില്ല. പതുക്കെ സഞ്ചി പൊക്കിയെടുത്ത് പ്രാചീനമായ പാലത്തിന്റെ കമാനത്തിനടിയിലൂടെ അതിനകത്തുള്ളതെല്ലാം

പുഴയിലേക്കു ചൊരിഞ്ഞു. 'പത്തുവക ഏടുകളു'ടെയും 'മൊയ്തീൻ മാല' യുടെയും താളുകൾ അപ്പൂപ്പൻതാടിപോലെ കാറ്റിൽ പറന്നു. 'ജീപ്പും ' 'എവ റെഡി'യും പുഴയുടെ കയങ്ങളിലൂടെ അടിത്തട്ടിൽ സമാധി പൂണ്ടു. രസ മുണ്ടായിരുന്ന, വലിച്ചെറിഞ്ഞ ബീഡിക്കുറ്റിപോലെ അവശേഷിച്ച സഞ്ചി മാത്രം ചുരുട്ടിക്കൂട്ടി മുസ്‌ലിയാർ കക്ഷത്തിലിറുക്കിപ്പിടിച്ചു.

ജുമായത്തുപള്ളി ലക്ഷ്യം വച്ച് മുസ്‌ലിയാർ നടന്നു. പള്ളി അടുക്കാറായി. ഇടതൂർന്ന മരങ്ങൾക്കിടയിൽ ചായം മങ്ങിയ പള്ളി ദൂരത്തുനിന്ന് കണ്ടു. അടുത്തെത്തിയപ്പോൾ വലിയൊരു വനത്തിനുള്ളിൽ ജുമായത്തു പള്ളി ഞെരുങ്ങിക്കിടക്കുന്നതുപോലെ തോന്നി. ശക്തിയായ കാറ്റിലും മഴയിലും ചുവരുകളിൽ തേച്ചുപിടിപ്പിച്ച പച്ചച്ചായം അവിടവിടെ മാഞ്ഞുപോയിരിക്കുന്നു.

പള്ളിയുടെ കിഴക്കുഭാഗത്തുള്ള വലിയ കുളത്തിന്റെ പടവുകളിൽ ഭക്ത ന്മാർ ഇരിക്കുന്നു. ചിലർ രണ്ടുകൈകളിലും വെള്ളം കോരിയെടുത്ത് ദേഹശുദ്ധി വരുത്തുന്നു. ചിലർ ചിന്തകളിൽ ആമഗ്നരായിരിക്കുന്നു. കുള ത്തിലെ വെള്ളം ഇരുണ്ടിട്ടുണ്ട്. നൂറ്റാണ്ടുകൾ പഴക്കമുള്ള വൻ മരങ്ങൾ ചുറ്റും ഇരുട്ട് പരത്തിയിരിക്കുന്നു. അവ കാവൽക്കാരെപ്പോലെ നില കൊള്ളുകയാണ്. നിബിഡമായ വൃക്ഷത്തലപ്പുകൾക്കുമേലെ ആകാശം വെളുത്തു നരച്ചുകിടന്നു. കുറച്ചകലെ കുട്ടികളുടെ കബറുകൾ കണ്ടു. ഒന്നി നരികെ ഒരു വൃദ്ധൻ കരഞ്ഞുകൊണ്ട് നില്ക്കുന്നു. വൃക്ഷങ്ങൾക്കിടയിലൂടെ കടന്നുവന്ന കിരണങ്ങൾ അയാളുടെ താടിരോമങ്ങളിൽ മിന്നാട്ടമിട്ടുകൊണ്ടി രുന്നു.

ദേഹശുദ്ധി വരുത്തിയശേഷം മുസ്‌ലിയാർ പള്ളിക്കകത്തേക്കു കയറി. സുന്നത്ത് നിസ്ക്കരിച്ചുകഴിഞ്ഞപ്പോൾ എന്തെന്നില്ലാത്ത ക്ഷീണം മുസ്‌ലി യാരെ പിടികൂടി. താൻ കൊണ്ടുവരുന്ന അരിയും ചില്ലാനവും കാത്ത് വീട്ടിൽ ഭാര്യയും കുട്ടികളും ഇരിക്കുന്നതോർത്തപ്പോൾ മുസ്‌ലിയാർ ഒന്നുകൂടി കുണ്ഠിതപ്പെട്ടു.

പള്ളിയുടെ പുറം ചുവരിനോടു ചേർന്നുകൊണ്ട് മുസ്‌ലിയാർ കിടന്നു.

അപ്പോഴാണ് ആളുകൾ നിരനിരയായി നില്ക്കുന്നത് മുസ്‌ലിയാർ കണ്ടത്. അവിടെ അരി ദാനം ചെയ്യുകയാണ്.

മുസ്‌ലിയാർ ഏറ്റവും പിന്നിൽ ചെന്നുനിന്നു.

വരി വളരെ നീണ്ടതാണ്. ലക്ഷ്യത്തിലെത്താൻ ഇനിയും ധാരാളം ആളു കളുണ്ട്. എല്ലാവരും അക്ഷമരാണ്.

ആൾക്കൂട്ടത്തിൽ നിന്ന് വലിയ ആരവം ഉയരുന്നുണ്ട്. അപ്പോഴേക്കും മുസ്‌ലിയാരുടെ പിന്നിലും ആളുകൾ ഒന്നൊന്നായി നിരന്നുനില്ക്കാൻ തുടങ്ങി.

പതുക്കെപ്പതുക്കെ വരി നീങ്ങുന്നുണ്ട്. ഇപ്പോൾ അരി അളന്നുകൊടു ക്കുന്നത് മുസ്‌ലിയാർക്കു വ്യക്തമായി കാണാൻ കഴിയുന്നുണ്ട്.

മൂന്നുസേർ വീതമാണ് അരി വിതരണം ചെയ്യുന്നത്. കച്ചവടം നടന്നില്ലെങ്കിലും ഇന്ന് വീട്ടിലേക്ക് അരിയും കൊണ്ടുപോകാമല്ലോ.

മുസ്ലിയാരുടെ തൊട്ടുപിന്നിൽ നില്ക്കുന്ന ആൾ ഇടയ്ക്കിടെ മുസ്ലിയാരെ തട്ടിക്കൊണ്ടിരുന്നു. അയാൾ തന്നെക്കാൾ അക്ഷമനാണെന്നു മുസ്ലിയാർക്ക് ബോധ്യപ്പെട്ടു.

അതെ, മുസ്ലിയാരുടെ ഊഴമെത്തി. അപ്പോഴാണ് പിന്നിൽ നില്ക്കുന്ന ആൾ മുസ്ലിയാരെ തള്ളിയത്. അയാൾ തന്നെക്കാൾ വൃദ്ധനാണ്. മുസ്ലിയാർ അയാൾക്കു വഴിമാറിക്കൊടുത്തു. പാവം വാങ്ങിക്കോട്ടെ. അത് കഴിഞ്ഞിട്ടു മതി എനിക്ക്.

മുസ്ലിയാരുടെ ഊഴമെത്തിയപ്പോഴാണ് അത് സംഭവിച്ചത്. ദാനം വാങ്ങാൻ വന്ന ആളുകളുടെ നിര കൂടുകയാണ്. അതുകൊണ്ട് അരിയുടെ അളവ് കുറച്ചു. എല്ലാവർക്കും എത്തണമല്ലോ. മൂന്നു സേറിനു പകരം ഇനി ഒരു സേർ അരിയേ കൊടുക്കുന്നുള്ളൂ.

മുസ്ലിയാർ വല്ലാതെ വ്യസനിച്ചുനിന്നു. ഒരു സേർ അരി നിറച്ചുകൊണ്ട് അളവുകാരൻ കാത്തുനില്ക്കുന്നു........

മുസ്ലിയാരുടെ ഉറക്കം ഞെട്ടി.

സ്വപ്നമാണെന്ന് മനസ്സിലായിട്ടും യാഥാർത്ഥ്യത്തിന് വഴങ്ങാൻ മുസ്ലിയാരുടെ പാപ്പരത്വം സമ്മതിച്ചില്ല.

രണ്ടു കണ്ണുകളും കൂട്ടിയടച്ചുകൊണ്ട് സ്വപ്നത്തെ ആവാഹിച്ചു വരുത്തി സഞ്ചി മുന്നോട്ടു പിടിച്ച് മുസ്ലിയാർ പറഞ്ഞു.

“ഒരു സേറെങ്കിൽ ഒരു സേർ അതുമതി. അളക്ക്.”

■

ദൈവത്തിന്റെ താക്കോൽ

ജനനിബിഡമല്ലാത്ത ഒരു സ്ഥലമാണത്.

സാത്താൻ ഐലന്റ് അവസാനിക്കുന്ന, കിഴക്കൻ തീരത്തുള്ള, വീതിയേറിയ റോഡിന്റെ പാർശ്വത്തിൽ വലിയ പുൽത്തകിടികൾക്കു നടുവിൽ പണിതുയർത്തിയ ഒരേ പാറ്റേണിലുള്ള കെട്ടിടങ്ങൾ, അതാണ് ബേക്കർ സ്ട്രീറ്റ്.

ബേക്കർ സ്ട്രീറ്റിലെ താമസക്കാരെല്ലാം മാന്യന്മാരും ധനികരുമാണ്. ജാതിയിൽ ജൂതന്മാരാണ് അധികവും. പരസ്പരം വലിയ അറിവും പരിചയവും ആർക്കുമില്ല. നേരം പുലരുമ്പോൾ ഓരോരുത്തരും സ്വന്തം കാറിൽ ഓടിമറയുന്നു. രാത്രിയാകുമ്പോൾ ഓരോരുത്തരായി താമസസ്ഥലത്തേക്കു തിരിച്ചു വരുന്നു. എല്ലാവരും തിരിച്ചെത്തിയെന്നു വരില്ല. ചിലർ രാത്രിയുടെ ഏതോ യാമങ്ങളിൽ കൂടയണയുന്നു.

ആരും ആരേയും ശ്രദ്ധിക്കുന്നില്ല. ആരും ആരേയും അലട്ടുന്നില്ല. നിങ്ങൾ ഏതുതരം വീട്ടിൽ താമസിക്കുന്നു. നിങ്ങൾ ഏതു ഡിസൈൻ വസ്ത്രം ധരിക്കുന്നു. നിങ്ങൾക്ക് എത്രമാത്രം വരുമാനമുണ്ട്. നിങ്ങൾ ഏതു മതത്തിൽ പെട്ടവനാണ്. നിങ്ങൾ ഓടിക്കുന്നത് എത്ര വിലയുള്ള കാറാണ്. നിങ്ങൾ ഒഴിവുകാലത്തു താമസിക്കുന്നത് ഏതു ഹോട്ടലിലാണ്. നിങ്ങൾക്ക് എത്ര കാമുകന്മാരുണ്ട്. നിങ്ങൾക്ക് എന്തു പ്രായമുണ്ട്. നിങ്ങൾ ഭാവിഫലത്തിൽ വിശ്വസിക്കുന്നുണ്ടോ. നിങ്ങൾക്കു ചൂതാട്ടം ഇഷ്ടമാണോ? നിങ്ങൾ സ്വവർഗ്ഗരതിയിൽ ഏർപ്പെടാറുണ്ടോ?

സാമാന്യ ജീവിതത്തിലെ ഇത്തരം പ്രശ്നങ്ങൾക്കൊന്നും ബേക്കർ സ്ട്രീറ്റിൽ പ്രസക്തിയില്ല. മനുഷ്യൻ അവനവന്റേതായ ഐഡന്റിറ്റി കാത്തു സൂക്ഷിക്കുന്നു. താൻ കേമനാണെന്നോ, അധമനാണെന്നോ, എന്ന ധാരണ ആർക്കുമില്ല. നാളെ എന്ന വിചാരം ബേക്കർ സ്ട്രീറ്റിലുള്ള ആരെയും ആശങ്കപ്പെടുത്തുന്നില്ല.

ജിമ്മി ചെറിയാനും കുടുംബവും 385 ബേക്കർ സ്ട്രീറ്റിൽ താമസമാക്കിയിട്ട് അഞ്ചു വർഷം കഴിഞ്ഞു. അതിനുമുമ്പ് അവർ കറുപ്പന്മാർ താമസിക്കുന്ന ഒരു കോളനിയിലായിരുന്നു. ജിമ്മിയുടെ ഭാര്യ അന്നയ്ക്ക് കറുപ്പന്മാരുടെ ഇടത്തരം ജീവിതത്തിന്റെ അയൽവാസിയായി ജീവിക്കുന്നതിൽ ഒട്ടും

താത്പര്യമില്ലായിരുന്നു. പക്ഷേ, ജിമ്മിക്കാണെങ്കിൽ കറുപ്പന്മാരുടെ അടുപ്പം അതീവ സന്തുഷ്ടവും. അതിന് കാരണമുണ്ട്, പരമരഹസ്യമാണ്. ഈ ഭൂമിയിൽ ഏറ്റവും ലഹരിപിടിപ്പിക്കുന്ന ഗന്ധം കറുപ്പത്തികളുടെ വിയർപ്പിന്റേതാണെന്ന സത്യം ജിമ്മിക്കല്ലാതെ മറ്റാർക്കും അറിയില്ലല്ലോ. മണത്തിട്ടു വേണ്ടേ അറിയാൻ.

കറുത്ത സ്ത്രീകളുടെ ശരീരഗന്ധം മാത്രമല്ല അവരുടെ പരുക്കൻ സംഗീതവും ജിമ്മിക്ക് ലഹരിയാണ്. കറുത്തവർ താമസിക്കുന്ന സ്ട്രീറ്റിലൂടെ വേനലിന്റെ രാവുകളിൽ അലസനായി നടന്നുപോകുമ്പോൾ ആഫ്രിക്കൻ സംഗീതത്തിന്റെ തരംഗങ്ങളും അവരുടെ വിയർപ്പിന്റെ ഗന്ധവും വഹിച്ചുകൊണ്ടു വരുന്ന കാറ്റിൽ ജിമ്മി അപ്പൂപ്പൻതാടിപോലെ ആടിക്കളിക്കുമായിരുന്നു.....

ജിമ്മി ചെറിയ ചെറിയ ആലോചനകളിൽ മുഴുകിക്കൊണ്ടിരുന്നപ്പോൾ ഹൗസ്കോൾ യൂണിഫോറം ധരിച്ച് കൈയിൽ കിറ്റുമായി അന്ന കോണിയിറങ്ങി വന്നു.

ഞാൻ 115, ക്ലിഫ്റ്റൻ അവന്യൂവിലേക്കു പോവുകയാണ്. കിളവൻ ഇന്നോ നാളെയോ മരിക്കും. ഒരു സ്പഞ്ച്ബാത്ത് കൊടുക്കാൻ രണ്ടുമൂന്നു ദിവസമായി കിളവൻ കേണപേക്ഷിക്കുന്നു. പക്ഷേ, ഇൻസ്ട്രക്ഷനിൽ ബാത്തിനെക്കുറിച്ച് ഡോക്ടർ ഒന്നും എഴുതിയിട്ടില്ല.

അന്ന അങ്ങനെയാണ്. ശുശ്രൂഷിക്കുന്ന രോഗികളുടെ കഥ മുഴുവൻ ജിമ്മിനോട് പറയും. ട്രീറ്റുമെന്റും പറയും. എല്ലാം കേട്ട് കേട്ട് ജിമ്മി ഇപ്പോൾ അരഡോക്ടറായി മാറിയിട്ടുണ്ട്. അരഡോക്ടർ ആളെ കൊല്ലും എന്ന നില വന്നപ്പോൾ രോഗികളോടുള്ള സഹതാപവും കുറഞ്ഞു.

ഫോർ വീലറിന്റെ ഡോർ തുറക്കുമ്പോൾ അന്ന പറഞ്ഞു.

“സൂപ്പറിനെ ഫോൺ ചെയ്യാൻ മറക്കരുതേ. മീർത്ത മറാഞ്ചിയയുടെ കഴിഞ്ഞ മാസത്തെ റെന്റ് വന്നില്ലെന്നല്ലേ ചേട്ടൻ പറഞ്ഞത്.”

റിമോട്ടിൽ ഗാരേജ് അടച്ച അന്ന റോഡിലിറങ്ങി കുതിക്കുവാൻ തുടങ്ങി. വാഹനങ്ങൾക്കും കെട്ടിടങ്ങൾക്കും ഇടയിൽ സ്ട്രീറ്റിന്റെ അപ്പുറത്ത് അന്ന മറയുന്നതുവരെ ജിമ്മി നോക്കിനിന്നു. വേനൽക്കാലമായതിനാൽ നഗരത്തിൽ തിരക്കുണ്ട്. അർധനഗ്നരായ മനുഷ്യരെല്ലാം വീടിനു വെളിയിലാണിപ്പോൾ. മഞ്ഞുകാലം കഴിഞ്ഞ് വേനൽ വന്നാൽ ജിമ്മിക്ക് ഉത്സാഹം കൂടും. കുട്ടികൾക്ക് സ്കൂൾ അവധിയാണ്. അതുകൊണ്ട് അവരുടെ പോക്കും വരവും ശ്രദ്ധിക്കേണ്ടതില്ല. വെക്കേഷൻ കാലത്ത് വലിയവർക്കും വെക്കേഷൻ തന്നെ.

സൂപ്പറിനു ഫോൺ ചെയ്യാനായി ജിമ്മി എഴുന്നേറ്റു. ഫോൺ ഇരിക്കുന്ന ടീപ്പോയിലാണ് അന്നയുടെ ലോഗ് ബുക്കും. ജിമ്മി അന്നത്തെ പേജ് നിവർത്തി. 115, ക്ലിഫ്റ്റൻ അവന്യൂ. സ്റ്റാർട്ടിങ്ങ് അറ്റ് ടെൻസെവന്റീൻ! അന്ന എല്ലാം കൃത്യമായി എഴുതും. തിരിച്ചു വന്ന ഉടനെ സമയം വീണ്ടും കുറിച്ചിട്ടു.

സ്നോബേർഡ് അന്നയ്ക്കു മണിക്കൂറിനാണ് ഡോളർ. വെറുതെ കിട്ടുന്ന തല്ലല്ലോ. വെല്ലൂരിൽ നിന്നും ബി. എസ്സി നേഴ്സിങ്. പിന്നെ ഇവിടെ വന്നപ്പോൾ മെഡിക്കൽസ്കൂളിൽ നിന്നു സ്പെഷ്യലൈസേഷൻ. സ്വിറ്റ്സർലണ്ടിലെ ട്രെയിനിങ്. പരിശ്രമം കൊണ്ടാണ് അന്ന സ്നോബേർഡായത്. വെറുതെയല്ല പണക്കാരിയായി മാറിയതും. അല്ലെങ്കിലും അന്ന പണ്ടുതന്നെ പണക്കാരന്റെ മകളായിട്ടല്ലേ ജനിച്ചത്. വയനാട്ടിൽ ചായത്തോട്ടവും കോഴിക്കോട് കല്ലായിയിൽ മരക്കച്ചവടവും തുറമുഖത്തു കയറ്റിറക്കും നടത്തിയ ആളല്ലേ വർഗീസു ചേട്ടൻ.

പിന്നെ അന്ന എന്തിന് പാവപ്പെട്ട നേഴ്സിങ്ങിനു പോയി എന്ന ചോദ്യം അവശേഷിക്കും. മണിപ്പാലിൽ ആറു ലക്ഷവുമായി വർഗീസു ചേട്ടൻ പുറപ്പെട്ടപ്പോൾ അന്ന പറഞ്ഞത്രേ.

“എനിക്ക് ഡോക്ടർ ആകണ്ട.”

‘പിന്നെ!’

‘എനിക്ക് നേഴ്സിങ് ആണ് ഇഷ്ടം.’

അന്ന നന്നായി വായിക്കുന്ന പ്രകൃതക്കാരിയായിരുന്നു. കൈയിൽ കിട്ടിയതും കിട്ടാത്തതും അവൾ വായിച്ചു. സ്വപ്നഭൂമിയിലൂടെയുള്ള ആ യാത്രയിലാണ് ഫ്ളോറൻസ് നൈറ്റിംഗേൽ അന്നയെ ആകർഷിച്ചത്.

ആ കാലത്ത് അന്ന തീർച്ചയാക്കിയതാണ്. ജീവനുണ്ടെങ്കിൽ നേഴ്സാകും.

ഇതെല്ലാം പഴയ കഥകൾ

സൂപ്പറിന്റെ നമ്പർ കറക്കാനായി ഹാൻഡിൽ കൈയിലെടുത്തപ്പോൾ സംശയം പതിവുപോലെ കടന്നുവന്നു. മുന്നൂറ്റൊന്ന് അറുപത്തഞ്ച് അറുപത്തിമൂന്നോ അതോ മുന്നൂറ്റൊന്ന് അറുപത്തിമൂന്ന് അറുപത്തഞ്ചോ. എത്രയോ തവണ സൂപ്പറിന് ഫോൺ ചെയ്തതാണ്. പക്ഷേ ക്രേഡിലിൽ കൈവയ്ക്കുമ്പോൾ സംശയം.

ഫോൺ ഡയറി കൈയിലെടുത്തപ്പോഴാണ് സൂപ്പറിന്റെ നമ്പർ അതിൽ ഫീഡ് ചെയ്തിട്ടില്ലെന്ന കാര്യം പതിവുപോലെ ജിമ്മി ഓർത്തത്.

ക്രെഡിറ്റ് കാർഡുകൾക്കിടയിൽ വച്ച സൂപ്പറിന്റെ വിസിറ്റിങ് കാർഡ് തപ്പിയെടുത്തു. മുന്നൂറ്റൊന്ന് അറുപത്തഞ്ച് അറുപത്തിമൂന്ന്. ആദ്യം വിചാരിച്ചതുതന്നെ.

3016563 കറക്കി. ബെല്ലടിച്ചില്ല. അപ്പോഴേക്കും സൂപ്പർ ഫോൺ എടുത്തു. സൂപ്പർ ഫോണിനടുത്തുതന്നെ സ്ഥിരതാമസമാണോ. ജൂതനല്ലേ. അവൻ ഒന്നിനും മടിക്കുകയില്ല.

മീർത്ത മറാഞ്ചിയയുടെ വാടകയെക്കുറിച്ചു സംസാരിച്ചപ്പോൾ സൂപ്പറിന്റെ ശബ്ദത്തിൽ സാധാരണ കേൾക്കാറുള്ള സ്ഫുടതയോ ഓജസ്സോ ഇല്ല.

സുഹൃത്തുക്കളാരും ഇന്നു വന്നില്ലേ എന്നു ചോദിച്ചപ്പോൾ ഫ്രിഡ്ജ് കാലിയാണെന്നു സൂപ്പർ പറഞ്ഞു. എന്റെ ഫ്രിഡ്ജ് ഫുൾ ആണെന്നും ഒന്നിവിടം വരെ വരാമോ എന്നും ജിമ്മി പറഞ്ഞപ്പോൾ സൂപ്പറിന്റെ ഫോൺ താഴെ വീണു.

അധികം താമസിയാതെ ചുവന്ന സ്പോർട്സ് കാർ ജിമ്മിയുടെ ഒഴിഞ്ഞ ഗാരേജിലേക്കു കുതിച്ചു കയറി. ജൂതൻ ബ്രേക്കടിച്ചശേഷം കാർ അണയ്ക്കാൻ തുടങ്ങി.

കറുത്ത ടീ ഷർട്ടും ഇറക്കം കുറഞ്ഞ ക്രീം കളറുള്ള ട്രൗസറും ചുവന്ന പീകേപ്പും ധരിച്ച സൂപ്പർ കടന്നുവന്നു.

സൂപ്പറിന് അറുപതിലധികം പ്രായം വരും. എങ്കിലും ഒരു കുട്ടിയുടെ ചുറുചുറുക്കോടെയാണ് സൂപ്പർ ഓരോ കൃത്യവും ചെയ്യുക. പ്രവൃത്തികളിലെല്ലാം ഒരു തരം ഝടിതി കാണാൻ കഴിയും.

ക്രഷ്ഡ് ഐസ് നിറച്ച വലിയ ഗ്ലാസിൽ ജമൈക്കൻ ബക്കാർഡിയും കോലയും ഒഴിച്ച് സൂപ്പറിന്റെ മുന്നിൽ വച്ചുകൊടുത്തുകൊണ്ട് ജിമ്മി പറഞ്ഞു:

"ഇത് ഒരിക്കലും കാലിയാകാത്ത എന്റെ ഫ്രിഡ്ജിൽ നിന്ന്."

രണ്ട് സിപ്പ് വലിച്ചശേഷം കണ്ണു ചിമ്മിക്കൊണ്ട് സൂപ്പർ പറഞ്ഞു:

"ഹോളിവുഡ്ഡുകാർ ഇന്നലെ വീണ്ടും വീട്ടിൽ വന്നു. ഇപ്പോൾ അവർക്കു വേണ്ടത് എന്റെ സ്വന്തം ജാതിക്കാരി പതിനെട്ടു വയസ്സും ആറടി പൊക്കവുമുള്ള ഒരു ജൂതസുന്ദരിയെയാണ്."

സൂപ്പർ ഒരു സിപ്പുകൂടി വലിച്ചു.

"കറുപ്പത്തി എന്തായി. അവർക്കിഷ്ടപ്പെട്ടോ?" ജിമ്മി ചോദിച്ചു.

"ഇഷ്ടപ്പെട്ടുവെന്നോ അവളുടെ ഷോട്ടുകൾ ധൃതഗതിയിൽ നടക്കുകയാണത്രേ." സൂപ്പർ കണ്ണുകൾ വിടർത്തി.

"എന്റെ കഷ്ടകാലം. ഇതെല്ലാം വേണ്ടെന്നു വച്ച് ഞാനിങ്ങോട്ടു പോന്നതല്ലേ. എന്തുചെയ്യാം. നിഴലിനു പോലും ആത്മാവുണ്ടത്രേ. പ്രൊഡക്ഷൻ എക്സിക്യൂട്ടീവ് പറഞ്ഞതാണ്." ഗ്ലാസ് തിരുപ്പിടിച്ചുകൊണ്ട് സൂപ്പർ പറയുകയാണ്.

സൂപ്പറിനെ ഫ്ളാറ്റർ ചെയ്തിട്ടുവേണം കാര്യത്തിൽ കടത്താൻ. ജിമ്മി രണ്ടാമത്തെ ബക്കാർഡിയ സൂപ്പറിന്റെ മുന്നിൽ വയ്ക്കുമ്പോൾ ക്ഷമാപണത്തോടെ പറഞ്ഞു.

"മീർത്ത ഒരു ഭയങ്കരിതന്നെയാണ്. താങ്കളുടെ ചങ്ങാതിച്ചിയായിരുന്നെന്നല്ലേ പറഞ്ഞത്. അവളിപ്പോൾ ഡ്രഗ്ഗ് വില്പനയും തുടങ്ങി."

"ആരു പറഞ്ഞു?" സൂപ്പറിന്റെ കണ്ണുകൾ തിളങ്ങി.

"രണ്ടുപെൺകുട്ടികളും അമ്മയും മാത്രമുള്ള വീട്ടിൽ അസമയത്തെല്ലാം ആളുകൾ വന്നുപൊയ്ക്കൊണ്ടിരിക്കുന്നത് എന്തിനാണ്?" ജിമ്മി ചോദിച്ചു. "പിന്നെ എന്തിനാണ്?"

"പലതിനുമാകാം. അവിവാഹിതകളായ രണ്ടു സുന്ദരിമാർ ഉള്ള വീടല്ലേ." സൂപ്പർ പറഞ്ഞു.

"പലതിനാണെങ്കിൽ ആവശ്യക്കാർ അവിടെ കുറച്ചു സമയമെങ്കിലും തങ്ങേണ്ടതുണ്ടല്ലോ. ആളുകൾ അകത്തേക്കു പോകുന്നു. ക്ഷണത്തിൽ തിരികെ വരുന്നു. കാർ സ്റ്റാർട്ടു ചെയ്തു മടങ്ങിപ്പോകുന്നു." ഇങ്ങനെയാണോ പെൺവാണിഭം."

"ഇതൊന്നും സത്യമല്ല മിസ്റ്റർ ജിമ്മി." തന്റെ ഗ്ലാസ്സ് കാലിയാക്കിക്കൊണ്ട് സൂപ്പർ പറഞ്ഞു.

"സൂപ്പർ ഇന്നലെ രാത്രി മുഴുവൻ ഉറക്കമൊഴിഞ്ഞ് മിനക്കെട്ട് ഞാനവിടെ നിന്നു. അല്പം ദൂരെ മാറി റോഡിന്റെ അറ്റത്ത്. ഓരോ പാർട്ടി വരുന്നതും പോകുന്നതും ഞാൻ വീക്ഷിച്ചു." ജിമ്മി ഒരു ഡിറ്റ്ക്ടീവിന്റെ ഗൗരവത്തോടെയാണ് സംസാരിക്കുന്നത്.

സൂപ്പർ തന്റെ ചുവന്ന പീകേപ്പെടുത്തു കഷണ്ടിയിൽ ഏറെനേരം തടവി.

"മിസ്റ്റർ ജിമ്മീ. കാര്യം ഈ വിധമാണെങ്കിൽ നമുക്ക് വാടകയല്ല പ്രധാനം."

"പിന്നെ?"

"അവരെ ഒഴിപ്പിക്കണം. കുടിയൊഴിപ്പിച്ചില്ലെങ്കിൽ ജിമ്മി ജയിലിലാകും."

സൂപ്പറെ അച്ചായാ എന്നു വിളിക്കാൻ ആ നിമിഷം ജിമ്മി കൊതിച്ചു. വായിൽ വന്നുകയറിയ ചിരി ജിമ്മി ഉള്ളിലൊതുക്കി.

"സൂപ്പർ അതിനെന്തുവഴി." ജിമ്മി അങ്കലാപ്പിലായി,

"ഞാൻ വഴി കണ്ടുപിടിക്കാം. കോഴിയെ കുറുക്കനു പിടിക്കാനറിഞ്ഞാൽ ആർക്കും കൊടുക്കാതെ കുറുക്കന് തിന്നാനുമറിയാം. കേട്ടോ മിസ്റ്റർ ജിമ്മി." വലിയ തത്ത്വശാസ്ത്രം പോലെ സൂപ്പർ പറഞ്ഞു.

സൂപ്പർ പൊടുന്നനെ കാറിൽ കയറി വേഗതയോടെ, വളരെ വേഗതയോടെ യാത്രയായി. സ്പോർട്സ് താരം ദൂരെ ട്രാഫിക് ജാമിൽ പുഴുക്കളെപ്പോലെ നുരയുന്ന കാറുകൾക്കിടയിൽ ചുവന്ന ഒരു പൊട്ടായി മാറി.

ഭാരം ഒഴിഞ്ഞതുപോലെ ജിമ്മിക്കു തോന്നി. സൂപ്പർ ഒരു കാര്യം ഏറ്റു കഴിഞ്ഞാൽ ഏറ്റതുതന്നെ. അതാണ് ജൂതന്റെ തറവാടിത്തവും കഴിവും.

സൂപ്പർ പോയപ്പോൾ കുട്ടികൾ കോണിയിറങ്ങി താഴെവന്നു. നൈറ്റ് ഡ്രസ്സിലാണ് രണ്ടുപേരും.

"നിങ്ങൾ ഇതുവരെ ഉറക്കമായിരുന്നോ?" രണ്ടുപേരെയും മാറിമാറി നോക്കിക്കൊണ്ട് ജിമ്മി ചോദിച്ചു.

"ഡായ്ഡി അല്ലാതെന്തു ചെയ്യാൻ." പത്തുവയസ്സുകാരി അമ്മിണി പറഞ്ഞു.

"ഇറ്റീസ് വെക്കേഷൻ ഡായ്ഡി." ഏഴു വയസ്സുകാരൻ യൂജിൻ പറഞ്ഞു.

കണ്ണു തിരുമ്മി കോട്ടുവായിട്ടു കൊണ്ട് രണ്ടുപേരുംകൂടി പതുക്കെ ഫ്രിഡ്ജ് തുറന്നു. വലിയ പിഞ്ഞാണത്തിൽ നിറയെ സിറിയൻസ് ചൊരിഞ്ഞ് പിഞ്ഞാണത്തിന്റെ വക്കുവരെ പാലൊഴിച്ചു ടേബിളിൽ ചെന്നിരുന്നു. കഞ്ഞി കുടിക്കുംപോലെ അവർ അതു കഴിക്കാൻ തുടങ്ങി.

"നിങ്ങൾ പല്ലുതേച്ചോ." വായ നിറയെ സിറിയൻസും വച്ചുകൊണ്ട് ടി.വി. സ്ക്രീനിൽ നോക്കിയിരിക്കുന്ന കുട്ടികളോട് ജിമ്മി ചോദിച്ചു.

വായ്ക്കകത്തുള്ളത് പതുക്കെ വിഴുങ്ങിയശേഷം കുട്ടികൾ ഒരു കോറസ് പോലെ പറഞ്ഞു.

"ഇറ്റ് ഈസ് വെക്കേഷൻ ഡായ്ഡ്."

ശരിയാണ്, കുട്ടികൾ പറഞ്ഞത് ശരിയാണ്. ഒഴിവു ദിവസങ്ങളിൽ കാലത്ത് ഉണരേണ്ട, പല്ലുതേക്കണ്ട, കുളിക്കണ്ട, സ്കൂളിൽ പോകേണ്ട. പഠിക്കേണ്ട. ചുരുക്കത്തിൽ ഒന്നും ചെയ്യേണ്ട.

രണ്ടുപേരും ശരം വിട്ടതുപോലെ സെല്ലാറിലേക്ക് ഇറങ്ങിപ്പോയി, ഉച്ചയാകുന്നതുവരെ ഇനി ടി വി ഗെയിംസായിരിക്കും.

കമ്പ്യൂട്ടർ വച്ച മേശയ്ക്കരികിലിട്ട സ്റ്റൂളിൽ ജിമ്മി കുത്തിയിരുന്നു കട്ടകളിൽ അമർത്തിത്തുടങ്ങി. കഴിഞ്ഞ മാസത്തെ വരവുചെലവുകൾ ഒന്നുകൂടെ നോക്കി തിട്ടപ്പെടുത്തി. കമ്പ്യൂട്ടർ ഓപ്പറേറ്റ് ചെയ്യുന്നതിൽ അന്നയാണ് മിടുക്കി. അവളാണ് ജിമ്മിയെ അതു കൈകാര്യം ചെയ്യാൻ പഠിപ്പിച്ചതും.

മട്ടാഞ്ചേരിയിലെ ഉണക്കമീൻകച്ചവടവും വയനാട്ടിലെ റബ്ബർ കുരുവിന്റെ കണക്കും പഴയ ബൗണ്ട് ബുക്കുകളിൽ എഴുതിപ്പിടിപ്പിച്ച ജിമ്മി കേവലം ഒരു ദശാബ്ദം കൊണ്ട് എല്ലാ കണക്കുകളും ഒരു പെട്ടിയിലാക്കി ഒതുക്കാൻ ശ്രമിച്ചു. പപ്പടത്തിന്റെ വലിപ്പമുള്ള ഡിസ്ക്കിൽ പത്തു വർഷത്തെ കണക്കുകൾ ഹാ! രസകരം!

ജിമ്മിക്ക് ഉഷാർ കൂടി

അലമാര തുറന്ന് സ്മിനോഫ് ജിന്നിൽ ഒരു ടോണിക്കൊഴിച്ചു. ഹൊ രസികൻ.

കമ്പ്യൂട്ടറിലെ കണക്കുകൾ മാഞ്ഞുപോയിട്ടില്ല. തങ്കലിപികളാൽ അവ ശോഭിച്ചു കിടക്കുകയാണ്.

ഗാർസൈഡ് സ്ട്രീറ്റിൽ ഒൻപത് ഫ്ളാറ്റുകൾ വാടകയ്ക്കു കൊടുത്തിട്ടുണ്ട്. ശരി. കട്ടകളമർത്തി മാസം. വാടക പന്ത്രണ്ടായിരത്തി അറുനൂറ് ഡോളർ. വരവ് പതിനായിരത്തിഅറുനൂറ്. കിട്ടാനുള്ള രണ്ടായിരം ഡോളർ ആരാണ് തരേണ്ടത്. കട്ടകളമർത്തി. അതെ അവൾതന്നെ, മീർത്ത മറാഞ്ചിയ.

മീർത്ത മറാഞ്ചിയ രണ്ടായിരം ഡോളർ അന്നത്തെ ദിവസം ജിമ്മി ചെറിയാന് കടം. പലിശ വേറെ. ഉറങ്ങാൻ കള്ള് വേറെ എന്നു പറഞ്ഞതുപോലെ.

ടോണിക്കിൽ ലയിച്ച് സ്പിർനോഫ് പതുക്കെ നുകരുമ്പോൾ ജിമ്മി പറയുകയാണ്. മോളെ മീർത്ത മറാഞ്ചിയ, സ്പാനിഷ് ചരക്കേ, നിന്നെ ഞാൻ കണ്ടോളാം.

ഇത്രയും ആലോചിക്കുമ്പോഴേക്കും ചുവന്ന സ്പോർട്ട് കാർ 385, ബേക്കർ സ്ട്രീറ്റിനു മുന്നിൽ തമ്പടിച്ചു നിന്നു.

സൂപ്പർ വസ്ത്രം മാറിയാണ് വന്നിരിക്കുന്നത്. ഓരോ തവണ വീടിന് വെളിയിലിറങ്ങുമ്പോഴും സൂപ്പർ ഡ്രസ്സ് ചെയിഞ്ച് ചെയ്യും. എന്നു വച്ച് അലക്കുകയൊന്നും ചെയ്യില്ല കേട്ടോ. അഴിച്ചുവച്ചത് രണ്ടോമൂന്നോ ദിവസം കഴിയുമ്പോൾ അതുപോലെ വീണ്ടും എടുത്തണിയും. സൂപ്പർ അടുത്തു വരുമ്പോൾ ഇടയ്ക്കൊക്കെ അടയ്ക്കാ കെട്ടതുപോലുള്ള ഒരു വാട മൂക്കിൽ അടിച്ചുകയറി തലചുറ്റിക്കും.

പീകേപ്പ് ഇറ്റാലിയൻ ടീപോയിൽ വലിച്ചെറിഞ്ഞുകൊണ്ട് സൂപ്പർ പറഞ്ഞു: "ജിമ്മി ഡ്രസ് ചേഞ്ച് ചെയ്തു പുറത്തേക്കിറങ്ങ്. ഇന്നു ഞായറാഴ്ചയാണ്. പുലയാടിമോൾ ഇപ്പോൾ വീട്ടിലുണ്ട്. അവളുടെ കസിൻ ഒരുപക്ഷേ ഇന്നു വിരുന്നു വരാൻ ചാൻസുണ്ട്. എങ്കിൽ ലഞ്ചു കഴിഞ്ഞിട്ടേ അവൻ പോകു. ബി. റെഡി. ക്യുക്ക്."

"ജിൻ വിത്ത് ടോണിക്ക്. ഓർ ബക്കർഡി" ജിമ്മി അടികൂർത്ത ഗ്ലാസ്സ് കൈയിലെടുത്തുകൊണ്ട് ചോദിച്ചു.

"നോട്ട് നൗ." സൂപ്പർ അർധമനസ്സോടെ പറഞ്ഞു.

"വൺ ഫോർ ദ റോഡ്"

"ഓക്കെ ദെൻ " സൂപ്പറിന്റെ കണ്ണുകൾ വിടരുന്നു. തിളങ്ങുന്നു.

ഞായറാഴ്ചയായതിനാൽ റോഡിൽ തിരക്കുണ്ട്. ട്രേഡ് സെന്ററിന്റെ മുന്നിലെ വീതിയേറിയ പുൽത്തകിടിയിൽ കാസ്റ്റ് അയേണിന്റെ ശരീരമുള്ള നീഗ്രോകൾ സർക്കസ് കളിക്കുകയാണ്. കാറിലിരുന്നു കസർത്തുകൾ കാണുന്നവർ ധാരാളമുണ്ട്. ഒരു കളി കഴിഞ്ഞുതീർന്ന ഇടവേളയിലാണ് ജിമ്മിയുടെ കാർ അതിലൂടെ നീങ്ങിയത്. ടിപ്പ് സ്വരൂപിക്കുവാൻ വേണ്ടി പാത്രവുമായി സുന്ദരിയായ കറുപ്പത്തി പെൺകൊടി കാറിനടുത്തു വന്നു നിന്നു. പേഴ്സ് തുറന്നു പുതിയ അഞ്ചു ഡോളറിന്റെ നോട്ടിൽ നഖം കൊണ്ട് ചൊട്ടി ശബ്ദമുണ്ടാക്കിയ ശേഷം അവർക്കു കൊടുത്തു.

അപ്പോൾ സൂപ്പർ പറഞ്ഞു

"ഒരു ഡോളർ നിനക്കും ബാക്കി നിന്റെ അമ്മയ്ക്കും." ഉശിരൻ ഫലിതം പറഞ്ഞ രീതിയിൽ സൂപ്പർ തന്റെ വലിയ വാ തുറന്നു ചിരിക്കാൻ തുടങ്ങി.

“കറുപ്പന്മാർക്ക് ജീവിക്കാനറിയാം. വ്യഭിചാരം പോലും അവർക്കൊരു വേലയാണ്. അന്തസ്സുള്ള ജോലിയാണ്.” അശരീരി പോലെ സൂപ്പർ തുടങ്ങി.

ഗാർസൈഡ് സ്ട്രീറ്റിലേക്കുള്ള വഴി അല്പം ഇടുങ്ങിയതാണ്. കറുപ്പന്മാരുടെ വിയർപ്പിന്റെ ഗന്ധം കാറ്റിനോടൊപ്പം കടന്നുപോയി. അടച്ചിട്ട ഒരു വീടിനകത്തുനിന്നു ഡ്രമ്മിന്റെ പരുക്കൻ സംഗീതം പുറത്തു വന്നുകൊണ്ടിരുന്നു. കറുത്തു തടിച്ച ഒരു മധ്യവയസ്ക വീടിന്റെ മുൻവശത്തെ തിട്ടയിലിരുന്നു കണങ്കാലിൽ നിന്നും രോമങ്ങൾ പിഴുതെടുക്കുകയാണ്.

275, ഗാർസൈഡ് സ്ട്രീറ്റിന്റെ മുന്നിൽ വാർധക്യം ബാധിച്ച വോൾവോ അയവിറക്കുന്നതു കണ്ടപ്പോൾ സൂപ്പർ പറഞ്ഞു.

“ആ കുറുക്കൻ എത്തിയിട്ടുണ്ട്.”

“ആരാ?” ജിമ്മി ചോദിച്ചു.

“അവൻ മറാഞ്ചിയുടെ കസിൻ....” അല്പം രസിച്ചും അല്പം പേടിച്ചും സൂപ്പർ പറഞ്ഞു: “ഹി ഈസ് എ ബോഡിബിൽഡർ.”

“അതിനെന്താ, അവനാരോ ആയ്ക്കോട്ടെ. നമ്മളെന്താ ഗുസ്തിക്ക് പുറപ്പെട്ടതാണോ....” സ്വിച്ച്കീ കൈയിലെടുത്ത് പുറത്തിറങ്ങി വാതിൽ ശക്തിയോടെ അടയ്ക്കുമ്പോൾ ജിമ്മി പറഞ്ഞു.

അവർ രണ്ടുപേരുണ്ട്. കസിനും അവന്റെ ചങ്ങാതി മറ്റൊരു ബോഡിബിൽഡറും. പക്ഷേ, അവനെ കണ്ടാൽ ഒരു ‘ഗൈ’ ആണെന്നു തോന്നും. അവരുടെ മുന്നിലുള്ള ടക്കീലയുടെ പകുതി കാലിയായ ചതുരക്കുപ്പിയിൽ കസിൻ കരുപ്പിടിക്കുയാണ്. കുപ്പിക്കടിയിലെ പുഴുവിനെയാണ് അപരൻ നോക്കുന്നത്. അയാൾ ഗ്ലാസ്സിലുള്ള ടക്കീലബോട്ടം അപ്പാക്കി കുടിച്ചു തീർത്തശേഷം ഇടതുകൈയിലെ ഉപ്പ് ആഞ്ഞ് നക്കി.

എന്നിട്ട് പുഴുവിനെ ചൂണ്ടി കണ്ണിറുക്കിക്കൊണ്ട് പറഞ്ഞു:

“ഇവനെ ഞാനകത്താക്കും,”

ബോട്ടം അപ്പാക്കി അതേവിധം കുടിച്ചും ഉപ്പ് നക്കിയും കസിനും പറഞ്ഞു:

“ഇവനെ ഞാനകത്താക്കും, ഈ തെമ്മാടിയെ.”

ഒരു മുഹൂർത്തത്തിൽ മാത്രം വീറോടെ ജീവിച്ച പുഴു പിന്നീട് ജാതകദോഷം കൊണ്ടായിരിക്കണം ഏതോ അബ്കാരി കമ്പനിക്കാരന്റെ കരവിരുതിനാൽ ടക്കീലയുടെ കുപ്പിക്കകത്തായത്.

പുഴു ഇപ്പോൾ പക്ഷവാതം പിടിച്ചപോലെ കിടപ്പാണ്.

“ഇവനെ ഞാൻ തന്നെ അകത്താക്കും.” അപരന്റെ കുഴഞ്ഞ ശബ്ദം വീണ്ടും ഉയർന്നു. അവൻ പുഴുവിനെ മാത്രം നോക്കിക്കൊണ്ടിരുന്നു.

പതിനെട്ടും ഇരുപതും പ്രായമുള്ള മീർത്തയുടെ പെൺകുട്ടികൾ സൈഡിലുള്ള ഡൈനിങ്ടേബിളിൽ ലഞ്ച് നിരത്തുന്ന തിരക്കിലാണ്. നൃത്തം

ചെയ്യുന്നതുപോലെയാണ് പെൺകുട്ടികളുടെ ചലനങ്ങൾ. താലമേന്തിയ കൈകൾ ഇളകുന്നതേയില്ല. കണ്ണുകൾ അങ്ങോട്ടുമിങ്ങോട്ടും ചലിക്കുന്നു. അതിഥികൾ ഇരുന്നിട്ടില്ലെങ്കിലും വളരെ ഭവ്യതയോടെയാണ് അവർ പാത്രങ്ങൾ മേശമേൽ വയ്ക്കുന്നത്. വലിയ പാത്രത്തിൽ റൈസ് ആൻഡ് ബീൻസ് മൂത്തവൾ കൊണ്ടുവന്നുവച്ചു. അരുമയോടെ ഒരു നിമിഷം അവൾ റൈസ് ആൻഡ് ബീൻസിനെ നോക്കി. പച്ച വാഴയ്ക്ക വറുത്തതും കോഴിയിറച്ചി പുഴുങ്ങിയതും ഇളയവൾ കൊണ്ടുവന്നു വച്ചു. ചോളം പുഴുങ്ങിയതും ചില്ലി സോസും നേരത്തേതന്നെ അവിടെ കിടക്കുന്നുണ്ട്, പെൺകുട്ടികൾ രണ്ടും കുർബാനയ്ക്കെന്നപോലെ മേശയ്ക്കരികെ തൊട്ടു നിന്നു.

അതിഥികളെ ഒരു നിമിഷം മാത്രം നോക്കിയശേഷം മീർത്ത മറാഞ്ചിയ വലതുഭാഗത്തുള്ള ഇരിപ്പിടങ്ങൾ കാട്ടി ഇരിക്കുവാൻ ആംഗ്യം കാണിച്ചു. അവർ വന്നത് അവൾക്ക് തീരെ ഇഷ്ടമാകാത്തമട്ടിലായിരുന്നു പെരുമാറ്റം,

ബഡ്വൈസർ ബിയറിന്റെ ഒരു ടിൻ ശീൽക്കാരത്തോടെ പൊട്ടിച്ചു മോന്തിക്കൊണ്ട് മീർത്ത അതിഥികളുടെ അടുത്തുവന്നു പതുക്കെ പറഞ്ഞു:

“റെന്റിന്റെ കാര്യമല്ലേ. നമുക്കു നാളെ സംസാരിക്കാം.”

ആ സമയം സൂപ്പറിന്റെ കണ്ണുകൾ ചുവന്നു.

“സംസാരിക്കാൻ എന്തിരിക്കുന്നു. ഇപ്പോൾ തന്നെ ചെക്ക് എഴുതി ത്തരണം.” അല്പം നിർത്തി ചൂണ്ടുവിരൽ മേശമേൽ കുത്തിക്കൊണ്ട് സൂപ്പർ തുടർന്നു.

“ഞങ്ങൾക്ക് വേറേ ജോലിയുണ്ട്. ഇവിടെ വന്നിരുന്ന് കളയാനുള്ളതല്ല ഞങ്ങളുടെ സമയം.”

“അയ്യോ കോപിക്കല്ലേ.” ബഡ്വൈസർ സിപ്പ് ചെയ്തുകൊണ്ട് മീർത്ത പറഞ്ഞു. അതിഥികൾ അറിയരുത്. ഒന്ന് എന്റെ കസിനും മറ്റേത് അവന്റെ പാർട്ണറുമാണ്. അതൊക്കെ ഞങ്ങൾക്കറിയാം. പലതും വേറെ പറയാനുമുണ്ട്. എഴുന്നേറ്റുകൊണ്ട് സൂപ്പർ പറഞ്ഞു: “ശരി നാളെ ഈ സമയത്തു വരാം.”

“പ്ലീസ്” മീർത്തയുടെ കണ്ണുകളിൽ അഴകും ആഴവും അപേക്ഷയും തെളിഞ്ഞു.

കാറിൽ കയറുമ്പോൾ സൂപ്പർ പറഞ്ഞു.

“കഷ്ടം, ഒരു നടിക്കുവേണ്ട എല്ലാം തികഞ്ഞ മുഖം. എന്തൊരു കണ്ണുകൾ.” വിഷാദത്തോടെ സൂപ്പർ തുടർന്നു. “ഞാൻ ട്രൂപ്പ് നടത്തുന്നകാലമായിരുന്നെങ്കിൽ തീർച്ചയായും മീർത്ത എന്റെ ആർട്ടിസ്റ്റാകുമായിരുന്നു.”

സൂപ്പറിന്റെ കലാപരമായ പരാമർശങ്ങൾ കേട്ടപ്പോൾ ജിമ്മിക്ക് അരിശം വന്നു. ജിമ്മി പറഞ്ഞു.

"കച്ചവടം വേറെ, കല വേറെ, കേട്ടോ സൂപ്പർ."

അതിന് ഞാൻ ഒന്നും ചെയ്തില്ലല്ലോ എന്ന ഭാവത്തിൽ സൂപ്പർ ജിമ്മിയെ നോക്കി, എന്നിട്ട് പറഞ്ഞു:

"എന്നാലും മിസ്റ്റർ ജിമ്മി. സ്റ്റേജിന് പറ്റിയ മുഖം എവിടെയെങ്കിലും കണ്ടുമുട്ടുമ്പോൾ എനിക്ക് വെപ്രാളമാണ്."

സൂപ്പർ ഒരു പഴയ നാടകഗാനം പാടാൻ തുടങ്ങി. ജിമ്മി അഭിപ്രായ പ്രകടനങ്ങൾ ഒന്നും നടത്താതെ ഗൗരവത്തിൽ കാറോടിക്കുകയാണ്. വിഷാദ മഗ്നനായ സൂപ്പർ ദൂരെ പ്രത്യക്ഷപ്പെട്ട മലനിരകൾ നോക്കി തന്റെ പാട്ടു തുടർന്നുകൊണ്ടേയിരുന്നു.

പാട്ടിന്റെ ഈണം ദുഃഖമയമാണെങ്കിലും വിഷയം പാചകമായിരുന്നു.

Best some eggs till they are foamy
Mix with tangy citron juice;
Then fold in sweet milk of almonds
Line your pans with pastry dough,
Slowly pour your foam to fill them,
Let them back till golden brown.
Now remove them, from the oven,
Luscius, dainty almond tarts!

ജിമ്മി വീട്ടിലെത്തിയിട്ടും ഹൗസ്കോളിനു പോയ അന്ന തിരിച്ചു വന്നിട്ടില്ല. കിഴവൻ മരിച്ചുകൊണ്ടിരിക്കുകയായിരിക്കും. മരണസമയം നീളുന്തോറും അന്നയുടെ കണക്കിൽ ഡോളർ കൂടിക്കൊണ്ടിരിക്കും, എല്ലാം ദൈവഹിതം. അവൻ വാഴ്ത്തപ്പെടട്ടെ!

ജിമ്മി സെല്ലാറിലേക്ക് ഇറങ്ങിച്ചെന്നു. കുട്ടികൾ രണ്ടും ടി.വിയിൽ വീഡിയോ ഗെയിം കളിക്കുന്ന തിരക്കിൽതന്നെ. തിരക്കിലും തീറ്റയുടെ കാര്യം കുട്ടികൾ മറന്നിട്ടില്ല. തലേന്നാൾ വാങ്ങിയ പിസ്സയുടെ പാക്കറ്റ് കാലിയായി സോഫയിൽ കിടക്കുകയാണ്. ഇപ്പോൾ ഓരോ ഹംബർഗറും കൈയിൽ പിടിച്ചാണ് കളിനടത്തുന്നത്. പിസ്സയുടെ കൂടെ കോംപ്ലിമെന്റായി കിട്ടിയ കാർട്ടൂൺ കസറ്റ് സെഡിലുള്ള ടി.വിയിൽ പ്ളേ ചെയ്തു വച്ചിട്ടുണ്ട്.

കുട്ടികൾക്ക് അടുക്കും ചിട്ടയും ഒട്ടുമില്ല. മുറി ആകപ്പാടെ അലങ്കോലപ്പെട്ടിരിക്കുകയാണ്. കിപ്ലിങ്ങിന്റെ ജന്തുകഥകളും ചിങ്കിൾ കോമിക്കുകളും കാർപെറ്റിൽ തലങ്ങും വിലങ്ങും നിരത്തിയിരിക്കുന്നു. വായിക്കാനെടുത്തതല്ലാതെ വായിച്ചിട്ടില്ലെന്നർത്ഥം. തിന്നുതീർന്ന ഐറിഷ് ക്രീംട്രഫ്ൾസിന്റെ ഒഴിഞ്ഞ പെട്ടിയും അസംഖ്യം ചോക്കലേറ്റ് പൊതികളും. അതിന്റെ മീതെ

കൂടി തിമിർത്തു നടന്നിട്ടായിരിക്കണം കാർപെറ്റിൽ ചതഞ്ഞരഞ്ഞു കിടക്കുന്നു. അന്ന പെട്ടന്നെങ്ങാനും വന്നാൽ പൊതിരെ കിട്ടും ചീത്തയും അടിയും.

ജിമ്മി കാർപെറ്റ് വൃത്തിയാക്കുന്നത് കുട്ടികൾ കണ്ടെങ്കിലും അവർ അതു ശ്രദ്ധിച്ചതേയില്ല.

ആ നേരത്താണ് അന്ന സെല്ലാറിലേക്ക് ഇറങ്ങിവന്നത്. അവൾ വിയർത്തിരിക്കുന്നു. നന്നേ ക്ഷീണിച്ചിട്ടുമുണ്ട്.

"അവർ വൃത്തിയാക്കട്ടെ. കുട്ടികൾക്ക് വേറെ എന്താണ് ജോലി. നിങ്ങളെന്തിനാണ് ഇതൊക്കെ ചെയ്ത് ഇവരെ വഷളാക്കുന്നത്." കുട്ടികളെ ചൂണ്ടിക്കൊണ്ട് അന്ന ദേഷ്യത്തോടെ പറഞ്ഞു: "ബി കിക്ക് ക്ലീൻ ദ റൂം."

റിമോട്ട് കൺട്രോളർ ഞെക്കിയതു പോലെ പെട്ടെന്നു സീൻ മാറി, കുട്ടികൾ ഞെട്ടിവിറച്ചുകൊണ്ട് കാർപെറ്റിൽ കുനിഞ്ഞിരുന്നു. കടലാസ് തുണ്ടുകളും പാക്കറ്റുകളും പെറുക്കാൻ തുടങ്ങി.

"കിളവൻ ചത്തോ? " ജിമ്മി ചോദിച്ചു.

"അയ്യോ." സോഫയിൽ ആലസ്യത്തോടെ വീണശേഷം അന്ന പറഞ്ഞു: "അതൊന്നു ചത്തുകിട്ടാൻ പെട്ട പാട്."

ഒരു പെപ്സി കുടിച്ചുകൊണ്ട് ശരീരമാന്ദ്യം അകറ്റാൻ തുടങ്ങിയ അന്ന തന്റെ അരികെവച്ച പോളീത്തിൻ ബേഗിന്മേൽ തലോടിക്കൊണ്ടു പറഞ്ഞു:

"ഞാൻ നല്ല റെഡ്വൈൻ കൊണ്ടുവന്നിട്ടുണ്ട്. ഡിന്നറിന് എന്താ വേണ്ടത്."

ചുമരിൽ നെടുകെ നിരത്തിയ ഇറ്റാലിയൻ കണ്ണാടിയിൽ പ്രതിഫലിച്ച അന്നയുടെ മുഖം ജിമ്മി ശ്രദ്ധിച്ചു. ജിമ്മിയുടെ നട്ടെല്ലിലൂടെ ഒരു കുളിരു പാഞ്ഞു. വൈൻ കുടിക്കാൻ അന്ന ആഗ്രഹം പ്രകടിപ്പിച്ചാൽ രാത്രി മുഴുവനും രസമായിരിക്കും. മാസത്തിൽ രണ്ടോ മൂന്നോ തവണ മാത്രമേ അന്ന വൈൻ കുടിക്കാറുള്ളൂ. കുടിച്ചു കഴിഞ്ഞാൽ മദിരോത്സവം തന്നെ.

"ഞാൻ ചോദിച്ചതു കേട്ടില്ലേ." സ്റ്റെപ്പ് കയറുമ്പോൾ പിന്നിലേക്ക് തിരിഞ്ഞു നോക്കിക്കൊണ്ട് അന്ന പറഞ്ഞു. "ഡിന്നറിന് വട്ടയപ്പവും കൊഞ്ചുകറിയും വെക്കട്ടെ."

"ഇന്നൊരു സ്പാനിഷ് ഡിന്നർ ആയിക്കോട്ടെ." ജിമ്മി തന്റെ ഇഷ്ടം അറിയിച്ചു.

"അതിനെന്താ വിശേഷം." അന്ന ചോദിച്ചു.

"റൈസ് ആൻഡ് ബീൻസ്. പുഴുങ്ങിയെടുത്ത കോഴി, പച്ചവാഴക്കയും ഉരുളക്കിഴങ്ങും പുഴുങ്ങിയത്." ചുണ്ടു നനച്ചുകൊണ്ട് ജിമ്മി തുടർന്നു. പിന്നെ പുഴുവുള്ള ടക്കീലയും.

“പുഴുവിന് ജീവൻ വേണമെങ്കിൽ അതിനെ വൈപ്പിൻകരയിലുള്ള തോട്ടിൽ നിന്ന് പിടിച്ചു കൊണ്ടുവരേണ്ടിവരും.” അന്ന ക്വിസിലെ ചോദ്യോത്തരം പോലെ പറഞ്ഞു.

“ശരിയാ.” ജിമ്മി പറഞ്ഞു: “ഇവന്റെ ടക്കീലയും വൈപ്പിൻകരയിലെ വാറ്റും ഒരുപോലാ.”

“ആട്ടെ എന്താണിന്നിതൊക്കെ തോന്നാൻ”

“ഞാനിന്ന് ഗാർസൈഡ് സ്ട്രീറ്റിൽ പോയി.” യുദ്ധമുന്നണിയിലെ പത്ര റിപ്പോർട്ട് ജിമ്മി പറയാൻ തുടങ്ങി: “മീർത്തയുടെ ഫ്ളാറ്റിൽ പൊടിപൂരം. അവളുടെ കസിൻ ആ ബോഡിബിൽഡറും ചങ്ങാതി ‘ഗൈ’യും ടക്കീല അടിച്ചു തിമർക്കുന്നു. മീർത്തയുടെ ചുണ്ടിൽ ബഡ്വൈസർ. സുന്ദരിക്കുട്ടികളായ മക്കൾ റൈസ് ബീൻസ് വിളമ്പുന്നു.”

ജിമ്മി പെട്ടെന്ന് നിശ്ശബ്ദനായി.

“എന്നിട്ട്?” ആകാംക്ഷയോടെ അന്ന ചോദിച്ചു.

“റെന്റിന്റെ കാര്യം മാത്രം മീർത്തമറാഞ്ചിയയ്ക്ക് ഓർമ്മയില്ല.”

‘സൂപ്പറില്ലായിരുന്നോ കൂടെ?”

“അയാളും വന്നു. എന്നിട്ടെന്തു ഫലം. മീർത്തയെ കണ്ടപ്പോൾ സൂപ്പർക്ക് മരിച്ചുപോയ തന്റെ നാടകനടിയെ ഓർമ്മവന്നത്രേ.” ജിമ്മി പറഞ്ഞു: “ചിലപ്പോൾ അയാൾ ഒരു ബോറാ.”

“പിന്നെ എന്തിനാ സൂപ്പറെ ഇങ്ങനെ കൊണ്ടു നടക്കുന്നേ?” അന്ന തന്റെ അഭിപ്രായം പറഞ്ഞു: “അയാൾക്ക് അല്പം കള്ളത്തരമൊക്കെയുണ്ട് കേട്ടോ.”

ഡ്രസ് മാറാനായി അന്ന മുകളിലേക്കു പോയി, ബഹളം വച്ചുകൊണ്ട് പിന്നാലെ കുട്ടികളും. വേനൽക്കാലമായിരുന്നിട്ടും പതിവിനു വിപരീതമായി മൂടൽമഞ്ഞ് പടർന്നിരിക്കുകയാണ്.

പിറ്റേദിവസം പതിവിലും നേരത്തെ അന്ന ആസ്പത്രിയിലേ്ക്കു പുറപ്പെട്ടു.

ചുമരിൽ തൂക്കിയ എണ്ണച്ഛായാചിത്രങ്ങളിൽ പറ്റിയ പൊടിപടലങ്ങൾ തൂത്ത് വൃത്തിയാക്കുകയായിരുന്നു ജിമ്മി.

കണ്ണുകൾ തുടച്ചുകൊണ്ട് ജിമ്മി ചോദിച്ചു:

“ഇന്നെന്താ ഇത്ര നേർത്തേ?”

“വഴിക്ക് ഒരു ഹൗസ്കോളുണ്ട്.”

“ഫോർ വീലർ എടുത്തോളൂ. മഞ്ഞു വീഴുമെന്നാണ് തോന്നുന്നത്.” താക്കീതോടെ ജിമ്മി പറഞ്ഞു.

ഗാരേജിൽ ഫോർവീലർ കരയുന്ന ശബ്ദം.

ജിമ്മി ബിസിനസ് ഡയറി തുറന്നു പേജുകൾ പരതി. ഇന്ന് കാര്യമായി റിയൽ എസ്റ്റേറ്റ് വഹകൾ ഒന്നുമില്ല. ഡാലസിൽ നിന്ന് ഒരുപക്ഷേ ചാക്കോ വരും. അവന്റെ കൂടെ ഒന്നുരണ്ട് സ്ഥലങ്ങളിൽ ചുറ്റാനുണ്ട്. റിയൽ എസ്റ്റേറ്റാണ് പരമസുഖം; ചാക്കോവും അതുതന്നെ പറഞ്ഞു:

സീബ്രവരയുള്ള ലൂസായ പാൻസും നേരിയ വരകളുള്ള ബനിയനുമിട്ട് ജിമ്മി പുറത്തേക്കിറങ്ങി. കഴിഞ്ഞ ദിവസം മീർത്തയുമായുള്ള ഇടപെടൽ ജിമ്മിക്ക് തീരെ സുഖം നല്കിയിട്ടില്ല.

275, ഗാർസൈഡ് സ്ട്രീറ്റിൽ ജിമ്മി എത്തിയപ്പോൾ മീർത്തമറാഞ്ചിയ പുല്ലുവെട്ടിക്കൊണ്ട് ലോണിൽ നില്പുണ്ട്. ചവച്ചുകൊണ്ടിരുന്ന ച്യൂയിംഗം വായ്ക്കുള്ളിലാക്കി കണ്ണുകൾ വിടർത്തി അവർ ജിമ്മിയെ നോക്കി. കൈകൾ കൊട്ടി പുല്ക്കൊടികളിൽ നിന്ന് രക്ഷപ്പെട്ടു. മുടികോതി മിനുക്കി കഴുത്തു വെട്ടിച്ച് മീർത്ത ലിഫ്റ്റിൽ കയറി.

ഫ്ളാറ്റിന്റെ വാതില്ക്കലെത്തിയപ്പോൾ മീർത്ത പറഞ്ഞു.

"ക്ഷമിക്കണം മിസ്റ്റർ ജിമ്മി. ഞാനിപ്പോൾ വരാം. ഒന്ന് വാഷ് ചെയ്ത് ഡ്രസ്സ് മാറ്റി വേഗം, വേഗം, വേഗം"

ഹഹാ ഹഹാ എന്നു ചിരിച്ചുകൊണ്ടു മീർത്ത മറാഞ്ചിയ അകത്തേക്കു പോയി. തുടുത്തു ചുവന്ന കണങ്കാലുകൾ. കർട്ടനുള്ളിൽ മറയുന്നതുവരെ അതിന്റെ, സൗന്ദര്യം ജിമ്മി ആസ്വദിച്ചു.

മിനിട്ടുകൾക്കകം സ്റ്റേജിലേക്കെന്നപോലെ സുന്ദരികളായ രണ്ടുപെൺ കുട്ടികളും ഇറങ്ങിവന്നു.

"ഹൗ ആർ യൂ അങ്കിൾ." മൂത്തവളായിരിക്കണം. അമ്മയുടേതിനെക്കാൾ അഴകും തീക്ഷ്ണതയുമുള്ള കണ്ണുകൾ. അവൾ ധരിച്ചിരിക്കുന്നത് വല കെട്ടിയുണ്ടാക്കിയ ഗൗണായിരുന്നു. അകത്ത് ചുകന്ന ഷഡ്ഡി മാത്രമേയുള്ളൂ. അത് നന്നായി തിളങ്ങുന്നുണ്ട്. കാൽവണ്ണയിലെ നനുത്ത രോമങ്ങൾകൂടി കാണാം. അത്രയും വിട്ടുവിട്ടായിരുന്നു ഗൗണിന്റെ ഇഴകൾ.

ടീപ്പോയിൽ നിന്ന് എന്തോ എടുക്കാനാണെന്ന ഭാവത്തിൽ അവർ ജിമ്മിയെ ഉരുമ്മിക്കൊണ്ട് കടന്നുപോയി. അവളുടെ വിയർപ്പിന് ചെമ്പക ക്കറയുടെ ഗന്ധമായിരുന്നു. ജിമ്മിയുടെ നട്ടെല്ലിനെ തുളച്ചുകൊണ്ട് കട്ടി യേറിയ ഒരു ദ്രവം ഇറങ്ങിവന്നു.

ജിമ്മി പ്രയാസപ്പെട്ട് സ്വയം നിയന്ത്രിച്ചു.

ഇളയപെൺകുട്ടി ചൂയിംഗം ചവച്ചുകൊണ്ട് സെറ്റിയിലിരുന്നു. കൊച്ചു പുസ്തകം വായിക്കുന്നു. പെട്ടെന്ന് നേരെയിരുന്നുകൊണ്ട് താടിക്കും മാറിട ത്തിനും ഇടയിൽ പുസ്തകത്തെ നിർത്തി അവൾ അഴിഞ്ഞുപോയ മുടി കെട്ടിവച്ചു.

"മമ്മിയോട് വേഗം വരാൻ പറയൂ" ആരോടെന്നില്ലാതെ ജിമ്മി പറഞ്ഞു. "എനിക്കല്പം തിരക്കുണ്ട്."

അത് കേട്ടിട്ടെന്നവണ്ണം മീർത്താ മറാഞ്ചിയ പ്രത്യക്ഷപ്പെട്ടു. അമ്ലത്തിന്റെ ചൂരുള്ള സ്പ്രേയുടെ മണം മുറിയിൽ പരന്നു.,

"എന്റെ വിയർപ്പിന് വല്ലാത്ത നാറ്റമാണ്" അതുകൊണ്ട് ഈ പഞ്ചന്റ് സ്പ്രേ ഞാൻ എപ്പോഴും ഉപയോഗിക്കുന്നു. പക്ഷേ എന്റെ വിയർപ്പ് ഇഷ്ടപ്പെടുന്നവരും ഉണ്ട്കേട്ടോ." പൊതുപ്രസ്താവനയെന്നവണ്ണം മിസ്സിസ് മറാഞ്ചിയ പറഞ്ഞു.

എന്തോ മറന്നതുപോലെ കൈയിലിരിക്കുന്ന ചൂയിംഗം കവർ നീക്കി അവർ വായിലിട്ടു ചവയ്ക്കാൻ തുടങ്ങി.

കഴിഞ്ഞ ജന്മത്തിൽ തേട്ടിയരയ്ക്കുന്ന ഏതോ മൃഗങ്ങളായിട്ടായിരിക്കും ഇവരെല്ലാം പിറന്നു വീണിട്ടുണ്ടാവുക. ജിമ്മിക്ക് അരിശം കയറി.

മാംസളമായ ശരീരത്തിന്റെ പലഭാഗങ്ങളും പ്രദർശിപ്പിച്ചുകൊണ്ട് മീർത്താ മറാഞ്ചിയ കാലിന്മേൽ കാലെടുത്തു കയറ്റിവച്ച് സോഫായിലേക്കു മലർന്നു.

"മിസ്റ്റർ ജിമ്മി ലൈക് ടു ഹാവ് എ ഡ്രിം."

"നോ താങ്ക്സ്." പൊട്ടിത്തെറിച്ചപോലെ ജിമ്മി പറഞ്ഞു.

പിന്നെ തുടർന്നു. യാതൊരു ആമുഖവുമില്ലാതെ

"മിസ്സിസ് മറാഞ്ചിയ റെന്റ് കൃത്യമായി തരാൻ പറ്റിയില്ലെങ്കിൽ ഫ്ളാറ്റ് ഒഴിഞ്ഞുതരുന്നതാണ് നല്ലത്."

കാലിൽ കാൽ കയറ്റിവച്ചുകൊണ്ടു തന്നെ മീർത്ത ചോദിച്ചു:

"കല്യാണപ്രായമായ രണ്ട് കുട്ടികളെയും കൊണ്ട് ഞാനെങ്ങോട്ടു പോകും."

"നിങ്ങളുടെ പെൺമക്കളുടെ കല്യാണം എന്റെ വകുപ്പിൽ പെട്ടതല്ലല്ലോ?" ജിമ്മിക്ക് അരിശം വന്നു.

"അതെനിക്ക് നന്നായി അറിയാം. അതുകൊണ്ടാണ് ഞാൻ ചോദിക്കുന്നത്" ലാഘവത്തോടെയാണ് മീർത്ത പറഞ്ഞത്.

ജിമ്മി കസേരയിൽ നിന്നെഴുന്നേറ്റ് പേന്റു പോക്കറ്റിൽ നിന്ന് സിഗററ്റ് പേക്കറ്റെടുത്ത് ഒന്നിനു തീകൊളുത്തി.

"വളരെ ഫ്രാങ്കായി പറയാം. മിസ്സിസ് മറാഞ്ചിയ. നിങ്ങൾ ഇവിടെ താമസിച്ചാൽ ഞാൻ അഴിക്ക് അകത്താകും."

"ഉം അതെന്താ," കണ്ണുകൾ വീർപ്പിച്ചു കൊണ്ട് മീർത്ത ചോദിച്ചു.

“നിങ്ങൾ ഈ വീട്ടിൽ ഡ്രഗ് ബിസിനസ് ചെയ്യുന്നുണ്ടെന്ന് പരക്കെ സംസാരമുണ്ട്.” മീർത്തയെ തറപ്പിച്ചു നോക്കിക്കൊണ്ട് ജിമ്മി പറഞ്ഞു.

“എന്താ തെളിവ്. ഒരെണ്ണം പറയാമോ?”

“ക്ഷമിക്കണം മിസ്സിസ് മറാഞ്ചിയ.” ജിമ്മി ശബ്ദം താഴ്ത്തി പറഞ്ഞു.

“ഞാൻ തന്നെ രണ്ടു രാത്രി ഇവിടെ ഒളിച്ചും പാത്തും നിന്നു. നേരിട്ടു കണ്ടതുകൊണ്ടാണ് ഞാൻ പറഞ്ഞത്.”

ഒട്ടും പതറാതെ മീർത്ത ചോദിച്ചു:

“വിസിറ്റേഴ്സ് ഏതു ഫ്ളാറ്റിലാണ് വരാത്തത്?”

ജിമ്മി പറഞ്ഞു

“ഞാൻ ലോകം കണ്ടവനാണ്. മിസ്സിസ് മറാഞ്ചിയ. ഇവിടെ കാർ വന്നു നില്ക്കുന്നു. ആളുകൾ ഇറങ്ങുന്നു. നിങ്ങളുടെ ഫ്ളാറ്റിന്റെ വാതിൽ തുറക്കുന്നു. ആൾ അകത്ത് കടക്കുന്നു. വാതിൽ അടയുന്നു. ഒട്ടും താമസിക്കാതെ അഞ്ചുമിനിട്ടുകൾ കൊണ്ട് ആൾ പുറത്തുവരുന്നു.” അല്പം നിർത്തിക്കൊണ്ടും അല്പം പരിഹാസം ചൊരിഞ്ഞുകൊണ്ടും ജിമ്മി തുടർന്നു: “വേറെ എന്റർടെയിൻമെന്റാണെങ്കിൽ അഞ്ചുമിനിട്ട് മതിയാവില്ലല്ലോ,”

ജിമ്മി തന്നെ ശരിക്കും പരിഹസിക്കുകയാണെന്നു മനസ്സിലായിട്ടും മറാഞ്ചിയ അത് പ്രകടിപ്പിച്ചില്ല.

“ജിമ്മി, താങ്കൾ ഇപ്പോൾ ഉദ്ദേശിച്ചതൊക്കെ നടത്താൻ എനിക്കൊരു പ്രയാസവുമുണ്ടായില്ല.” അല്പം ഇടവിട്ട് മീർത്ത പറഞ്ഞു: “സ്വന്തം ഭർത്താവിനെ കൊന്നവളാണ് ഞാൻ. ജയിലിൽനിന്ന് ഇറങ്ങിയിട്ട് മാസം മൂന്നായിട്ടില്ല. ഒരു ജോലിക്ക് ട്രൈ ചെയ്യുകയാണ് ഞാൻ. അല്പം കൂടി ക്ഷമിക്ക്. വാടകതരാതെ മീർത്ത ഭൂമിക്കടിയിലെങ്ങും പോകില്ല.”

“അപ്പോൾ സൂപ്പർ?” ജിമ്മി അല്പം പരുങ്ങി.

“അവൻ ജൂതനല്ലേ. എല്ലാ കാര്യവും അവനറിയാം.”

മീർത്ത എന്തോ പരതാനായി മേശവലിപ്പു തുറന്നു. പെട്ടെന്നെടുത്തത് ഒരു റിവോൾവറാണ്.

തന്നെ വിരട്ടാനാണ് ഈ കൃത്യം എന്നത് ജിമ്മിക്ക് പൂർണ്ണബോധ്യമായി.

റിവോൾവറിൽ പിടിച്ചുകൊണ്ട് മീർത്ത നിന്നു.

“ഇതുകൊണ്ടല്ല ഞാനവനെ കൊന്നത്. ഭൂതകാലസംഭവം വിവരിച്ചുകൊണ്ട് വലതുകാൽ ഉയർത്തി മീർത്താ മറാഞ്ചിയ പറയുകയാണ്. ഈ കാലിലിട്ട ഷൂകൊണ്ട് ഒറ്റച്ചവിട്ട്. അതാണ് മീർത്ത. കേട്ടോ,”

യാത്രപോലും പറയാതെ സുജനമര്യാദകളില്ലാതെ ജിമ്മി ഇറങ്ങിനടന്നു. അപമാനംകൊണ്ടും വിയർപ്പുകൊണ്ടും ജിമ്മി അസ്വസ്ഥനായി.

സൂപ്പറിനെയും കൂട്ടി ജിമ്മി നേരെ പോയത് അഡ്വക്കേറ്റ് എബ്രഹാം മാത്യുവിന്റെ വീട്ടിലേക്കാണ്. പ്രസിഡണ്ട് ക്ലിന്റന്റെ കൂടെ പ്രാക്ട്രീസ് ചെയ്ത ആളാണ്. മലയാളിയാണെങ്കിലും പ്രശസ്തൻ.

"ഇതിൽ ചെറിയ ഒരു കൃത്രിമം അല്ലെങ്കിൽ ചെറിയ ഒരു ചതിചെയ്യേണ്ടി വരും." എല്ലാം കേട്ടും ചോദിച്ചും കമ്പ്യൂട്ടറിൽ പകർത്തിയശേഷം വക്കീൽ പറഞ്ഞു.

"എന്താണാവോ? ജിമ്മി ചോദിച്ചു.

"കോർട്ടിൽ നിന്ന് അയയ്ക്കുന്ന സമൻസ് മീർത്ത മറാഞ്ചിയയ്ക്ക് കിട്ടരുത്."

ജിമ്മി അന്തം വിട്ട് നില്ക്കുകയാണ്.

അപ്പോൾ സൂപ്പർ പറഞ്ഞു."ആ കാര്യം ഞാനേറ്റു."

"എന്നാൽ ശരി" എന്നും പറഞ്ഞ് വക്കീൽ അടുത്ത കക്ഷിയെ വിളിച്ചപ്പോൾ സൂപ്പറും ജിമ്മിയും പുറത്തേക്കിറങ്ങി.

"വേണ്ടാത്ത കാര്യം സൂപ്പർ എന്തിനാണേറ്റത്?" അല്പം ദേഷ്യത്തോടെ ജിമ്മി ചോദിച്ചു.

"മിസ്റ്റർ ജിമ്മീ, അതിനൊരു പ്രയാസവുമില്ല. ഇതൊക്കെ കോർട്ടിൽ സാധാരണ സംഭവം" സൂപ്പർ നല്ല ഭവ്യതയിലാണ്.

"കോടതിയിൽ നിന്നയയ്ക്കുന്ന സമൻസ് ഒരാൾക്ക് എങ്ങനെ കിട്ടാതിരിക്കും?" ജിമ്മി അമേരിക്കൻ പീനൽകോഡ് ഓർത്തുകൊണ്ട് ചോദിച്ചു.

"വെരി ഈസി ഏ മാറ്റർ ഓഫ് ട്വന്റിഫൈവ് ഡോളേഴ്സ്."

"മനസ്സിലായില്ല." ജിമ്മി തിരക്കി.

"സൂപ്പർ പോസ്റ്റുമാന് ഇരുപത്തഞ്ച് ഡോളർ കൈമടക്കുന്നു. സമൻസ് മീർത്ത മറാഞ്ചിയയ്ക്കു കൊടുക്കാതെ മടങ്ങിപ്പോകുന്നു. മടക്കിക്കൊണ്ടു പോകുന്നു. സൂപ്പർ പൊട്ടിച്ചിരിച്ചു. അക്കാര്യം എനിക്കു വിട്ടുതന്നേര്. നോ ഫർതർ ഡയലോഗ്."

മൂന്നു ലാർജ് ബക്കാർഡിയ വിത്ത് കോള അകത്താക്കിയതിനുശേഷമാണ് സൂപ്പർ സ്വന്തം വീട്ടിലേക്കു തിരിച്ചുപോയത്.

ഗാർഡൈസ് സ്ട്രീറ്റിൽ സ്പാനിഷ് കാർണിവൽ നടക്കുന്ന ദിവസമാണ് മീർത്ത മറാഞ്ചിയയുടെ സമൻസ് കോടതിക്കുതന്നെ തിരിച്ചു പോയത്. ഇരുപത്തഞ്ച് ഡോളർ പോസ്റ്റുമാനും വേറെ ഇരുപത്തഞ്ച് ഡോളറും ചെലവായി, സൂപ്പർ ഇത്തരം കാര്യങ്ങളിൽ മിടുക്കനാണെന്നു ജിമ്മി തറപ്പിച്ചു പറഞ്ഞപ്പോൾ അന്ന ചോദിച്ചു.

"പിന്നെ എന്തിനാണ് ഇടയ്ക്കൊക്കെ അയാളെ കുറ്റപ്പെടുത്തുന്നത്?"

“സൂപ്പറിന് ചില വേണ്ടാതീനങ്ങളൊക്കെയുണ്ട്. അതുകൊണ്ടല്ലേ വഴക്കു പറഞ്ഞത്?”

ഒരു ഞായറാഴ്ച ഉച്ച. 12 മണിക്ക് 385 ബേക്കർ സ്ട്രീറ്റിന്റെ മുന്നിൽ മീർത്ത മറാഞ്ചിയ വന്നു നിന്നു. കാറിന്റെ ഡോർ വളരെ പതുക്കെയാണ് അവർ അടച്ചത്. കാറിനകത്ത് പിടക്കോഴികളെപ്പോലെ പെൺകുട്ടികൾ രണ്ടും പൊരുന്നിരിക്കുന്നു.

മീർത്ത മറാഞ്ചിയ ആ സമയം വരുമെന്നും ജിമ്മിക്കു നല്ല തീർച്ചയുണ്ടായിരുന്നു. പക്ഷേ, ജിമ്മി വിചാരിച്ചത്ര ദൂരം മീർത്ത എത്തിയിട്ടില്ല. അവർ കരഞ്ഞും കരുണ യാചിച്ചും കൈ രണ്ടും നീട്ടുമെന്ന് പ്രതീക്ഷിച്ച ജിമ്മിക്ക് തെറ്റുപറ്റി.

“മിസ്റ്റർ ജിമ്മി താങ്കൾക്ക് ഞാൻ വാടക തരാനുണ്ടെന്നതു ശരിതന്നെ. പക്ഷേ, അപ്പാർട്ട്മെന്റിന്റെ താഴ് ചീത്തയായിരിക്കുന്നു.”

കഴിഞ്ഞദിവസം ഗാർസൈഡിൽ പോയപ്പോൾ മീർത്ത ആറു തിരയുള്ള പോയന്റ് ത്രീറ്റു വെബ്ലിസ്കോട്ട് റിവോൾവർ കാണിച്ചു കൊണ്ടാണ് തന്നെ വിരട്ടിയത്. പക്ഷേ, തന്റെ കൈയിൽ രണ്ടു കിലോമീറ്റർ റേഞ്ചുള്ള പോയന്റ് 22 വിഞ്ചെസ്റ്റർ ഗൺ ഉള്ള വിവരം മിസ്സിസ് മറാഞ്ചിയ ഇതുവരെ അറിഞ്ഞിട്ടില്ല.

നിലത്തു ചമ്രം പടിഞ്ഞിരുന്ന്, ഇടതുകൈയിൽ ഗൺ കുത്തനെ പിടിച്ച് അത് പോളിഷ് ചെയ്തുകൊണ്ടിരിക്കുന്ന ജിമ്മി ചോദ്യം അർഹിക്കുന്ന ഗൗരവത്തിൽ എടുത്തില്ല.

“പൂട്ടിനെന്തു പറ്റി?” ജിമ്മി ചോദിച്ചു. ജിമ്മിയുടെ ശ്രദ്ധ മുഴുവൻ ഗണ്ണിൽ തന്നെയാണ്.

“പൂട്ട് തുറക്കാൻ പറ്റുന്നില്ല” മീർത്ത അസ്വസ്ഥതയോടെ തോക്കു പിടിച്ചിരുന്ന ജിമ്മിയെ ശ്രദ്ധിക്കാതെ ജനലിലൂടെ പുറത്തേക്കു നോക്കിക്കൊണ്ട് പറഞ്ഞു.

“എങ്ങനെ തുറക്കും. താക്കോൽ നിങ്ങളുടെ കൈവശമില്ലല്ലോ.” യാതൊരു ഭാവഭേദവുമില്ലാതെ ജിമ്മി പറഞ്ഞു.

“താക്കോലോ എന്ത്. എന്താണ് പറയുന്നത്?” മീർത്തക്കു ചെറിയ വെപ്രാളം അനുഭവപ്പെട്ടു.

“അതെ താക്കോൽതന്നെ. അതു നിങ്ങളുടെ കൈയിൽ ഇല്ല.”

മീർത്ത ജിമ്മിയെ നോക്കി. പക്ഷേ, ജിമ്മിയുടെ ശ്രദ്ധമുഴുവൻ ഗൺ പോളീഷ് ചെയ്യുന്നതിലായിരുന്നു.

“മിസ്സിസ് മറാഞ്ചിയ,” ജിമ്മി പറഞ്ഞു: “അപ്പാർട്ട്മെന്റിലെ വാതിലിൽ ചില നോട്ടീസുകളൊക്കെ കാണും. പോയി ശരിക്കും വായിച്ചു പഠിക്ക്.”

എന്തോ പന്തികേടുണ്ടെന്ന് മീർത്ത മറാഞ്ചിയയ്ക്കു ബോധ്യമായി. കയറി വരുമ്പോൾ കണ്ട വാശിയും വീറും പതുക്കെ തണുത്തു മുഖം വാടി. അവർ പതുക്കെ വെളിയിലിറങ്ങി കാറിൽ കയറി,

"ഇപ്പോൾ മനസ്സിലായി. ശരിക്കും മനസ്സിലായി" വൈൻഗ്ലാസും കൈയിലുയർത്തി അതുവരെ അകത്ത് ഒളിച്ചുനിന്ന സൂപ്പർ ഡ്രോയിങ് റൂമിലേക്കു കടന്നുവന്നു.

ഗൺ താഴത്തിട്ട് കൈകൾ ബർമുഡയിൽ തുടച്ചശേഷം ജിമ്മി എഴുന്നേറ്റു.

"അവളുടെ ഒരു വെബ്ലിസ്ക്കോട്ട് റിവോൾവർ. ഈ വിഞ്ചസ്റ്ററിന്റെ മുന്നിൽ അവളാര്. വെബ്ലിസ്കോട്ടാര് ജിമ്മി പറഞ്ഞു. എത്ര ഞണ്ടിയായാലും സ്പാനിഷ്കാരന്റെ അഹന്തയ്ക്ക് അറുതിയില്ല."

"വിട്ടുകള മിസ്റ്റർ ജിമ്മി. ഇംഗ്ലീഷുകാരന്റെ മുന്നിൽ അവരാര്. അഹന്ത കാണിക്കുന്ന കാര്യത്തിൽ ലോകം മുഴുവനും ബ്രിട്ടീഷുകാരന്റെ പിന്നിലായിരിക്കും." സൂപ്പർ അല്പം ലഹരിയിലാണ്.

ജിമ്മി ഒന്നും പറയാതെ വീണ്ടും നിലത്തിരുന്ന ഗൺ ഇടതുകൈയിൽ പൊക്കി വിലങ്ങനെ പോളീഷ് തുടങ്ങി.

അതാ വരുന്നു മീർത്ത മറാഞ്ചിയയും മക്കളും യാത്ര ചെയ്യുന്ന കാർ. ഇപ്പോൾ ഒരു തുമ്പിക്കൈയുടെ ലാഘവത്തോടെയാണ് കാർ വന്നു നിന്നത്.

രണ്ടാഴ്ച മുമ്പ് വർണ്ണശബളമായ കാർണിവലിൽ പങ്കെടുക്കാൻ പോയ മീർത്തയും മക്കളും ഇപ്പോൾ വരുന്നത് പള്ളിയിൽ നിന്നാണ്. വളരെ ലളിതമായിരുന്നു. അവരുടെ വേഷവിധാനങ്ങൾ. തൂവെള്ള വസ്ത്രങ്ങളിൽ മാലാഖമാരെപ്പോലെ അവർ കാണപ്പെട്ടു. കടലിൽ അകപ്പെട്ടുപോയ കപ്പിത്താന്റെ മുഖഭാവമായിരുന്നു, അപ്പോൾ മറാഞ്ചിയയ്ക്ക്. മക്കൾ ദൈവഹിതത്തിനായി കാത്തുനില്ക്കുന്ന ബലിമൃഗങ്ങളെപ്പോലെ കാണപ്പെട്ടു.

"ദയ കാണിക്കണം. മിസ്റ്റർ ജിമ്മി. ഞങ്ങൾ പള്ളിയിൽ നിന്നു തിരിച്ചു വരുന്ന വരവാണ്."

"കുമ്പസാരിച്ചോ?" സൂപ്പറാണ് ചോദിച്ചത്. ആരാച്ചാരുടെ ഭാവമായിരുന്നു സൂപ്പർക്ക്.

സൂപ്പർ ഒരു നാടകനടന്റെ ചേലിൽ അടിവച്ച് അടിവച്ച് നടന്നുകൊണ്ടിരുന്നു. അയാളുടെ മുഖത്ത് സ്റ്റേജിലെ ഭാവങ്ങൾ തെളിഞ്ഞു.

"ഉവ്വ്." മകളാണ് ഉത്തരം പറഞ്ഞത്.

"നിന്റെ അമ്മ കുമ്പസാരിച്ചില്ലല്ലോ" സൂപ്പർ തുടർന്നു: "ഭർത്താവിനെ ഷൂസിട്ട കാലുകൊണ്ട് തൊഴിച്ചവളാണ് മീർത്ത മറാഞ്ചിയ. തൊഴിച്ചതേയുള്ളൂ. പക്ഷേ പാവം ഭർത്താവ് പിടഞ്ഞു മരിച്ചു."

“ദയ വിചാരിക്കൂ സൂപ്പർ. ഞങ്ങൾ ആൺതുണയില്ലാത്തവരാണ്.” മീർത്ത മറാഞ്ചിയയുടെ സ്വരത്തിൽ ദീനത കലർന്നിരുന്നു.

“ശരി. ഞാൻ വിചാരിക്കാം. തെറ്റു ചെയ്താൽ ഈശ്വരനു പോലും മാപ്പു കൊടുക്കാത്തവനാണ് ഈ കിഴവൻ ജൂതൻ.” സൂപ്പർ തന്റെ ടീ ഷർട്ട് രണ്ടു ഭാഗത്തു പിടിച്ചുതാഴ്ത്തി നാണം മറയ്ക്കുന്ന മട്ടിൽ പറഞ്ഞു.

“ശരി എന്താണ് വിഭവം?” സൂപ്പർ ചോദിച്ചു.

‘‘റൈസ് ആന്റ് ബീൻസ്. പതിവുള്ള ആഹാരം.” ക്ഷമാപണത്തോടെ മീർത്ത പറഞ്ഞു.

ജിമ്മിയെ നോക്കിക്കൊണ്ട് സൂപ്പർ തുടർന്നു.

“മിസ്റ്റർ ജിമ്മീ, ഞാൻ നിങ്ങളോട് മൂന്നു മണിക്കൂർ ദയ ചോദിക്കുന്നു. ഈ പാവങ്ങളെ വിശപ്പടക്കാൻ അനുവദിക്കണം. അവരുടെ വീട്ടുസാമാനങ്ങൾ അവർക്കുതന്നെ വിട്ടുകൊടുക്കുക. പാവങ്ങൾ ഇപ്പോഴാണ് കോടതിയുത്തരവ് വായിച്ചത്. നേരത്തെ വായിച്ചത് വളരെ നേരത്തേ തന്നെ ദൈവം അവരുടെ തലയിൽ എഴുതിയ എഴുത്തായിരുന്നു.”

പിന്നെ മീർത്തയുടെ നേരെ വിരൽ ചൂണ്ടിക്കൊണ്ട് പറഞ്ഞു.

“റെസ്പക്ടഡ് സ്പാനിഷ് ലേഡി. മീർത്ത മറാഞ്ചിയ; പള്ളിയിൽ പോയതു കാരണം മിസ്റ്റർ ജിമ്മി നിങ്ങൾക്ക് മൂന്നു മണിക്കൂർ ദാനം ചെയ്തിരിക്കുന്നു. വാതിൽ ഞാൻ തുറന്നുതരും. ദൈവത്തിന്റെ താക്കോലാണ് എന്റെ കൈയിൽ. ഇഷ്ടംപോലെ സമയമെടുത്തു ലഞ്ചുകഴിക്കുക. ശേഷം ട്രക്ക് വിളിച്ച് വീട്ടുസാമാനങ്ങൾ ധൃതിയിൽ കയറ്റുക. ആറു മണിക്ക് ഞാൻ വീടു പൂട്ടും, ഓക്കെ.”

മറാഞ്ചിയയും മക്കളും കാറിൽ കയറി. കാർ പതുക്കെ പതുക്കെ 385 ബേക്കർ സ്ട്രീറ്റിൽ നിന്നും ഓടിയകലുമ്പോൾ ജിമ്മി പറഞ്ഞു.

“നോക്കൂ സൂപ്പർ. അവരുടെ ഒരു യാത്ര. എന്തു ഭവ്യത.”

“പുലിപോലെ വന്നവൾ എലിപോലെ പോകുന്നു.” സൂപ്പർ പാടി: “എന്റെ നാടകത്തിലെ പാട്ടാണ്. പഴയ പാട്ട്.”

“നിങ്ങൾക്ക് എപ്പോഴും നാടകം എന്തൊരു ഭ്രാന്ത്.” പകുതി കളിയായും പകുതി കാര്യമായും ജിമ്മി പറഞ്ഞു.

“നാടകമേ ഉലഹം.” സൂപ്പർ പൊട്ടിച്ചിരിച്ചു.

മുകളിലത്തെ മുറിയിൽ നിന്നും തന്റെ കിറ്റുമായി അന്ന ഇറങ്ങി വന്നു. അന്നയുടെ ഒരു കണ്ണിൽ സ്വപ്നം നിഴലിട്ടപ്പോൾ മറ്റേ കണ്ണിൽ ഉറക്കം നിഴലിട്ടു. അവൾ വളരെ ധൃതിയിൽ എന്തോ തിരയുന്നു. പിന്നെ ഫോൺ എടുത്തു നമ്പർ ഞെക്കി സംസാരിക്കുന്നു.

“എവിടേക്കാ?” ജിമ്മി ചോദിച്ചു,

“ഇന്നു ഞായറാഴ്ചയല്ലേ അന്നേ. ഇന്നെങ്കിലും നിനക്ക് വിശ്രമിക്കരുതോ?”

“ജിമ്മി, മെക്ഡൊനാൾഡ് ചാപ്പൽ ഡ്രൈവിൽ നിന്നൊരു കോളുണ്ട്. പുതിയ കേസാണ്.” പ്രസന്നവദനയായ അന്ന പറഞ്ഞു. “ഇന്നു വേല, നാളെ ജഗത്തിനൊരുൽസവം എന്നല്ലേ ജിമ്മി എപ്പോഴും പാടാറുള്ളത്.”

“എന്തിനിതേറ്റെടുത്തു അന്നേ. ” നിസ്സഹായതയോടെ ജിമ്മി ചോദിച്ചു.

“ഒരു ദിവസമെങ്കിലും നിനക്ക് റെസ്റ്റ് കിട്ടുമോ.”

“ചേട്ടാ റൂസ്വെൽറ്റ് സ്ട്രീറ്റിൽ പുതിയ രണ്ടു നിലകെട്ടിടവും ഭൂമിയും വാങ്ങിയ കാര്യം ചേട്ടൻ മറന്നോ. എന്റെ ജിമ്മി ഇതെന്തൊരു മറവി.”

അന്നയുടെ ശബ്ദം ദിഗന്തങ്ങളിൽ മുഴങ്ങുന്നു. ശരിയാണ്: റൂസ് വെൽട്ട് സ്ട്രീറ്റിൽ പുതിയ പുതിയ ആകാശം. ജിമ്മിയുടെ ഫ്ളോപ്പിയിൽ പുതിയ ഒരക്കം.

■

ഗ്രാമോത്സവം

മാധവൻ മഹമൂദിന്റെ വീട്ടിൽ കള്ളൻ കയറി. പാതിരാത്രി എല്ലാവരും ഉറങ്ങുന്ന നേരത്താണ് കള്ളൻ വന്നത്. കള്ളൻ ആരേയും ദേഹോപദ്രവം ചെയ്തില്ല. താരുണ്യങ്ങൾ കല്യാണം കാത്തുകഴിയുന്ന ആ വീട്ടിൽ അവൻ ആരേയും മാനഭംഗപ്പെടുത്തിയില്ല. മദാലസകളായ മധ്യവയസ്ക്കകൾ ആ വീട്ടിൽ വേറെയും ഉറങ്ങുന്നുണ്ടായിരുന്നു. ടി.വി, വി.സി.ആർ, കോഡ്‌ലസ് ഫോൺ, കാർടിയാർ വാച്ച് ഇത്യാദികളൊന്നും കള്ളൻ കൊണ്ടുപോയില്ല. ഒരു ലക്ഷം കറൻസിയുള്ളത് അവൻ തൊട്ടില്ല. കള്ളൻ കട്ടത് സ്വർണ്ണം മാത്രമാണ്. അർദ്ധരാത്രിയിൽ പോലീസിനെപ്പോലെ വീട് മുഴുവൻ തപ്പി സ്വർണ്ണം മുഴുവൻ അപഹരിച്ചു. കുഞ്ഞിന്റെ കഴുത്തിലെ ചെയിൻ പോലും ബാക്കി വച്ചില്ല.

മാധവൻ മഹമൂദ് ഗൾഫുകാരനാണ്. മാർബിളും ഗ്രാനൈറ്റും തേക്കും വീട്ടിയും ഉപയോഗിച്ച് അയാൾ നിർമ്മിച്ച വീട് ഒരുകോടിയോളം വരും. കാവലിന് ഗൂർഖകൂടാതെ ഡോബർ മേനുമുണ്ട്. വീടിന്റെ ജനലോ വാതിലോ കള്ളൻ പൊളിച്ചിട്ടില്ല. ഒരു പൂട്ടുപോലും കള്ളൻ പൊട്ടിച്ചിട്ടില്ല. കള്ളൻ ആകാശത്തിൽ നിന്നിറങ്ങിയതാണോ അതോ ഭൂമിയിൽനിന്നും മുളച്ചു പൊങ്ങിയതോ?

മാധവൻ മഹമൂദിന്റെ അയൽവാസികൾ കള്ളന്റെ വരവും പോക്കും ഒരു സെമിനാറാക്കി മാറ്റി. കൂടുതലും സ്ത്രീജനങ്ങളാണ് അതിൽ പങ്കുകൊണ്ടത്. കള്ളനാണെങ്കിലും കള്ളനോട് സ്ത്രീത്വം അപഹരിക്കാത്തതിൽ അവരെല്ലാവരും ആദരവ് പ്രകടിപ്പിച്ചു. എന്നാലും സന്ധ്യമയങ്ങി ഇരുട്ടിന്റെ ആവരണം വീഴുമ്പോൾ ഇവരെല്ലാം കിടിലം കൊള്ളാൻ തുടങ്ങും.

ഒരാഴ്ച കഴിഞ്ഞില്ല തൊട്ടടുത്ത വീട്ടിലും കള്ളൻ കയറി. റിട്ടയേർഡ് അണ്ടർ സെക്രട്ടറി രാധാകൃഷ്ണമേനോന്റെ വീടാണ് ഇത്തവണ കള്ളൻ അപഹരണത്തിനായി തിരഞ്ഞെടുത്തത്. മോഡസ് ഓപ്പറാണ്ടി പഴയപടി തന്നെ. സർവീസ് കാലത്തുള്ള ഒരഴിമതികേസിന്റെ വിചാരണ കഴിഞ്ഞു വിധി കാത്തുകിടക്കുകയാണ് രാധാകൃഷ്ണമേനോൻ. ഉറക്കം നഷ്ടപ്പെട്ട രാധാകൃഷ്ണമേനോൻ പോലും കള്ളന്റെ സാന്നിധ്യം അറിഞ്ഞില്ല. അവിടെയും കള്ളൻ കട്ടത് സ്വർണ്ണം മാത്രം. പക്ഷേ, ഒരു വേലകൂടി കള്ളൻ പറ്റിച്ചു. അടുക്കളയിൽ കയറി, പിറ്റേന്നത്തേക്കുണ്ടാക്കിവച്ച അവിയലും കാളനും

കൂട്ടുകറിയും കൂട്ടി സമൃദ്ധമായി ഊണു കഴിച്ചു. മീൻ വറ്റിച്ചതും ഇറച്ചി വരട്ടിയതും കള്ളൻ തൊട്ടില്ല. തികച്ചും ഒരു സസ്യഭുക്കാണ് കള്ളൻ എന്ന നിഗമനത്തിൽ അഗെതക്രിസ്റ്റിയുടെ ആരാധകനായ രാധാകൃഷ്ണമേനോൻ എത്തിച്ചേർന്നു.

പിറ്റേന്ന്, രാധാകൃഷ്ണമേനോന്റെ വീട്ടിൽ കള്ളൻ കയറിയ നടുക്കം വിട്ടുമാറുന്നതിനുമുമ്പ് അവൻ നാല് വീട്ടിനപ്പുറത്ത് വീണ്ടും കയറി. പാലക്കാട് പ്രാക്ടീസ് ചെയ്യുന്ന ഡോ. രാമസ്വാമിയുടെ വൃദ്ധയായ അമ്മ തനിച്ചു താമസിക്കുന്ന പഴയ തറവാട് വീടാണ് ഇത്തവണ അവൻ ഇരയാക്കിയത്. കള്ളൻ കയറിയ സത്യം സാത്വികയായ ആ അമ്മ അറിയുന്നത് രണ്ടു ദിവസം കഴിഞ്ഞിട്ടാണ്. സുന്ദരം അയ്യരുടെ പേരക്കുട്ടിയുടെ തിരുമണത്തിന് പോകാനായി പഴയ ട്രങ്കുപെട്ടി തുറന്നപ്പോൾ ഡോ. രാമസ്വാമിയുടെ പേരടിച്ച കുറിപ്പ്ശീട്ടിൽ കള്ളൻ വൃത്തിയായി ഇങ്ങനെ എഴുതിയിരുന്നു:

“കയറി, കണ്ടു, പൊക്കി, നന്ദി, വീണ്ടും വരില്ല.”

ഒപ്പിന്മേൽ അടിവരയിട്ട് രണ്ടു ദിവസം മുമ്പുള്ള തീയതിയും കുറിച്ചിരിക്കുന്നു.

ഇവിടെയും കളവുമുതൽ സ്വർണ്ണം തന്നെ. പാട്ടിയമ്മ അരിച്ചുപെറുക്കി വച്ച അയ്യായിരത്തിലധികം ഉറുപ്പിക വൃത്തിയുള്ള പോക്കറ്റിലാക്കി വേറൊരു സ്ഥലത്ത് കള്ളൻ നിക്ഷേപിച്ചിരിക്കുന്നു,. അതിന്റെ കൂടെയും അവൻ കുറിപ്പ് വയ്ക്കാൻ മറന്നിട്ടില്ല.

“കറൻസി മാത്രം കക്കുന്ന കള്ളന്മാരും ഈ നാട്ടിലുണ്ട്. അതുകൊണ്ട് പണം ബാങ്കിലിടുക. എന്നാൽ പലിശമാത്രമല്ല മുതലും ലാഭമായിരിക്കും.” എഴുതി പരാജയം പ്രാപിച്ച ഒരു കൊച്ചു സാഹിത്യകാരൻ തന്നെയാണ് കള്ളൻ.

പോലീസും പോലീസ് നായയും എത്തി. പോലീസ് നായ രണ്ടെണ്ണമുണ്ട്. ആണും പെണ്ണും. മണം പിടിക്കുന്നുണ്ടെങ്കിലും നവദമ്പതികളെപ്പോലെ ഉരുമ്മിക്കൊണ്ടാണ് കേസ് പിടിക്കാനുള്ള പണികളിലെല്ലാം അവർ മെനക്കെട്ടത്.

നാടിനെ നടുക്കിക്കൊണ്ട് തുന്നൽ ടീച്ചർ രാധാമണിയുടെ വീട്ടിലും കള്ളൻ കയറി. രാധാമണിടീച്ചർ സ്കൂളിൽ പോകുമ്പോൾ വാതിലടച്ചു പൂട്ടിയിടും. സ്കൂൾ വിട്ടുവന്നാൽ പൂട്ടുമാറ്റി വാതിൽ മലർക്കെ തുറന്നിടും, പിന്നെ പിറ്റേന്നു സ്കൂളിൽ പോകുമ്പോൾ മാത്രമേ ടീച്ചർ വീട് പൂട്ടുകയുള്ളൂ. ആൾപെരുമാറ്റമുള്ളപ്പോഴെല്ലാം ഏവർക്കും സ്വാഗതം എന്നാണ് രാധാമണി ടീച്ചറുടെ ശൈലി.

രാധാമണി ടീച്ചറുടെ വീട്ടിൽ കക്കാൻ ഒന്നുമില്ല. രണ്ടു മൂന്നു ജോഡി ഖദർ വസ്ത്രങ്ങൾ, നാലഞ്ചു പുല്ലുപായ, അരിയും ചെറുപയറും മഞ്ഞളും ഉപ്പും നിറച്ചുവച്ച പ്ലാസ്റ്റിക് ഡബ്ബകൾ, ഇത്രയും സാധനങ്ങളേ ആ വീട്ടിലുള്ളൂ. എന്നിട്ടും കള്ളൻ തന്റെ വ്യക്തിത്വം പുലർത്തി. ടീച്ചറുടെ കഴുത്തിലെ ഏക

സ്വർണ്ണമാല. അവൻ ആരുമറിയാതെ അഴിച്ചെടുത്തു. ഇവിടെയും സാഹിത്യം രചിക്കാൻ കള്ളൻ മറന്നില്ല.

“പ്രിയപ്പെട്ട ചേച്ചീ, പെൻഷൻ പറ്റേണ്ട പ്രായമൊക്കെ കഴിഞ്ഞല്ലോ. എസ്.എസ്.എൽ.സി. ബുക്കിൽ വല്ല മറിമായവും നടത്തിയിരുന്നോ. എന്നാലും എന്റെ ടീച്ചറേ, ജീവിതത്തിൽ യാതൊരു റൊമാൻസുമില്ലാത്ത നിങ്ങൾ ഉറങ്ങാതെ കിടക്കുന്നത് എന്നെപ്പോലെ തിരക്കു പിടിച്ച ഒരാൾക്ക് എത്രയെത്ര പ്രയാസങ്ങൾ വരുത്തുമെന്നു ചേച്ചിക്കറിയാമോ. ചേച്ചി ബസ്സിറങ്ങുമ്പോഴും മാല ഞാൻ കണ്ടിരുന്നു. വീട്ടിൽ ഈ മാലയല്ലാതെ മറ്റൊന്നുമുണ്ടാവുകയില്ലെന്നു ചേച്ചിയുടെ കോലം കണ്ടപ്പോൾ തന്നെ മനസ്സിലാക്കുകയും ചെയ്തു. ചെറുതായാലും സ്വർണ്ണമല്ലേ എന്നോർത്താണ് ഞാൻ ഇവിടം വരെ വന്നത്. ചേച്ചിയൊന്നുറങ്ങിക്കിട്ടാൻ ദീർഘനേരം ഞാൻ കാത്തിരുന്നു: കഴുത്തിലെ സ്വർണ്ണനാണയം തണുക്കുന്നതുവരെ. സ്വർണ്ണം തണുക്കാൻ തുടങ്ങുന്ന പാതിരാവിൽ ഏതു കൊടിച്ചിയും ഒന്നു മയങ്ങുമെന്ന കാര്യം എല്ലാ രാത്രിഞ്ചരന്മാർക്കുമറിയാവുന്നതാണല്ലോ. ഒരു തുള്ളി കണ്ണീരോടെ ഞാനിതു നിർത്തട്ടെ. നമസ്ക്കാരം.”

സഹൃദയനായ കള്ളന്റെ പരാക്രമങ്ങൾ നാട്ടിൽ മുറതെറ്റാതെ നടന്നു കൊണ്ടിരുന്നു. കള്ളനെ പിടിക്കാൻ കഴിഞ്ഞില്ലെങ്കിലും പോലീസ് കൂടുതൽ ജാഗരൂകരായി. പട്ടണപ്രാന്തത്തിലുള്ള ആ പ്രദേശത്തെ മിക്ക വീടുകളിലും കള്ളൻ ഇതിനകം കയറിക്കഴിഞ്ഞു. കള്ളന്റെ പാദസ്പർശമേല്ക്കാൻ ഇനി വളരെ കുറച്ചു വീടുകൾ മാത്രമേ ബാക്കിയുള്ളൂ.

അത്തരത്തിലുള്ള ഒരു വീട്ടിലാണ് കുമാരി ശ്രീലത താമസിക്കുന്നത്. ആറു വർഷം മുമ്പ് പ്രീഡിഗ്രിയിൽ പരാജയപ്പെട്ട ശ്രീലത ഇതിനകം ടൈപ്പ്റൈറ്റിങ്ങും ഷോർട്ട്ഹാന്റും വശമാക്കിയിട്ടുണ്ട്. ഇപ്പോൾ കമ്പ്യൂട്ടറാണ് പരിശീലിക്കുന്നത്. കൂട്ടത്തിൽ കഥയെഴുത്തും. കഥയെഴുതാൻ തുടങ്ങിയപ്പോഴാണ് കുമാരി എന്ന വിശേഷണം പേരിനോടൊപ്പം ചേർത്തത്. കഥയിലും പേരിലും വിശേഷണങ്ങൾ ചേർത്തുവെന്നല്ലാതെ ഒരു ഗുണവും അതുകൊണ്ട് ലഭിച്ചിട്ടില്ല. ഒരു കഥപോലും ഇതുവരെ വെളിച്ചം കണ്ടിട്ടില്ല. പക്ഷേ, പത്രാധിപർ ദീനാനുകമ്പയുള്ള മഹാമനസ്കനാണ്. കഥകൾ അദ്ദേഹം മുറയ്ക്ക് തിരിച്ചയയ്ക്കും. തുടർന്നും എഴുതുമല്ലോ' എന്ന പ്രോത്സാഹജനകമായ ഒരു കൊച്ചു കുറിപ്പും കൂടെയുണ്ടാകും. മുതിർന്നവരുടെ കളരിയിൽ പരാജയപ്പെട്ടപ്പോൾ ഈയിടെയായി കുമാരി ശ്രീലത ബാലപംക്തിയിലേക്കാണ് കഥകൾ അയയ്ക്കുന്നത്.

അമ്മയും അമ്മാമനും ഇളയമ്മയുമുള്ള സാമാന്യം വലിയ കുടുംബത്തിലാണ് ശ്രീലതയുടെ ജീവിതം. സാഹിത്യസൃഷ്ടി നടത്തുവാൻ അത്യാവശ്യമായ ഏകാഗ്രത ഈ അന്തരീക്ഷത്തിൽ കിട്ടുകയില്ലല്ലോ. ആയതിനാൽ ശ്രീലത മറ്റെല്ലാവരും ഉറങ്ങുന്ന നേരത്ത് എഴുതാനിരിക്കുന്നു.

നാട്ടിൽ കള്ളന്റെ വിളയാട്ടം തുടങ്ങിയതോടെ അസമയത്തു കിട്ടാറുള്ള ഈ ഏകാഗ്രതയും നഷ്ടപ്പെട്ടിരിക്കുന്നു. ഉറക്കം കിട്ടാതാവുമ്പോൾ മറ്റുള്ളവർ ചെയ്യുന്നതുപോലെ ശ്രീലത ഗുളികകളൊന്നും കഴിക്കാറില്ല. അവൾ നോവലോ കഥയോ വായിക്കാൻ തുടങ്ങും. പുസ്തകം കൈയിലെടുത്ത് അഞ്ചാറ് താളുകൾ കഴിയുമ്പോഴേക്കും അവൾക്കുറക്കം വരും. അങ്ങനെ ശ്രീലത ഉറങ്ങുകയും വായിക്കപ്പെടാത്ത കഥ ബാക്കിയാവുകയും ചെയ്യുന്നു.

കള്ളനെക്കുറിച്ചുള്ള ആകുലത ശ്രീലതയെ സദാ വിമ്മിട്ടപ്പെടുത്തിക്കൊണ്ടിരുന്നു. ഇരുട്ടാകുന്നതോടെ ശ്രീലതയുടെ നെഞ്ചിടിക്കാൻ തുടങ്ങുന്നു. അഗാധവും മോചനമില്ലാത്തതുമായ രാത്രിയിലേക്ക്, ഇരുട്ടിലേക്ക്, അനിശ്ചിതത്വത്തിലേക്ക് അവൾ ഊർന്നിറങ്ങുന്നു.

കള്ളൻ വീടിനകത്തു കയറിക്കിട്ടാൻ ശ്രീലത ആഗ്രഹിച്ചു. എന്നാൽ ആ പണി തീർന്നല്ലോ, കള്ളൻ വരുമോ കള്ളൻ കയറുമോ എന്നിങ്ങനെ ഹൃദയം മിടിക്കും പോലെ ഇടതടവില്ലാതെ പേടിച്ച രണ്ട് രാത്രിമുഴുവനും കഴിച്ചുകൂട്ടേണ്ടതില്ലല്ലോ. കള്ളൻ കയറി, മോഷണം നടത്തി തിരിച്ചു രക്ഷപ്പെടുമ്പോൾ 'ഓ' ഇന്നെങ്കിലും വന്നല്ലോ നന്നായി.' എന്ന് കള്ളനോടു നന്ദി രേഖപ്പെടുത്താനുള്ള വാക്കുകൾ ശ്രീലത കണ്ടെത്തി.

രാത്രിയുടെ നീണ്ട യാമങ്ങളിൽ കള്ളന്റെ കാലൊച്ചയ്ക്കായി ശ്രീലത കാതോർത്തു കിടക്കാൻ തുടങ്ങി.

അങ്ങനെയുള്ള ഒരു രാത്രിയിൽ കുമാരി ശ്രീലത കള്ളന്റെ കാലൊച്ച കേട്ടു; ഒരു ചിലമ്പൊലി പോലെ. കേട്ടതും അവൾ തട്ടിപ്പിടഞ്ഞെഴുന്നേറ്റു. ശബ്ദമുണ്ടായാൽ കള്ളൻ ഓടിപ്പോയാലോ എന്ന ഭയം കാരണം ഒച്ചപ്പാടില്ലാതെ കാലടികൾ പയ്യെപ്പയ്യെവച്ച് ജനലിനരികെ അവൾ ചെന്നുനിന്നു. അഴികളിൽ മുഖം ചേർത്തുവച്ച് ശ്രീലത പുറത്തേക്കു നോക്കി. ഭൂമിയിൽ ഇരുട്ടാണെങ്കിലും ആകാശത്ത് വെട്ടമുണ്ട്. മിന്നാമിനുങ്ങുകളും നക്ഷത്രങ്ങളും കള്ളന്റെ ശരീരത്തിൽ ഒളിവിതറി. മരത്തിന്റെ മറവിൽ, ഇടതുകൈ മരത്തിന്റെ അരക്കെട്ടിൽ ചുറ്റി കള്ളൻ ജനലിലേക്കു നോക്കുന്നു. കള്ളന്റെ കലാപരമായ ആ നില്പ് ശ്രീലതയ്ക്കു നന്നായി ബോധിച്ചു. ജനലിലൂടെ വളയിട്ട കൈ പുറത്തേക്കിട്ട് അവൾ കള്ളനെ മാടി വിളിച്ചു. കള്ളൻ ആദ്യം ഒരു ചുവട് പുറകോട്ടു വച്ചെങ്കിലും പതുക്കെ മുന്നോട്ടു നീങ്ങാൻ തുടങ്ങി. ചൂണ്ടുവിരൽ ചുണ്ടിൽവച്ച് കള്ളനോടു ജാഗ്രത പാലിക്കാൻ ശ്രീലത നിർദ്ദേശിച്ചു. ഇരുട്ടിൽ കള്ളൻ അതു കണ്ടോ എന്തോ.

ജനലഴികളിലൂടെ കള്ളന്റെ ചൂടുള്ള നിശ്വാസം ശ്രീലതയുടെ മാറിൽ തട്ടി. അവളുടെ ദേഹത്തുകൂടെ ഒരു വിറ പാഞ്ഞു.

ഒരുതുണ്ട് കടലാസ് അവളുടെ കൈയിൽ കിട്ടി. "എന്നെ കുടുക്കാനാണോ ഭാവം. വേല കയ്യിലിരിക്കട്ടെ" എന്ന് കള്ളൻ.

തുണ്ടുകടലാസ് കൊടുത്തതും കള്ളൻ പതുക്കെ അപ്രത്യക്ഷനായി. അപ്പോൾ കരിയിലകളിലൂടെ സ്നേഹസമ്പന്നയായ ഒരു കാറ്റ് നൃത്തം ചെയ്തു കടന്നുപോയി, തികഞ്ഞ നിശ്ശബ്ദതയ്ക്കു പശ്ചാത്തലമായി അകലെയുള്ള ഗ്രാമോത്സവത്തിന്റെ ആരവം നിലകൊണ്ടു. ആ ആരവത്തിൽ വേറിട്ടു കേട്ട ഏതോ കഥാപ്രാസംഗികന്റെ ചപ്ലാംകട്ടയുടെ ശബ്ദം കള്ളനെ തേടിവരുന്നതുപോലെ തോന്നി. സർക്കസ് കൂടാരത്തിൽ നിന്നുയർന്ന ലൈറ്റിന്റെ അരണ്ട വെളിച്ചത്തിൽ കുമാരി ശ്രീലത കള്ളനെ വീണ്ടും കണ്ടു. സിനിമയിലെന്നപോലെ അവൻ മരംചുറ്റി നില്ക്കുകയാണ്.

ശ്രീലത ഒരു തുണ്ടുകടലാസ്സിൽ എഴുതി. ചെറുകഥ തുടങ്ങുന്നപോലെ.

"കാലാകാലത്തെ കാത്തിരിപ്പിനുശേഷം ഒത്തിരി ആഹ്ലാദം പകർന്ന് എന്റെ മുന്നിൽ അവതരിച്ച കള്ളാ നിനക്ക് നമസ്ക്കാരം. നീ ഇന്നു കക്കാതെ പോയാൽ എന്റെ ഹൃദയം തകർന്നുപോകും. നിന്നെ ഞാൻ ആർക്കും പിടിച്ചു കൊടുക്കുകയില്ല. നീ നല്ലവനായ ഒരു കള്ളനാണെന്ന് ഞങ്ങൾക്കെല്ലാം ബോധ്യപ്പെട്ടതാണല്ലോ. ഞാൻ കുളിമുറിയുടെ വാതിൽ തുറന്നുവച്ചിട്ടുണ്ട്. കഴിഞ്ഞ എത്രയോ ദിവസങ്ങളായി ആരും കാണാതെ ആ വാതിൽ നിനക്കു വേണ്ടി ഞാൻ തുറന്നുവയ്ക്കുന്നു. കള്ളാ വരൂ. നിനക്കിഷ്ടമുള്ളതെല്ലാം ഇവിടെനിന്നെടുക്കാം. ഒരപക്ഷേമാത്രമേ എനിക്കുള്ളൂ. കള്ളന് കഞ്ഞിവച്ച ഒരുത്തിയെ കണ്ടു എന്നുമാത്രം നീ ആരോടും പറയരുത്!"

ജനലിലൂടെ ശ്രീലത കൈ പുറത്തേക്കിട്ടപ്പോൾ കള്ളൻ വീണ്ടും പതുക്കെ അടുത്തേക്കുവന്നു. കടലാസ് തുണ്ടു കൊടുക്കുമ്പോൾ കള്ളന്റെ കരസ്പർശം ശ്രീലത അനുഭവിച്ചു. ഇത്തവണ വിറച്ചത് ശരീരമല്ല ഹൃദയമാണ്.

കുറച്ച് സമയത്തേക്ക് കള്ളൻ എങ്ങോ പോയിമറഞ്ഞു.

പിന്നെ കള്ളൻ കൈയുയർത്തിയപ്പോൾ ഒരു കൊച്ചു ടോർച്ച് തെളിഞ്ഞു. അത് വെളിച്ചം വിതറിയത് ശ്രീലതയുടെ മാറിലേക്കായിരുന്നു. ശ്രീലതയുടെ കഴുത്തിലും മാറിലും നിറയെ ആഭരണങ്ങൾ. അവൾ എല്ലാം വാരിവലിച്ച് അണിഞ്ഞിരിക്കുകയാണ്.

കള്ളന്റെ സാന്നിധ്യം അശേഷം അറിയാതെ ശ്രീലതയുടെ വീട്ടിലുള്ള വരെല്ലാം അവനവന്റെ വാതിലടച്ച് ഉറങ്ങുകയാണ്. ആരെങ്കിലും ഉണർന്നാൽ കള്ളൻ പരാജയപ്പെട്ടതുതന്നെ. ആയതിനാൽ ശ്രീലത ഇടനാഴിയിലിറങ്ങി എല്ലാവരുടെ ഉറക്കവും ഒന്നുകൂടി ബലപ്പെടുത്തി.

തുറന്നുവച്ചുകൊടുത്ത കുളിമുറിയുടെ വാതിലിലൂടെ കള്ളൻ കുമാരി ശ്രീലതയുടെ വീടിനകത്തു പ്രവേശിച്ചു. അപഹരണം അനുവദിക്കപ്പെട്ട ഈ രീതി കള്ളന്റെ ജീവിതത്തിൽ ഒരു നാഴികക്കല്ലാണല്ലോ കള്ളൻ അത് സ്വയം രേഖപ്പെടുത്തി.

ഇരുട്ടാണെങ്കിലും കള്ളൻ അകത്തെത്തി എന്നത് ശ്രീലതയ്ക്ക് ബോധ്യ മായി. പൂച്ചയെപ്പോലെ പതുങ്ങി പതുങ്ങി നടക്കുന്ന കള്ളന്റെ കാലൊച്ച

ആലിലയിൽ കാറ്റടിക്കുംപോലെ കേട്ടുതുടങ്ങിയപ്പോൾ അജ്ഞാതമായ ഭയം അവളെ പിടികൂടി. തന്റെ സമ്മതത്തോടും സഹായത്തോടും കൂടിയാണ് കടന്നതെങ്കിലും കള്ളൻ, കള്ളൻ തന്നെയാണല്ലോ.

അക്കാദമിയുടെ ചെറുകഥാ കളരിയിൽ നിന്നു പുറത്തുവന്ന ഒരു യുവ കാഥികനും കാഥികയും ചേർന്നെഴുതുന്ന കൂട്ടുകഥപോലെയാണ് ഇനി എല്ലാം സംഭവിക്കുന്നത്,.

ഡിം...........ഡിം.........ഡിം............കള്ളന്റെ കാലൊച്ച കാതോർത്തു കിടക്കുന്ന ആരുടെ കാതിലും പതിയാത്ത കാലൊച്ച. ഊഹൂ.......ക്ക് ഉഹൂ........ക്ക് ഉഹൂ. പുറത്ത് കുറ്റിക്കാട്ടിൽ നിന്നുയരുന്ന ഇണപ്പോരു കിട്ടിയ ആൺകുറുക്കന്റെ ഓരിയിടൽ. അതു കേട്ടപ്പോൾ വിളറിപൂണ്ട് കാടുവിട്ടിറങ്ങിയ പെൺകുറുക്കത്തികളുടെ തുള്ളാട്ടം.

രണ്ടു കൈയും മേലോട്ടുയർത്തി ചുമ്മാ കീഴടങ്ങിവരുന്ന കള്ളൻ. അപ്പോൾ കുമാരി ശ്രീലത പറയുകയോ പറയാൻ ആഗ്രഹിക്കുകയോ ചെയ്യുന്നു.

"കള്ളാ ഞാൻ ഒന്നും അഴിച്ചുതരില്ല. എന്റെ കഴുത്തിൽ നിന്നും എന്റെ മാറിൽ നിന്നും എല്ലാം നീ ഊരിയെടുക്കുക. സ്വർണ്ണം മാത്രം മോഷ്ടിക്കുന്ന എന്റെ തങ്കപ്പെട്ട കള്ളാ, മോഷണം നടത്തുമ്പോൾ നീ എന്നെ തൊട്ടുപോകരുതേ. അല്പം നിർത്തി പറയുന്നു. അല്ലെങ്കിൽ അങ്ങനെ വേണ്ട. എന്നെ സ്പർശിച്ചുകൊണ്ട് ഓരോരോന്നോരോന്നായി നീ കവർന്നോളൂ.

അയ്യോ ഞാൻ ഇതെല്ലാം അനുഭവിക്കണമെന്നോ, കൈതപ്പൂവിന്റെ ഗന്ധമുള്ള കള്ളന്റെ ശരീരം. പാരിജാതത്തിന്റെ മണമുള്ള കള്ളന്റെ നിശ്വാസം കുഞ്ഞുണ്ണിക്കാട് വളരുന്ന കള്ളന്റെ തലമുടി.

അയ്യോ, സത്യവും അസത്യവും ഒന്നാവുകയാണോ. കള്ളൻ ജീവിതകാലം മുഴുവൻ മോഷ്ടിച്ച സ്വർണ്ണത്തേക്കാൾ ഭാരം കള്ളന്റെ നെഞ്ചിനാണോ.

ഭാരം ഭാരക്കുറവായിതോന്നുന്നു. ശരീരം തളരുന്നു. വീർപ്പുമുട്ടുന്നു. കാലുകൾക്കിടയിൽ നീറ്റൽ അനുഭവപ്പെടുന്നു. സ്വപ്നത്തിൽ അങ്ങെവിടെയോ ഒരു സുഖം. ഒരു മൂർഛ. കഥയ്ക്ക് ഇടവേള വീഴുന്നു.

പിറ്റേന്നു കാലത്ത് വീട്ടിലുള്ളവരെല്ലാം പതിവുപോലെ ഉണർന്നു തങ്ങളുടെ ദിനകൃത്യങ്ങളിൽ വ്യാപൃതരായി. കഴിഞ്ഞ അർധരാത്രിയിൽ ഒരു പടയോട്ടം വീടിനുള്ളിൽ കടന്നുപോയത് അവർ ആരും തന്നെ അറിഞ്ഞില്ല.

മോഷ്ടിക്കപ്പെടാത്ത സ്വർണ്ണം മാറിലും മോഷ്ടിച്ച രഹസ്യം മാറിനടിയിലും വഹിച്ചു ശ്രീലത മുന്നോട്ടു പോവുകയാണ്. മുന്നോട്ടു തന്നെ.

വാസ്തവത്തിൽ ഈ കഥയെഴുതിയത് ഞാനല്ല. കുമാരി ശ്രീലതയും പാതിരാകള്ളനും ഒത്തൊരുമിച്ച് ഒരു കൂട്ടുകൃഷിപോലെ ചേർന്നെഴുതിയതാണ്. മുതിർന്നവരുടെ കോളത്തിൽ സ്വാഗതാർഹമല്ലെങ്കിൽ ബാലപംക്തിയിലെങ്കിലും കൊടുക്കുക. ■

വടകര മയ്യഴി കോഴിക്കോട്

വടകര ബസ് സ്റ്റാൻഡിലെ ചുമട്ടുതൊഴിലാളിയായ പ്രഭാകരൻ ആ ശനിയാഴ്ച ദിവസം സന്തോഷിച്ചതിന് കണക്കില്ല. സന്ധ്യമയങ്ങുന്നതിനു മുമ്പു തന്നെ നൂറ്റിയിരുപത്തഞ്ചു റുപ്പിക കൈയിലായിരിക്കുന്നു.

അവൻ നേരെ മയ്യഴിക്കു ബസ്സ് കയറി. ഫ്രഞ്ച് വൈൻഷാപ്പിനു മുമ്പിൽ ബസ്സ് നിർത്തിയപ്പോൾ പ്രഭാകരൻ പുറത്തേക്കു ചാടിയിറങ്ങി.

ഫ്രഞ്ച് വൈൻഷാപ്പ് മയ്യഴിയിലെ ചെറിയ മദ്യശാലയാണ്. അതൊരു പഴയ കെട്ടിടത്തിന്റെ മുകളിലാണ് സ്ഥിതിചെയ്യുന്നത്. താഴെ ഇരുമ്പു കച്ചവടമാണ്. കടയ്ക്കുമുമ്പിൽ വലിയ തിരക്കുണ്ടാവാറില്ല. വീടു പണിയിലേർപ്പെട്ട ഹതാശരായ നടുത്തരക്കാർ വില പേശുന്ന കാഴ്ചയാണ് മദ്യപന്മാരെ ആദ്യം എതിരേല്ക്കുക. കെട്ടിടത്തിന്റെ തെക്കുഭാഗത്തെ ചുമരോടു ചേർന്നുനില്ക്കുന്ന കിഴുക്കാംതൂക്കായ പഴയ മരക്കോണി കയറിയിട്ടുവേണം ഫ്രഞ്ച്വൈനിലെത്താൻ. പുറത്ത് ഹോൾസെയിലും അകത്ത് റീട്ടെയിലും.

നാലുമേശയും പത്തുപന്ത്രണ്ട് കസേരകളുമുള്ള ഒരു കുടുസ്സായ മുറിയാണ് ബാർ. പഴയ ജിംഘാളത്തിന്റെ ഒരു തിരശ്ശീലയാണ് ഹോൾസെയിലിനെയും റീട്ടെയിലിനെയും വേർതിരിക്കുന്നത്.

പ്രഭാകരൻ ജിംഘാളം നീക്കി ബാറിൽ കടന്നപ്പോൾ ഒരു സർദാർജി വലിയ ഒരു കുപ്പി റമ്മുമായി മേശയ്ക്കരികിൽ ഇരിക്കുന്നതാണ് കണ്ടത്. വേറെ ആരും അവിടെയില്ല. എങ്കിലും സർദാർജിയുടെ തലക്കെട്ടും താടിയും കൊണ്ട് ബാർ നിറഞ്ഞു കവിഞ്ഞതുപോലെ പ്രഭാകരനു തോന്നി. കാൽപ്പെരുമാറ്റം കേട്ട ഉടനെ സർദാർജി സിംഹത്തെപ്പോലെ നോക്കി. സത്യത്തിൽ പ്രഭാകരൻ ഒന്നു പേടിച്ചു. ചമ്മൽ പുറത്തുകാണിക്കാതെ ഒരു ചെറിയ ചൂളം വിളി പാസ്സാക്കിക്കൊണ്ട് പ്രഭാകരൻ സർദാർജിയുടെ തൊട്ടടുത്തുള്ള മേശയ്ക്കരികിൽ ചെന്നിരുന്നു.

സർദാർജി വെള്ളം ചേർക്കാതെയാണ് റം അടിക്കുന്നത്. അതുകണ്ടപ്പോൾ പ്രഭാകരനു വയർ കാളി. ഒരു വലിയ ഏട്ടയുടെ തല ഫ്രൈ ചെയ്തതും ഒരു വസ്സി കല്ലുമ്മക്കായയും നാലഞ്ചു പൊറാട്ടയും സർദാർജിയുടെ മേശപ്പുറത്തുണ്ട്. പക്ഷേ, തൊട്ടിട്ടില്ല. റമ്മിന്റെ കുപ്പി പകുതിയോളം തീർന്നിരിക്കുന്നു.

"ഇവിട്യാരൂല്ലേ?" പ്രഭാകരൻ ആരോടൊന്നില്ലാതെ ചോദിച്ചു. തന്റെ നിശ്ശബ്ദതയെ ഭഞ്ജിച്ച ചുമട്ടുതൊഴിലാളിയെ സർദാർജി രൂക്ഷമായി നോക്കി. ആ നോട്ടത്തിൽ പ്രഭാകരൻ പതറി. പൂവൻകോഴിയുടെ നോട്ടത്തിൽ പിടക്കോഴിയെന്നപോലെ.

പ്രഭാകരൻ, പക്ഷേ, വിട്ടുകൊടുത്തില്ല. അവൻ അങ്ങോട്ടും നോക്കി. സർദാർജിയുടെ ചോരച്ചാലുകൾ നിറഞ്ഞ ഉണ്ടക്കണ്ണുകളും പ്രഭാകരന്റെ സി.ഐ.ടി.യു കണ്ണുകളും തമ്മിലിടഞ്ഞു.

"ങ് ഹാ, നേതാവിനെന്താ കുടിക്കാൻ?" പയ്യന്റെ ശബ്ദം കേട്ട് പ്രഭാകരൻ സർദാർജിയുമായി നടത്തുന്ന കണ്ണുകൊണ്ടുള്ള ഉരസൽ നിർത്തി.

"എത്ര നേരായെടാ. വന്നിറ്റ്."

"നേതാവേ, ഇന്ന് ഞാനൊറ്റയ്ക്കാ. റീട്ടെയിലും ഹോൾസെയിലും ഞാൻ തന്നെ നോക്കണം."

"ഏതാടാ ഇവൻ?" സർദാർജി കാണാതെ പെരുവിരൽകൊണ്ട് അയാളെ ചൂണ്ടി പ്രഭാകരൻ ചോദിച്ചു.

"കമ്പിയിറക്കാൻ വന്ന ഡ്രൈവറാ. വന്നാൽ ഒരു ഫുൾ കുപ്പി അകത്താക്കും. പിന്നെ എണീറ്റ് സുകായി ലോറിയുമോടിച്ചങ്ങു പോകും."

"എന്നാ എനിക്കും ഒരു കുപ്പി റം. ഓനെ ഒന്ന് തോപ്പിക്കണം."

"ഒരു കുപ്പിയോ?" പയ്യന് സംശയം

"ഒരു കുപ്പി തന്നെ. ഒരു ഏട്ടത്തലയും." പ്രഭാകരൻ പോക്കറ്റിൽ നിന്നും നോട്ടുകൾ മേശപ്പുറത്തിട്ടുകൊണ്ട് പറഞ്ഞു.

സർദാർജിയുടെ കുപ്പി മുക്കാൽ ഭാഗവും തീർന്നു. പിന്നെ അയാൾ സാവകാശം ഏട്ടത്തല പൊളിച്ചു തിന്നാൻ തുടങ്ങി. അപ്പോഴേക്കും പയ്യൻ സവാള ഉള്ളി നിറച്ച വലിയ തളിക സർദാർജിയുടെ മുന്നിൽ കൊണ്ടുവന്നു വച്ചു.

പ്രഭാകരൻ പുറത്തേക്കു നോക്കി. മയ്യഴിപ്പുഴയും മൂപ്പൻസായ്പിന്റെ ബംഗ്ലാവും ജനലിലൂടെ നോക്കിയാൽ കാണാം. മൂപ്പൻ സായ്പിന്റെ ബംഗ്ലാവിൽ വിളക്കുകൾ തെളിഞ്ഞു കത്തുകയാണ്. അവിടെയും പാർട്ടി നടക്കുന്നുണ്ടാകും. പുഴവക്കത്ത് കെട്ടിയുയർത്തിയ പാതാറിലെ പാർക്കിൽ ചെറുപ്പക്കാർ ബിയറിന്റെ കുപ്പികൾ പൊട്ടിക്കുന്ന കാഴ്ചയും പ്രഭാകരൻ കണ്ടു.

പ്രഭാകരന്റെ കുപ്പി പകുതിയായി. ഏട്ടത്തലയും തീർന്നു.

ബാർ നിറഞ്ഞു കവിയാൻ തുടങ്ങി. എല്ലാ കസേരകളിലും കുടിയന്മാർ. പ്രഭാകരന്റെ മേശയ്ക്കിരുവശമുള്ള കസേരകളിലും ആരെല്ലാമോ വന്നിരുന്നു.

പ്രഭാകരൻ കുപ്പി തീർക്കുവാൻ ശ്രമിക്കുകയാണ്. സർദാജിയെ തോല്പിക്കണമെന്ന ഉത്ക്കടമായ ആഗ്രഹം. പക്ഷേ, ആവുന്നില്ല,

"പ്രഭാകരേട്ടാ മതി." ആകാശത്തുനിന്നോ മറ്റോ പയ്യന്റെ സ്വരം കേൾക്കുന്നു.

എങ്ങനെയോ കിഴുക്കാംതൂക്കായ കോണിയിറങ്ങി പ്രഭാകരൻ റോഡു വക്കിൽ വന്നു നിന്നു. ഇരുമ്പുകട അടച്ചുപൂട്ടി മുതലാളി പോയിരിക്കുന്നു. വന്നുനിന്ന ഒരു ബസ്സിൽ പ്രഭാകരൻ കയറി.

പിറ്റേന്ന് നേരം പുലർന്നപ്പോൾ താൻ വടകര ബസ്റ്റാൻഡിൽ മലർന്നു കിടക്കുന്ന കാഴ്ചയാണ് പ്രഭാകരൻ കണ്ടത്.

കൈത്തണ്ടയിലെ വാച്ചെവിടെ? പോക്കറ്റിലുള്ള പണമെവിടെ? ബാക്കി വന്ന റമ്മിന്റെ കുപ്പിയെവിടെ? തലയിൽ പക്കിച്ചികൾ പറക്കുന്ന നേരിയ ശബ്ദം ക്രമേണ കെട്ടടങ്ങുന്നു.

"എടാ പ്രഭാകരാ, നിന്റെ അപ്പനെ കോഴിക്കോട്ടേക്ക് കൊണ്ടുപോയി."

ആ ശബ്ദം കേട്ടുകൊണ്ട് ബസ്റ്റാൻഡിലെ പൊടിമണ്ണ് നിറഞ്ഞ തറയിൽ നിന്ന് ഉയിർത്തെഴുന്നേറ്റ് പ്രഭാകരൻ ചോദിച്ചു:

"എന്തുപറ്റി"

കൈയും കാലും തളർന്നുപോയി. നാവും താണുപോയി.

സ്വകാര്യആശുപത്രിയിലെ വാടക കുറഞ്ഞ മുറിയിൽ അപ്പൻ കിടക്കുന്ന ദയനീയമായ കാഴ്ച പ്രഭാകരനെ തളർത്തി. അപ്പന്റെ രണ്ട് കൈത്തണ്ടക ളിലും പ്ലാസ്റ്റിക് ട്യൂബുകൾ. അറ്റം തലകീഴായി തൂങ്ങുന്ന കുപ്പികളിൽ നവ ജീവന്റെ കണികകളെപ്പോലെ മരുന്നിന്റെ പളുങ്കുമണികൾ ഇറ്റിയുറ്റി വീഴുന്നു. മൂക്കിലും ഒരു കുഴലുണ്ട്. മൂത്രസഞ്ചിക്കകത്തു കയറ്റിയ ട്യൂബിന്റെ അറ്റം കട്ടിലിനു താഴെയുള്ള കുപ്പിക്കകത്താണ്. പേടകം മാതിരിയുള്ള ഓക്സി ജൻ സിലിണ്ടർ തലയുടെ ഭാഗത്ത് ഒരു രക്ഷകനെപ്പോലെ നിലകൊള്ളുന്നു. ഏതു നിമിഷവും മേലോട്ട് കുതിച്ചു കയറുവാൻ വെമ്പുന്ന നില്പ്. കട്ടിലിന്റെ പാർശ്വത്തിൽ അല്പം ഉയരത്തിലുള്ള ഒരു സ്റ്റീൽ ബെഞ്ചിൽ കരുതലോടെ സൂക്ഷിച്ചുവച്ച ഒരു കൊച്ചു ടി. വി പോലുള്ള ഉപകരണത്തിലൂടെ പച്ച നിറ ത്തിലുള്ള തരംഗങ്ങൾ ദ്രുതഗതിയിൽ പാഞ്ഞുനടക്കുകയാണ്. ആ തരംഗ ങ്ങൾക്ക് ആദിയും അന്തവുമില്ല. വേറെയും കമ്പികളും ഞാണുകളും അപ്പനെ തലങ്ങും വിലങ്ങും മുറിച്ചുകൊണ്ട് എവിടയൊക്കെയോ ഘടിപ്പിച്ചിട്ടുണ്ട്.

കാട്ടാളന്റെ വലയിൽ കുടുങ്ങിയ മാനിനെപ്പോലെ കിടക്കുന്ന അപ്പനെ പ്രഭാകരൻ നോക്കി. പ്രഭാകരനെ കാണുമ്പോഴെല്ലാം മുഖം തിരിച്ച് കാർക്കിച്ച് തുപ്പി നടക്കാറുള്ള അപ്പൻ ഇന്ന് നിശ്ചലം. എങ്കിലും അപ്പന്റെ കണ്ണുകളിൽ സാധാരണ കാണുന്ന വിദ്വേഷം ഇന്നില്ല. പകരം ആർദ്രതയാണ് തെളിഞ്ഞു വരുന്നത്. മകനോടുള്ള വാത്സല്യം ആ കണ്ണുകളിൽ തെളിയുന്നു. എന്തോ പറയാനായിരിക്കണം, അപ്പൻ ചുണ്ടുകളനക്കി. മുഖം ഒരു ഭാഗത്തേക്കു കോടിപ്പോയി. കേല വാർന്നതല്ലാതെ ഒരു ശബ്ദവും പുറത്തുവന്നില്ല. അപ്പന്റെ കണ്ണുകൾ കൂടുതൽ വിടർന്നു. വിടർന്ന ആ കണ്ണുകളിൽ മകനോട് പറയാനുള്ളതെല്ലാം ഒരു കഥയുടെ രത്നച്ചുരുക്കം പോലെ പതിയിരി

ക്കുകയാണ്. കണ്ണുകളിലെ തിളക്കം നിന്നു. അവിടെ ജലം തെളിയുകയാണ്. കൺകോണുകളിലൂടെ കണ്ണീർച്ചാലുകൾ രണ്ടുഭാഗത്തേക്കും ഉറ്റി വീഴാൻ തുടങ്ങി.

കട്ടിലിന്റെ ഒരരികിൽ അപ്പന്റെ വെപ്പാട്ടിയായ ചെട്ടിച്ചി ഒരു ദുരന്തകഥയിലെ നായികയുടെ എല്ലാ വേദനകളും അമർഷങ്ങളും കടിച്ചമർത്തി, അപ്പന്റെ കൈത്തണ്ടയും തലയും തടവിക്കൊണ്ടിരിക്കുകയാണ്. പ്രഭാകരൻ മുറിയിൽ വന്നത് അവർ ശ്രദ്ധിച്ചതേയില്ല. ഒരു മണികണ്ഠനീച്ച മുറിയിൽ പറന്നുവന്നതുപോലുള്ള അസ്വസ്ഥതയാണ് അവരുടെ മുഖത്ത്.

മുറിയുടെ ഒരരികിൽ അയൽക്കാരനായ ലക്ഷം വീട്ടിലെ പതിനഞ്ചു വയസ്സുള്ള കറുത്തുരുണ്ട ഒരു പയ്യൻ നിഴലുപോലെ മതിൽപറ്റി നില്ക്കുന്നുണ്ട്. സഹായത്തിന് അവനല്ലാതെ മറ്റാരുമില്ല. അപ്പന്റെ ശരീരം താങ്ങിക്കൊണ്ടു വന്നവരെല്ലാം തിരിച്ചുപോയി.

"അപ്പോ!" പ്രഭാകരൻ അപ്പന്റെ പാതിയടഞ്ഞ കണ്ണുകളിലേക്കു നോക്കി വിളിച്ചു. അങ്ങനെ വിളിച്ചിട്ട് എത്രയോ വർഷങ്ങളായി. അപ്പനും മകനും ശത്രുക്കളെപ്പോലെയാണ് ഇക്കാലമത്രയും പരസ്പരം പെരുമാറിപ്പോന്നത്. ബസ് സ്റ്റാൻഡിലെ ചുമട്ടുപണി കഴിഞ്ഞ് മൂക്കറ്റം പട്ടയും അടിച്ച് വേച്ചു വേച്ച് വരുന്ന മകനെ കാണാതിരിക്കാനായി അപ്പൻ നേരത്തേ ഉറക്കം നടിച്ച് കിടന്നുകളയും. കൈയിൽ വല്ല പൈസയും ശേഷിപ്പുണ്ടെങ്കിൽ അത് പതുക്കെ അപ്പന്റെ തലയിണയ്ക്കു കീഴിൽ വച്ച് പ്രഭാകരൻ തറയിൽ വീണുറങ്ങുകയാണ് പതിവ്.

നേരം പുലരുന്നതോടെ പ്രഭാകരൻ പതിവുപോലെ പട്ടണത്തിലേക്കിറങ്ങുമ്പോൾ, വെപ്പാട്ടിയായ ചെട്ടിച്ചി വീട്ടിൽ കയറിവരും. പകൽ മുഴുവൻ അവരവിടെ വിലസും. രാത്രി എട്ടൊൻപതു മണിയാവുമ്പോൾ ചൂട്ടും കത്തിച്ച് വീശികൊണ്ട് അവർ സ്വന്തം കുടിലിലേയ്ക്കു പോകും.

അപ്പന്റെ വെപ്പാട്ടിയെ കാണുന്നതുപോലും പ്രഭാകരന് ഇഷ്ടമല്ല. തന്റെ അമ്മയെ പാഷാണം ചേർത്ത നെയ്യപ്പം കൊടുത്ത് കൊന്നതും അപ്പനെ മുടിച്ച് നശിപ്പിച്ചതും നാല്പതുകളിലൂടെ ഓടുന്ന ഈ സ്ത്രീയാണ്. കുട്ടികളില്ല; മച്ചി.

അല്ലെങ്കിൽതന്നെ അപ്പന്റെ ജീവിതം ഒരു കടങ്കഥയല്ലേ? ചോമ്പാൽ പള്ളിയിലെ കപ്യാരുടെ മകളുമായി ആരോരുമറിയാതെ കറുത്തവാവിന്റെ രാത്രിയിൽ നാടുവിട്ടുപോയ അപ്പൻ നാലുകൊല്ലം കഴിഞ്ഞപ്പോൾ വീണ്ടും നാട്ടിൽ വന്നു. അന്ന് പ്രഭാകരന് വയസ്സ് നാലര.

ഒരു തിയ്യന്റെ കൂടെ ക്രിസ്ത്യാനിയായ തന്റെ വാത്സല്യപുത്രി നാടുവിട്ടുപോയ അപമാനഭാരം താങ്ങാനാവാതെ കുരിശു ചുമക്കുന്ന പള്ളിയുടെ നാഴികമണി സാക്ഷിനിർത്തി മട്ടുപ്പാവിൽ നിന്ന് താഴേക്കു ചാടി മരിച്ച കപ്യാരുടെ പ്രേതം അപ്പനെ വേട്ടയാടാൻ തുടങ്ങി.

അക്കാലങ്ങളിൽ അപ്പൻ ദുഃസ്വപ്നങ്ങളാൽ തന്റെ രാത്രികൾ നഷ്ടപ്പെടുത്തി. ഉറക്കത്തിൽ അപ്പൻ പറയുമത്രേ, കപ്യാരേ, ഞങ്ങളെ ഉപദ്രവിക്കാതെ നീ നരകത്തിലേക്കു തന്നെ തിരിച്ചു പോകൂ.

അങ്ങനെയിരിക്കെയാണ് ജീവിച്ചിരിക്കുന്ന മറ്റൊരു പ്രേതം അപ്പനെ പിടികൂടിയത്. പൊള്ളാച്ചിയിൽ നിന്ന് വള വില്ക്കാൻ വന്ന ചെട്ടിച്ചിയുടെ രൂപമായിരുന്നു. ആ പ്രേതത്തിന്. അവളുടെ ജീവിച്ചിരിക്കെ വിസ്മരിക്കപ്പെട്ട ചെട്ടിയാർ കുഞ്ഞിപ്പള്ളി മൈതാനത്തിന്റെ പേരാലിൻ കൊമ്പിൽ തൂങ്ങി മരിച്ചുകൊണ്ട് തന്റെ ജീവചരിത്രം അവസാനിപ്പിച്ചു. ആ പേരാലിന്റെ തണലിൽ അപ്പനും വെപ്പാട്ടിയുമായ ചെട്ടിച്ചിയും വളകിലുക്കിക്കൊണ്ട് പിന്നെയും എത്രയോ കാലം പൊട്ടിച്ചിരിച്ചും കെട്ടിപ്പിടിച്ചും കിടന്നിരുന്നത്രേ.

പ്രഭാകരന്റെ നെഞ്ചിനകത്ത് ഒരു കിളി കരഞ്ഞു. അത് അവന്റെ അമ്മയുടെ രോദനമായിരുന്നു. ആ രോദനം അവനെ ഊറ്റം കൊള്ളിച്ചു.

പ്രഭാകരൻ പൊടുന്നനെ മുന്നോട്ടാഞ്ഞുവന്ന്, അപ്പന്റെ കുഴഞ്ഞുപോയ കൈത്തണ്ട തടവുന്ന വെപ്പാട്ടിയുടെ കൈ കടന്നുപിടിച്ചു.

"നായിന്റെ മോളേ, തേവിടിശ്ശീ, നിന്നെ ഞാൻ കൊല്ലും. പോ. എഴുന്നേറ്റ് പുറത്തേക്കു പോ."

വെപ്പാട്ടി ശിലപോലെ ഇരിക്കുകയാണ്.

"ഇറങ്ങി ഓടാനല്ലേ പറഞ്ഞത്?"

പ്രഭാകരൻ അരയിൽ നിന്ന് കത്തിയൂരുന്നതു കണ്ടതോടെ വെപ്പാട്ടി പുറത്തിറങ്ങി ഇടനാഴിയിലൂടെ ഓടാൻ തുടങ്ങി. ആ ഓട്ടം മിക്കവാറും പൊള്ളാച്ചിയിൽ അവസാനിച്ചിരിക്കണം.

"എന്താണ്? എന്താണിത്? കത്തിയോ? എന്തുപറ്റി?" നഴ്സിന്റെ ശബ്ദം മുറിയിൽ മുഴങ്ങി.

ഒരു പരിവാരം മുറിയിലേക്കു കടന്നുവന്നു.

ഡോക്ടർ മാർക്കോസും സംഘവും

നഴ്സിങ്ഹോം ഉടമ ഡോക്ടർ മാർക്കോസ് രോഗികളെ പരിശോധിക്കാനായി ഇറങ്ങിവന്നതാണ്. അദ്ദേഹം റൗണ്ട്സ് എടുക്കുകയാണ്.

"ഏതാണ് ഈ കിഴവൻ?" ഡോക്ടർ മാർക്കോസ് അവജ്ഞയോടെ ചോദിച്ചു. കരിങ്കല്ലിൽ കത്തിയണയ്ക്കുന്നതുപോലുള്ള ആ ശബ്ദം പ്രഭാകരനെ പേടിപ്പെടുത്തി.

"എന്റെ അപ്പനാ" പ്രഭാകരൻ പറഞ്ഞു.

"എന്താ നിന്റെ കൈയിൽ ഒരു കത്തി? അപ്പനെ ഓപ്പറേഷൻ ചെയ്യാനുള്ള പുറപ്പാടാണോ?" മാർക്കോസിന്റെ പുളിച്ച ഫലിതം കേട്ട് പരിവാരം ചിരിയടക്കാൻ ശ്രമിച്ചു. ചിരിക്കാതെ പറ്റില്ലല്ലോ.

പിന്നീട് ഡോക്ടർ മാർക്കോസ് വലിയ ഗമ കാണിക്കാൻ തുടങ്ങി. അപ്പന്റെ കണ്ണുകൾ വിടർത്തി, അപ്പനെ കൊട്ടി നോക്കി. കുഴലുവച്ച് അപ്പനെ ചെവിയോർത്തു. മുൻകൂട്ടി അറിയാവുന്നതും അനാവശ്യമായ ഉത്തരങ്ങൾ ആവശ്യപ്പെട്ടുകൊണ്ടുള്ളതുമായ നിരവധി ചോദ്യങ്ങൾ ചോദിച്ചു. മുഖം നോക്കാതെ എല്ലാ രോഗികളോടുമുള്ള ഒരേ സമീപനം.

തന്നെ അനുസരിച്ചാൽ എല്ലാം ശരിയാകുമെന്ന അർത്ഥഗർഭമായ നോട്ടത്തോടെ ഡോക്ടർ മാർക്കോസ് പ്രഭാകരനോടു പറഞ്ഞു.

“ഞാൻ ശ്രമിക്കാം. നേരെയാക്കാമോന്നു നോക്കട്ടെ. പക്ഷേ, വലിയ പ്രതീക്ഷയൊന്നും വേണ്ട കേട്ടോ.”

ഇതൊരു വലിയ സ്വകാര്യ ആസ്പത്രിയാണ്. ഇരുന്നൂറ് മുറികളും ജനറൽ വാർഡുമുള്ള മാർക്കോസിന്റെ ആസ്പത്രി കോഴിക്കോട്ട് പ്രസിദ്ധമാണ്. രണ്ടായിരം ഉറുപ്പികയും മഞ്ചേരി രാമയ്യരുമുണ്ടെങ്കിൽ ആരേയും കൊലപ്പെടുത്താമെന്നു പറഞ്ഞതുപോലെ രണ്ടായിരം ഉറുപ്പികയും ഒരു രോഗിയുമുണ്ടെങ്കിൽ ഇവിടെ വന്നു കിടക്കാനുള്ള ഭാഗ്യം ആർക്കും കൈവരും. വൈദ്യരംഗത്തെ എല്ലാ വിദഗ്ദ്ധരും ഇവിടെയുണ്ട്. ആധുനിക ഉപകരണങ്ങളുണ്ട്. ഇന്റൻസീവ് കെയർ യൂണിറ്റും സ്കാനിങ്ങുമുണ്ട്. നിങ്ങളുടെ പോക്കറ്റിന്റെ കനമനുസരിച്ച് എവിടെ വേണമെങ്കിലും കിടക്കാം.

പക്ഷേ, പ്രഭാകരന്റെ അപ്പൻ പാവപ്പെട്ട രോഗികൾക്കായുള്ള ഒരു വാർഡിലാണുള്ളത്. കുടുസ്സായ മുറികളുള്ള ഒരു വാർഡ്. കക്കൂസും കുളിമുറിയും വാർഡിന്റെ അറ്റത്താണ്. എന്നാലും വൃത്തികേടുകളോ ദുർഗന്ധമോ ഒന്നും ആ വാർഡിലില്ല. ശുചിത്വത്തിന് പേരുകേട്ടതാണ് മാർക്കോസിന്റെ ആസ്പത്രി.

ആ വലിയ ആസ്പത്രിയിൽ നിന്ന് ആരവങ്ങൾ ഉയരുന്നുണ്ടെങ്കിലും താനും തന്റെ അപ്പനും ഈ ലോകത്തിൽ ഒറ്റപ്പെട്ടതായി പ്രഭാകരനു തോന്നി.

പ്രഭാകരൻ അപ്പനഭിമുഖമായി കട്ടിലിന്റെ വക്കിലിരുന്നു. വർഷങ്ങൾക്കു ശേഷമാണ് അവർ തൊട്ടടുത്തിരിക്കുന്നത്. ഇനി അപ്പൻ ശ്രമിച്ചാലും അപ്പന് അനങ്ങാൻ കഴിയില്ലല്ലോ. പക്ഷേ, അങ്ങനെ ഒരു വിചാരം ഇപ്പോൾ അപ്പനില്ല. ഇല്ലെന്നാണ് ആ കണ്ണുകളിൽ നിന്നും കോടിപ്പോയ ചുണ്ടുകളിൽ നിന്നും മനസ്സിലാവുന്നത്.

പ്രഭാകരൻ തന്റെ കുട്ടിക്കാലത്തേക്കു തിരിച്ചുപോകാൻ തുടങ്ങി. നഷ്ടജാതകത്തിലെ രംഗങ്ങൾ ഓരോന്നായി തെളിയുകയാണ്. കപ്യാരുടെ സുന്ദരിയായ മകളെ തന്റെ അമ്മയോടൊപ്പം അപ്പൻ പങ്കിട്ട അപൂർവരംഗങ്ങൾ. വലുതായിട്ടും അമ്മയുടെ കൊഴുത്തുരുണ്ട മുല കുടിക്കുന്ന തന്നെ അപ്പൻ ദേഷ്യത്തോടെ പറിച്ചെടുത്ത് കിടക്കയിലേക്കെറിഞ്ഞത്. താൻ നിലവിളിച്ചപ്പോൾ അമ്മ വീണ്ടും തന്നെ എടുക്കാൻ നോക്കിയത്. അപ്പോൾ അതിനു സമ്മതിക്കാതെ അപ്പൻ അമ്മയെ തന്റെ ബലിഷ്ഠമായ കരവലയത്തിനുള്ളിലാക്കിയത്. അപ്പനെ അന്നേരം തന്നെ കൊല്ലണമെന്ന് തനിക്കു

തോന്നിയത്. പൊള്ളാച്ചയിൽ നിന്ന് വള നിറച്ച കണ്ണാടിപ്പെട്ടിയുമായി സുന്ദരിയായ കറുത്ത ചെട്ടിച്ചി വീട്ടിൽ വന്നു കയറിയത്. അമ്മയ്ക്ക് ചെട്ടിച്ചി വള യിട്ടു കൊടുത്തത്. ചെട്ടിച്ചിക്ക് അപ്പൻ പണം കൊടുത്തത്. ഇനിയും വരണേ ചെട്ടിച്ചി എന്ന് അപ്പൻ അപേക്ഷിച്ചത്. ചെട്ടിച്ചി വീണ്ടും വീണ്ടും വന്നു കൊണ്ടിരുന്നത്. ഒരു ദിവസം അമ്മ വളയിടാൻ വിസമ്മതിച്ചത്. അപ്പോൾ അപ്പൻ അമ്മയെ തല്ലിയത്. ചെട്ടിച്ചിയും അപ്പനും ഇടവഴിയിലൂടെ മറഞ്ഞു പോയത്. അമ്മ കരഞ്ഞത്.

പിന്നെ---പിന്നെ അമ്മ കരിവാളിച്ച മുഖവുമായി മരിച്ചുകിടന്നത്......

“മിസ്റ്റർ, ട്യൂബിലേക്ക് രക്തം കയറുന്നു.” നഴ്സിന്റെ ശബ്ദം പ്രഭാകരനെ ഉണർത്തി. വെളുത്തു കൊലുന്നനെയുള്ള ഒരു പെൺകുട്ടി.

പ്ലാസ്റ്റിക് ട്യൂബിന്റെ പകുതിവരെ രക്തം കയറിയിരിക്കുന്നു.

അപ്പന്റെ കൈത്തണ്ടയും സൂചിയും നേരെയാക്കിവച്ചുകൊണ്ട് നഴ്സ് പറഞ്ഞു. “മിസ്റ്റർ, ഇതാ കൈ ഇങ്ങനെ ഇവിടെവച്ചുകൊണ്ട് പിടിച്ചിരിക്കണം. വേറെയാരുമില്ലേ സഹായത്തിന്.”

പ്രായം കുറവാണെങ്കിലും നഴ്സിന്റെ ശബ്ദത്തിന് അധികാരസ്വരമുണ്ട്.

പ്രഭാകരൻ ഒന്നും പറഞ്ഞില്ല.

നഴ്സ് ഇഞ്ചക്ഷൻ മരുന്നുകൾ ട്യൂബിലൂടെ കുത്തിയിറക്കി. നാഡി പിടിച്ച് പനി നോക്കി. പിന്നെ കൈത്തണ്ടയിൽ ഏതോ ഉപകരണം വച്ചു കെട്ടി എന്തോ പരിശോധിച്ചു. നേരിയ കണ്ണാടിക്കുഴലിലൂടെ രസത്തിന്റെ ചാലുകൾ ഉയരുകയും താഴുകയും ചെയ്യുന്നത് പ്രഭാകരൻ കൗതുകത്തോടെ നോക്കിനിന്നു.

അപ്പൻ പ്രഭാകരനെ ഉറ്റുനോക്കുകയാണ്. ആ കണ്ണുകൾക്ക് എന്തൊക്കെയോ പറയുവാനുണ്ട്. അല്പനേരം മുമ്പ് അപ്പനോടു തോന്നിയ സഹതാപം ഓട്ടവീണ മൺപാത്രത്തിലെ വെള്ളം പോലെ പാടെ വാർന്നുപോയി.

ഇപ്പോൾ നേരിയ പ്രതികാരവും പ്രഭാകരന്റെ മനസ്സിലേക്കു കടന്നുവരികയാണ്. അപ്പന്റെ കൈ പിടിച്ചിരിക്കുമ്പോഴുള്ള സ്പർശവും അപ്പന്റെ സാമീപ്യവും പ്രഭാകരനെ വിമ്മിട്ടപ്പെടുത്തുന്നു. കമ്പിയും ഞാണും വയറും ട്യൂബും കുപ്പികളും ഓക്സിജൻ സിലിണ്ടറും അപ്പനെ വലയം ചെയ്തതാണെങ്കിലും അതു തന്നെ കുടുക്കി നിർത്തി വച്ചതുപോലെ പ്രഭാകരനു തോന്നി.

ലക്ഷം വീട്ടിലെ പയ്യൻ ചായയുമായി വന്നു. അവനെ കട്ടിലിലിരുത്തി അപ്പന്റെ കൈ അവനെ ഏല്പിച്ച ശേഷം പ്രഭാകരൻ എഴുന്നേറ്റുനിന്നു കുപ്പായത്തിന്റെ മുൻവശം പൊക്കി കാറ്റുവീശാൻ തുടങ്ങി.

കൈവിലങ്ങഴിച്ച ഒരു തടവുകാരനെപ്പോലെ അയാൾ സ്വതന്ത്രനായി.

നിത്യത്തൊഴിലാളിയും മദ്യപനും കുരുത്തം കെട്ടവനുമാണെങ്കിലും പ്രഭാകരനും രണ്ടുമൂന്നു ചങ്ങാതികളുണ്ട്. രാത്രിയായതോടെ അവർ

ഓരോരുത്തരായി മുറിയിൽ വരാൻ തുടങ്ങി. അവർ അവന് മട്ടൻ ബിരിയാണിയും ചായയും വരുത്തിക്കൊടുത്തു.

“തിന്നെടാ. അപ്പനെ വേവലാതിപ്പെട്ട് നീയെന്തിനാടാ പട്ടിണി കിടക്കുന്നു?” സ്നേഹിതരിൽ ആരോ ഒരാൾ പറഞ്ഞു.

“തിന്നാമെടാ കൊറച്ച് കയിഞ്ഞോട്ടെ” പ്രഭാകരൻ ഒരു ബീഡിക്ക് തീ കൊളുത്തി.

“ഒരിരുന്നൂറ് കിട്ടിയാൽ ഇവൻ മുഴുവൻ തിന്നും.” മറ്റേ ചങ്ങാതിയുടെ തമാശ.

പ്രഭാകരന് യാതൊരു സന്തോഷവും തോന്നിയില്ല.

പത്തുമണിക്ക് സൈറൺ മുഴങ്ങിയപ്പോൾ സന്ദർശകരെല്ലാം പുറത്തേക്കു പോകാൻ തുടങ്ങി. സന്ദർശകർക്കുള്ള മുന്നറിയിപ്പുകൾ സൈറനിലൂടെ നല്കുന്ന പട്ടണത്തിലെ ഒരേയൊരാശുപത്രിയാണിത്. അപ്പുറത്തുള്ള ഫാക്ടറിയിലും പത്തുമണിക്കുള്ള സൈറൺ മുഴങ്ങി.

പ്രഭാകരൻ ഓർത്തു. എല്ലാം ഒന്നുതന്നെ. അവിടെയും കച്ചവടം ഇവിടെയും കച്ചവടം.

ചങ്ങാതികൾ യാത്ര പറഞ്ഞിറങ്ങി.

പ്രഭാകരന്റെ വയർ കാളുന്നുണ്ടെങ്കിലും ഒന്നും തിന്നുവാനുള്ള മനസ്സില്ല. ബിരിയാണിപ്പൊതി ലക്ഷം വീട്ടിലെ പയ്യന് കൊടുത്തിട്ട് പ്രഭാകരൻ പറഞ്ഞു:

“നീ തിന്നോ.”

ഈരണ്ട് മണിക്കൂർ ഇടവിട്ട് നഴ്സും ഡ്യൂട്ടി ഡോക്ടറും മുറിയിൽ വരാൻ തുടങ്ങി.

അപ്പന്റെ ശരീരത്തിൽ അവർ എന്തെല്ലാമോ ചെയ്തുകൂട്ടുന്നുണ്ട്. ഒരു ചെറിയ നീർച്ചാൽ കട്ടിലിനടിയിൽ നിന്ന് പുറത്തേക്കു വളഞ്ഞു പുളഞ്ഞു പുറത്തുവരാൻ തുടങ്ങി. മൂത്രക്കുപ്പി നിറഞ്ഞിരിക്കുന്നു.

പ്രഭാകരൻ കുപ്പിയെടുത്ത് ക്ലോസറ്റിലൊഴിച്ചു. നല്ല സർവത്തിന്റെ നിറമുള്ള മൂത്രം. പക്ഷേ, കാലിക്കുപ്പിയുമായി മുറിയിൽ തിരിച്ചുവന്നപ്പോൾ അവൻ ചെയ്ത സേവനത്തിന് നഴ്സിന്റെ വകയായി നല്ല ചീത്ത കിട്ടി. ആ കുപ്പി, ആരും തൊടാൻ പാടില്ലത്രെ. ബസ് സ്റ്റാൻഡിലായിരുന്നുവെങ്കിൽ അവളെ പ്രഭാകരൻ ഒരു പാഠം പഠിപ്പിച്ചേനേ. ആ മൂത്രം മുഴുവൻ അവളുടെ തലയിലൊഴിച്ചു കൊടുക്കേണ്ടതായിരുന്നു പ്രഭാകരൻ പല്ല് കടിച്ചമർത്തി.

ഒരു ഫുൾ ബിരിയാണി മുഴുവൻ അകത്താക്കിയ ലക്ഷം വീട്ടിലെ പയ്യൻ നിലത്തു വിരിച്ച പായയിൽ കിടന്ന് കൂർക്കം വലിക്കുകയാണ്. സുഖനിദ്ര. അവനെങ്കിലും ഉറങ്ങട്ടെ.

അപ്പൻ ഞരങ്ങിയും മൂളിയും ഇടയ്ക്കിടെ ചുമച്ചും പുലരുന്നുതുവരെ അലോസരപ്പെടുത്തിക്കൊണ്ടിരുന്നു. പ്രഭാകരൻ ഒരു പോള കണ്ണടച്ചില്ല.

മൂന്ന് രാപ്പകലുകൾ മൂന്ന് യുഗങ്ങൾ പോലെ നീങ്ങി. ഭക്ഷണത്തെപ്പറ്റിയോ ഉറക്കത്തെപ്പറ്റിയോ പ്രഭാകരൻ ചിന്തിച്ചതേയില്ല.

കുഴൽവച്ചുനോട്ടം, നാഡിപിടുത്തം, പനിനോക്കൽ, മറ്റു പരിശോധനകൾ, ട്യൂബുകളിലൂടെ ഇഞ്ചക്ഷനും മരുന്നും തള്ളിക്കളയറ്റൽ, നെടുവരിയനെപ്പോലുള്ള ഡോക്ടർ മാർക്കോസിന്റെ സന്ദർശനം, സർവപുച്ഛത്തിലുള്ള അദ്ദേഹത്തിന്റെ നോട്ടം, ഗൗരവത്തിലുള്ള വിലയിരുത്തലുകൾ എല്ലാം മുറയ്ക്കു നടക്കുന്നു.

എന്നാൽ അപ്പന്റെ നില മണിക്കൂർ പ്രതി വഷളായിക്കൊണ്ടിരുന്നു.

നാലാം ദിവസം വൈകുന്നേരം അപ്പൻ അന്തരിച്ചു. മരണവെപ്രാളങ്ങളൊന്നും കാണിച്ചില്ല. മെലിഞ്ഞ ഒരു ദീർഘശ്വാസം മരണത്തിന്റെ വടിവിൽ പിളർന്ന വായിലൂടെ പുറത്തുപോയത് പ്രഭാകരൻ വ്യക്തമായി കണ്ടു. അപ്പന്റെ ആത്മാവുതന്നെ.

പിന്നീട് കണ്ടത് അല്പം വൈകിവന്ന ആസ്പത്രി ബില്ലാണ്.

രണ്ടായിരത്തി മുന്നൂറ്റിപതിനഞ്ച് രൂപ

പ്രഭാകരന് മനസ്സിലായി: ഇപ്പോൾ തന്റെ കൈകാലുകളാണ് തളരുന്നത്. വീണുപോകാതിരിക്കാനായി അവൻ ചുമരിലേക്കു ചാരി.

"ഡോക്ടറെ ചെന്ന് കാണെടാ. അദ്ദേഹം എന്തെങ്കിലും ഒരെളവു കാട്ടും." ശവം കാണാൻ വന്ന സുഹൃത്തുക്കളിലൊരാൾ പറഞ്ഞു.

"എന്തിളവ് കിട്ടിയാലും ഒക്കൂല. ആയിരം പോലും എന്റെ കൈയിലില്ല."

"നീയങ്ങ് ചെല്ല്. ഒരു സങ്കടം പറയലങ്ങ് പറ. ബാക്കി നമ്മക്ക് നോക്കാം." ചുവന്ന കുപ്പായമിട്ട ഒരു സഖാവ് പ്രഭാകരനെ ഉത്തേജിപ്പിച്ചു.

അല്പസമയത്തെ കാത്തിരിപ്പിനുശേഷം സമ്മതം കിട്ടിയപ്പോൾ പ്രഭാകരൻ ഡോക്ടർ മാർക്കോസിന്റെ മുറിയിൽ കടന്നു. വൃശ്ചികമാസത്തിലെ നല്ല കുളിരുള്ള പ്രഭാതത്തിൽ വയലിലേക്കിറങ്ങിയതുപോലെ പ്രഭാകരനു തോന്നി. പാദങ്ങൾ പച്ചപ്പുൽപ്പരവതാനിയിൽ തട്ടുന്നു. നല്ല സോപ്പിന്റെ മണം. മൃദുലമായി ഒരു മൂളലും. വലിയ മേശയ്ക്കു പിന്നിൽ ഉരുളുന്ന കസേരയിൽ കട്ടിക്കണ്ണട ധരിച്ചിരിക്കുന്ന ഡോക്ടർ മാർക്കോസ്. കൈവിരലുകളിൽ രത്നമോതിരവും പുകയുന്ന 555ഉം. മേശപ്പുറത്ത് ഒരു സർപ്പത്തെപ്പോലെ ഡോക്ടർ മാർക്കോസിന്റെ കുഴൽ ചുരുണ്ടുകിടക്കുന്നു.

"കഷ്ടമായിപ്പോയി മിസ്റ്റർ. അല്ലെങ്കിലെന്തു കഷ്ടം. കഷ്ടപ്പെട്ട് ജീവിക്കുന്നതിലും എത്ര സുന്ദരമാണ് മരണം. പോരാത്തതിന് അയാൾക്ക് നല്ല പ്രായവുമായി." മാർക്കോസിന്റെ കനത്ത ശബ്ദം.

"അതല്ല ഞാൻ വന്നത്." പ്രഭാകരൻ താഴ്മയോടെ പറഞ്ഞു.

"ബില്ല്............."

വർത്തമാനം മുഴുവനാക്കാൻ ഡോക്ടർ മാർക്കോസ് സമ്മതിച്ചില്ല.

"അതൊക്കെ ഓഫീസിലടച്ചാൽ മതി. ഞാൻ പണം കൈകൊണ്ട് തൊടാറില്ല. കേട്ടോ. പോകൂ. പോയി പണം ഓഫീസിലടയ്ക്കൂ."

"അതല്ല സർ."

"പിന്നെ?"

"എന്തെങ്കിലും കുറച്ചു തരണം. ഇത് വലിയ ബില്ലാണ്." അപമാനഭാരത്താൽ തന്റെ കഴുത്ത് ഭൂമിയിലേക്കിറങ്ങിപ്പോകുന്നതുപോലെ പ്രഭാകരനു തോന്നി.

ഡോക്ടർ മാർക്കോസ് പ്രഭാകരന്റെ കൈയിൽ നിന്ന് ബില്ല് വാങ്ങി നോക്കി. എന്നിട്ടൊരു ചിരി. തമിഴ് സിനിമയിലെ വില്ലന്മാർ ചിരിക്കുന്നതുപോലുള്ള ഒരു ചിരി.

"ഇതെന്ത് ബില്ല്?" ഇവിടെ അയ്യായിരവും പതിനായിരവുമൊക്കെയല്ലേ ബില്ല് വരുന്നത്?"

ഒന്നും പറയാൻ കഴിയാതെ പ്രഭാകരൻ വിരണ്ടു നിന്നു. അഗതികളുടെ ആത്മാലാപം എവിടെയോ കേൾക്കുന്നു.

ബില്ല് പ്രഭാകരന്റെ കൈയിൽതന്നെ കൊടുത്തിട്ട് ഡോക്ടർ മാർക്കോസ് പറഞ്ഞു: "ശരി ഏതായാലും നിന്റെ ഒരപേക്ഷയല്ലേ? രണ്ടായിരത്തിമുന്നൂറ്റിപതിനഞ്ചുരൂപ അല്ലേ? രണ്ടായിരത്തിമുന്നൂറ് കൊടുത്താൽ മതി. പതിനഞ്ച് ഞാൻ കുറച്ചിരിക്കുന്നു."

ആത്മാഭിമാനം വ്രണപ്പെട്ടപ്പോൾ പ്രഭാകരന്റെ പിശാച് പുറത്തു വന്നു. കാലിനടിയിൽ ഒരു തരിപ്പ് മിന്നൽപ്പിണരുപോലെ പ്രഭാകരന്റെ തലയിലെത്തി.

"നിന്റെ പട്ടിക്ക് കൊടുക്ക് പതിനഞ്ച് ഉറുപ്പിക. നാണമില്ലേ നിനക്ക്. ഒരു മനുഷ്യനോടാണോ താൻ സംസാരിക്കുന്നത്."

ഡോക്ടർ മാർക്കോസ് കസേരയിൽ നിന്നെഴുന്നേറ്റു.

"എടാ....എടാ...." അത്രയേ ഡോക്ടർ മാർക്കോസിന് പറയാൻ കഴിഞ്ഞുള്ളൂ.

"ആരെയാണ് നീ എടാ എന്ന് വിളിക്കുന്നത്?" പ്രഭാകരൻ മടിക്കുത്തിൽ നിന്ന് കത്തി വലിച്ചൂരി.

ഡോക്ടർ മാർക്കോസിന്റെ പേടിച്ചരണ്ട നിലവിളി കേട്ട് പ്രഭാകരന്റെ ചങ്ങാതിമാരും ഹോസ്പിറ്റൽ സ്റ്റാഫും ഡോക്ടർമാരും മുറിക്കകത്തേക്കു തള്ളിക്കയറി. മുറിയിൽ ആൾക്കൂട്ടം.

"അപ്പനുവേണ്ടി നിങ്ങൾ എന്തു ചെയ്തു?" നിങ്ങൾ കാട്ടിക്കൂട്ടിയ കോപ്പിരാട്ടിത്തരങ്ങൾ മൂന്നു ദിവസം ഞാങ്കണ്ടതല്ലേ. കുറേ ട്യൂബുകളും കുറേ യന്ത്രങ്ങളും കുറേ ഇഞ്ചക്ഷനും കുറെ ഡോക്ടർമാരും. അപ്പൻ കണ്ണുതുറന്നിട്ടാണ് ഇവിടെ വന്നത്. വന്നതിലും വഷളായിട്ടാണ് നിങ്ങളെന്റെ അപ്പനെ കൊന്നത്. അപ്പന്റെ കണ്ണൊന്ന് തുറപ്പിക്കാനെങ്കിലും നിങ്ങൾക്ക് കഴിഞ്ഞോ? നിങ്ങളുടെ യന്ത്രത്തിനും മരുന്നിനും കഴിഞ്ഞോ?

"തനിക്കെന്താ വേണ്ടത്?" ആൾക്കൂട്ടത്തിൽ നിന്നും മുന്നോട്ടു വന്ന ഹോസ്പിറ്റൽ സൂപ്രണ്ട് ചോദിച്ചു.

"ബില്ല് കുറയ്ക്കണം. അല്ലേ? നീ ബില്ല് ഒന്നും തരേണ്ട."

പ്രഭാകരൻ പൂർവ്വാധികം ഉച്ചത്തിലായി.

"അല്ലെങ്കിലും തരാൻ വിചാരിച്ചിട്ടില്ല."

"പിന്നെ നിനക്കെന്തു വേണം?"

"അപ്പനെ എനിക്കുവേണ്ട. നിങ്ങൾ എടുത്തോളിൽ. ജീവനുള്ള അപ്പനെയാ ഞാൻ ഇവിടെ കൊണ്ടുവന്നത്. അപ്പനിപ്പോൾ ശവമാണ്. അപ്പന്റെ ശവം എനിക്കുവേണ്ട. ശവം മറവുചെയ്യാൻ എന്റെ കൈയിലാണെങ്കിൽ ഒന്നുമില്ല. ശവം നിങ്ങൾതന്നെ എടുത്തോളിൻ."

ആൾക്കൂട്ടം നിശ്ശബ്ദമായി

"അവനെ വിട്ടേക്ക്, അവൻ പൊയ്ക്കോട്ടെ," എങ്ങുനിന്നോ വാർത്തെടുത്ത ധൈര്യമവലംബിച്ച് ഡോക്ടർ മാർക്കോസ് പറഞ്ഞു. രക്ഷപ്പെട്ടാൽ മതിയെന്നായി മാർക്കോസിന്.

"ഞാൻ പൊയ്ക്കോളാം. പക്ഷേങ്കില് എനിക്കെന്റെ കാശു തരണം."

"കാശോ?" സൂപ്രണ്ടിന് അത്ഭുതം.

"കാശുതന്നെ കാശ്?" പ്രഭാകരന് കലി കയറുകയാണ്. "എന്റെ അപ്പന്റെ ശവത്തിന് വിലയുണ്ട്. വില. മെഡിക്കൽകോളേജിൽ ഒരു ശവത്തിന് എന്താ വില. അത് എനിക്കു കിട്ടണം. ഞാൻ പുറത്തു പോകണമെങ്കിൽ. അല്ലാഞ്ഞാൽ ഒരിഞ്ച് ഞാനിവിടുന്ന് നീങ്ങൂല."

പ്രഭാകരന്റെ മുഖം പൂർവ്വാധികം ചുമന്നു. ആത്മധൈര്യം കൂടിവരികയാണ്. ശീതികരിച്ച മുറിയായിട്ടും പ്രഭാകരന് വിയർക്കുന്നു. ഡോക്ടർ മാർക്കോസിനും.

പതുപ്പതുപ്പുള്ള പച്ച കാർപ്പെറ്റിൽ പ്രഭാകരൻ കുത്തിയിരുന്നു കൊണ്ട് ഡോക്ടർ മാർക്കോസിനെ തറപ്പിച്ചുനോക്കി.

ഡോക്ടർ മാർക്കോസ് കറങ്ങുന്ന തന്റെ കസേരയിലേക്കു ചാഞ്ഞു. കാളിങ് ബെല്ലിന്റെ വിരലമർത്തി., അദ്ദേഹം വിളിച്ചു പറഞ്ഞു,

"ഒരു ഗ്ലാസ് വെള്ളം." ■

കാവൽക്കാർ

എല്ലാം പറഞ്ഞപോലെ.

അതേ റെയിൽവേ സ്റ്റേഷൻ. വണ്ടി നിന്നതാണെങ്കിൽ രണ്ടു മിനിട്ടു മാത്രം. ആകെ മൂന്നുപേരേ ഉണ്ടായിരുന്നുള്ളൂ. ഒരാൾ വെറ്റില നിറച്ച ഒരു ഓലക്കൊട്ട പ്രയാസപ്പെട്ട് ഇറക്കുന്നതു കണ്ടു. മറ്റേ ആളുകളുടെ കൈയിൽ ഒന്നുമുണ്ടായിരുന്നില്ല. വണ്ടിയിൽ കയറാനോ ഒരാൾ മാത്രം. സ്റ്റേഷൻ മാസ്റ്റർ ഈ ചുരുങ്ങിയ ഞൊടിയിടയിൽ യാത്രക്കാരന് ടിക്കറ്റ് കൊടുക്കുകയും കൊടികാണിക്കുകയും ചെയ്തശേഷം ഓടിത്തുടങ്ങിയ വണ്ടിയുടെ ഏറ്റവും പിന്നിലത്തെ മുറിയിൽ പിടിച്ചുകയറി. അപ്പോൾ ഗാർഡ് അയാളെ താങ്ങി.

അയാൾ ചുറ്റും നോക്കി. ഗുഡ്സ് വണ്ടിയുടെ ഏതോ പഴയ വേഗനാണ് പ്ലാറ്റ്ഫോമിലെ ആകെയുള്ള കെട്ടിടം. ആ വേഗൻ പൂട്ടി താക്കോലുമായാണ് സ്റ്റേഷൻ മാസ്റ്റർ സ്ഥലം വിട്ടത്. ടിക്കറ്റില്ലാതെ വണ്ടിയിറങ്ങിയവരെ പിടികൂടാൻ വേണ്ടി അവിടെ ഒരാളില്ല. അത്രയും ശുഷ്കിച്ച ഒരു ഗ്രാമം.

അയാൾ പോക്കറ്റിൽ നിന്ന് കടലാസെടുത്ത് നിവർത്തി. മധുസൂദനൻ നായർ വ്യക്തമായി വരച്ചടയാളപ്പെടുത്തിയിട്ടുണ്ട്. അത് നോക്കിയാൽ മതി, ഒരു കുഞ്ഞിനേയും നോക്കരുത് എന്നാണ് മധുസുദനൻ നായർ പറഞ്ഞത്. മേപ്പുകൾ വരക്കുന്നതിൽ അതിവിദഗ്ദ്ധനാണ് മധുസൂദനൻ നായർ. ഏതു കാര്യത്തെക്കുറിച്ച് ആലോചിക്കാനിരിക്കുമ്പോഴേയ്ക്കും മുപ്പർക്ക് കടലാസും പേനയും വേണം. പിന്നെ ഒക്കെ എഴുതുകയായി. എല്ലാം കുറിപ്പുകളായിരിക്കും. അവസാനമാണ് മേപ്പ്. റോഡ്, കാട്, പുഴ, പള്ളി, ശവപ്പറമ്പുകൾ., പോസ്റ്റോഫീസ്,. ക്ഷേത്രം തുടങ്ങിയവ മേപ്പിലെ പ്രധാനനാഴികക്കല്ലുകളായിരിക്കും. ഈ മേപ്പ് നോക്കിയാൽ ഏതു കഴുതക്കുഞ്ഞിനും ലക്ഷ്യത്തിലെത്താമെന്നാണ് മധുസൂദനൻ നായർ പറയുക. മധുസൂദനൻ നായർ മേപ്പ് വരച്ചില്ലായിരുന്നെങ്കിൽ കൽപ്പറ്റയിലെ കുറുമാട്ടി കൊലക്കേസ് തെളിയുമായിരുന്നോ? അഞ്ചരക്കണ്ടി കണ്ണന്റെ രണ്ടരലക്ഷം ഉറുപ്പിക കൊള്ളയടിച്ച നമ്പൂതിരിയെ പിടിക്കുമായിരുന്നോ? കലക്ടറെ അഴിമതിക്കൂട്ടിൽ കയറ്റുമായിരുന്നോ? എല്ലാം മേപ്പിന്റെ കളി. ഭൂമിശാസ്ത്രം കലക്കിക്കുടിച്ച ആളാണ് മധുസൂദനൻനായർ.

റെയിൽവേസ്റ്റേഷന്റെ കമ്പിവേലി നൂണ്ട്, അയാൾ പുറത്തുകടന്നു.

ചെമ്മണ്ണ് റോഡ് നീണ്ടുപോവുകയാണ്. ഇരുഭാഗവും നൊച്ചിൽക്കാടുകളും അരിപ്പൂക്കാടുകളും. പലതരം പക്ഷികളുടെയും ജീവജാലങ്ങളുടെയും ആഹ്ലാദശബ്ദങ്ങൾ. ഇടയ്ക്കിടെ വിഷവായ തുറന്നുപിടിച്ച സർപ്പത്തിന്റെ ഗന്ധം. പച്ചോലപ്പാമ്പുകളുടെ കരച്ചിൽ. നൊച്ചിൽക്കാടുകൾക്കപ്പുറത്ത് പനകൾ. അവയിൽ നിന്നും പുറപ്പെടുന്ന പഴുത്ത പനന്തേങ്ങയുടെ ലഹരിപിടിപ്പിക്കുന്ന ഗന്ധം.

കടവിലെത്തിയപ്പോഴേയ്ക്കും തോണി പുഴമദ്ധ്യേയാണ്. പോവുകയാണോ വരികയാണോ എന്ന കാര്യം പെട്ടെന്ന് പിടികിട്ടിയില്ല. പിടികിട്ടുമ്പോൾ തോണി അകലുകയാണ്. അത് അയാളുടെ വിധിയാണ്. സമയം എപ്പോഴും അയാൾക്കു പ്രതികൂലമായിരിക്കും. കാത്തിരിക്കുക എന്നതാണ് അയാളുടെ സ്ഥായിയായ വിധി. കാലത്തേ വണ്ടിക്കു പുറപ്പെട്ടപ്പോൾത്തന്നെ അന്ന് പതിവില്ലാത്ത വിധം തെക്കോട്ടുള്ള വണ്ടി വടക്കോട്ടുള്ളതിന് വഴിമാറിക്കൊടുത്തു. ഏറെ നേരം അങ്ങിനെ പോയി.

എങ്ങോട്ടാ?

അയാൾ തിരിഞ്ഞുനോക്കി. ഒരു വാലിയക്കാരൻ. ഒരു കൈയിൽ സഞ്ചിയും മറ്റേ കൈയിൽ കാലുകൾ കെട്ടിയിട്ട ഒരു പൂവൻ കോഴിയും പൂവൻകോഴിയുടെ പൂവ്കൂടി നരച്ചിരിക്കുന്നു. ചുരുങ്ങിയത് അഞ്ചുവയസ്സുകാണും പൂവന്.

എങ്ങോട്ടാ, വാലിയക്കാരൻ വീണ്ടും ചോദിച്ചു.

അക്കരയ്ക്ക് അവനെ നോക്കാതെ അയാൾ പറഞ്ഞു.

ഞാനും അക്കരക്കാ. വലിയ ആഹ്ലാദത്തിലായിരുന്നു. പൂവൻകോഴിയണിഞ്ഞ വാല്യക്കാരൻ.

തോണി കടവിലണഞ്ഞു. അവർ രണ്ടുപേരും കയറി. കോഴി ഇടയ്ക്കിടെ ചിറകിട്ടടിക്കുകയും കൂകാൻ ശ്രമിക്കുകയും ചെയ്തുകൊണ്ടിരുന്നു. വാലിയക്കാരൻ ഓരോന്ന് പറഞ്ഞ് കോഴിയെ ഭീഷണിപ്പെടുത്താൻ ശ്രമിച്ചുകൊണ്ടിരുന്നു. ചെറിയതലയും കുറ്റിമുടിയും നേർത്തശബ്ദവും കണ്ണുകൊണ്ടുള്ള കാലിയായ നോട്ടവും സംസാരിക്കുമ്പോൾ തെറിക്കുന്ന നുരപുരണ്ട തുപ്പലും കണ്ടപ്പോൾ അവൻ യഥാർത്ഥ ഇഡിയറ്റാണെന്ന് അയാൾ മനസ്സിലാക്കി. പക്ഷേ, നേരം പോക്കിനായി അയാൾ ചോദിച്ചു.

നിന്റെ വീട്ടിൽ കല്യാണമുണ്ടോ?

വാലിയക്കാരൻ ഒരു വിഡ്ഢിയെ നോക്കുമ്പോലെ അയാളെ നോക്കി എന്നിട്ട് ചോദിച്ചു. അതിനെന്താ, എന്റെ വീട്ടിൽ പെണ്ണുങ്ങൻമാരില്ലല്ലോ?

പിന്നെന്തിനാ പൂവൻ? എന്നായി അയാൾ

വാലിയക്കാരൻ ചിരിച്ചു. ഒരു വിവരവുമില്ലാത്ത അയാളെ സഹതാപപൂർവ്വം നോക്കി. എന്നിട്ട് ചോദിക്കുകയാണ്. തിറതുടങ്ങിയത് അറിഞ്ഞില്ലേ?

ഈ പൂവന്റെ ചോരയും കുടിച്ചാണ് കോമരം തുള്ളുക. ഇറച്ചി എനിക്കു തിന്നാനും.

അയാൾ ഒന്നും പറഞ്ഞില്ല.

അപ്പോൾ വാലിയക്കാരൻ പറയുകയാണ്. ആരോടും പറയരുതേ അന്നാണ് ഞാൻ ലേശം കുടിക്കുക

പുഴയിലെ ഓളങ്ങളിൽ മാത്രം നോക്കി മുളകുത്തുന്ന തോണിക്കാരനെ അല്പനേരം ശ്രദ്ധിച്ചശേഷം അവൻ അയാളെ തോണ്ടിക്കൊണ്ടു ചോദിച്ചു.

ഏതു സംബന്ധിവീട്ടിലേക്കാണ് നിങ്ങൾ? പറയൂ. നല്ല ഒന്നാന്തരം റാക്ക് ഞാൻ എത്തിച്ചുതരാം. എനിക്കറിയാത്ത ഒരൊറ്റവീട് ഈ പുഴക്കരയിലില്ല.

അയാൾ തോണിക്കാരനെ നോക്കി. തോണിക്കാരന് കുറ്റിത്താടിയുള്ള നീണ്ട ഒരു മുഖവും രണ്ടുകണ്ണുകളും മാത്രമേയുള്ളൂ. അയാൾ അപ്പോഴും മുളയൂന്നുകയും ഓളങ്ങളോടു സംസാരിക്കുകയും ചെയ്യുകയായിരുന്നു, അയാൾക്കു പുഴയോടു സംസാരിക്കാൻ കഴിയില്ലായിരുന്നെങ്കിൽ ഈ വലിയ പുഴയെ അയാൾ എങ്ങനെയാണ് മെരുക്കിയെടുക്കുക. ഒരു കൊച്ചു തോണിയിൽ വലിയ വലിയ മനുഷ്യരെക്കയറ്റിയല്ലേ അയാൾ തുഴയുന്നത്! തോണി ഒന്നു ലാഞ്ചിയാൽ മതിയല്ലോ. ജീവിതങ്ങൾ മുഴുവനും ചത്തുമലച്ചുതന്നെ.

പകുതി മുക്കാൽ ഭാഗം പോയതോടെ തോണി നിന്നു. വാലിയക്കാരൻ ചാടിയിറങ്ങി. കക്ഷത്തിൽ നിന്ന് പൂവന്റെ കഴുത്ത് ഞെരിഞ്ഞു. അയാൾ തോണിയിൽ തന്നെ ഇരിക്കുകയാണ്.

ഇറങ്ങാം. ലാഘവമേറിയ ശബ്ദത്തിൽ തോണിക്കാരൻ പറഞ്ഞു.

പേന്റ് മുട്ടോളം മടക്കി ബേഗ് കൈയിൽ തൂക്കി അയാളും ഇറങ്ങി. മറ്റേ കൈയിൽ തോലിന്റെ ചെരുപ്പും. പൂഴി തെളിഞ്ഞു കാണാമായിരുന്നു. മുട്ടോളം മാത്രം വെള്ളം. അയാൾ തിരിഞ്ഞുനോക്കി. വിശാലമായ പുഴക്കപ്പുറം വയലും കുന്നും കാടുകളും. കാടുകൾക്കകലെ നീല നീല നിറങ്ങൾ. അയാൾക്കാകെ രസം തോന്നി. ബി. ഏയ്ക്കു പഠിച്ച വേർഡ്സ്വർത്തിനെ ഓർമ്മ വന്നു. "പരിത്യക്തനായ മർമ്മ" ന്റെ ഒരു നിമിഷം പാഞ്ഞുപോയി. തലച്ചോറിലൂടെ എന്തെല്ലാം കാര്യങ്ങളാണ് ചങ്ങല പൊട്ടിച്ചോടുന്നത്!"

വെള്ളമവസാനിച്ചപ്പോൾ അയാൾ പുഴപ്പരപ്പിലൂടെ നടന്നു. പുഴക്കരയുള്ള പൊന്തക്കാടുകളിൽ നിന്നും കുളക്കോഴികൾ ശബ്ദമുണ്ടാക്കി. ഒരു കുളക്കോഴിയെ ഒന്നായി തിന്നാനുള്ള വിശപ്പ് അയാൾക്കുണ്ടായിരുന്നു. എന്നിട്ടും പൂഴിമണലിലെ തിട്ടിൽ അയാളിരുന്നു മേപ്പ് നിവർത്തി.

വാലിയക്കാരൻ പിന്നിൽ നിന്ന് ചോദിച്ചു.

ഇതെന്താ?

അയാൾക്ക് വെറുപ്പു പിടിച്ചു. ഒന്നും പറയാതെ മേപ്പുപറഞ്ഞവഴിയിലൂടെ അയാൾ നടന്നു.

ഞാൻ കൂടെ വരാം. എനിക്കു തിരക്കില്ല. വാലിയക്കാരൻ വിടാൻ ഭാവമില്ലായിരുന്നു. നിങ്ങൾക്ക് എവിടെയാണ് പോവേണ്ടത്?

അയാൾ ഒരക്ഷരം പറഞ്ഞില്ല.

അപ്പോൾ അവൻ പറയുകയാണ് ബേഗ് സൂക്ഷിച്ചോണം. ഇവിടെ കള്ളന്മാരുണ്ട്. സംബന്ധക്കാരിക്ക് കൊടുക്കേണ്ട തുണിത്തരങ്ങൾ അവർ പിടിച്ചു പറിക്കും.

പക്ഷേ, ഒന്നുണ്ട്. പേടിക്കേണ്ട. പകൽ കളവ് നടക്കാറില്ല. രാത്രിയാവുമ്പോഴേയ്ക്കും നിങ്ങൾ എവിടെയെങ്കിലും എത്തിച്ചേരണം.

അയാൾക്കു വല്ലാത്ത ദേഷ്യം വന്നു. അവനെ രൂക്ഷമായി നോക്കി. അതോടെ അവൻ മിണ്ടാതെയായി.

അവർ നടന്നു. ഒരു വഴിയേ ഉണ്ടായിരുന്നുള്ളൂ. അതുകൊണ്ട് മുന്നിലും പിന്നിലുമായി അവർക്കു നടക്കേണ്ടി വന്നു.

ഏറെ നടന്നപ്പോൾ വഴി പിരിഞ്ഞു.

അയാൾ മേപ്പു നിവർത്തി. വഴി മനസ്സിലായപ്പോൾ നടക്കാൻ തുടങ്ങി. അപ്പോഴാണ് വാലിയക്കാരന് നിരാശതോന്നിയത്. അവൻ പറഞ്ഞു. ഞാൻ ഈ വഴിക്കാ.

ശരി. അയാൾ പറഞ്ഞു.

എന്നെങ്കിലും കാണണം പൂരം കാണാൻ വരില്ലേ?

ശരി.

അയാൾ നടന്നു.

എല്ലാം പറഞ്ഞപോലെ, പുഴയും നടപ്പാതകളും റോഡും വയലും പിന്നിട്ട് അയാൾ തറവാടിന്റെ മുന്നിലെത്തി.

കോട്ടപോലുള്ള ആ തറവാട് പുരാതനമാണ്. പരന്നു കിടക്കുന്ന വയലിന്റെ കരയിൽ പറ്റി നില്ക്കുന്ന ഇടിഞ്ഞുതുടങ്ങിയ പടികൾ കയറിയാൽ പടിപ്പുരയായി. പടിപ്പുര ഓടിട്ടതാണ്. തറവാട് ഓലമേഞ്ഞതും. വെറും മോടിക്കു വേണ്ടിയായിരിക്കണം പഴയ ഒരു കാരണവർ പടിപ്പുരക്ക് ഓടുവച്ചത്.

പടിപ്പുരയിൽ കടന്നാൽ നീണ്ട വീതികുറഞ്ഞ നടപ്പാതയാണ്. അതിനിരുപുറവും അരയാളുയരത്തിൽ കെട്ടിനിർത്തിയ മതിൽ. അതും അവിടവിടെ ഇടിഞ്ഞതും പൊട്ടിയതും തന്നെ. മതിലിൽ ഒറ്റപ്പെട്ടു കിടക്കുന്ന പൂച്ചട്ടികൾ. ചിലതിൽ മാത്രം നരച്ച് ശുഷ്കിച്ച ചെടികൾ കാണാം.

നടപ്പാത ചെന്നവസാനിക്കുന്നതും വലിയ വീതിയേറിയ മുറ്റത്താണ്. ആ മുറ്റത്തിന്റെ അരികിലാണ് കൂറ്റൻ തറവാട് ഉയർന്നുനില്ക്കുന്നത്. ഒമ്പത് കമാനങ്ങളിലൂടെ കോലായിലേക്കു കടക്കാം. കരിയും ചാണകവും കലർത്തി മിനുക്കിയ കോലായ തിളങ്ങി. അവിടെ ഒരു ബെഞ്ചോ കസേരയോ കണ്ടില്ല.

വല്ല നായന്മാരും വന്നുകയറിയാൽ പുൽപ്പായ ഇട്ടുകൊടുക്കുകയാണ് പതിവ്. ഗവർമെണ്ട് ഉദ്യോഗസ്ഥന്മാർ വന്നാലും പായ കിട്ടും. പക്ഷേ, അത് നാടൻ പായയായിരിക്കും. കീഴ്ജാതികൾ മുറ്റത്ത് നിന്നുകൊണ്ടുതന്നെവേണം സംസാരിക്കാനും സങ്കടമുണർത്താനും. ആറ് പൊതുതെരഞ്ഞെടുപ്പുകൾ കഴിഞ്ഞിട്ടും ഈ തറവാട്ടിൽ അടിസ്ഥാനപരമായ മുറകൾക്കൊന്നും മാറ്റം വന്നിട്ടില്ല.

തറവാട്ടിനു ചുറ്റും ഏകദേശം മൂന്നേക്ര ഭൂമി പരന്നുകിടക്കുന്നുണ്ട്. അതിൽ നിറയെ തെങ്ങുകൾ. അവയ്ക്കിടയിൽ പടർന്നു പന്തലിച്ചു കിടക്കുന്ന അനേകം വൃക്ഷങ്ങൾ. അതിൽ ഒരൊറ്റ പടുമരം കാണില്ല. മാവ്, പ്ലാവ്, അമ്പഴം, ആത്തച്ചക്ക, കടച്ചക്ക, പുളി., നെല്ലിക്ക, ഇതിന്റെ മോളിലെല്ലാം പാഞ്ഞു കയറുന്ന കുരുമുളക് വള്ളികളും.

ഇതൊക്കെ നോക്കിനടക്കുമ്പോഴാണ് അയാൾ ഒരു ശബ്ദം കേൾക്കുന്നത്. തൊട്ടടുത്തുള്ള ആലയിൽ പശുവിന്റെ മുതുക് തടവിക്കൊണ്ട് ഒരാൾ നില്ക്കുന്നു. അയാൾ ആലയ്ക്കു പുറത്തുവന്നു. രണ്ടു കൈയും കുലുക്കിക്കൊണ്ട് വീണ്ടും അതേ ശബ്ദമുണ്ടാക്കി.

പൊട്ടൻ

എങ്ങോട്ടു പോകണം ആരെ കാണണം. എന്ന അർത്ഥത്തിലാണ് മുക്കലും മൂളലും ആംഗ്യങ്ങളും.

നാലരയടിയേ അവനു പൊക്കമുള്ളൂ. കുറ്റിത്തലുമുടി. കുണ്ടിൽ പാഞ്ഞുപോയ ചെറിയ കണ്ണുകൾ. ഒരു തോർത്തുമുണ്ടല്ലാതെ ഒരു കോണകം പോലുമില്ല. അവൻ അടുത്തുവന്നു. ഒരു മൃഗം നടന്നടുക്കും പോലെ തോന്നി. പോരാത്തതിന് പശുവിന്റെ ഗന്ധവും.

വീട് ചൂണ്ടിക്കൊണ്ട് എല്ലാം തകർന്നിരിക്കുന്നു എന്ന രീതിയിൽ അവൻ ആംഗ്യം കാട്ടി. എന്നിട്ട് കൈകൾ തുഴഞ്ഞ് അയാളോടു പോകാൻ പറഞ്ഞു.

വീതിയേറിയ മുറ്റത്തു കടക്കുമ്പോൾ കമാനങ്ങൾ വ്യക്തമായി. നിലത്ത് ഒരു മൂലയിൽ ഒരു നായ. പക്ഷേ അത് കുരച്ചില്ല. പൊട്ടനാണോ?

എന്നാൽ അയാൾ കുരച്ചു ശബ്ദമുണ്ടാക്കി. മരമുട്ടി നിലത്തു മുട്ടുന്ന ശബ്ദം കേട്ടു. കക്ഷത്ത് ഊന്നുവടിയുമായി ഒരു ഒറ്റക്കാലൻ കോലായിറങ്ങി. അയാളുടെ മുഖം നിറയെ വിദ്വേഷമായിരുന്നു. കണ്ണുകളിൽ പ്രതികാരത്തിന്റെ കനലുകളും.

ആരാ?

മധുസൂദനൻനായരുടെ ആളാ.

ഒറ്റക്കാലന്റെ കക്ഷത്തുനിന്നും വടി താഴെ വീണു. മുഖം കുത്തിവീഴേണ്ടതായിരുന്നു. പക്ഷേ അയാൾ ചാടിപ്പിടിച്ചു.

വീണ്ടും വടിയിൽ ഊന്നിക്കൊണ്ട് പറഞ്ഞു.

ഇരിക്ക്.

അവിടെ ഇരിക്കാൻ ഒന്നുമുണ്ടായിരുന്നില്ല. ഒറ്റക്കാലൻ ഒറ്റവീർപ്പിന് അകത്തേയ്ക്കു വിളിച്ചു പറഞ്ഞു.

മധുസൂദനൻനായരുടെ ആളുവന്നിരിക്കുന്നു, ഏടത്തിയോടു ചെന്നു പറയ്.

മെലിഞ്ഞു ശുഷ്കിച്ച ഒരു മദ്ധ്യവയസ്ക്ക പുറത്തു വന്നു. അവർ ഏറെ നേരം അയാളെ നോക്കി. പിന്നെ കുരയ്ക്കാൻ തുടങ്ങി. മൂന്നുനാലുതവണ കുരച്ചു നിർത്തുമെന്ന് അയാൾ കരുതി. പക്ഷേ, അവർ ശ്വാസം കിട്ടാൻ വഴിയില്ലാതെ കുരയ്ക്കുകയാണ്. നെറ്റിയിൽ വിയർപ്പുപൊടിഞ്ഞു. തരമാവാതെ വന്നപ്പോൾ ചുമരിൽ പിടിച്ച് അവർ ഏങ്ങാൻ തുടങ്ങി. പിന്നെ ഇറയത്തു വന്ന് ഒരു കമാനത്തിലൂടെ പുറത്തേയ്ക്കു തുപ്പി. പഞ്ഞിക്കഷണങ്ങൾ പോലുള്ള കഫക്കട്ടകൾ.

അശ്രീകരമെ. മുറ്റത്ത് തുപ്പരുതെന്നു നിന്നോട് എത്രകാലമായി പറയുന്നു. മൂലയിൽ അനങ്ങാതെ കിടക്കുന്ന നായയെ നോക്കിക്കൊണ്ടു പറഞ്ഞു. ഇനി ഈ സാധുമൃഗത്തിനും ക്ഷയം പിടിക്കും. എല്ലാവരെയും നീ കൊല്ലും.

ശ്വാസം നിലയ്ക്കു നിന്നപ്പോൾ അവർ ചുമരിൽ ഒരു താങ്ങായി നിർത്തിയ കൈകൾ താഴ്ത്തിയിട്ട് ഒറ്റക്കാലനോടു ചോദിച്ചു.

ഏട്ടാ ആരു വന്നൂന്നാ പറയേണ്ടത്?

മൂധേവി, നിന്റെ ചെവിയും കേൾക്കാതായോ? ശ്വാസകോശങ്ങൾ മാത്രമല്ല, നിന്റെ ചെവിയും ക്ഷയത്തിന്റെ അണുക്കൾ തിന്നാൻ തുടങ്ങിയോ?

ആ സ്ത്രീ വീണ്ടും അകത്തേയ്ക്കുപോയി. ഒറ്റക്കാലൻ ഊന്നുവടി താഴെയിട്ടു നിലത്തിരുന്നു. വന്നയാളെ അയാൾ ഒട്ടും ശ്രദ്ധിച്ചില്ല. അപ്പോൾ ചാണകവും കരിയും തേച്ച നിലത്ത് ചില്ലറ നാണയങ്ങൾ വീണു. വിശന്ന ഒരു നായയെപ്പോലെ ഒറ്റക്കാലൻ കാൽമുട്ടുകളിൽ ഇഴഞ്ഞ് നാണയങ്ങൾ പെറുക്കിയെടുത്തു. പിന്നെ എണ്ണിനോക്കി നിവർന്നിരുന്നു. ദൂരെ പശുക്കളുടെ ആലയിലേക്കു നോക്കി ഒരു നിലവിളി.

രാമാ.

നേരത്തെ കണ്ട കന്നുകാലികളെ നോക്കുന്ന രാമൻ ഓടിക്കിതച്ചു വന്നു. ഒറ്റക്കാലൻ മുട്ടുകാലിൽ ഇരുന്നു. അപ്പോഴും കിതയ്ക്കുകയാണ്. രാമൻ നീട്ടിയ കൈകളിൽ ചില്ലറ നാണ്യങ്ങൾ ഇട്ടു. രാമൻ കുണ്ടിൽപോയ കണ്ണുകൾ തെളിയിച്ച് ഒറ്റക്കാലനെ നോക്കി. അപ്പോൾ ഒറ്റക്കാലൻ ഇടത്തെ ചൂണ്ടുവിരൽ മുകളിൽ പൊക്കി വലത്തെ ചൂണ്ടുവിരൽകൊണ്ട് അര എന്ന അടയാളം കാണിച്ചു.

രാമൻ ഓടാൻ തുടങ്ങി.

ഒറ്റക്കാലൻ ഇഴഞ്ഞിഴഞ്ഞ് മതിലിനോടു ചേർന്നിരുന്നു. അയാളുടെ

ഒടിഞ്ഞ കാലിൽ ഒരു കട്ടുറുമ്പ് കയറി. അതിനെ പിടിക്കാൻ ശ്രമിക്കുന്ന നേരത്താണ് കൈ വിറയ്ക്കുന്നത് കണ്ടത്.

മദ്ധ്യവയസ്കയായ സ്ത്രീ വീണ്ടും കുരയ്ക്കാൻ തുടങ്ങി. ഒറ്റക്കാലന്റെ മുഖഭാവം പെട്ടെന്നു മാറി. അയാൾ തലയുയർത്തി നോക്കിക്കൊണ്ടു ചോദിച്ചു.

കുഞ്ഞിലക്ഷ്മി. നീയിന്നു മരുന്നു കഴിച്ചില്ലേ?

കഴിച്ചു. കുരയ്ക്കുന്നതിനിടയിൽ കുഞ്ഞിലക്ഷ്മി പറഞ്ഞു.

എന്നിട്ടെന്താ പിന്നെയും കുരയ്ക്കുന്നത്?

കുഞ്ഞിലക്ഷ്മി ഒന്നും പറയാതായപ്പോൾ ഒറ്റക്കാലൻ പറയുകയാണ്.

മൂധേവി, മരുന്ന് വാങ്ങാൻ വച്ച പൈസയാണോ എനിക്കുതന്നത്? എല്ലാ പാപവും നീ എന്നെക്കൊണ്ട് ചെയ്യിക്കും. എന്നിട്ട് നീ എന്നെ നരകത്തിലാക്കും. നരകത്തിൽ കിടന്ന് ഞാൻ പൊരിയുന്നത് സ്വർഗ്ഗത്തിന്റെ കിളിവാതിലിലൂടെ നീ നോക്കിനില്ക്കും.

കുഞ്ഞിലക്ഷ്മിയുടെ മുഖം വാടി.

നീ കരയുകയാണോ? എന്നാൽ എനിക്കു നിന്റെ പൈസ വേണ്ട. വിറച്ചു കൊണ്ട് ചാണകം മെഴുകിയ ഈ കോലായിൽ കിടന്നു ഞാൻ മരിച്ചോളാം. ആരും കൂട്ടില്ലെങ്കിൽ ഈ നായയെങ്കിലും എനിക്കു കൂട്ടുണ്ടാകും.

അതിന് ഞാൻ വല്ലതും പറഞ്ഞോ? കുഞ്ഞിലക്ഷ്മി ചോദിച്ചു.

പറയണോ? മുഖം കണ്ടാലറിയില്ലേ? ഒരാൾക്ക് എന്തെങ്കിലും പാരിതോഷികം കൊടുക്കുമ്പോൾ മനസ്സറിഞ്ഞു കൊടുക്കണം.

ആ സമയം മുഴുവനും മുറ്റത്തുതന്നെ നില്ക്കുന്ന മധുസൂദനൻനായരുടെ ആളോട് അയാൾ ചോദിക്കുകയാണ്. അല്ലേ, നിങ്ങൾ പറയൂ. ഒരാൾക്ക് മനസ്സറിഞ്ഞല്ലേ പാരിതോഷികം കൊടുക്കേണ്ടത്?

അപ്പോഴേയ്ക്കും പൊട്ടൻ രാമൻ കുറിയകാലുകളിൽ ചെമ്മണ്ണുമായി പാഞ്ഞെത്തി. രാമൻ കോലായിൽ എത്തുന്നതിനു മുമ്പേ ഒറ്റക്കാലൻ മുട്ടുകാലിൽ ഇഴയാൻ തുടങ്ങി. പൊട്ടന്റെ കൈയിൽനിന്നു കുപ്പി അക്രമാസക്തിയോടെ പിടിച്ചുവാങ്ങി ഒരു വീർപ്പിന്, കാൽഭാഗം അകത്താക്കി, പിന്നെ കാന്തവിളക്കിലെ കാറ്റുപോലെ ഒരു വായു പുറത്തു വിട്ടു.

രണ്ടുമൂന്നു മിനിട്ടുകൾ കഴിഞ്ഞു. കുമ്മായമിടിഞ്ഞ കമാനം ചാരിക്കൊണ്ട് ഒരു കവിൾകൂടി അകത്താക്കി ഒറ്റക്കാലൻ.

ചെവിക്കുറ്റിയിൽ നിന്ന് ബീഡിയെടുത്ത് കത്തിച്ച് രണ്ടുമൂന്നു പുക വിട്ടു. അയാളുടെ ചെവിയും കണ്ണും ചുവന്ന് മുഖത്ത് പ്രസാദം വരയിട്ടു. കരളിൽ സന്തോഷവും.

മോളെ, അനിയത്തി, എന്റെ കുഞ്ഞിലക്ഷ്മി, നീ എവിടെയാണ്? ഒറ്റക്കാലൻ വിളിച്ചു.

മുറ്റത്ത് നില്ക്കുന്ന മധുസൂദൻനായരുടെ ആളെ നോക്കി കുറ്റബോധത്തോടെ ഒറ്റക്കാലൻ പറയാൻ തുടങ്ങി:

മോളേ കുഞ്ഞിലക്ഷ്മീ, നീ അകത്തു പോയി മാധവി ഏട്ത്തിയോട് മധുസൂദനൻനായരുടെ ആള് വന്നൂന്ന് പറ. നല്ല കഥ. ഞാൻ കാര്യമാത്ര പ്രസക്തമായ എന്തെല്ലാം കാര്യങ്ങൾ മറന്നുപോകുന്നു. മധുസൂദൻനായർ തിരക്കിന്നിടയിൽ അയച്ചുതന്ന ആളെപ്പറ്റി ഞാനിതുവരെ ഓർത്തോ?

അകത്തുപോയി തിരിച്ചുവന്ന കുഞ്ഞിലക്ഷ്മി പറഞ്ഞു:

എന്താ പേര് എന്ന് ചോദിക്കാൻ പറഞ്ഞു.

ആര്?

ഏടത്തി.

ശരിയാ. ഒറ്റക്കാലൻ പറഞ്ഞു. നേരത്തെ ചോദിക്കേണ്ടതായിരുന്നു. എന്താ പേര്?

വന്നയാൾ പറഞ്ഞു: ആനന്ദ്.

കുഞ്ഞിലക്ഷ്മി അമ്മ വീണ്ടും അകത്തേക്കു പോയി. ഒറ്റക്കാലൻ കുപ്പി പൊക്കി ഒരു കവിൾ കൂടി അകത്താക്കി. അയാളുടെ ചെവികൾ താണു. കണ്ണുകൾ ചുവന്നു.

ആനന്ദിനു കാലുകൾ കഴയ്ക്കാൻ തുടങ്ങി. എത്രനേരമായി ഒരേ നില്പിൽ നില്ക്കുന്നു. ഒരു വീട്ടിൽ വന്നാൽ വല്ലവരും ഇരിക്കാൻ പറഞ്ഞിട്ടു വേണ്ടേ ഇരിക്കാൻ. സാമാന്യമര്യാദയില്ലാത്ത ഒരു സ്ഥലത്ത് ആദ്യമായിട്ടാണ് കാലു കുത്തുന്നത്. വലിയ സ്വീകരണവും പ്രതീക്ഷിച്ചിട്ടാണ് അയാൾ അവിടെ എത്തിയതുതന്നെ. മധുസൂദനൻനായരുടെ ഒരാൾ എവിടെപ്പോയാലും സ്വീകരണമല്ലാതെ മറ്റൊന്നും കിട്ടാറില്ല.

"ശരിയായ പേരെന്താ ഏട്ടാ എന്നു ചോദിക്കാൻ പറഞ്ഞിരിക്കുന്നു ഏടത്തി."

"ശരിയായ പേരോ? എന്റെ ശരിയായ പേര് അവൾക്കറിയില്ലേ? ഇത്രകാലമായിട്ടും എന്റെ പേരുപോലും നിങ്ങൾക്കോർമ്മയില്ല. അല്ലേ? ഞാൻ നിങ്ങൾക്കുവേണ്ടി നിങ്ങളുടെ രാജ്യത്തിനുവേണ്ടി പടവെട്ടിയാണ് ഈ കാലു പോയത്."

മുട്ടിനു താഴെ മുറിഞ്ഞ കാൽ പൊക്കി മുഖത്തോടടുപ്പിച്ച് അയാൾ മുഖമമർത്തി.

ആനന്ദിനെ നോക്കി അയാൾ പറയാൻ തുടങ്ങി.

ഞാൻ ചുംബിക്കുകയാണെന്ന് തെറ്റിദ്ധരിക്കരുത്. ചുംബിക്കാൻ എനിക്കു കഴിഞ്ഞിട്ടല്ല. ചുംബിച്ചിട്ടില്ല എന്നു ഞാൻ സത്യം ചെയ്യില്ല. മഞ്ഞുവീഴുന്ന കൊടും തണുപ്പിൽ പട്ടാളത്തിൽ നിന്നു കിട്ടിയ റമ്മിന്റെ ചൂടിൽ ചുവപ്പു ചായം പുരട്ടിയ ചുണ്ടുകളിൽ ഞാൻ ഉമ്മ വച്ചിരുന്നു. പക്ഷേ അതെല്ലാം കച്ചവടമായിരുന്നു.

ഇങ്ങനെ ബോർഡൗട്ടായി വരുമെന്ന് ഞാൻ പ്രതീക്ഷിച്ചില്ല. ആരും പ്രതീക്ഷിച്ചില്ല. എന്നെ കാത്തിരുന്ന പെൺകുട്ടി കൂടി. ഓരോ തവണ കല്പനയിൽ നാട്ടിൽ വരുമ്പോഴും കല്യാണത്തിന്റെ കാര്യം അവൾ ഓർമ്മിപ്പിച്ചു. അപ്പോഴെല്ലാം ഞാൻ പറഞ്ഞു: വെടിയുണ്ടയിൽനിന്നു ഞാൻ രക്ഷപ്പെടട്ടെ; എന്നിട്ട് നിന്റെ കഴുത്തിൽ മാലയിടാം. നിന്നെ കെട്ടിക്കഴിഞ്ഞാൽ നിന്നെ ആദ്യമായി ചുംബിച്ചുകഴിഞ്ഞാൽ പിന്നെ ഞാൻ നാടുവിടില്ല. അവധി ദിവസങ്ങൾ തീരുന്നതിന് മുമ്പുതന്നെ എന്നെ അവർ വിളിപ്പിച്ചു. അപ്പോഴേയ്ക്കും അതിർത്തിയിൽ യുദ്ധം തുടങ്ങിയിരുന്നു. പടക്കളത്തിലാണ് ഞാൻ ചെന്നിറങ്ങിയത്. എന്റെ കുടുംബത്തിനുവേണ്ടി എന്റെ നാടിനുവേണ്ടി ഞാൻ യുദ്ധം ചെയ്തു. എന്റെ കാലുപോയി.

കാലുപോയപ്പോൾ എനിക്കു ദുഃഖമില്ലായിരുന്നു. ഒരു കാലുപോയാലെന്താ? മറ്റേ കാലുണ്ടല്ലോ. പക്ഷേ എന്നിട്ടെന്തു ചെയ്യും? ബോധംകെട്ട് പടക്കളത്തിൽ വീണ എന്നെ ആംബുലൻസിൽ കയറ്റുമ്പോൾ തന്നെ ആ കാലമാടന്മാർ കമ്പിയടിച്ചു.

"This office regret to inform you that your brother Rairu Nair is dead."

പട്ടാളത്തിന്റെ ആഫീസിലെ വ്യസനം.

ആശുപത്രിയിലെത്തിയപ്പോൾ എനിക്കു ജീവൻ വച്ചു. ഞാൻ അവൾക്കെഴുതി. എനിക്ക് സുഖം തന്നെ. പക്ഷേ, വാക്കുകളെപ്പോഴും കമ്പിക്കു പുറത്താണല്ലോ. അതെത്തുമ്പോഴേയ്ക്കും അവളുടെ കഴുത്ത് ഒരു മുഴം കയറിലായി. അങ്ങനെ എന്റെ ചിരകാലസ്വപ്നമായ ചുംബനവും അവസാനിച്ചു.

ഒറ്റക്കാലൻ രൈരുനായരുടെ മുഖം കനത്തു. കണ്ണുകൾ ഇരുണ്ടു.

എന്താ ശരിയായ പേര്? കുഞ്ഞിലക്ഷ്മി ആനന്ദിനെ നോക്കി ചോദിച്ചു.

ചാപ്പക്കുറുപ്പ്.

എന്നാൽ നേരത്തെ പറയാമായിരുന്നില്ലേ. കുഞ്ഞിലക്ഷ്മി കുരച്ചുകൊണ്ട് അകത്തേക്കു പോയി. ഒരു പുല്പായയുമായി വന്ന് അത് കോലായയിലിട്ടു ചാപ്പക്കുറുപ്പിനോട് പറഞ്ഞു:

ഇരിക്ക്.

ഒരു കമാനത്തിന് ചുവട്ടിൽ ചാപ്പക്കുറുപ്പ് എന്നു പേരുള്ള ആനന്ദ് ഇരുന്നു.

ഒറ്റക്കാലൻ കുപ്പിയെടുത്ത് വീണ്ടും ഒരു കവിൾ കുടിച്ചു. പിന്നെ കുപ്പി ക്കടിയിൽ നോക്കിയപ്പോൾ ഒന്നോ രണ്ടോ കവിൾ ബാക്കിയുണ്ട്.

വിശന്ന നായയെപ്പോലെ രാമൻ കാത്തുനില്ക്കുകയാണ്. ഒറ്റക്കാലൻ രൈരുനായർ കുപ്പി നീട്ടി. പൊട്ടൻ രാമൻ അത് ഏറ്റുവാങ്ങി ഒരു വീർപ്പിന കത്താക്കി.

മൂന്നുനാലു മിനിട്ട് നേരം പൊട്ടൻ മുറ്റത്തുകൂടി ഉലാത്തി. പിന്നെ നേരെ കന്നുകാലികളെ കെട്ടിയിട്ട ആലയിലേക്കു പോയി അവയെ നോക്കി ആംഗ്യ ങ്ങൾ കാട്ടാൻ തുടങ്ങി.

ഒറ്റക്കാലൻ രൈരുനായർ പറഞ്ഞു. പൊട്ടൻ രാമന് ഒന്ന് മണത്താൽ മതി ഉടനെ കയറും ലഹരി തലയിൽ. മൂന്നെക്സുള്ള ഒരു കുപ്പി റം ഡൈമൻ ഗ്ലാസിലൊഴിച്ചു നീറ്റായി കുടിച്ചാൽപ്പോലും എന്റെ തലയിൽ ഒരു ഈച്ച കയറിയ വാറുപോലും ഉണ്ടാകുകയില്ല.

കുഞ്ഞിലക്ഷ്മിയമ്മ വലിയ ഒരു പിഞ്ഞാണത്തിൽ ചായയും ഒരു വസ്തിയിൽ അവലും കൊണ്ടു വന്നു ചാപ്പക്കുറുപ്പ് എന്ന ആനന്ദിന്റെ മുന്നിൽ വച്ചു.

ആനന്ദ് അതിലൊന്ന് നോക്കിയതേയുള്ളൂ. അപ്പോഴേയ്ക്കും കുതൂഹ ലരായി മൂന്ന് ആൺകുട്ടികൾ മുറ്റത്തെത്തി. ആർക്കും കുപ്പായമില്ല. തലയിൽ എണ്ണതേച്ചിട്ടു നാളുകളായിക്കാണണം. ഇളയവന് ഉടുതുണി ഇല്ല. അവന്റെ മൂക്കുകൾ കട്ടപിടിച്ചുകിടന്നു. ദേഹം നിറയെ പൊടിമണ്ണ്. ഒട്ടിയ വയർ.

എന്റെ കുട്ടികളാ. വലിയ പരിചയഭാവത്തിൽ കുഞ്ഞിലക്ഷ്മിയമ്മ പറഞ്ഞു:

ചായ കുടിക്കീൻ ചാപ്പക്കുറുപ്പേ.

ആനന്ദ് ചായ കുടിക്കാൻ തുടങ്ങി.

അവില് തിന്നീൻ ചാപ്പക്കുറുപ്പേ.

ആനന്ദ് പറഞ്ഞു: എനിക്കു ചായ മതി.

ഞാൻ തിന്നട്ടെ?

ഇളയകുട്ടി പറഞ്ഞു:

അതുകേട്ട് അമ്പരന്നുനിന്ന മൂത്ത കുട്ടികൾ ഏറ്റുപാടി.

ഞങ്ങളൊക്കീം തിന്നും.

അവിലിന് ചുറ്റും ആർത്തിപൂണ്ട കുട്ടികൾ പൊതിഞ്ഞു.

ഇണപ്പോരുകാട്ടിയ പശു ആലയിൽ നിന്ന് മുക്രയിടാൻ തുടങ്ങി. കരിങ്കല്ല് പോലും തുളച്ചു കയറുന്ന ശക്തിയിലായിരുന്നു അതിന്റെ ആക്രന്ദനം. മുക്ര കഴിഞ്ഞുള്ള നെടുവീർപ്പിന്നുപോലും കാമാസക്തിയുടെ വിഹ്വലതയുണ്ടായി രുന്നു. നിമിഷങ്ങളിടവിട്ട് നാഴികമണി കണക്കെ പശു രാത്രിയും പകലും അലോസരപ്പെടുത്തി.

ആനന്ദ് രാത്രിമുഴുവനും ഉറങ്ങാതെ കഴിച്ചുകൂട്ടി. കോലായിൽ പടിഞ്ഞാറ് ഭാഗത്ത് കുഞ്ഞിലക്ഷ്മി വിരിച്ച കട്ടിലിൽ കാറ്റും കാത്ത് അയാൾ ഉറങ്ങാൻ കിടന്നതാണ്. കട്ടിലിന് താഴെ തഴപ്പായയിൽ വൈകുന്നേരം വയലിൽ നിന്നും കൈക്കോട്ടുമായി കയറിവന്ന കാര്യസ്ഥൻ കിടക്കുന്നുണ്ട്. പശുവിന്റെ വേവ ലാതികളൊന്നും തന്നെ കാര്യസ്ഥൻ അറിഞ്ഞില്ല.

നേരം പുലർന്നപ്പോൾ ആനന്ദ് കാര്യസ്ഥനോടു ചോദിച്ചു. അല്ല ഈ മൃഗത്തിനോട് ഇത്രയും ക്രൂരത കാണിക്കണോ?

കാര്യസ്ഥൻ അന്തംവിട്ടു നില്ക്കുമ്പോൾ ആനന്ദ് എന്ന ചാപ്പക്കുറുപ്പ് പറഞ്ഞു. ഇതിനെ കൊണ്ടുപോയി ഇണ ഇടീക്കരുതോ? ഈ നാട്ടിൽ ഒരു വിത്ത്കാളയുമില്ലേ? ഒരു കുട്ടനുമില്ലേ?

കാര്യസ്ഥൻ വിശദീകരിക്കാൻ തുടങ്ങി. അതിന് മാധവിയമ്മയുടെ സമ്മതം കിട്ടണ്ടേ? അവരറിയാതെ ഈ തറവാട്ടിൽ ഒന്നും നടക്കാറില്ല. ഒരു റുമ്പിന് പഞ്ചസാരപ്പാട്ടയിൽ നുഴഞ്ഞു കയറണമെങ്കിൽപോലും അവര റിഞ്ഞേ പറ്റൂ. അത്രയ്ക്കും അടുക്കും ചിട്ടയുമാ ഇവിടെ. പക്ഷേ. ഈ സ്ഥിതി യിൽ അവരോടു വല്ലതും ചോദിക്കാൻ പറ്റുമോ? മധുസൂദൻനായരുടെ ആള് വന്നൂന്ന് കാലു മുറിഞ്ഞ ആങ്ങളയും ക്ഷയം പിടിച്ച കുഞ്ഞിലക്ഷ്മിയും പറഞ്ഞിട്ട് അവർ കുലുങ്ങിയോ? എനിക്ക് മധുസൂദനൻനായരുടെ ആളെയല്ല, മധുസൂദനൻനായരെത്തന്നെയാണ് കാണേണ്ടതെന്നും പറഞ്ഞ് അവർ രണ്ടു പേരെയും വിരട്ടിയോടിച്ചു. പിന്നീടാണ് ഞാൻ ഒരു ദൂതുമായി ചെന്നത്. ഈ തറവാട്ടിൽ എന്റെ നയനങ്ങൾ തന്നെയാണ് അവസാനം വിജയിക്കുക. മാധവിയമ്മ ഒടുവിൽ കീഴടങ്ങി. നേരം വെളുക്കട്ടെ. എന്നിട്ടു കാണാം എന്നും പറഞ്ഞ് എന്നോട് പോകാൻ കല്പിച്ചു.

എന്താ രോഗം? ആനന്ദ് കാര്യസ്ഥനോട് തിരക്കി.

കാര്യസ്ഥൻ അമ്പരന്ന് നിന്നു. കഴിഞ്ഞ ഒരു പകൽ മുഴുവനും നിങ്ങൾ ഈ തറവാട്ടിൽ ചെലവഴിച്ചു. കുഞ്ഞിലക്ഷ്മിയോടും ഒറ്റക്കാലനോടും നിങ്ങൾ ഒന്നും ചോദിച്ചറിഞ്ഞില്ലേ? അഥവാ അവരൊന്നും പറഞ്ഞില്ലെന്നോ? എങ്ങനെ പറയും? ഒറ്റക്കാലന് ബോധം വരുമ്പോഴെല്ലാം കുടിക്കലല്ലാതെ മറ്റൊരു ചിന്തയില്ല. ജോലിയില്ല. കുഞ്ഞിലക്ഷ്മിയമ്മ ഒഴിവു കിട്ടുമ്പോൾ കുടിക്കാറില്ല. പക്ഷേ അവർ ആ സമയത്തെല്ലാം കുരച്ചുകൊണ്ടേയിരിക്കും ശിവ ശിവ, ഒന്നുമറിയാത്ത ഈ പാവങ്ങൾ എല്ലാം അനുഭവിക്കുന്നു. ഈ തറവാട്ടിലെ പണ്ടത്തെ കാരണവന്മാർ ചെയ്ത കടുംകൈകൾക്ക് വല്ല കണ ക്കുമുണ്ടോ? അതൊക്കെ പിന്നെ പറയാം. നിങ്ങൾ കുളിച്ചോ.

ആനന്ദ് എന്തോ പറയാൻ ഭാവിച്ചു. അപ്പോൾ കാര്യസ്ഥൻ ഇടയിൽ ചോദിച്ചു.

അല്ലാ, ഞാൻ നിങ്ങളെ ആനന്ദ് എന്നോ ചാപ്പക്കുറുപ്പ് എന്നോ വിളി ക്കേണ്ടത്? രണ്ട് പേരുള്ള ഒരാളെ ഇതാദ്യമായാണ് ഞാൻ കാണുന്നത്.

എന്നെ നിങ്ങൾക്കെന്തുവേണമെങ്കിലും വിളിക്കാം. ചാപ്പക്കുറുപ്പെന്നോ ആനന്ദെന്നോ എന്തുമാവാം. ഈ രണ്ടുമല്ലാതെ മൂന്നാമത്തെ ഒരു പേരു വേണമെങ്കിലും വിളിക്കാം. പേരിലെന്തിരിക്കുന്നു?

ശരിയാ, കാര്യസ്ഥൻ പറഞ്ഞു. ഈ നാട്ടിൽ ഒരു കുട്ടിപോലും പട്ടാളക്കാരനെ രൈരുക്കുറുപ്പെന്ന് വിളിക്കാറില്ല. സകലരും പറയും ഒറ്റക്കാലൻ. ഒരു പേരിൽ ഒന്നുമില്ല. എന്റെ സ്ഥായിയായ പേരുതന്നെ നോക്കൂ. സുന്ദരമായ ഒരു പേർ എനിക്കുണ്ട്. എന്നിട്ടും എന്നെ എല്ലാവരും കാര്യസ്ഥൻ എന്ന് വിളിക്കുന്നു. എനിക്കതിൽ ആക്ഷേപമില്ല. കാര്യസ്ഥൻ എന്നത് തറവാടിത്തമുള്ള ഒരു പേരാണ്.

തോർത്തും സോപ്പുമായി ആനന്ദ് എന്ന ചാപ്പക്കുറുപ്പ് കുളക്കരയിലേക്കു നടന്നു. ഇരുഭാഗവും സമൃദ്ധമായ കൃഷി. വാഴ, ചേന, ചേമ്പ്, മരക്കിഴങ്ങ്, ചീര, പച്ചമുളക് കരിവേപ്പ്. എല്ലാറ്റിന്റെ തടത്തിലും നനവിന്റെ നാമ്പുകൾ അതിനപ്പുറം വലിയ ചാണകക്കുഴി. അന്തരീക്ഷം നിറയെ ചാണകത്തിന്റെ ഗന്ധം. തൊട്ടുതൊട്ടായി കന്നുകാലികളുടെ ആലകൾ. പശുക്കൾ വേറെ, മൂരികൾ വേറെ.

പൊട്ടൻ രാമൻ പശുവിനെ കറക്കുകയാണ്. പാലിന്റെ നീർനാമ്പുകൾ സീൽക്കാരത്തോടെ ഓട്ടുമുരടിയിൽ അമരുന്നു. കാര്യസ്ഥൻ പറഞ്ഞു. പത്തു പതിനാലിടങ്ങഴി പാലു നിത്യവും പൊട്ടൻ കറക്കുന്നു. പക്ഷേ പാല് പാർന്ന ഒരു ഗ്ലാസ്സ് ചായ പൊട്ടന് അവന്റെ ജീവിതത്തിൽ കിട്ടിയിട്ടില്ല.

ആനന്ദ് എന്ന ചാപ്പക്കുറുപ്പ് കാര്യസ്ഥനെ നോക്കുമ്പോൾ കാര്യസ്ഥൻ പറയുകയാണ്. പാലൊഴിച്ച് ചായയുടെ മണമടിച്ചാൽ മതി ഉടനെ ഛർദിക്കും പൊട്ടൻ. കുട്ടികളവനെ പൊട്ടനെന്ന് വിളിക്കാറില്ല. അവർക്ക് അവന്റെ പേര് കാലിച്ചായ എന്നാണ്.

അടുത്ത ആലയിൽ നിന്ന് ഇണപ്പോര് കിട്ടിയ പശു അപ്പോഴും മുക്രയിട്ടുകൊണ്ടിരുന്നു. പശുവിന്റെ വലിയ കൺകോണുകളിൽ സംഗമാവേശത്തിന്റെ തണ്ണീർത്തുള്ളികൾ കണ്ടു. പിൻകാലുകളിലൂടെ ഇന്ദ്രിയത്തിന്റെ മദജലവും. വൃഷണങ്ങൾ ഉടഞ്ഞുപോയ മൂരികൾ തൊട്ടടുത്ത തൊഴുത്തിൽ നിന്നും പശുവിന്റെ പരാക്രമങ്ങൾ നിസ്സഹായരായി നോക്കിനിന്നു.

എന്തെങ്കിലും ഒരു പോംവഴി കണ്ടുപിടിക്കണം. ആനന്ദിന്റെ സമൂഹമനസ്സാക്ഷി ഉണർന്നു.

പറഞ്ഞിട്ടെന്താ, മാധവിയമ്മ പറയാതെ തരമില്ല.

ആനന്ദ് കുളപ്പടവുകളിറങ്ങി. വെള്ളം വളരെ താഴെയായിരുന്നു. അങ്ങ് മദ്ധ്യത്തിൽ കാച്ചിയ എണ്ണയും സോപ്പും ചേർന്ന് വെണ്ണപോലെ പൊങ്ങി കിടന്നു. കരയിലെ സ്ഫടികത്തിൽ അയാൾ മുങ്ങി. ഒരു കവിൾ വായിലാക്കിയപ്പോൾ ദിവസങ്ങൾ കഴിഞ്ഞ കരിങ്ങാലി വെള്ളത്തിന്റെ സ്വാദ്.

മൂന്നാല് ഇഡ്ഢലിയും ഒരു ഓട്ടുഗ്ലാസ്സ് നിറയെ കാപ്പിയും കുഞ്ഞിലക്ഷ്മി കോലായിൽ കൊണ്ടുവച്ചു. അവർ പറഞ്ഞു ചാപ്പക്കുറുപ്പേ ചായകുടിക്കീൻ.

ആനന്ദിന് നല്ല വിശപ്പുണ്ടായിരുന്നു. കരിവേപ്പില ഈമ്പിയിട്ടശേഷം അയാൾ ചട്ടിണികൂട്ടി ഇഡ്ഢലി തിന്നാൻ തുടങ്ങി. രണ്ടുമൂന്നെണ്ണം തിന്നു കാണണം അപ്പോഴേയ്ക്കും അകത്തുനിന്നും കുഞ്ഞിലക്ഷ്മി ചുമയ്ക്കുന്നതു കേട്ടു. ഇടതടവില്ലാത്ത ചുമ. മൂത്തകുട്ടി ഓടിവന്ന് കാര്യസ്ഥനോട് പറഞ്ഞു.

ചോര.

ആനന്ദിന്റെ വിശപ്പ് കെട്ടടങ്ങി. കൈകൾ കുടഞ്ഞ് അയാൾ എഴുന്നേറ്റു. ഓട്ടുകിണ്ടിയുടെ വാലിലൂടെ വെള്ളം കവിളിലാക്കുമ്പോൾ കാര്യസ്ഥൻ പറഞ്ഞു.

പേടിക്കാനൊന്നുമില്ല. ചോരതുപ്പാൻ തുടങ്ങിയിട്ട് വർഷങ്ങൾ മൂന്നു നാലായി. കുഞ്ഞിലക്ഷ്മിയമ്മ ഇപ്പോഴൊന്നും മരിക്കില്ല. ചെയ്ത പാപം തീർക്കേണ്ടേ? ഭർത്താവിന്റെ മുന്നിൽ വച്ച് ജാരന്റെ കൂടെ കിടന്നവളാ. ആ.......... എന്നെക്കൊണ്ട് പറയിപ്പിക്കേണ്ട, ചാപ്പക്കുറുപ്പേ. അല്ലെങ്കിലെന്താ, എല്ലാം നിങ്ങൾ അറിയാൻ പോവുന്ന കഥകളാ.

കുഞ്ഞിലക്ഷ്മിയമ്മ അപ്പോഴും ശ്വാസം കിട്ടാൻ വയ്യാതെ ചുമച്ചുകൊണ്ടിരുന്നു. അതുപോലെ ആലയിൽ നിന്ന് ഇണപ്പോരു കിട്ടിയ പശുവും.

വാ.

കാര്യസ്ഥൻ വിളിച്ചു.

ആനന്ദ് എന്ന ചാപ്പക്കുറുപ്പിന് പൊരുൾ കിട്ടിയില്ല.

മാധവിയമ്മ വിളിക്കുന്നു. കാര്യസ്ഥൻ അവസാനമായി സത്യം പറഞ്ഞു.

ആനന്ദ് വലിയ പടിവാതിലിലൂടെ അകത്തേക്കു കടന്നു. നിറയെ ഇരുട്ട് ഒന്നും കാണാൻ വയ്യാത്തപോലെ കണ്ണുകൾ വലകെട്ടി. ആ വലയിൽ കുടുങ്ങിയവരെപ്പോലെ തറവാട്ടിലെ പഴയ കാരണവന്മാർ. കൊല്ലും കൊലയും ചെയ്തവർ. അധികാരികൾ.

നടുമുറ്റത്തെ വരാന്തയിലെത്തിയപ്പോൾ വെളിച്ചം കണ്ടു. കുഴിയാനകൾ മാത്രം പതിയിരിക്കുന്ന നടുമുറ്റം വലംവച്ച് തെക്കുഭാഗത്തുകൂടെ കലവറയുടെ അടുത്ത മുറിയിൽ അവർ കടന്നു. ആയുർവേദത്തിലെ എല്ലാ എണ്ണകളുടെയും ഗന്ധം അവരെ എതിരേറ്റു.

വലിയ വീതിയേറിയ ഒരു അഴിക്കട്ടിലിൽ മാധവിയമ്മ മലർന്നു കിടക്കുന്നു. ഇടതൂർന്ന, ഇടയ്ക്കിടെ വെളുത്ത തലമുടി എണ്ണക്കറ പുരണ്ട തലയിണയിൽ സമൃദ്ധമായി നിറഞ്ഞുനില്ക്കുന്നു. പക്ഷേ, ആ വലിയ മുടിക്കെട്ടിനേക്കാൾ വലിയതായിരുന്നു കണ്ണുകൾ. ഇത്രയും വലിയ കണ്ണുകൾ ജീവിതത്തിൽ ആദ്യം കണ്ടതുപോലെ തോന്നി ആന്ദിന്. ഇത്രയും വലിയ കണ്ണുകൾ ഉള്ളതുകൊണ്ടായിരിക്കണം മാധവിയമ്മ വലിയ വലിയ കാഴ്ചകൾ കണ്ടത്.

ആരാ? മാധവിയമ്മയുടെ ശബ്ദം ഏഴാനാകാശത്തിൽ നിന്നും വന്നതു പോലെ തോന്നി.

മധുസൂദനൻനായരുടെ ആളാ.

മാധവിയമ്മ ചിരിച്ചു. ചുണ്ടുകൾ ഇടത്തോട് കോടി. തളർവാതം. പക്ഷേ, ആ കോട്ടത്തിനും ഒരു ഭംഗിയുണ്ട്.

നിങ്ങൾ വന്നതുകൊണ്ട് ഒരു കാര്യവുമില്ല. എനിക്ക് എന്റെ മരുമകനായ പോലീസുകാരൻ മധുസൂദനനെയാണ് കാണേണ്ടത്. അവനോടു പറയേണ്ടതും അവനോടു കല്പിക്കേണ്ടതും അവൻ ചെയ്യേണ്ടതും നിങ്ങൾക്കു ചെയ്യാൻ ആവുകയില്ല. നിങ്ങളുടെ കണ്ണുകൾ കണ്ടാൽത്തന്നെ ഭീരുത്വമാണ് നിങ്ങളെ ഭരിക്കുന്നതെന്ന് ആർക്കും മനസ്സിലാക്കാം. അങ്ങനെയുള്ള ഒരാൾക്ക് മധുസൂദൻനായർ ചെയ്യുന്ന പണികൾ മുഴുമിക്കാനാവുകയില്ല. നിങ്ങൾ ഒരുപക്ഷേ, പരീക്ഷയിൽ വലിയ മാർക്കുകൾ വാങ്ങിയിരിക്കാം. സ്കോളർഷിപ്പുകൾ നേടിയിട്ടുണ്ടാവാം. പോലീസുനായയെ ഇണചേരുന്നതിൽനിന്നും വ്യതിചലിപ്പിച്ചിരിക്കാം. പക്ഷേ നിങ്ങൾക്ക് ഒരു സത്യം കണ്ടുപിടിക്കാൻ പ്രയാസമാണ്, അതുപോലെ കളവും.

ഇനി അവിടെ നില്ക്കേണ്ട എന്ന മട്ടായി ആനന്ദ്.

നിങ്ങൾക്ക് പോവാൻ ധൃതിയായി, അല്ലേ? മാധവിയമ്മ ചോദിക്കുകയാണ്. തളർവാതം പിടിപെട്ട് എനിക്ക് അനങ്ങാൻ വയ്യാതായിരിക്കുന്നു. കാടും മലയും വയലും കന്നുകാലികളുമുള്ള ഒരു സ്ത്രീ ഈ സ്ഥിതിയിൽ എന്തുപരിതാപകരമായ നിലയായിരിക്കും എന്ന കാര്യം മധുസൂദനന് ഓർക്കാൻ കഴിഞ്ഞില്ല. പിന്നെ അവൻ എന്തൊര് പോലീസാണ്! വിവരമില്ലാത്തവൻ. നിങ്ങൾ പോകൂ.

കാര്യസ്ഥനാണ് ധൈര്യം കൈവന്നത്.

മധുസൂദൻനായരെ കുറ്റപ്പെടുത്തിയിട്ട് കാര്യമില്ല. അദ്ദേഹത്തിന് മാധവിയമ്മയെ ബഹുമാനമില്ലാഞ്ഞിട്ടോ സ്നേഹമില്ലാഞ്ഞിട്ടോ അല്ല ഇങ്ങോട്ട് വരാത്തത്. അവിടെ ആ നാട് നിറയെ കവർച്ചയും കൂട്ടക്കവർച്ചയും. കഴിഞ്ഞ ഒരു മാസത്തിനുള്ളിൽ ആറു കൊലപാതകങ്ങളുണ്ടായി. ഒന്നു പണത്തിനു വേണ്ടി. ഒന്ന് കുടിപ്പക തീർക്കാൻ, ഒന്നു പെണ്ണിനുവേണ്ടി, മറ്റേതും പെണ്ണിനു വേണ്ടി, അഞ്ചാമത്തേത് എന്തിനുവേണ്ടിയാണെന്ന് തെളിഞ്ഞിട്ടില്ല. പോലീസ് നായ്ക്കൾ ഇപ്പോഴും മിനക്കെടുകയാണ്. അവസാനത്തേത് രാഷ്ട്രീയവും. അതാണെങ്കിൽ ഒരു കൂട്ടക്കൊല. ഒരു തല ഇനിയും കിട്ടാനുണ്ട്. തലയില്ലാത്ത ശരീരവും മരുന്നിലിട്ട് കാത്തിരിക്കുകയാണവർ.

കുറെ നേരം ആരും ഒന്നും പറഞ്ഞില്ല.

വന്നതു വന്നു. മധുസൂദനൻനായർക്കു തത്ക്കാലം വരാനും പറ്റില്ല. ദീനത്തിന് എന്തെങ്കിലും ഒരു ചികിത്സ വേണ്ടേ? ഞങ്ങൾ പോയി രാമപ്പണിക്കരെ

വിളിച്ചുകൊണ്ട് വരാം. എന്നാൽ രണ്ടുമായി. ചികിത്സയും ഗണിതവും. ആരോ ദോഷപ്പണി ചെയ്തതാണ്. ആറേഴ് ദിവസം മുമ്പ് അറയ്ക്കലമ്പലത്തിലെ ആണ്ടിമലയൻ മലയടിവാരത്തിലൂടെ നടക്കുന്നതു ഞാൻ കണ്ടതാ. ചെന്തെങ്ങിന്റെ കരിക്കിൽ മാരകമന്ത്രങ്ങളെഴുതി അവൻ ഇവിടെ എവിടെയോ കുഴിച്ചിട്ടിരിക്കും. കുട്ടിച്ചാത്തന്റെ സേവ മാത്രമല്ല, അയാൾ രണ്ട് ഒറ്റമുലച്ചികളേയും തളച്ചിരിക്കുകയാണത്രെ. വേങ്ങോലി അമ്പലത്തിലെ തിറ കാണാൻ പോകുമ്പോൾ രാജവെമ്പാല കടിച്ചിട്ടുകൂടി അയാൾക്ക് വിഷമേറ്റിട്ടില്ല. പകരം ചത്തത് രാജവെമ്പാലയാണ്. ആണ്ടിമലയന്റെ രക്തം നിറയെ വിഷമാണ്. പാഷാണത്തിലെ ഒരു പുഴുവാണയാൾ.

താൻ ഒന്നു മിണ്ടാതിരി.

കാര്യസ്ഥൻ തലതാഴ്ത്തി നിന്നു.

അരി തീരാറായി. നാളേയ്ക്ക് വെയ്ക്കണമെങ്കിൽ ഇന്ന് പുഴുങ്ങിയുണക്കണം. അടുക്കളക്കാരി നാണിയമ്മ തല അകത്തേയ്ക്കിട്ടുകൊണ്ടു പറഞ്ഞു.

അന്തരീക്ഷം പെട്ടെന്ന് മാറി. മാധവിയമ്മയുടെ വലതുഭാഗം ചലിച്ചു. പ്രയാസപ്പെട്ട് ഏന്തിവലിഞ്ഞ് എണ്ണക്കറ പുരണ്ട തലയിണക്കടിയിൽ നിന്ന് അവർ താക്കോൽക്കൂട്ടം പുറത്തെടുത്തു. അത് നീട്ടിക്കൊണ്ടു പറഞ്ഞു:

കാര്യസ്ഥാ, പത്തായം തുറന്ന് നെല്ലെടുത്ത് കൊടുക്ക്.

കാര്യസ്ഥൻ ഇടിവെട്ടേറ്റതുപോലെ നിന്നു. എന്താണീ കേൾക്കുന്നത്! കഴിഞ്ഞ പത്തുപതിനാലു കൊല്ലമായി മടിയിലും സ്വന്തം തലയിണയ്ക്കു കീഴിലും മാത്രം സൂക്ഷിച്ചുവച്ച താക്കോൽക്കൂട്ടം മാധവിയമ്മ വേറൊരാൾക്കു കൈമാറുകയോ! ദൈവമേ എന്തെല്ലാം അത്ഭുതങ്ങളാണ് താൻ കാണുന്നത്. ഈ താക്കോൽ വാങ്ങാനുള്ള യോഗ്യത തനിക്കുണ്ടോ?

എന്താ താൻ മിഴിച്ചു നില്ക്കുന്നത്? പത്തായം തുറന്ന് നെല്ല് അളന്ന് കൊടുക്കാൻ.

താക്കോൽ കൈയിൽ കിട്ടിയപ്പോൾ ഒരു കന്യകയെ കെട്ടിപ്പിടിച്ചതു പോലെ തോന്നി കാര്യസ്ഥന്.

പൊയ്ക്കോളീൻ. എല്ലാവരും പൊയ്ക്കോളീൻ. എനിക്കാരെയും കാണേണ്ട. മധുസൂദനൻ അഥവാ ഇപ്പോഴിങ്ങോട്ട് വന്നു കയറിയാൽ പോലും എനിക്ക് കാണേണ്ട. എല്ലാവരും കൂടി എന്നെ നശിപ്പിച്ചു. എല്ലാവരുടെ പാപവും എന്റെ തലയിൽ കയറ്റിവച്ചു.

അന്ന് രാത്രി ഇണപ്പോരു കിട്ടിയ പശുവിന്റെ ദയനീയമായ കരച്ചിൽ കേട്ടുകൊണ്ടാണ് ആനന്ദ് എന്ന ചാപ്പക്കുറുപ്പ് ഉറങ്ങാൻ കിടന്നത്. പിന്നീട് കുറെക്കഴിഞ്ഞപ്പോൾ ഉറങ്ങിയതും.

നേരം പുലർന്നതറിഞ്ഞില്ല. രാത്രിയുടെ ഉറക്കച്ചടവും തറവാട്ടിലെ അന്തരീക്ഷവും മാധവിയമ്മയുടെ നിസ്സഹായാവസ്ഥയും മധുസൂദനൻ നായരുടെ

അഭാവവും എല്ലാം കൂടി ആനന്ദിനെ ഞെരുക്കി. കാര്യസ്ഥൻ തട്ടിവിളിച്ച പ്പോഴാണ് ഉണർന്നത്. ഉടനെ ഒരു ചാർമിനാറിന് തീ കൊളുത്തി.

ഇത് നല്ല സ്വഭാവമല്ല. എഴുന്നേറ്റാൽ പല്ലു തേച്ചു മുഖം കഴുകി ഒരു ചായ കുടിച്ചിട്ട് വേണം സിഗററ്റ് വലിക്കാൻ. കാര്യസ്ഥൻ ഉപദേശിച്ചു.

ശരിയാ, ആനന്ദ് പറഞ്ഞു, ഞാനും ആ അഭിപ്രായക്കാരനാണ്. പക്ഷേ, മധുസൂദനൻനായരാണ് എന്നെ ഇതെല്ലാം പഠിപ്പിച്ചത്. മൂപ്പരുടെ കീഴിലാ യതു മുതൽ മൂപ്പരെ അനുകരിക്കാനാണ് ഞാൻ ശ്രമിച്ചതു മുഴുവനും. പക്ഷേ എല്ലാ കാര്യവും എനിക്കായില്ല. മൂപ്പരുടെ ശമ്പളം മൂപ്പർ തന്നെ ബില്ലിട്ട് എഴുതി വാങ്ങലാണ് പതിവ്. എനിക്കാണെങ്കിൽ ആപ്പീസിൽ നിന്നും സ്റ്റാമ്പിൽ ഒപ്പിട്ട ശേഷമാണ് കിട്ടുക. അത്തരം അന്തരമുള്ള രണ്ടു വ്യക്തികൾ. അനുകരിക്കാൻ ശ്രമിച്ചാൽ ആവുന്ന കാര്യമല്ലെന്നനിക്കറിയാം. എന്നിട്ടും ഞാൻ ചില പണികൾ പറ്റിച്ചു. മൂപ്പർ വലിക്കുന്ന സിഗരറ്റായി എന്റെ സിഗററ്റ്. ചാർമിനാർ. മൂപ്പർ ഉറങ്ങുമ്പോൾ ഒരു അണ്ടർവെയർ മാത്രമെ ഇടാറുള്ളൂ. വേനലിലും മഴയിലും തണുപ്പിലും അതുപോലെയായി എന്റെ ഉറക്കവും. മൂപ്പർ മണിക്കൂറിൽ അമ്പതുകിലോമീറ്ററിലപ്പുറം വണ്ടി ഓടിക്കാറില്ല. അതു പോലെയായി എന്റെ വണ്ടിയോടിക്കലും. ചില നീചന്മാരായ ആപ്പീസറന്മാർ എന്നോടൊപ്പം സഞ്ചരിക്കുമ്പോൾ ഇടയ്ക്കു പറയും. എടോ തന്റെ വണ്ടി യിൽ പോകുന്നതിലും ഭേദം ഒച്ചിന്റെ പുറത്തു കയറിയിരിക്കുന്നതാ. പക്ഷേ ഒരു ജീപ്പപകടത്തിൽ മരിക്കുന്നതിലും ഭേദം തൂങ്ങി മരിക്കുന്നതാ ചുരുങ്ങി യത് അതൊരാത്മഹത്യയും കാര്യപരിപാടി അനുസരിച്ചുള്ള ഒരു മരണവും അതിനു നിശ്ചിതമായ ഒരു സ്ഥലവുമുണ്ടാവും. പക്ഷേ, ഈ ആപ്പീസറ ന്മാർക്കു കീഴുദ്യോഗസ്ഥന്മാരെയല്ലാതെ ദൈവം ബുദ്ധികൊടുത്തിട്ടില്ലല്ലോ.

അതൊക്കെ പോവട്ടെ, വേണ്ടാത്ത കാര്യം പറഞ്ഞിട്ട് കാര്യം ഇല്ല. നിങ്ങൾക്കു ചാപ്പക്കുറുപ്പെന്നും ആനന്ദെന്നും ഉള്ള രണ്ടുപേരുകൾ വന്നത് വലിയ അത്ഭുതം തന്നെ. എന്റെ അറിവിൽ യഥാർത്ഥമായ രണ്ടു പേരുള്ള ഒരേ ഒരാൾ താങ്കളാണ്. ഈ തറവാട്ടിലെ പഴയ പ്രതാപശാലിയായ കാരണ വർ കുഞ്ഞുണ്ണിനമ്പ്യാരെ കോന്തനെന്നു വിളിച്ചിരുന്നു. ബ്രാഞ്ച് പോസ്റ്റാ പ്പീസിലെ ഗോവിന്ദക്കുറുപ്പിനെ ചുണ്ടൻ എന്നും വിളിച്ചിരുന്നു. സുന്ദരിയായ പങ്കജാക്ഷി കോളേജിൽ പഠിക്കുമ്പോൾ അവളെ ആൺകുട്ടികൾ സീത്രു എന്നു വിളിച്ചു. പക്ഷേ ഇതൊക്കെ നിക്ക്നെയിമുകൾ.

ഹൈസ്കൂളിൽ പത്താംതരത്തിൽ പഠിക്കുമ്പോഴാണ് എനിക്കു കുഴപ്പം നേരിട്ടത്. ഞാൻ അന്ന് അതിയായി സ്നേഹിച്ച, ആരാധിച്ച എസ്. ജാനകി എന്നെ ഇഷ്ടപ്പെടാതിരിക്കാനുള്ള ഒരേയൊരു കാരണം എന്റെ ഈ പേരാ യിരുന്നു. അതുകൊണ്ട് ഞാനത് ആനന്ദ് എന്നാക്കിമാറ്റി. പിന്നീട് എസ്. ജാനകി എനിക്കു നഷ്ടപ്പെട്ടപ്പോൾ.

അപ്പോൾ കാര്യസ്ഥൻ പറഞ്ഞു. നഷ്ടപ്പെടണതും തിരിച്ചുകിട്ടുന്നതും എല്ലാം ഭാഗ്യയോഗമാ. ഈ താക്കോൽക്കൂട്ടം എന്റെ കൈയിൽ വന്നതു തന്നെ ഒരു ഭാഗ്യം. മാധവിയമ്മ എനിക്കു നഷ്ടപ്പെട്ടതു മറ്റൊരു നിർഭാഗ്യം.

ആനന്ദ് എന്ന ചാപ്പക്കുറുപ്പ് അത്ഭുതപ്പെട്ടു നില്ക്കുമ്പോൾ കാര്യസ്ഥൻ കഥ പറയുകയാണ്.

അനങ്ങാൻ വയ്യാതെ അഴിക്കട്ടിലിൽ മലർന്നു കിടക്കുന്ന മാധവിയമ്മയെ നിങ്ങൾ കണ്ടില്ലേ. വഞ്ചനയുടെ ഒരു പത്തായമാണ് ആ തടിച്ച ശരീരം. മാറിൽ ഇരുഭാഗവും പരന്നുതൂങ്ങിക്കിടക്കുന്ന ആ വലിയ രണ്ടു മുലകൾ നിങ്ങൾ കണ്ടിട്ടില്ലേ. ഏഴുകുട്ടികൾ കുടിച്ച മുലകളാണത്. ഒരെണ്ണത്തിനെ അവർക്കു കിട്ടിയില്ല. ഏഴും ചത്തുപോയി. ചാവാതെ എങ്ങനെ ജീവിക്കും? എന്റെ ഈ കൈകളിലെ വിഷമുണ്ട് ആ രണ്ടു മുലകളിലും. അതിൽ ആദ്യ മായി സ്പർശിച്ചതു ഞാനാണ്. എന്നെ അവൾ സ്വീകരിക്കുമെന്നു പറഞ്ഞ തിനുശേഷം. സത്യം ചൊല്ലി കൈയടിച്ചതിനു ശേഷം. റജിസ്ട്രാപ്പീസോ സാക്ഷികളോ ഞങ്ങൾക്കില്ലായിരുന്നു. ഞങ്ങളുടെ സാക്ഷികൾ ഞങ്ങളുടെ മനഃസാക്ഷികൾ മാത്രമായിരുന്നു.

വെങ്ങോളിത്തറവാട്ടിലെ മദ്ധ്യവയസ്ക്കനായ കാരണവർ മാധവിയെ കണ്ടതോടെ അവൾക്ക് എന്നെ കണ്ടുകൂടാതായി. ഞാൻ പിന്നെ അവളുടെ വീടിന്റെ പടി കയറിയിട്ടില്ല. മാധവി വെങ്ങോളിനായരുടെ രണ്ടാം ഭാര്യയായി.

വെങ്ങോളി നായരുടെ ആദ്യഭാര്യയിൽ കുട്ടികളില്ലായിരുന്നു. എന്നിട്ടും പാവപ്പെട്ട ആ സ്ത്രീ മാധവിയമ്മയ്ക്ക് ഒരു ശത്രുവായാണ് തോന്നിയത്. നരിനാവു കലക്കിയ മോരു കൊടുത്തു മാധവിയമ്മ അവരെ കൊലപ്പെടുത്തി.

ആ മരണം ഞാൻ കണ്ടതാണ്. അടുക്കളയിൽ നിന്നു നിലവിളികേട്ട പ്പോൾ ഞങ്ങൾ ആണുങ്ങളെല്ലാം ഓടിച്ചെന്നു. എച്ചിൽ കൈയുമായി ആ സാധുസ്ത്രീ അടുക്കളത്തറയിൽ തലകുത്തി വീണിരിക്കുന്നു. മോരു കൂട്ടി ക്കുഴച്ച ചോറു കിണ്ണത്തിൽ ബാക്കിയുണ്ട്. നരിനാവല്ലേ സാധനം! തൊണ്ട യിൽ എത്തിയപ്പോഴേക്കും ജീവൻ പോയിക്കാണും.

പക്ഷേ, എല്ലാവരും വിചാരിച്ചു അതൊരു ബോധക്കേടോ പ്രേതബാ ധയോ ആയിരിക്കുമെന്ന്. പണിക്കർ വൈദ്യരെ ഞാൻ തന്നെയാണു വിളിച്ചു കൊണ്ടുവന്നത്. വൈദ്യർ നാഡി പിടിച്ചു നോക്കിയശേഷം പിന്നെ വാ തുറന്നു മണത്തുനോക്കി ഒരക്ഷരം ഉരിയാടാതെ പടിപ്പുരയിലേക്കു നടന്നു പോയി. അകത്തു കൂട്ടക്കരച്ചിൽ മുഴങ്ങി. വെങ്ങോളിനായർ ഒന്നും സംഭവി ക്കാത്തതുപോലെ ചമ്രം പടിഞ്ഞ് ഒറ്റ ഇരിപ്പ്. പണിക്കർ വൈദ്യർ എന്നെ മാടിവിളിച്ചു. എന്നിട്ട് എന്നെ ചേർത്തു നിർത്തി എന്റെ ചെവിയിൽ പറഞ്ഞു. ആരോടും പറയരുത് കേട്ടോ. കൈവിഷം കൊടുത്തതാ. എനിക്കുതന്നെ തലചുറ്റുന്നു. നരിനാവിന്റെ ചൂര്!

രാത്രിമുഴുവനും ഇണപ്പോരിളകി നിലവിളിച്ച പശുവിനെ നേരം പുലർന്നപ്പോൾ കാണാനില്ല. രാമന്റെ അവ്യക്തമായ മോങ്ങൽ പശുവാലയത്തിൽ നിന്നു കേട്ടപ്പോൾ എല്ലാവരും ഓടി. അടുക്കളക്കാരി നാണി, കാര്യസ്ഥൻ, കുഞ്ഞിലക്ഷ്മി, കുട്ടികൾ, തോളിലെ വടിയുന്നിക്കൊണ്ട് ഒറ്റക്കാലനും.

ആലയിൽ പശുവില്ല. പക്ഷേ കയറിന്റെ പൊട്ടിയ കഷണം നെടുംകുറ്റിയിൽ ബാക്കിയിരിപ്പുണ്ട്. ഒരു വാലു പോലെ ആല നിറയെ മദജലത്തിന്റെ പുളിച്ചനാറ്റം.

ഒരു പൊട്ടിച്ചിരിയുയർന്നു. ഒറ്റക്കാലൻ ചിരിച്ചാർത്തുകൊണ്ട് തോൾവടി നിലത്തിട്ടുകുത്തി ശബ്ദമുണ്ടാക്കി. നടന്നുപോയി. പലരും പല അഭിപ്രായങ്ങൾ പറഞ്ഞു. കുഞ്ഞിലക്ഷ്മി കുരയ്ക്കുന്നതിനിടയിൽ പറഞ്ഞു. നല്ല ജനുസ്സായിരുന്നു. ഇണപ്പോരു കിട്ടിയ മനുഷ്യർ അടങ്ങിനിന്നോ? എന്നിട്ടാ മൃഗങ്ങൾ.

ആനന്ദ് കാര്യസ്ഥനോടു വൈദ്യരെ വിളിച്ചുകൊണ്ട് വരാൻ പറഞ്ഞു. പശു പോയതുതന്നെ. പക്ഷേ, മാധവിയമ്മയെ ചികിത്സിക്കേണ്ടതുണ്ട്. അതിനാണു ഞാൻ വന്നത്. വൈദ്യർ വന്നിട്ട് ഒരഭിപ്രായം അറിഞ്ഞിട്ട് വേണം എനിക്ക് മധുസൂദനൻനായർക്കെഴുതാൻ. വേണ്ടവിധം കാര്യങ്ങൾ ചെയ്തു കാണാഞ്ഞാൽ മധുസൂദനൻനായർക്ക് കലി കയറും. കേട്ടോ, ഞാൻ പറഞ്ഞേക്കാം.

ഇതു കേൾക്കേണ്ട താമസം രാവിലത്തെ കഞ്ഞി പാർന്നത് മൂടിവച്ച ശേഷം കാര്യസ്ഥൻ വൈദ്യരെ വിളിക്കാനായി പൊന്മേരിയിലേക്കു പുറപ്പെട്ടു.

സമയം പോക്കാനായി ആനന്ദ് എന്ന ചാപ്പക്കുറുപ്പ് തറവാട്ടിന് ചുറ്റും നടക്കാൻ തുടങ്ങി. ക്ഷയരോഗിയായ കുഞ്ഞിലക്ഷ്മിയുടെ ഗ്രഹണിപിടിച്ച മക്കൾ തെക്കേ മുറ്റത്തെ ചെമ്മണ്ണിൽ അപ്പം ചുട്ടുകളിക്കുകയാണ്. മുറ്റത്തോടു ചേർന്ന കൊള്ളിന്മേൽ നോക്കിയപ്പോൾ ആനന്ദ് പേടിച്ചു നിലവിളിക്കാറായി. അസംഖ്യം മാളങ്ങളിൽ ഒന്നിലൂടെ ഒരു പാമ്പു തല പുറത്തേക്കിട്ടിരിക്കുന്നു.

കുട്ടികൾ പറഞ്ഞു: പേടിക്കേണ്ട അതു കടിക്കില്ല കഴിഞ്ഞ ഒരുപാട് കൊല്ലങ്ങളായി ഈ പാമ്പ് ഇവിടെ. വെങ്ങോളിനായർ തറവാട്ടിൽ കാരണവരായ കാലംതൊട്ട് ഈ പാമ്പു ഞങ്ങളുടെ കൂടെയാണ്. മൂപ്പർ പകൽ ഇരതേടാൻ പോകാറില്ല. തവളകൾ ഇങ്ങോട്ടു വരികയാണ് പതിവ്, പണ്ട് സിംഹത്തിന്റെ അടുത്ത് മുയൽ പോയതുപോലെ. പക്ഷേ, തവളകൾ പാവങ്ങളാണ്. അവ ഈ പാമ്പിന്റെ ഇരയാവുകയല്ലാതെ ഈ പാമ്പിനെ കിണറ്റിൽ ചാടിക്കാൻ ഇതുവരെ മുതിർന്നിട്ടില്ല. ഒരു തവള ഒരു ദിവസം മറ്റേ തവളയോടു പറയുകയാണ്: കടലും കടന്ന് അമേരിക്കയിലെ സായിപ്പിന്റെ വയറ്റിൽ പോകുന്നതിലും ഭേദമാ നമ്മുടെ കുടിപ്പാർപ്പുകാരനായ പാമ്പിന് ഇരയാകൽ.

നാം തവളകൾ എത്രയായാലും തറവാടിത്തമുള്ളവരല്ലേ. നമ്മുടെ കരച്ചിൽ കേട്ടിട്ടല്ലേ ആകാശവാണിക്കാർ മഴയെ പ്രവചിക്കുന്നതുപോലും!

മുറ്റത്തു മൂന്നുപ്രാവശ്യം നടന്ന ശേഷം ആനന്ദ് എന്ന ചാപ്പക്കുറുപ്പ് കമാനത്തിലൂടെ കോലായിലേക്കു കയറി. അപ്പോഴുണ്ട് മലമ്പനി പിടിച്ച ഒരാളെപ്പോലെ ഒറ്റക്കാലൻ വിറയ്ക്കുന്നു. ഇരുന്ന ദിക്കിൽ നിന്ന് പ്ലാവില കൊണ്ടു കിണ്ണത്തിലെ കഞ്ഞികുടിക്കാൻ ശ്രമിക്കുകയാണ് ഒറ്റക്കാലൻ. പക്ഷേ കഞ്ഞി കോരിയ പ്ലാവില കയ്യിലെടുക്കേണ്ട താമസം വിറച്ചു വിറച്ച് പ്ലാവിലയും കഞ്ഞിയും താഴെ. ആനന്ദിനെ നിറഞ്ഞ കണ്ണുകളോടെ ഒറ്റക്കാലൻ നോക്കി.

എന്തുപറ്റി?

റാക്ക്:

കോലായിലെ ഒരരികിൽവച്ച ഒഴിഞ്ഞകുപ്പി കാണിച്ചുകൊണ്ടു പറഞ്ഞു: അരക്കുപ്പി റാക്ക്. ആ മാചനാരിക്കുന്നിനപ്പുറം പറങ്കിമാവിന്റെ ഒരു തോട്ടമുണ്ട്. അതിന്റെ ഒത്തനടുവിലാണ് വാറ്റുകേന്ദ്രം. ചെല്ല് എനിക്കാണെന്നു പറഞ്ഞാൽ മതി.

ആനന്ദിന് എല്ലാം മനസ്സിലായി. പോലീസിൽ നിന്ന് റിട്ടയർ ചെയ്ത സർക്കിൾ ഇൻസ്പെക്ടർ വീരരാഘവമേനോൻ വിറയ്ക്കുന്നതു കണ്ടവനാണ് ആനന്ദ്. പിന്നെ പട്ടാളത്തിൽ നിന്നും റമ്മടിച്ച് തഴമ്പിച്ച ഒറ്റക്കാലന്റെ വിറ എന്തുവിറ!

എന്നിട്ടും കുപ്പിയുമെടുത്ത് ആനന്ദ് മാച്ചനാരിക്കുന്ന് കയറി. പാന്റിട്ട ആളെക്കണ്ടപ്പോൾ പറങ്കിമാവിന്റെ ഇടയിൽ നിന്നും വാറ്റിക്കൊണ്ടിരുന്ന ആണുങ്ങളും പെണ്ണുങ്ങളും വിരണ്ടോടി. അന്നുവരെ എക്സൈസുകാർക്ക് അപ്രാപ്യമായ ഒരു സ്ഥലമാണ് മാച്ചനാരിക്കുന്നിലെ പറങ്കിമാവിൻ തോട്ടം. പക്ഷേ, അവിടെയും ആ കാലമാടന്മാർ എത്തിയതു കണ്ടതോടെ അവർ അശരണരായി നാലുഭാഗത്തേയ്ക്കും ഓടി.

ആനന്ദ് എന്ന ചാപ്പക്കുറുപ്പ് ഉറക്കെ വിളിച്ചുകൂവി.

നില്ക്കൂ.........നില്ക്കൂ..........ഞാനാരുമല്ല. വെങ്ങോളിയിലെ ഒറ്റക്കാലൻ നായർക്കു റാക്കുവാങ്ങാൻ വന്നതാ.

മാവിൻ കൊമ്പിലിരിക്കുന്ന ഒരു കുട്ടി പറയുകയാണ്, ഇൻസേട്ടറെ. ഓറ പ്പറ്റിക്കാൻ ആർക്കും കയ്യൂല. കഴിഞ്ഞകൊല്ലം കൈനോട്ടക്കാരനായ കുറവന്മാരുടെ വേഷം കെട്ടിയ എക്സേസ് ഇൻസേട്ടറ് നേരിട്ടാ ഇവിടെ വന്നത്. പക്ഷേ, അന്ന് ഒരാൾ മരിച്ചതുകൊണ്ട് ഒരാഴ്ചക്കാലത്തേക്കു വാറ്റു നിർത്തി വച്ചതായിരുന്നു. കുറവന്റെ വേഷം കെട്ടിയ ഇൻസേട്ടറ് ഒരു കൈ പോലും നോക്കാതെ മാച്ചനാരിക്കുന്നിറങ്ങി. എന്നിട്ടു മേലാപ്പീസിൽ റിപ്പോർട്ടയച്ചു. അവിടെ യഥാർത്ഥവാറ്റില്ല. അവിടെ മുഴുവനും നമ്മെപ്പോലെ പ്രച്ഛന്നവേഷം

കെട്ടാത്ത കുറവന്മാരേയുള്ളൂ. അവരെല്ലാം സാധുക്കൾ. അവർ തിന്നുന്നത് കാക്കകളെയും പാമ്പിനെയുമത്രേ! അതിന്നുശേഷം ഒരു കുഞ്ഞ് ആ ഭാഗത്ത് തിരിഞ്ഞുനോക്കിയിട്ടില്ല.

ആട്ടെ, നീ എന്നെ ഒന്ന് സഹായിക്ക്. ആനന്ദ് അവനോടായി പറഞ്ഞു.

ചെക്കൻ മെല്ലെ മാവിൽനിന്നിറങ്ങി. കുഴിമാന്തി, ഒരു കുപ്പി പുറത്തെടുത്തു. പറങ്കിമാങ്ങയുടെ ഗന്ധം കാറ്റിലലച്ചു.

ഒരു ഡോസ് അകത്താക്കിയതോടെ ഒറ്റക്കാലന്റെ വിറ നിന്നു. പിന്നെ എന്തോ സംസാരിക്കാൻ തുനിയുമ്പോഴാണ് നമ്മുടെ കയറുപൊട്ടിച്ച പശു വരുന്നത് കണ്ടത്. പടിപ്പുരകയറി ഒന്നും സംഭവിക്കാത്ത മട്ടിൽ പശു ആലയിലേയ്ക്കു കയറി.

അറ്റുപോയ കയർ കെട്ടിയിടുമ്പോൾ ആനന്ദ് ഒന്ന് കണ്ടു. സംതൃപ്തമായ പശുവിന്റെ മുഖം. പിൻകാലുകളിൽ ഇക്കിളിയുടെ പാടുകൾ. പശു ഒരു സാധുമൃഗം എന്നു പറഞ്ഞത് എത്ര ശരിയാണ്! ഒരാളുടെ സഹായവുമില്ലാതെ അത് അതിന്റെ കടമയും നിറവേറ്റി വന്നിരിക്കുന്നു.

ഒറ്റക്കാലൻ പറഞ്ഞു. സിന്ധി പശുക്കളെക്കണ്ടിട്ടുണ്ടോ? പഞ്ചാബികളെപ്പോലെയാണവർ. നല്ലപോലെ തിന്നും. അതുപോലെ പാലും തരും. നമ്മുടെ ഈ നാടൻ പശുക്കൾ ലജ്ജയില്ലാത്ത വഹകളാണ്. പാലുകറക്കാൻ നേരത്ത് പുസ്തകത്തിൽ പറഞ്ഞപോലെ സാധു മൃഗം എന്നാൽ ഇണപ്പോര് കിട്ടിയാലോ? അന്നേരത്താണ് എല്ലാ പരാക്രമങ്ങളും ഒറ്റക്കാലൻ ഒരു കവിൾ കൂടി അകത്താക്കി.

പടിപ്പുര കടന്നു കാര്യസ്ഥനും രാമപ്പണിക്കർ വൈദ്യരും വന്നതു കണ്ടപ്പോൾ ഒറ്റക്കാലൻ കുപ്പി ഒളിപ്പിച്ചു വയ്ക്കാനുള്ള ശ്രമമായി. അതിനിടയിൽ കുപ്പി താഴെ വീണുടഞ്ഞു. കരിതേച്ചമിനുക്കിയ നിലത്തുകൂടെ പറങ്കിമാങ്ങയുടെ റാക്ക് തളം കെട്ടി. ഒറ്റക്കാലൻ മുഖം താഴ്ത്തി ഒരു നായയെപ്പോലെ ചപ്പാൻ തുടങ്ങി. തലയുയർത്തി വൈദ്യരെ നോക്കുമ്പോൾ ചുണ്ടുകളിൽ കരി.

സഹതാപത്തോടെ ഒറ്റക്കാലനെ ഒന്നു നോക്കിയശേഷം കാര്യസ്ഥനോടായിപ്പറഞ്ഞു.

ഓല

രോഗിയെക്കാണണ്ടേ, മാധവിയമ്മ അകത്തുണ്ട്. വാ വരീൻ

ഒ! എന്തു കാണാനാ? എന്നായി രാമപ്പണിക്കർ. എത്രകണ്ടതാ. ദൂതലക്ഷണം എനിക്കറിയാം. തളർവാതമാണ് രോഗം. വിറകുപുര നിറച്ചോളിൻ എണ്ണയും കഷായങ്ങളും ഞാൻ എഴുതാം. മൂന്നു മാസം പിടിക്കുമെന്നു മാത്രം. മാധവിയമ്മ എഴുന്നേറ്റാൽ എനിക്കൊരു സ്വർണ്ണമോതിരം. അല്ലാഞ്ഞാൽ മാധവിയമ്മയ്ക്കു സ്ഥായിയായ കിടപ്പ്.

കാര്യസ്ഥൻ കൊടുത്ത ഓലയിൽ ഒരു പറമ്പിന്റെ ആധാരത്തിനുള്ളത്ര വൈദ്യർ എഴുതി. എന്നിട്ട് ഒരാവർത്തി വായിച്ച ശേഷം സംതൃപ്തനായതു പോലെ പറഞ്ഞു.

നന്നേ വിഷമിക്കേണ്ടിവരും.

തെക്കേ മുറ്റത്ത് ഓലപ്പുരയുണ്ടാക്കി ദേഹണ്ഡക്കാർ രണ്ടുമൂന്നടപ്പുകൾ കൂട്ടി. കൊച്ചുരുളികളും കഷായപാത്രങ്ങളും അടുപ്പിൽ കയറി. തറിമരുന്നുകൾ തറിച്ച് മുറിവൈദ്യന്മാരും പച്ചമരുന്നരച്ച് അരവുകാരികളും തളർന്നു. സന്ധ്യയായതോടെ രണ്ടുവിധം കഷായങ്ങളായി. പാൽക്കഷായം പിഞ്ഞാണത്തിലാക്കി നാണിയമ്മ മാധവിയമ്മയുടെ മുറിയിലേക്കു നടന്നു. പിറകെ കാര്യസ്ഥനും.

മാധവിയമ്മ ധ്യാനത്തിലിരിക്കുന്ന ദിവ്യനെപ്പോലെ മച്ചിൽ ഏതോ ഒരു ബിന്ദുവിൽ കണ്ണുകൾ നട്ടു നിശ്ചലമായിക്കിടന്നു. ആദ്യം പേടിച്ചുപോയി നാണിയമ്മ. പക്ഷേ, കാര്യസ്ഥൻ പേടിച്ചില്ല. വെങ്ങോളിനായരെ സ്വന്തം നായരാക്കാൻ തീരുമാനിച്ച് തന്നോട് ഇറങ്ങിപ്പോകാൻ പറഞ്ഞ ആ രാത്രിയിലും ഇതേ നോട്ടത്തോടെ കിടപ്പായിരുന്നു. കാര്യസ്ഥനു രസം കയറി.

കാലടിപ്പെരുമാറ്റങ്ങൾ കേട്ടപ്പോൾ മാധവിയമ്മ കഴുത്തുതിരിച്ചു. എന്തിനിവിടെ വന്നു എന്ന ഭാവത്തിൽ അവരെ നോക്കി. എന്നിട്ട് ചോദിച്ചു.

ഊം?

കഷായം, നാണിയമ്മ പിഞ്ഞാണം നീട്ടിക്കൊണ്ടു പറഞ്ഞു.

ഫ! എനിക്കെന്തിനു കഷായം? മധുസൂദനൻനായർ വന്നിട്ടല്ലാതെ എനിക്കു ചികിൽസിക്കാൻ ആരു പറഞ്ഞു?

നാണിയമ്മ വേവലാതിയിലായി ഏതോ ഒരു ധൈര്യത്താലെ അവർ ചോദിച്ചു. ഒന്നു മാറ്റിക്കിടത്തട്ടേ? അല്ലെങ്കിൽ ഒന്നു ചാരിയിരുത്തട്ടേ? അഞ്ചാറു ദിവസമായില്ലേ ഇങ്ങനെ കിടക്കാൻ തുടങ്ങിയിട്ട്!

തലചെരിച്ച് അവർ നാണിയമ്മയെയും കാര്യസ്ഥനേയും നോക്കി.

പോ: എന്റെ മുന്നിൽ നില്ക്കരുത്.; അശ്രീകരങ്ങൾ കിടപ്പിലായിട്ടും കിടക്കാൻ സമ്മതിക്കുന്നില്ല. പോകാനാ പറഞ്ഞത്.

അവർ പുറത്തേയ്ക്കു തെറിച്ചു.

പശുവിൻ നെയ്യിൽ ഉരുകുന്ന നാട്ടുമരുന്നിന്റെ ഗന്ധം പരന്ന മുറ്റത്തുകൂടെ ആനന്ദ് ഉലാത്തുകയാണ്. ക്ഷയം പിടിച്ച കുഞ്ഞിലക്ഷ്മിയുടെ കുഞ്ഞുങ്ങൾ എണ്ണയരിച്ച കക്കം തിന്നാനായി മരുന്നുപുരയ്ക്കു ചുറ്റും വലം വച്ച് നടക്കുന്നു. നെയ്യിന്റെ മണം ഇടയ്ക്കിടെ മൂക്കുവിടർത്തി ആവാഹിച്ചെടുക്കുന്നു. അപ്പോൾ താഴെ ഉമിനീരിന്റെ കണങ്ങൾ തെറിച്ചു വീഴുന്നു.

ആനന്ദ് എന്തോ ആലോചിച്ചു നടക്കുമ്പോൾ പാമ്പു വായതുറന്ന മണം അനുഭവപ്പെട്ടു. പണ്ട് നാട്ടിൻപുറത്തെ കുറ്റിക്കാടുകൾക്കിടയിലൂടെ

നടക്കുമ്പോൾ പച്ചോലപ്പാമ്പുകളുടെ കരച്ചിലും വായതുറന്നുവച്ച പാമ്പിന്റെ ഗന്ധവും അയാൾക്കു പരിചിതമായിരുന്നു. തലയുയർത്തി നോക്കിയപ്പോഴാണ് തലയ്ക്കുമുകളിൽ കൊള്ളിന്മേലുള്ള മാളത്തിൽ പാമ്പിന്റെ തല പുറത്തു കാണുന്നത്. ആനന്ദിനെ കണ്ടപ്പോൾ പാമ്പ് ചെവിയടച്ചുകൊണ്ടു വായ തുറന്നു. നല്ലപോലെ ആനന്ദിനെ നോക്കി. വീണ്ടും വായപിളർന്നിരിപ്പായി. അപ്പോഴാണ് ഒരു തവള മേലോട്ടു ചാടിക്കൊണ്ടു പാമ്പിന്റെ ശ്രദ്ധ ആകർഷിച്ചത്. ഒന്നും സംഭവിയ്ക്കാത്ത മട്ടിൽ പാമ്പ് മാളത്തിൽ നിന്നിറങ്ങിയിഴഞ്ഞു തവളയെ വായിലാക്കി.

തവളയുടെ കരച്ചിൽ രണ്ടുമൂന്നു തവണ ആനന്ദ് കേട്ടു. അപ്പോൾ കുഞ്ഞിലക്ഷ്മിയുടെ മൂത്ത ചെക്കൻ പറയുകയാണ്.

അതിവിടെ പതിവാണ്. മൂമ്മൂന്ന് ദിവസം കൂടുമ്പോൾ ഒരു തവള അവിടെ എത്തപ്പെടും. എല്ലാം മൺമറഞ്ഞുപോയ വെങ്ങോളി നായരമ്മാവന്റെ കഴിവുകൾ! പിന്നെ കേട്ടോ ഇതു വിഷമുള്ളതൊന്നുമല്ല,. വെറും ചേരയാ– ചേര.

പിറ്റേന്നു നേരം പുലർന്നപ്പോൾ വലിയ അത്യാഹിതം കേട്ടുകൊണ്ടാണ് തറവാട് ഉണരുന്നത്. മുരിക്കാരൻ പൊട്ടൻ പാതിരാപ്രേതത്തെ കണ്ട നായയെപ്പോലെ മോങ്ങുന്നു. എല്ലാവരും ഓടിച്ചെന്നപ്പോഴാണ് കാര്യം മനസ്സിലാവുന്നത്. മൂരികളുടെയും പശുക്കളുടെയും ആലകൾ രണ്ടും ഒഴിഞ്ഞു കിടക്കുന്നു. തറവാട്ടിലെ തൊടിയും കാടും മുഴുവനും തിരഞ്ഞു. പക്ഷേ, എന്തിനാണ് തിരയുന്നത്! കയർ പൊട്ടിച്ച ഒരു ലക്ഷണവുമില്ല. ആരോ അഴിച്ചു കൊണ്ട് പോയതാണ്.

അങ്ങനെ വേങ്ങോളിത്തറവാട്ടിൽ ആദ്യത്തെ കളവു നടന്നു. അതും സാധുവായ മൃഗങ്ങളെ. അതും വലിയ വർത്തമാനമായി. തറവാട്ടിനുചുറ്റും കാട്ടുതീ പോലെ അതു പടർന്നു. കേട്ടവർ പടിപ്പുരയ്ക്കുമുന്നിൽ വന്നുനിന്നു. ചിലർ കടന്നുവന്നു. തറവാട് അമ്പരന്നു നില്ക്കുകയായിരുന്നു.

കന്നുകാലികൾ കളവു പോയവിവരം മാധവിയമ്മയെ ആരും അറിയിച്ചിട്ടില്ല. അവസാനം കാര്യസ്ഥൻ വിളിച്ചു.

മാധവിയമ്മേ............

മാധവീ, മാധവി എന്നു പലതവണ പണ്ട് വിളിച്ച നാവു വളച്ചുകൊണ്ടാണ് അമ്മേ എന്ന വിളി. ഊം? നമ്മുടെ പശുക്കളേം മൂരികളേം ആരോ കട്ടുകൊണ്ടു പോയി.

എന്ത്!

കന്നുകാലികളെ ആരോ കട്ടുകൊണ്ടുപോയി.

ഒരു വലിയ നിശ്വാസം കാര്യസ്ഥൻ കേട്ടു. പിന്നെ സ്വാധീനമുള്ള ഒരു കൈ ഉയർത്തി അയാളോടു പൊയ്ക്കോള്ളാൻ പറഞ്ഞു.

മാധവിയമ്മ കണ്ണുകൾ മച്ചിൽ നട്ടുകൊണ്ട് ആധിയിലാണ്ടു.

കാര്യസ്ഥൻ, ആനന്ദ് എന്ന ചാപ്പക്കുറുപ്പ് രക്തം തുപ്പിക്കൊണ്ടിരിക്കുന്ന ക്ഷയം പിടിച്ച കുഞ്ഞിലക്ഷ്മിയമ്മ, അവരുടെ വാരിയെല്ലുന്തിയ വയറൊട്ടിയ കുട്ടികൾ, അടുക്കളക്കാരി നാണിയമ്മ എല്ലാവരും തറവാട്ടിലെ ഏഴു കമാനങ്ങൾ കൂടിയ കരിപുരണ്ട കോലായിൽ നിന്നും ഇരുന്നും സാധുമൃഗങ്ങളുടെ തിരോധനത്തെക്കുറിച്ചോർത്തും പേർത്തും ഓരോന്ന് പറഞ്ഞുകൊണ്ടിരുന്നു. ഒഴിഞ്ഞ ആലയിൽനിന്ന് അപ്പോഴും പൊട്ടൻ രാമന്റെ മോങ്ങൽ കേട്ടു.

അന്നു രാത്രി അത്താഴം കഴിഞ്ഞപ്പോൾ ആനന്ദ് എന്ന ചാപ്പക്കുറുപ്പ് വെങ്ങോളിത്തറവാട്ടിലെ എല്ലാ സ്ഥിതിവിവരക്കണക്കുകളും ലാഭനഷ്ടക്കണക്കുകളും സംഭവവികാസങ്ങളും രണ്ടുമൂന്നു പുറങ്ങളിലായി സർ എന്ന തുടക്കത്തോടെ മധുസൂദനൻനായർക്കെഴുതി. അപ്പോഴേയ്ക്കും ഉറക്കം വന്നു. നേരം പുലരുമ്പോൾ ഒരാവർത്തി കൂടി വായിച്ച് ലക്കോട്ടിലാക്കി വിലാസമെഴുതാമെന്നുവച്ച് ക്ഷീണിതനായ ചാപ്പക്കുറുപ്പ് ചരിഞ്ഞു.

നേരം പുലർന്നപ്പോൾ മറ്റൊരത്യാഹിതം!

മൂരിക്കാരൻ പൊട്ടനെ കാണാനില്ല.

തറവാടും തൊടിയും പൊട്ടൻ വല്ലപ്പോഴും പുറത്തിറങ്ങിപ്പോയിരുന്ന നരിക്കുനിത്തെരുവിലെ രാമൻ ചെട്ടിയാരുടെ ചായപ്പീടികയും പരതിയശേഷം പൊട്ടനും നഷ്ടപ്പെട്ടതായി സ്ഥിരീകരിച്ചു.

നീണ്ടു നിവർന്ന കത്തിൽ ആനന്ദ് എന്ന് ഒപ്പിട്ടതിന്റെ ചുവട്ടിൽ പി.എസ്. എഴുതി ആനന്ദ് എന്ന ചാപ്പക്കുറുപ്പ് ഇത്രയും ചേർത്തു,

പിറ്റേന്ന് പുലർന്നപ്പോൾ കഴിഞ്ഞ ഇരുപത്തേഴ് വർഷങ്ങളായി തറവാട്ടിലെ മാറി മാറി വരുന്ന മൂരികളെ നോക്കി വളർത്തിയ പൊട്ടൻ രാമനെയും കാണാതായിരിക്കുന്നു.

അടുത്ത രണ്ടുമൂന്നു ദിവസം തറവാട് മൂകമായിരുന്നു. ആനന്ദ് അഞ്ചൽക്കാരനെയും കാത്തിരുന്നു. കുട്ടികൾ സാധാരണപോലെ പന്തു പോലും കളിച്ചില്ല. കുളത്തിലിറങ്ങി കുളിച്ചില്ല. നാണിയമ്മ ഇടയ്ക്കിടെ നെല്ലുകുത്തി കഞ്ഞിവച്ച് എല്ലാവരുടെയും വിശപ്പുമാറ്റിക്കൊടുത്തു.

കാര്യസ്ഥൻ ആധാരക്കെട്ടുകൾ മനഃപാഠമാക്കാൻ തുടങ്ങി. എന്നാണ് മാധവിയമ്മയുടെ കാറ്റ് പോവുക എന്ന് പ്രവചിക്കുക വയ്യ. അതിനാൽ എല്ലാ രേഖയും ഭദ്രമാക്കുന്ന തിരക്കിലായി കാര്യസ്ഥൻ.

തെക്കേ കോലായിൽ വിരിച്ച കട്ടിലിൽ ആനന്ദിന്റെ ഉറക്കം നഷ്ടപ്പെടാൻ തുടങ്ങി. കന്നുകാലികൾ കളവുപോയത് മുതൽ കള്ളന്മാരെ പിടിക്കുന്ന ചിന്തയായി ആനന്ദിന്. ഒരു വലിയ പോലീസിന്റെ ആൾക്ക് നാട്ടും പുറത്തെ അഞ്ചാറുകന്നുകാലികൾ കളവ് പോയിട്ട് ഒന്നും ചെയ്യാൻ കഴിയാത്ത കുണ്ഠിതത്തിലായി ആനന്ദ്. തന്നെപ്പറ്റി ഈ തറവാട്ടിലുള്ളവർ എന്തു ധരിക്കും? ഒരു പോലീസിന്റെ സാന്നിദ്ധ്യത്തിൽ ഇത്രയും നിസ്സാരമായ ഒരു

കളവ് നടക്കുകയോ! നഷ്ടപ്പെട്ട അഭിമാനവും പൊയ്പ്പോയ മൃഗങ്ങളെക്കുറിച്ചുള്ള ചിന്തയും അയാളുടെ ഉറക്കത്തെ ഇല്ലാതാക്കി. എന്നാലും പുലരാൻ കാലത്ത് ആനന്ദ് ഒന്നും മയങ്ങി.

ആ മയക്കത്തിലാണ് തറവാട്ടിലെ പ്രസിദ്ധമായ നിലവിളക്ക് നഷ്ടപ്പെട്ടത്. അഥവാ കളവുപോയത്.

ഒരാളുടെ ഉയരമുള്ള ഒന്നാംതരം ഓടിന്റെ നിലവിളക്കാണ്. വെങ്ങോളി നായരുടെ കാലത്ത് അമ്പലത്തിൽ ആ നിലവിളക്കില്ലാതെ ഒരു കഥകളിയും നടന്നിട്ടില്ല. കേളികൊട്ട് കേട്ട് കഥകളി കാണാൻ വരുന്നവർ വേഷക്കാരെപ്പോലെ നിലവിളക്കിനെയും നോക്കിയിരുന്നു. തിരിയിട്ടു കത്തിച്ച ആ വിളക്കിന്റെ പരിശുദ്ധമായ തെളിമയിലാണ് വെങ്ങോളി നായർ മാധവിയമ്മയ്ക്കു പുടവ കൊടുത്തത്. മാത്രമല്ല, ആ നിലവിളക്കിന്റെ ഓടുരുക്കി അതു വിളക്കാക്കി മാറ്റിയ ആ രാത്രി മൂശാരി മരിക്കുകയും ചെയ്തു. എത്രമാത്രം വേവലാതി പൂണ്ടിരിക്കണം അത്രയും തൂക്കം ഓടുരുകുമ്പോൾ ആ പാവപ്പെട്ട മൂശാരി!

ആ നിലവിളക്കാണ് കളവ് പോയത്. അതൊരു കൂട്ടക്കളവുതന്നെയാണ്. കാരണം രണ്ടു മൂന്നു പേരില്ലാതെ അതു താങ്ങാനാവില്ല. കന്നാലികളെ കളവുചെയ്ത അതേ സംഘം തന്നെയായിരിക്കും ഇതിന്റെ പിന്നിലും.

കാലടിപ്പാടുകളും വിരലടയാളങ്ങളും തേടി ആനന്ദ് വീട്ടിന്റെ കോലായിലും വീടിനു ചുറ്റും നടക്കാൻ തുടങ്ങി. അടുക്കള ഭാഗത്തെത്തിയപ്പോൾ തലതാഴ്ത്തി കുന്തിച്ചിരുന്ന് പച്ചക്കറികൾ നുറുക്കിയിടുന്ന നാണിയമ്മയെ കണ്ടു. കാൽപെരുമാറ്റം കേട്ട് നാണിയമ്മ തലയുയർത്തി. ആനന്ദിനെക്കണ്ടതും എഴുന്നേറ്റു.

ഒ! കുറുപ്പോ!

എന്തു ചെയ്യുകയാ?

കഷ്ണം നുറുക്കുകയാ

എന്താ കൂട്ടാൻ?

സാമ്പാറല്ലാതെ മറ്റെന്ത്? പിന്നെ മോരും.

നരിനാവു കലക്കിയ മോരാണോ? എങ്കിൽ എനിക്കു വേണ്ട വേണ്ട.

അതുകേൾക്കേണ്ട താമസം നാണിയമ്മയുടെ മുഖത്തു നിന്നും രക്തം വറ്റി. അവരുടെ ദൃഷ്ടികൾ മേൽപ്പോട്ട് മറഞ്ഞ് വെള്ളയായി.

ആനന്ദ് നാണിയമ്മയെ താങ്ങി. അല്ലെങ്കിൽ മുന്നിൽ ശേഷിച്ച രണ്ട് പല്ലുകളും പോയതുതന്നെ. നാണിയമ്മയുടെ വിളറിയ മുഖത്ത് വെള്ളം കുടയുമ്പോൾ ഒരു കുട്ടിയുടെ ദയനീയമായ കരച്ചിൽ കേട്ടു.

കുഞ്ഞിലക്ഷ്മി മൂത്ത കുട്ടിയെ മരമുട്ടികൊണ്ട് തുടയിലും കാലിലും തല്ലുകയാണ്. തല്ലുകൊണ്ട് കുട്ടി അവശയായി. ആനന്ദ് എല്ലാം നോക്കി

നില്ക്കുകയാണ്. പിന്നെ കുഞ്ഞിലക്ഷ്മി കുത്തുപാളയുടെ പൊട്ടിപ്പോയ കയറിന്റെ കഷ്ണമെടുത്ത് കുട്ടിയെ അടുക്കളത്തൂണിനോട് പിടിച്ചുകെട്ടി. ശേഷം അടുക്കളമുറ്റത്തിറങ്ങി. മുളകുതയ്യിൽ നിന്ന് ഒരു മൂത്തമുളക് ഞെട്ടിയോടെ പറിച്ച് അതു രണ്ടായി പൊട്ടിച്ച് കെട്ടിയിട്ട കുട്ടിയുടെ കണ്ണുകളിൽ കുഞ്ഞിലക്ഷ്മി മുളകെഴുതി. മഷിയെഴുതുന്ന ലാഘവത്തോടെ.

വെപ്രാളംപൂണ്ട കുട്ടി കരഞ്ഞു. അട്ടഹസിക്കുകയും അവസാനം മൂത്രമൊഴിക്കുകയും ചെയ്തു. ഇതെല്ലാം നോക്കിക്കൊണ്ട് മറ്റു രണ്ട് കുട്ടികൾ ദൂരെ മാറി നില്ക്കുകയാണ്.

എല്ലാ ഭേദ്യങ്ങളും കഴിഞ്ഞപ്പോൾ കുഞ്ഞിലക്ഷ്മിയമ്മ അടുക്കളക്കോലായിൽ ചുമരും ചാരിയിരുന്നു കിതക്കുവാൻ തുടങ്ങി. വളരെ പഴകിയ ഒരൊറ്റമുണ്ടാണ് അവർ ഉടുത്തിരിക്കുന്നത്. ബ്ലൗസ് അവിടവിടെ തുന്നിയിരിക്കുന്നു. മാറിടം കാണാനേയില്ല. പക്ഷേ, ഓരോ പ്രാവശ്യം നെഞ്ചു വീർക്കുന്നതും ചുരുങ്ങുന്നതും വ്യക്തമായിക്കണ്ടു.

ആനന്ദ് ചോദിച്ചു.

എന്തേ? എന്തുണ്ടായി?

കിതയ്ക്കുന്നതിനിടയിൽ കുഞ്ഞിലക്ഷ്മിയമ്മ പറഞ്ഞു. എന്റെ വയറ്റിൽ പിറന്നല്ലോ എന്നോർത്തു സങ്കടപ്പെടുകയാണു ഞാൻ. പത്തുപൈസ ചോദിച്ചിട്ട് ഇല്ലാ എന്നു പറഞ്ഞപ്പോൾ അവൻ എന്റെ മുഖത്തു നോക്കി വിളിക്കുകയാ..... ഇത്രയും പറഞ്ഞ് ഒരു നിമിഷം നിർത്തിയിട്ട് കുഞ്ഞിലക്ഷ്മിയമ്മ പറഞ്ഞു...........ക്ഷയരോഗീ...........ന്ന്.

കുഞ്ഞിലക്ഷ്മിയമ്മ കുരയ്ക്കാൻ തുടങ്ങി. ചാരിയിരുന്നേടത്തു നിന്നെഴുന്നേറ്റ് കോലായിലെ തൂണും പിടിച്ച് അവർ ഛർദ്ദിക്കാൻ തുടങ്ങി.......ചോര.

കളവു കണ്ടുപിടിക്കാൻ പുറപ്പെട്ട ആനന്ദ് കാൽപ്പാടുകളും കയ്യടയാളങ്ങളും മറന്നു പുരമുറ്റം ചുറ്റി വീണ്ടും കോലായിൽ വന്നിരുന്നു. കണ്ണുകളിൽ മുളകെഴുതിയ കുട്ടിയുടെ തേങ്ങൽ അപ്പോഴും കേട്ടുകൊണ്ടിരുന്നു.

കഞ്ഞികുടിച്ച കാര്യസ്ഥൻ ഓട്ടുമുരടയിൽ നിന്ന് വെള്ളമൊഴിച്ച് കൊപ്ലിച്ച് മുഖം കഴുകി സ്വന്തം തോർത്തിൽതുടച്ച് കോലായിൽ പുല്പായയിലിരിപ്പുറപ്പിച്ചു.

ആനന്ദ് തുളസിത്തറ പിന്നിട്ടു. മുന്നിട്ടു. ഉലാത്തി,

കാര്യസ്ഥൻ പറഞ്ഞു: ഞാനും അതുതന്നെയാണ് ആലോചിക്കുന്നത്.

ഏത്?

നിങ്ങൾ ആലോചിക്കുന്ന അതേകാര്യം. കളവുപോയ നിലവിളക്ക്. പിന്നെ കേട്ടോ, ഞാൻ സംഗതി മാധവിയമ്മയോട് പറഞ്ഞു. മൂപ്പത്തിയാർക്ക് ഒരു ഭാവഭേദവുമില്ല. ഓഹോ എന്നും ചോദിച്ചു മച്ചിലേക്കു നോക്കി. പിന്നെ കിടപ്പായി. വിവരം മധുസൂദനൻനായരെ അറിയിച്ചോ എന്നും ചോദിച്ചു.

ഒരു രാത്രികൂടിക്കഴിഞ്ഞു പിറ്റേന്ന് വെങ്ങോളിത്തറവാട്ടിൽ എല്ലാവരും പതിവുപോലെ ഉണർന്നു. പക്ഷേ, ഒരാൾ മാത്രം ഉണർന്നില്ല. കുഞ്ഞിലക്ഷ്മി യമ്മ.

അവർ മരിച്ചു തണുത്തിരിക്കുന്നു.

മൂത്തകുട്ടി തണുത്തശരീരം കെട്ടിപ്പിടിച്ചു കരഞ്ഞു. ഒറ്റക്കാലൻ ആങ്ങള പൊട്ടിക്കരഞ്ഞു. മരിക്കാൻനേരം ദാഹിച്ച വെള്ളംപോലും കൊടുക്കാൻ കഴി ഞ്ഞില്ലല്ലോ ഈശ്വരാ.

കാര്യസ്ഥൻ മാധവിയമ്മയുടെ മുറിയിലേക്കു ചെന്നു. തല അകത്തേ ക്കിട്ടു കുരച്ചു ശബ്ദമുണ്ടാക്കി. മാധവിയമ്മയുടെ തലതിരിഞ്ഞു.

ഉം?

കുഞ്ഞിലക്ഷ്മിയമ്മ

ഉം എന്തു പറ്റി?

മരിച്ചുപോയി

അതിനെന്താ. ദഹിപ്പിച്ചോളൂ. വടക്കേപ്പുറത്തെ ആ മാവു വെട്ടിയാൽ മതി. അത് ഞാൻ അവൾക്കു തന്നെ കണക്കാക്കിയതാ.

ചാപ്പക്കുറുപ്പ് കേട്ടോ. ആറേഴുവർഷമായി ഈ സാധു സ്ത്രീ ക്ഷയ രോഗം പിടിച്ച് കുരച്ചും തുപ്പിയും നടക്കുന്നു. ശരിയായ ഒരു ചികിത്സയും അവർക്കു കിട്ടിയിട്ടില്ല. കോഴിക്കോട് പോയി നെഞ്ചിന്റെ ഫോട്ടോ എടുത്തു രക്തദൂഷ്യം പരിശോധിച്ചു. പത്തുമുപ്പതു സൂചിവച്ചാൽ മാറുന്ന രോഗമാ. പക്ഷേ, എന്തു ചെയ്യും? മാധവിയമ്മ കഷായവുമായി കഴിഞ്ഞുകൂടി. ദീനം മാറുമെന്ന് ഓരോ തവണ ഓല എഴുതുമ്പോഴും പണിക്കർ വൈദ്യർ പറ യുകയും ചെയ്തു. പണമില്ലാഞ്ഞിട്ടാണോ, കുഞ്ഞിലക്ഷ്മിയുടെ ആമാട തന്നെ പത്തൻപതു പവന്റേതാണ്. പോരാത്തതിന് വളകളും. അതുമുഴു വനും ഇരുമ്പുപെട്ടിയിൽ വച്ച് പൂട്ടിയിരിക്കുകയാണ് ആ മൂധേവി. എന്നിട്ടും ഏട്ടത്തിയെ അവർക്കെന്തൊരു സ്നേഹമായിരുന്നു. മരിക്കുന്നതുവരെ മാധവി യമ്മയോട് കമ എന്ന ഒരക്ഷരം പറഞ്ഞിട്ടില്ല. അത്രയും സഹനശക്തിയുള്ള ഒരു സ്ത്രീയെ ഈ അംശത്തിൽ കാണുകയില്ല.

മരിച്ച തറവാട്ടിൽ പിന്നെ ആളുകളുടെ ബഹളമായിരുന്നു. അപരിചി തനായ ആനന്ദ് പറമ്പിന്റെ തെക്കേ മൂലയിലുള്ള മാവിന്റെ ചുവട്ടിലിരുന്നു. വടക്കേ മൂലയിലെ മാവു മുറിക്കുന്നതു നോക്കി. മാവു മുറിഞ്ഞു വീഴുന്നതും വിറകുകൾ കൂമ്പാരമാകുന്നതും അയാൾ കണ്ടു.

അവസാനം ചിത കത്തിപ്പടരുന്നതും കണ്ടു.

രാത്രിയായിട്ടും ഒറ്റക്കാലനായ ആങ്ങളയുടെ സങ്കടം തീർന്നില്ല. കരഞ്ഞു കരഞ്ഞ് അവശനായപ്പോൾ നാണിയമ്മ വിരിച്ച പായയിൽ അയാൾ വീണു.

ഇടത്തുംവലത്തുമായി കുഞ്ഞിലക്ഷ്മിയുടെ മൂന്നു മക്കളെയും കിടത്തി. അതോടൊപ്പം ടി ആകൃതിയിലുള്ള വടിയും കിടത്തിവച്ചു. പാതിരവരെ അയാൾ തേങ്ങിക്കൊണ്ടിരുന്നു.

ആനന്ദ് എപ്പോൾ ഉറങ്ങിയെന്ന് അയാൾക്ക് ഓർമ്മയില്ല. അസംഖ്യം ക്ഷയരോഗത്തിന്റെ ബീജങ്ങൾ മിന്നാമിനുങ്ങുകളെപ്പോലെ തറവാടിനകത്തും പുറത്തും പാറിനടക്കുന്നത് ആനന്ദ് സ്വപ്നത്തിൽ കണ്ടു. പക്ഷേ, ഉണർന്നത് ഒരു നിലവിളി കേട്ടുകൊണ്ടാണ്.

കാര്യസ്ഥന്റെ നിലവിളി.

എല്ലാവരും ഞെട്ടിയുണർന്നു. കാര്യസ്ഥൻ ഒരു ഭ്രാന്തനെപ്പോലെ കോലായിലൂടെ ഓടുകയും മുറ്റത്തിറങ്ങുകയും ഇടയ്ക്കു തറവാടിനകത്തുകയറി നിലവിളിക്കുകയും ചെയ്തുകൊണ്ടിരുന്നു.

എല്ലാവരും മിഴിച്ചുനില്ക്കുമ്പോൾ അയാൾതന്നെ പറയുകയാണ്.

പെട്ടി കളവുപോയി.

ഏതു പെട്ടി?

ഏതു പെട്ടിയെന്നോ? മാധവിയമ്മയുടെ പെട്ടിതന്നെ. വേറെയേതാ ഇവിടെ ഇത്രയും വിലപ്പെട്ട പെട്ടി?

തറവാട് ഇടിവേട്ടേറ്റതുപോലെയായി. ആ മരവിപ്പിൽ നിന്നും ഉണരാൻ ഏറെ നേരം വേണ്ടിവന്നു തറവാടിന്. കാര്യസ്ഥൻ പറയാൻ തുടങ്ങി. ഇതെന്റെ അവസാനത്തെ പ്രസംഗമാണ്. ഇനി ഈ തറവാടിനു നഷ്ടപ്പെടാൻ ഒന്നുമില്ല. മൂരികൾ പോയി. പോട്ടെ, പശുക്കൾപോയി, പോട്ടെ. എല്ലാം ഏറിയാൽ മൂവ്വായിരം ഉറുപ്പിക. നിലവിളക്കും പോട്ടെ. ഓടിന്റെ വിലയേക്കാൾ അതിന് വികാരപരമായ വിലയുണ്ടെന്ന കാര്യം പ്രസക്തം തന്നെ. പക്ഷേ മാധവിയമ്മ കിടക്കുന്ന കട്ടിലിനു കീഴിലുള്ള പെട്ടിപോയാലോ? ഈ തറവാട് മുടിഞ്ഞതുതന്നെ. ആ വലിയ ഇരുമ്പുപെട്ടിക്കകത്തു നിധിയല്ലേ. നിധി! അല്ലെങ്കിൽ നിധിയേക്കാളും വലിയ നിധിയായിരിക്കും. തറവാട്ടിലെ രണ്ടു തലമുറകളായി എല്ലാ സ്ത്രീകളുമണിഞ്ഞ സ്വർണ്ണാഭരണങ്ങൾ, ക്ഷയം പിടിച്ചു മരിച്ചുപോയ കുഞ്ഞിലക്ഷ്മിയമ്മയുടെ ആമാട, വെങ്ങോളിനായർ ജീവിതകാലം മുഴുവൻ പലിശയ്ക്കുകൊടുത്തു. കിട്ടിയ ലാഭവും മുതലും സ്വർണ്ണനാണയങ്ങളായി ചുരുക്കിവച്ചിരുന്നു. പത്തുനൂറായിരം പവൻ വരുമെന്നാണ് എനിക്കു തോന്നുന്നത്. പിന്നെ നമുക്കൊക്കെ അറിയാത്ത എത്രയെല്ലാം നോട്ടുകെട്ടുകൾ. ഒരിക്കൽ മാധവിയമ്മ പെട്ടിതുറന്നപ്പോൾ നോട്ടിനു ചിതലുകൾ പിടിച്ചതുകണ്ടു. ആരും അറിയാതിരിക്കാൻ അവർ ആ കെട്ടെടുത്തു നിലത്തിട്ടു ചവിട്ടിയരച്ചുകളഞ്ഞു. ചിലതിന്റെ നമ്പർ മാത്രം കിട്ടി. അത് റിസർവ്വ് ബേങ്കിൽ കൊണ്ടുപോയി മാറ്റിയപ്പോൾ കിട്ടിയ രൂപയെത്രയാണെന്നറിഞ്ഞാൽ നിങ്ങൾ അന്തം വിട്ടുപോകും.

കാര്യസ്ഥന്റെ തൊണ്ട വരണ്ടു.

നാണിയമ്മ അകത്തുപോയി ഒരു കോപ്പ പച്ചവെള്ളവുമായി വന്നു.

നിങ്ങളറിയുമോ? വിഡ്ഢിത്തം എനിക്കാണു പറ്റിയത്. കാര്യസ്ഥൻ സത്യം പറയാൻ തുടങ്ങി. മാധവിയമ്മ എല്ലാ ദിവസവും കിടപ്പുമുറിയുടെ ജനലുകളും വാതിലുകളും ഭദ്രമായി അടച്ചു മൂന്നു പ്രാവശ്യം സംശയ നിവൃത്തി വരുത്തിയിട്ടേ ഉറങ്ങാറുള്ളൂ. പെട്ടെന്ന് ഒരു രാത്രിയാണല്ലോ അവർക്കു തളർവാതം പിടിപെട്ടത്. പിറ്റേന്ന് വാതിൽ തുറക്കാതായപ്പോൾ മുട്ടിവിളിച്ചിട്ടും അനങ്ങാതായപ്പോൾ പുറത്തുള്ള ഞങ്ങൾക്കു പേടിയായി. എന്തു ചെയ്യണമെന്നറിയാതെ മരിച്ചുപോയ കുഞ്ഞിലക്ഷ്മിയും ഞങ്ങളും സംശയിച്ചു നിന്നു. അവസാനം മഴുവെടുത്ത് വാതിൽ കുത്തിപ്പിളർന്നു തുറക്കാൻ തന്നെ തീരുമാനിച്ചു. ദൈവമേ, വാതിൽ തുറന്നപ്പോൾ കണ്ട കാഴ്ച. മാധവി കണ്ണും തുറന്ന് മലർന്നുകിടക്കുന്നു. ദൃഷ്ടികൾ മേലോട്ട്. പിന്നീട് കണ്ണുകളനങ്ങി. ചുണ്ടിളകി, മാധവിയമ്മ പറഞ്ഞു. എനിക്കു സുഖമില്ല. എന്തെന്നു ചോദിച്ചിട്ട് ഒരക്ഷരം പറഞ്ഞില്ല. ശവങ്ങളെ എല്ലാവരും പോയ്ക്കോളീൻ എന്നുമാത്രം പറഞ്ഞു. ഞങ്ങൾ പുറത്തേക്കു പോകുമ്പോൾ എന്നോട് ചോദിക്കുകയാ, വാതിൽ കുത്തിപ്പൊളിക്കാൻ നിന്നോട് ആരാണ് പറഞ്ഞത്? എഴുന്നേല്ക്കാൻ വയ്യാഞ്ഞിട്ടും അഹമ്മതിക്കു കണക്കില്ലാത്ത രീതിയിലാ അവർ സംസാരിച്ചത്.

പുതിയ വാതിൽ കൂട്ടിയശേഷം ഞങ്ങൾ അത് ഭദ്രമായി കുറ്റിയിടാറുണ്ട്. പക്ഷേ, പുറത്തുനിന്നാണെന്ന് മാത്രം. പുറത്തുനിന്നു വെറുതെ പൂട്ടുന്ന വാതിലിനു സുരക്ഷിതത്വമില്ല എന്ന കാര്യം ഞങ്ങളാരും മനസ്സിലാക്കിയില്ല.

ചാപ്പക്കുറുപ്പ് എന്ന ആനന്ദിനെ നോക്കി കാര്യസ്ഥൻ പറഞ്ഞു. തെറ്റു ഞങ്ങളുടേതാണ്. എല്ലാം ക്ഷമിക്ക്. ഇനി മധുസൂദനൻനായർ അവിടെ ഭരിച്ചിട്ട് യാതൊരു കാര്യവുമില്ല. വേഗം ഇവിടെ വന്ന് കള്ളനെ ആദ്യം കണ്ടുപിടിക്കുകയും പിന്നെ പൊയ്പ്പോയ മുതൽ കണ്ടുപിടിക്കുകയും ചെയ്യട്ടെ. വിശദമായി ഒരു കത്തെഴുതീൻ, അല്ലെങ്കിൽ നിങ്ങൾ പോയി വിവരങ്ങൾ നേരിട്ടറിയിക്കീൻ.

അന്ന് രാത്രി മണ്ണെണ്ണവിളക്കിന്റെ നാളത്തിൽ ആനന്ദ് ഒരു നീണ്ട കത്തെഴുതി. ലാക്കോട്ടൊട്ടിച്ച് വിലാസമെഴുതിയപ്പോൾ മണി രണ്ട്. ആനന്ദ് പുല്പായയിൽ തളർന്നവശനായി വീണു. തന്റെ കീഴുദ്യോഗൗദ്യോകകാലത്ത് ഇത്രയും നീണ്ട ഒരു ഫയലോ കത്തോ ആനന്ദ് എഴുതിയിട്ടില്ല. വലിയ ലഹരിയിലായിരുന്നു അയാൾ. ഒരു കഥയെഴുതിയ ആനന്ദം അയാൾ അനുഭവിച്ചു.

കോലായിൽ നാണിയമ്മ വിരിച്ച പുല്പായയിൽ മരുമക്കളെയും വടിയെയും കെട്ടിപ്പിടിച്ച് ഒറ്റക്കാലൻ ഉറങ്ങാൻ കിടന്നു. അയാളുടെ സങ്കടം തീർന്നിട്ടില്ല. തറവാടിന്റെ ഖജനാ കളവുപോയിട്ടുപോലും അയാൾ കുലുങ്ങിയില്ല. അത്ഭുതം അതല്ല കുഞ്ഞിലക്ഷ്മി മരിച്ചതിൽ പിന്നെ അയാൾ

കുടിച്ചിട്ടില്ല. കുഞ്ഞിലക്ഷ്മിക്കുവേണ്ടി അങ്ങ് തറവാട്ടിൽ ദൂരെ വടക്കു ഭാഗത്തുള്ള മാവു മുറിക്കുമ്പോൾ താൻ സ്ഥിരമായി റാക്കുവാങ്ങിക്കുന്ന കുപ്പി ഒറ്റക്കാലൻ കുപ്പയിലേയ്ക്ക് വലിച്ചെറിഞ്ഞു. അതെറിഞ്ഞ ഉടനെ ആ മുഖം കാണേണ്ടതായിരുന്നു. പിന്നെ വടി താഴെവച്ച് ഇരുന്ന് ഒരു മലമ്പനിക്കാരനെപ്പോലെ ഏറെ നേരം വിറച്ചു. ശേഷം എഴുന്നേറ്റ് ഉദകക്രിയകളിൽ പങ്കെടുത്തു. ശരിയായ ഒരു പട്ടാളക്കാരൻ.

ഒറ്റക്കാലൻ ഉറങ്ങിയിട്ടില്ല. അയാൾ ഇടയ്ക്കിടെ ഏറ്റവും ഇളയകുട്ടിയുടെ തലമുടി തലോടുകയാണ്. അതൊരു പെൺകുട്ടിയാണ്. നേരിയ വെട്ടത്തിൽ ആനന്ദ് എല്ലാം കണ്ടു. ആഴമേറിയ നിശ്ശബ്ദതയിൽ ഒറ്റക്കാലന്റെ തേങ്ങലുകളും കേട്ടു. ആ തേങ്ങലിന്റെ താളത്തിൽ ചിതയിൽ നിന്നടിച്ച കാറ്റിൽ അയാളുറങ്ങിപ്പോയി.

ക്ഷയരോഗബീജങ്ങൾ മിന്നാമിനുങ്ങുകളെപ്പോലെ തറവാട്ടിൽ വട്ടമിട്ട് പറക്കുന്നത് സ്വപ്നം കണ്ടു ഞെട്ടി ഉണരുമ്പോൾ നേരം പുലർന്നിരുന്നു. തറവാട് ഉണർന്നിരിക്കുന്നു.

ഓരോ ഉണരലിലും അത്യാഹിതംതന്നെ. കാര്യസ്ഥൻ വന്നു പറയുകയാണ്.

ഒറ്റക്കാലൻ രൈരുനായരെയും മരിച്ചുപോയ കുഞ്ഞിലക്ഷ്മിയുടെ കുട്ടികളേയും കാണാനില്ല.

അവർ തൊടിയിലുണ്ടാകും. ആനന്ദ് പറഞ്ഞു.

ഇല്ല എങ്ങുമില്ല. പെട്ടി കളവുപോയതുപോലെ കന്നാലികൾ പോയതുപോലെ, നിലവിളക്കുപോയതുപോലെ അവരും പോയ്ക്കാണും.

ആനന്ദിന്റെ തലകറങ്ങി. ഓരോ ദിവസം പുലരുമ്പോഴും ഓരോ അത്യാഹിതങ്ങൾ. അയാൾ മുറ്റമടിക്കാൻ വന്ന പെണ്ണിനോടു പറഞ്ഞു. പോ പോ ദൂരെ മാറിനില്ക്ക്. അടുക്കളക്കണ്ടത്തിൽ കയറിനില്ക്ക്.

ആനന്ദ് മുറ്റത്തിറങ്ങി. തലേന്ന് നന്നായി മഞ്ഞ് പെയ്തിരുന്നു. മഞ്ഞുനനഞ്ഞ് കുഴച്ചുവച്ചാറിയ ഗോതമ്പ്മാവുപോലെ ഈർപ്പം പിടിച്ചു നില്ക്കുന്നു. അയാൾ കാലടിപ്പാടുകൾ തേടി. അതെ, കെട്ടിപ്പിണഞ്ഞുകിടക്കുന്ന കൊച്ചു കാൽപാടുകൾ പടിപ്പുരയിലൂടെ മുന്നോട്ടു നീങ്ങുന്നു. അതോടൊപ്പം ഒറ്റക്കാലടിയും തോളൂന്നിയ വടിയുടെ പാടും കൂടാതെ രണ്ട് കാലടികൾ വേറെ. വലിയ വിരലുകളും തടിച്ച വിരലുകളും തടിച്ച മടമ്പുകളുമുള്ള കാലടികൾ. ഒരു രാക്ഷസന്റേതുതന്നെയാവണം. അവർ പൊയ്ക്കഴിഞ്ഞശേഷം മഴ പെയ്തിരുന്നു.

ആനന്ദ് തിരിച്ചുവന്നു. കാര്യസ്ഥൻ ഇറയത്തെ കമാനത്തിനു ചുവട്ടിൽ ഉള്ളം കൈയിൽ താടിയും വച്ചിരിക്കുകയാണ്. വലിയ ഒരു നോവലിന്റെ ചിത്രം പോലെ.

രൈരുനായരെയും കുട്ടികളെയും കാണാനില്ലെന്നു പറഞ്ഞപ്പോൾ മാധവിയമ്മ പറഞ്ഞു.

നല്ല തിരോധാനം. ഒറ്റക്കാലനു പിച്ചതെണ്ടാൻ നല്ല മൂലധനമായി. ഊന്നു വടിയും മൂന്നു കുട്ടികളും.

അതു കേട്ടതോടെ ആനന്ദിന്റെ ഉള്ളുരുകി. ഇത്തവണ മധുസൂദനൻ നായരെ വിവരമറിയിക്കാൻ അവർ പറഞ്ഞതല്ല. എന്നാലും കത്തിനുപകരം ആനന്ദ് കമ്പിയാണടിച്ചത്. ഒരു റിപ്ലൈ കമ്പി.

കമ്പിയടിച്ച് തിരിച്ചു വരുമ്പോഴേയ്ക്കും ആനന്ദ് ക്ഷീണിച്ചു. നാലുനാഴിക യകലെയാണ് കമ്പിത്തപ്പാലാപ്പീസ്. എട്ടുനാഴിക നടന്നും നിന്നും അയാൾ തളർന്നു.

കാലും മുഖവും കഴുകി നാണിയമ്മ കൊടുത്ത തണുത്തമോര് കുടിച്ച പ്പോൾ ഉന്മേഷം തിരിച്ചു കിട്ടി.

തറവാടിനു ചുറ്റും അയാൾ വട്ടമിടാൻ തുടങ്ങി. പതിവുപോലെ മാള ത്തിൽ നിന്നും തല പുറത്തേക്കിട്ട ചേരയെക്കണ്ടു, പരിചിതമായതുകൊ ണ്ടായിരിക്കാം അയാളെ കണ്ടപ്പോൾ ചേര ചിരിച്ചു. തിരിച്ചു ചിരിക്കാൻ ആന ന്ദിനു പേടിയായി. തവളയിപ്പോൾ വരും എന്ന ആശ്വാസവാക്കു പറഞ്ഞു കൊണ്ട് ആനന്ദ് തൊടിയിലേയ്ക്കിറങ്ങിപ്പോയി.

കുഞ്ഞിലക്ഷ്മിയുടെ ചാരത്തിന്റെ അവശിഷ്ടങ്ങൾ ഒരു കറുത്ത ഭൂപടം പോലെ തോന്നി. അതിന്നപ്പുറം മാവിൻചോട്ടിൽ അവർ മരിക്കുന്നതിന് തലേ ന്നാളിട്ട കീറിയബ്ലൗസ്. കുപ്പത്തൊട്ടിയിൽ ഒറ്റക്കാലൻ രൈരുനായർ എത്രയോ കാലം റാക്കു വാങ്ങിയ കുപ്പി. എറിഞ്ഞിട്ട് ഉടയാത്ത കുപ്പി.

അടച്ച പടിപ്പുരവാതിലിൽ, അതിശക്തമായാരോ മുട്ടുന്ന ശബ്ദം കേട്ടാണ് ആനന്ദും കാര്യസ്ഥനും ഉണർന്നത്.

മധുസൂദനൻനായർ

രണ്ടുപേരും ഒരുമിച്ചു പറഞ്ഞു. എന്നിട്ടവർ പടിപ്പുര തുറക്കാനായി ഓടി.

ആ ഭാഗ്യം ആനന്ദിനു കിട്ടി. അയാൾക്കു വാതിൽ തുറക്കാൻ കഴിഞ്ഞു, എല്ലാ ദിവസവും പി.ടി. ചെയ്ത പരിചയമുണ്ടല്ലോ. പക്ഷേ, നിർഭാഗ്യം മധു സൂദനൻനായർക്കു പകരം കാക്കിക്കുപ്പായമിട്ട കമ്പിശ്ശിപായിയാണ് മുന്നിൽ.

ആനന്ദാണ് കമ്പിവാങ്ങിയത്. അയാൾതന്നെ ഒപ്പിട്ടു. അയാൾതന്നെ പൊളിച്ചുവായിച്ചു.

ആനന്ദിന്റെ മുഖം സന്തോഷം കൊണ്ടു നിറഞ്ഞു. കണ്ണുകൾ കുറുകി.

കാര്യസ്ഥൻ പറഞ്ഞു. കാര്യം പറയൂ ചാപ്പക്കുറുപ്പേ.

ഒരു ആറ്റം രഹസ്യം വെളിപ്പെടുത്തും പോലെ ആനന്ദ് പറഞ്ഞു.

മധുസൂദനൻനായർ പുറപ്പെട്ടിരിക്കുന്നു. വൈകുന്നേരം ഇവിടെ എത്തും.

ഉച്ചത്തിലുള്ള ഒരു പൊട്ടിച്ചിരിയാണ് പിന്നെ കേട്ടത്. കാര്യസ്ഥൻ പറയുകയാണ്. എന്റെ ഭാരം ഒഴിഞ്ഞു., അദ്ദേഹം വന്നിട്ടുവേണം ഈ താക്കോലും കൊടുത്ത് എനിക്കു യാത്ര പറയാൻ. നിങ്ങളായിരിക്കും പിന്നെ ഇവിടുത്തെ കാര്യസ്ഥൻ. ഞാൻ രക്ഷപ്പെട്ടു. മാത്രമല്ല മാധവിയമ്മയുടെ ദീനവും മാറും.

നല്ല കഥ. ആനന്ദ് പറഞ്ഞു. വിവരം മാധവിയമ്മയോടു പറയേണ്ടേ?

അവർ പടിപ്പുര നടയിലൂടെ തിരക്കിട്ട് നടന്ന് തറവാടിന്റെ കമാനത്തിലൂടെ അകത്തുകടന്ന് മാധവിയമ്മയുടെ മുറിയുടെ മുന്നിലെത്തി.

പുറത്തു നിന്നു പൂട്ടിയ മുറി കണ്ടപ്പോൾ ആനന്ദ് എന്ന ചാപ്പക്കുറുപ്പും കാര്യസ്ഥനും അന്തംവിട്ടുപോയി.

മാധവിയമ്മ മുറിയിലില്ല.

തലേന്നു രാത്രി ആ കട്ടിലിൽ ഒരു സ്ത്രീ കിടന്ന ലക്ഷണം പോലുമില്ല. വെളുത്ത വിരി അനങ്ങിയിട്ടുപോലുമില്ല. അതിൽ ഒരു പാടുപോലുമില്ല. വെള്ളയുറയിട്ട തലയിണയിൽ ഒരു മുടിനാരിഴപോലുമില്ല. രണ്ടുപേരും ഒരുപോലെ വിയർത്തു. ആരും ഒന്നും പറയാതെ വിലാപയാത്രപോലെ അടിവച്ചടിവച്ചു നടന്ന് കോലായിൽ വന്നു. അവരുടെ പിറകിൽ നാണിയമ്മയും.

മൂന്നുപേരും മധുസൂദനൻനായർ വരുന്നതും നോക്കി തുറന്നുവച്ച പടിപ്പുരവാതിലിലൂടെ വയലിന്റെ അക്കരയിലേക്കു കണ്ണുംനട്ടിരുന്നു.

കണ്ണിൽ എണ്ണയൊഴിച്ചുകൊണ്ടുള്ള ഈ ഇരിപ്പിൽ പടിഞ്ഞാറെ മുറ്റത്തുനിന്നു പുറപ്പെടുന്ന നേരിയ ശബ്ദം ആരും കേട്ടില്ല. ചേര! വെങ്ങോളി ത്തറവാട്ടിലെ ചേര! വർഷങ്ങളായി തട്ടകം വിടാതെ വീടുകാത്തു പടിഞ്ഞാറെ കൊള്ളിന്റെ മാളത്തിൽ കിടന്ന ചേര മാളമിറങ്ങി പിൻമുറ്റത്തിലൂടെ ഇഴഞ്ഞ് മാധവിയമ്മ കിടന്ന മുറിയുടെ കിളിവാതിലിലൂടെ അകത്തേക്ക് ഇഴഞ്ഞുകടക്കുകയായിരുന്നു.

■

പോക്ക്വരവ്

രാത്രി പതിനൊന്നു കഴിഞ്ഞിട്ടും രുഗ്മിണി നായർ തുന്നിക്കൊണ്ടിരിക്കുകയാണ്. എട്ടുമണിക്ക് ഇരുന്ന ഇരിപ്പാണ്. ഭക്ഷണം പാകം ചെയ്യുമ്പോഴേക്കും സമയം പോയതറിഞ്ഞില്ല. സാധാരണ ഏഴിന് മുൻപേ എല്ലാം ചെയ്തു തീർക്കുന്നതാണ്. പക്ഷേ, ഇന്ന് രവിമേനോൻ മീൻ രണ്ടാമതും കൊടുത്തയച്ചു. അതും സന്ധ്യ കഴിഞ്ഞപ്പോൾ. അരണ്ട വെളിച്ചത്തിൽ നെത്തോലി വൃത്തിയാക്കാൻ പാടുപെട്ടു. പോരാത്തതിന് ഞണ്ടുമുണ്ട്. ഞണ്ട് വറുത്തരച്ചുവയ്ക്കണം. നെത്തോലി വെറുതെ വെളിച്ചെണ്ണയിൽ പൊരിച്ചെടുക്കണം. മീൻ കൊണ്ടുവന്ന ചെക്കൻ വശം പറഞ്ഞുവിട്ടതാണ്. മിക്കവാറും ഇന്ന് പൂസായിട്ടായിരിക്കും വരവ്. അല്ലെങ്കിൽത്തന്നെ എല്ലാ ദിവസവും പൂസായിട്ടല്ലേ വരവ്.

മീനിന്റെ ഉളുമ്പുമണം ഇപ്പോഴും വീട്ടിനകത്തു തത്തിക്കളിക്കുന്നുണ്ട്. രുഗ്മിണി തനി സസ്യഭുക്കാണ്. മത്സ്യമോ മാംസമോ ഇതുവരെ ഉള്ളിലേക്കു ചെന്നിട്ടില്ല. പക്ഷേ രവിമേനോന് ഒരു നേരം പോലും മീനില്ലാതെ വയ്യ. പച്ചക്കറി മാത്രമായാൽ അയാൾക്ക് ഓക്കാനം വരുമത്രേ.

ചുറ്റുവട്ടത്തുള്ള വീടുകളെല്ലാം ഉറക്കത്തിലേക്ക് ഊർന്നിറങ്ങി,. അപൂർവം വീടുകളിൽ മാത്രം ഉമ്മറത്ത് മുനിഞ്ഞുകത്തുന്ന ബൾബുകൾ ആരെയോ കാത്തിരിക്കുകയാണ്. എങ്ങും നിശ്ശബ്ദത. രുഗ്മിണി നായരുടെ സിങ്കർ മെഷീന്റെ സംഗീതം മാത്രം സ്വരലയത്തോടെ ഒഴുകുകയാണ്. തന്റെ മെഷീൻ വളരെ പഴയതാണ്. അതിന്റെ ഒച്ച ചിലമ്പിച്ചതും. എങ്കിലും രുഗ്മിണിനായർ ആ ശബ്ദം ഒരു സംഗീതമായി മനസ്സിൽ കൊണ്ടുനടക്കുകയാണ്.

രണ്ടുതുടകളിലെയും മാംസപേശികൾ കടച്ചിലെടുക്കുന്നു. അല്പം മൂത്രശങ്കയും ഇല്ലാതില്ല. എന്നാലും ഈ ബ്ലൗസ് കൂടി അടിച്ചുതീർത്തിട്ടേ എഴുന്നേല്ക്കുകയുള്ളൂ. നാളെ വീട്ടുവാടക കൊടുക്കേണ്ട ദിവസമാണ്.

വിദഗ്ധയായ തുന്നൽക്കാരിയാണ് രുഗ്മിണി നായർ. ആളെ കണ്ടാൽ മതി, അളവെടുക്കേണ്ട. ഒരിക്കൽ പോലും അളവ് തെറ്റിയ ഒരുടുപ്പ് തിരിച്ചു വന്നിട്ടില്ല.

രവിമേനോന്റെ ബൈക്കിന്റെ ശബ്ദം ഉയർന്നു. അത് അടുത്തെത്തി. ബൈക്കിന് പിന്നിൽ വേറൊരു ബൈക്കും ഉണ്ട്. ഓ ഇന്നു കണക്കായിരിക്കും. പക്ഷേ അത് രാജൻകുട്ടിയാണ്. ഹൗ ആശ്വാസമായി.

രാജൻകുട്ടിയും കുടിക്കും. പക്ഷേ, ഭർത്താവിനെപ്പോലെ കുടിയനല്ല. മാത്രമല്ല രാജൻകുട്ടി ചിത്രകാരനും നാടകനടനുമാണ്. തൊട്ടടുത്ത സ്കൂളിലെ ഡ്രോയിങ്ങ് മാഷും കൂടിയാണ്.

തന്റെ കൈയിലുള്ള കുപ്പി ഉയർത്തിപ്പിടിച്ചുകൊണ്ട് രാജൻകുട്ടി പറഞ്ഞു. “ഇവൾ ശ്രീലങ്കയിൽ നിന്നുവന്ന സുന്ദരിയാണ്.”

അതെ, “എ റാക്ക് ഓഫ് ശ്രീലങ്ക.”

“മറ്റേ കയ്യിലെ ഉണ്ടയെന്താ, നാടൻ ബോംബാണോ.” രുഗ്മിണി ചോദിച്ചു.

“ബോംബല്ല. നല്ല വരണ്ട തേങ്ങ. പക്ഷേ ഇത് ക്ഷേത്രത്തിൽ ഉടയ്ക്കാനുള്ളതല്ല.”

നാടകത്തിലെ ഡയലോഗ് പോലെ അയാൾ പറഞ്ഞു.

കഴുകി വൃത്തിയാക്കിയ ഗ്ലാസ്സുകളും ഒരുപ്ലേറ്റിൽ ഞണ്ടുവരട്ടിയതും മറുപ്ലേറ്റിൽ നെത്തോലി വറുത്തതും രുഗ്മിണി ടിപ്പോയിൽ കൊണ്ടുവന്നു വച്ചു.

മിക്കദിവസങ്ങളിലും രവിമേനോന്റെ കൂടെ ആരെങ്കിലും കാണും. മിക്കവരും ബോറന്മാരായിരിക്കും. രണ്ടെണ്ണം അകത്തു ചെന്നാൽ പിന്നെ മാറിലേക്കേ അവർ നോക്കുകയുള്ളൂ. അല്ലെങ്കിൽ അടിവയറ്റിൽ.

പക്ഷേ, രാജൻകുട്ടി അങ്ങനെയല്ല. മാന്യനാണ് അയാൾ. രണ്ടെണ്ണം വിട്ടാൽ നന്നായി പാടും. അപൂർവം അവസരങ്ങളിൽ നൃത്തവും ചെയ്യും. അയാളുടെ ആർദ്രമായ നോട്ടവും സൗമ്യമായ പെരുമാറ്റവും രുഗ്മിണിക്കിഷ്ടമാണ്. എന്നോ ഒരിക്കൽ മേശക്കിരുപുറവും അഭിമുഖമായി ഇരിക്കുമ്പോൾ രാജൻകുട്ടിയുടെ പാദം രുഗ്മിണിയുടെ പാദത്തിൽ ഉരസിയിരുന്നു. അയാൾ പാദം പെട്ടെന്ന് വലിച്ചെടുത്തു. ആ നേരത്ത് രുഗ്മിണിയുടെ ദേഹത്തുകൂടി ഒരു വിറ പാഞ്ഞു. തെറ്റാണെങ്കിൽ പോലും അല്പനേരം കൂടി ആ പാദം തൊട്ടിരിക്കാൻ രുഗ്മിണി ആഗ്രഹിച്ചു പോയിരുന്നു. ഇപ്പോഴും രാജൻകുട്ടിയെ കാണുമ്പോൾ അതോർക്കുമ്പോൾ, അവളുടെ ദേഹത്തുകൂടെ ഒരു വിറ പായും.

അതെ, അവർ തുടങ്ങിക്കഴിഞ്ഞു ഗ്ലാസുകൾ ഉരസുന്നു ഉരഗങ്ങളെപ്പോലെ. സോഡകുപ്പികൾ പൊട്ടുന്നു. യുദ്ധം പോലെ. രുഗ്മിണിക്ക് അവിടെയെത്തേണ്ട സമയമായി. അവരുടെ കൂടെയിരിക്കണം. അതു നിർബന്ധമാണ്. അങ്ങനെ ചെയ്തില്ലെങ്കിൽ രാത്രി മുഴുവനും പീഡനമായിരിക്കും.

രാജൻകുട്ടി കുപ്പി പൊട്ടിച്ചു മണത്തുനോക്കി. അയാൾ പറഞ്ഞു. “ഇത് ശ്രീലങ്കയിൽ നിന്നുണ്ടാക്കിയ ചാരായമാണ്. അവിടുത്തെ തെങ്ങിൽ നിന്ന് നമ്മുടെ പൂർവികർ ഉച്ചിയിൽ കയറിനിന്ന അതേ തെങ്ങിൽ നിന്ന്.”

അയാൾ പാടി

“കയറുന്ന തെങ്ങിൽ നിന്നിറങ്ങുന്ന തെങ്ങ്

കയറിട്ടും കയറീട്ടും തീരാത്ത തെങ്ങ്......”

രുഗ്മിണി കൊടുത്ത കൊടുവാൾ കൊണ്ട് രാജൻ കുട്ടി തേങ്ങ രണ്ടു മുറിയായി വെട്ടി. അതിനകത്തെ വെള്ളം കനത്ത് ശുഷ്കിച്ചിരുന്നു. ശുക്ലം പോലെ തുള്ളികളായി അത് താഴേക്ക് ഉറ്റിവീണു. നിറവും അതുതന്നെ; കഞ്ഞിവെള്ളം പോലെ.

തേങ്ങാമുറിയിൽ നിറയെ രാജൻകുട്ടി റാക്കൊഴിച്ചു. സിപ്പ് സിപ്പായി അയാൾ അത് മോന്തി. പിന്നെ ഒക്കത്തുനിന്ന് പേനാക്കത്തിയെടുത്ത് തേങ്ങാ മുറിയുടെ കാമ്പിൽ നിന്ന് വളാക്കം ചെത്തിയെടുത്ത്ചവക്കാൻ തുടങ്ങി. വീണ്ടും റാക്കൊഴിച്ചു, വീണ്ടും വളാക്കം ചെത്തിത്തിന്നു. അവസാനം ചിരട്ടമാത്രം ബാക്കിയായി. പിന്നെ ചിരട്ടയിലൊഴിച്ചായി കുടി. രാജൻകുട്ടി യുടെ മുത്തച്ഛൻ പണ്ട് റാക്ക്കുടിക്കുന്ന രീതിയായിരുന്നുവത്രെ അത്.

രവിമേനോൻ സോഡ ചേർത്ത് മൂക്കറ്റം കുടിക്കുകയും പ്ലേറ്റിലുള്ളത് മുഴുക്കെ തിന്നുകയും ചെയ്തു.

രാജൻകുട്ടി ബൈക്ക് സ്റ്റാർട്ട് ചെയ്തു. അതിന്റെ ശബ്ദം നേർത്തു നേർത്തുനേർത്തില്ലാതാവും വരെ രുഗ്മിണി ചെവിയോർത്തു. തീവണ്ടി പ്ലാറ്റ്ഫോമിൽ നിന്ന് അകന്നുപോവുമ്പോൾ തോന്നുന്ന ഒരുതരം വിഷാദം അവളെ പെട്ടെന്നു പിടികൂടി.

രവിമേനോൻ രുഗ്മിണിയെ കാത്തുകൊണ്ട് ബെഡ്റൂമിലെ കട്ടിലിൽ കിടക്കുകയാണ്. കിടന്ന കിടപ്പിലും അയാളുടെ ചുണ്ടിൽ സിഗററ്റ് പുകയു ന്നുണ്ടായിരുന്നു. അതിന്റെ ചാരം കിടക്കയിലും തലയണയിലും തലങ്ങും വിലങ്ങും വീണുകൊണ്ടിരുന്നു. അവസാനം ചുണ്ടുകൾ പൊള്ളിയപ്പോൾ അയാൾ തുപ്പി. കിടക്കയിൽ ചെറിയ ഒരു ദ്വാരവും പുകയും ഉണ്ടാക്കിയ ശേഷം സിഗററ്റ് കുറ്റി കെട്ടടങ്ങി. പഴയ ഉന്ന[1]ത്തിന്റെ മണം മുറിയിൽ തളം കെട്ടി.

കട്ടിലിന്റെ ഓരത്തിരുന്നുകൊണ്ട് ഒരു നിമിഷം പ്രാർഥിച്ച ശേഷം രുഗ്മിണി അവൾക്കായി നീക്കിവച്ച പാതിയിൽ കിടന്നു.

"ഈ ഉടുപ്പൊക്കെ അഴിച്ചുമാറ്റൂ. എനിക്കു ചൊറിയുന്നു." അവജ്ഞയോടെ രവിമേനോൻ പറഞ്ഞു." ഉറങ്ങുമ്പോൾ നേരിയ ഉടുപ്പിട്ടാൽ പോരെ നിനക്ക്."

രുഗ്മിണി എല്ലാം അഴിച്ചുമാറ്റി. പാവാടയും ബ്രായും മാത്രമിട്ടുകൊണ്ട് അവൾ രവിയോട് ചേർന്നു കിടന്നു.

"നീ വല്ലതും ചെയ്യ്. വെറും ഒരു മരക്കഷണമാണല്ലോ നീയ്യ്." കൊഴുത്ത ദ്രാവകം പോലെ അയാളുടെ വാക്കുകൾ പുറത്തേക്കു വന്നു. കൂടെ സിഗ റററ്റും മദ്യവും കലർന്ന രൂക്ഷഗന്ധവും.

അയാൾ ചില ശ്രമങ്ങളൊക്കെ നടത്തി. ഒന്നും വിജയിക്കുന്നില്ല. അയാൾക്ക് കലികയറുകയാണ്. കിടപ്പറയിലെ നിരാശ മൂക്കുകയാണ്.

1. ഉന്നം (cotton) - പരുത്തി (വടക്കേ മലബാറിലെ പഴയ ഭാഷ)

“എന്താടീ...നീ ആരെ ഓർത്താ കിടക്കുന്നത്? നിനക്ക് ഒരു മൂഡുമില്ലല്ലോ?” രവിമേനോൻ അവളുടെ തോളിൽ പിടിച്ചുകുലുക്കിക്കൊണ്ട് ചോദിച്ചു.

“ഞാനെന്തു ചെയ്യും? നെയ്‌വിളക്കിലെ തിരിപോലെയുള്ള ഈ സാധനം.....” അവജ്ഞയോടെ രുഗ്മിണി പറഞ്ഞു.

അയാൾ പെട്ടെന്ന് ക്രുദ്ധനായി. ഒറ്റ ചവിട്ടിന് രുഗ്മിണി താഴെ തറയിൽ നിലംപതിച്ചു.

നന്നായി വേദനിച്ചെങ്കിലും ഒന്നും സംഭവിക്കാത്തമട്ടിൽ രുഗ്മിണി തട്ടിക്കുടഞ്ഞ് എഴുന്നേറ്റു. അവൾ വീണ്ടും വസ്ത്രങ്ങൾ എടുത്തിട്ടു, എന്നിട്ട് വാതിൽ തുറന്ന് പുറത്തേക്കിറങ്ങി. അവളുടെ നെഞ്ച് പിടയുകയാണ്.

രാത്രി കനത്തിരിക്കുന്നു. തളർന്ന തെക്കൻ കാറ്റിന്റെ മുഴക്കം കേൾക്കാം. താഴെ ചെടികളിൽ ഉരുകിക്കൊണ്ടിരിക്കുന്ന മഞ്ഞിന്റെ ആശയറ്റ പൊഴിച്ചിൽ.

ഇടുങ്ങിയ നാട്ടുവഴിയും വിസ്തൃതമായ പാടവും പിന്നിട്ട് ചുറുചുറുക്കോടെ നടന്ന് വയൽക്കരയിലുള്ള രാജൻകുട്ടിയുടെ വീട്ടുമുറ്റത്ത് രുഗ്മിണി എത്തി. അവൾ വാതിലിൽ മുട്ടി. വാതിൽ തുറന്നതും രുഗ്മിണി രാജൻകുട്ടിയുടെ മാറിലേക്കു ചാഞ്ഞു.

“അരുത് അരുത്, അരുതാത്തത് പാടില്ല”

രാജൻകുട്ടി രുഗ്മിണിയെ അടർത്തിയെടുത്ത് മുന്നിലേക്കു നിർത്തിക്കൊണ്ടു പറഞ്ഞു.

രാജൻകുട്ടിക്ക് എല്ലാ അറിയാം. രവിയുമായി ശണ്ഠകൂടുന്ന ദിവസങ്ങളിൽ രുഗ്മിണി വീടുവിട്ടുപോകും. ദൂരെയെങ്ങും പോവില്ല. ഒന്നുകിൽ വരാന്തയിലെ സൈഡ്റൂമിൽ കിടന്നുറങ്ങും. വല്ലപ്പോഴും അടുത്തുള്ള അമ്മയുടെ വീട്ടിൽ പോകും. ഇതാണ് പതിവ്.

ഇന്ന് പതിവുതെറ്റിച്ച് അർദ്ധരാത്രിയിൽ രുഗ്മിണി വന്നിരിക്കുന്നത് രാജൻകുട്ടിയുടെ വീട്ടിലേക്കാണ്.

“നീയറിയുമോ, എന്റെ ഭാര്യ മരിച്ചതിനുശേഷം ഒരു സ്ത്രീയും ഈ വീട്ടിൽ കടന്നുവന്നിട്ടില്ല.” ഉത്തമപുരുഷനെപ്പോലെ രാജൻകുട്ടി പറഞ്ഞു

“എനിക്കൊന്നു വിശ്രമിക്കണം ഞാനിപ്പോൾ വീഴും.”

രുഗ്മിണിയുടെ ക്ഷീണിച്ച സ്വരം പുറത്തുവന്നു.

രാജൻകുട്ടി അവളെ താങ്ങി കട്ടിലിൽ കിടത്തി.

കുറച്ചുനേരം കഴിഞ്ഞപ്പോൾ രാജൻകുട്ടിയുടെ ഫോൺ ശബ്ദിച്ചു. രവിമേനോനാണ്.

“രുഗ്മിണി വഴക്കിട്ട് ഇറങ്ങിപ്പോയി അവൾ അമ്മയുടെ വീട്ടിലേക്കാണെന്നു ഞാൻ ധരിച്ചു. ഞാനവിടെ വിളിച്ചു, പക്ഷേ, അവൾ അവിടെ ചെന്നിട്ടില്ല. രാജന്റെ അടുത്തെങ്ങാനും വന്നിട്ടുണ്ടോ എന്നറിയാനാണ്.”

“ഇല്ല ഇവിടെ വന്നിട്ടില്ല.” പെട്ടെന്ന് അങ്ങനെ പറയാനാണ് രാജൻകുട്ടിക്ക് തോന്നിയത്.” പേടിക്കാതെ, പുലരുമ്പോഴേക്കും രുഗ്മിണി അവിടെ എത്തും. ഈ പാതിരാത്രി വേറെ എവിടെ അന്വേഷിക്കാനാണ്.

രുഗ്മിണി കട്ടിലിൽ മലർന്നു കിടന്ന് കണ്ണുകൾ പതുക്കെ തുറന്നു. രണ്ടു കൈകളും അവൾ രാജൻകുട്ടിയുടെ നേരെ നീട്ടി. അവളുടെ കണ്ണുകൾ വികസിച്ചു. വികസിച്ച കണ്ണുകളിൽ ദാഹജലത്തിനുവേണ്ടിയുള്ള കേഴൽ. ചുണ്ടുകളിൽ തീർത്ഥജലത്തിനുവേണ്ടിയുള്ള ദാഹം. കവിളുകളിൽ കാമപ്പൂക്കൾ വിരിയുന്ന അരുണശോഭ.

“എന്റെ പഴകിയ നീതിസാരങ്ങൾ ദുർബലമാകുന്നു” രാജൻകുട്ടി സ്വയം പിറുപിറുത്തുകൊണ്ട് രുഗ്മിണിയുടെ കൈകളിൽ വീണു. രുഗ്മിണിയുടെ ശരീരത്തിലൂടെ വീണ്ടും ഒരു വിറ പാഞ്ഞു. രാജൻകുട്ടിയുടെ ചുടുനിശ്വാസം അവളുടെ ആത്മാവിനെ തൊട്ടുണർത്തി. അയാളുടെ സ്പർശനങ്ങൾക്ക് അവൾ ഇരയാവുകയാണ്.

രാജൻകുട്ടി രുഗ്മിണിയോട് ചേർന്നുകിടന്നു. അയാളുടെ വിരലുകൾ മുപ്പത്താറാം നമ്പ്ര് ബ്രായുടെ ഹുക്കുകളിൽ കുരുങ്ങി. മാറോടുമാറു ചേർത്ത് അവർ പരസ്പരം ചൂടു പകരുമ്പോൾ വീണ്ടും ഫോൺ ബെല്ലടിച്ചു.

രവിമേനോനാണ്. അയാൾ പറയുകയാണ്.

“രാജൻകുട്ടി, രുഗ്മിണി ദാ ഇപ്പോൾ വീട്ടിലെത്തി. ഇനി ഞാൻ സമാധാമായി കിടന്നുറങ്ങട്ടെ. നീയും ഉറങ്ങിക്കോളൂ.”

വയലിനക്കരെനിന്നും വരുന്ന കിഴക്കൻ കാറ്റ് കിടപ്പറ വാതിൽ തഴുകിക്കൊണ്ട് കടന്നുപോയി. ബ്രാഹ്മമുഹൂർത്തത്തിന്റെ ആരവം ചക്രവാളം ആഘോഷിക്കാൻ തുടങ്ങി. കിഴക്ക് അരുണാഭമായ വാനത്തിലൊക്കെയും അടിയും മുടിയും ചുവന്ന നൃത്തചിത്തകളായ പുലർകാല മേഘങ്ങൾ മാത്രം.

ശുക്രനക്ഷത്രം ഉദിച്ചുയർന്നു.

■

സമൂഹം

കർക്കിടകത്തിലെ കനത്ത ഒരു രാത്രിയുടെ തുടക്കം. കള്ളന്മാരെ ഭയന്ന് ഞങ്ങൾ അന്ന് സന്ധ്യയോടെ വാതിലടച്ചു. അതോടെ ഉമ്മറത്തെ വിളക്കും കെട്ടു. അകത്തു കത്തുന്ന ഒരേ ഒരു വിളക്കൊഴിച്ചു നിർത്തിയാൽ ലോകം മുഴുവൻ ഇരുട്ടിലാണ്.

തികഞ്ഞ ഏകാന്തതയിലാണ് ഇത്രയും കാലം ഞങ്ങൾ ഈ വീട്ടിൽ താമസിച്ചത്. ഇതിനപ്പുറം ഒരു ലോകമുണ്ടെന്ന് ഞങ്ങൾ ഒരിക്കലും ചിന്തിച്ചിട്ടില്ല. എന്നാൽ ഞങ്ങളുടെ വീടിനു ചുറ്റും മറ്റു വീടുകളാണ്. നേരെ മുന്നിൽ ഒരു തഹസിൽദാർ. അയാളുടെ വീട്ടിൽ എപ്പോഴും തിരക്കായിരിക്കും. വന്ന ആളുകളുടെയെല്ലാം കക്ഷത്തിൽ കാണാം കടലാസിന്റെ കെട്ടുകൾ. പൗരാണികകാലത്തെ രാജാവിനെപ്പോലെയാണ് തഹസിൽദാർ എന്നും പുറത്തു വരിക. അന്നേരം കാത്തിരിക്കുന്ന ആൾക്കൂട്ടം ഒന്നൊതുങ്ങും. കുറെ കഴിയുമ്പോൾ ആളുകൾ തിരിച്ചുപോക്കുതുടങ്ങും. ചിലർ ചിരിക്കുന്നുണ്ടാകും. അവർ വളരെ കുറച്ചുപേരേ കാണൂ. ചിലർ കണ്ണിൽ തുടച്ചുകൊണ്ടാകും മടങ്ങുക. അവരായിരിക്കും അധികം. ചീത്ത വാക്കുകൾ കേൾക്കുമ്പോഴായിരിക്കും ഞങ്ങൾ മറ്റുള്ളവരെ ശ്രദ്ധിക്കുക. അവരെ ഞങ്ങളുടെ വീട്ടിൽ വിളിച്ചുവരുത്തി ഇങ്ങനെയൊന്നും പറയരുതെന്നും ഒരു മനുഷ്യൻ എത്ര വലിയ തെറ്റും ചെയ്താലും അതിനൊക്കെ ഒരു ക്ഷമകാണിക്കണ്ടേ എന്നൊക്കെപ്പറഞ്ഞ് അവരെ ഉപദേശിക്കണമെന്നും ഞങ്ങൾ പലപ്പോഴും ആലോചിക്കാറുണ്ട്. പക്ഷേ, ലോകം നന്നാക്കുന്നതിൽ ഞങ്ങൾക്ക് താത്പര്യം വളരെ കുറവായിരുന്നു. അതുകൊണ്ട് ഞങ്ങൾ അതൊന്നും ചെയ്തില്ല.

ഞങ്ങൾ ഒരിക്കലും തഹസിൽദാരുടെ വീട്ടിൽ പോയിട്ടില്ല. എന്റെ റേഷൻകാർഡ് നേരത്തെതന്നെ ബലത്തിൽ വന്നിരുന്നു. എനിക്കു വേറെ നികുതികളൊന്നും കൊടുക്കാനുണ്ടായിരുന്നില്ല. അതുപോലെ മിച്ചഭൂമിയുമില്ല. അതുകൊണ്ട് അയൽപക്കമാണെങ്കിലും തഹസിൽദാരെ കാണാൻ ഞാൻ കൂട്ടാക്കിയില്ല.

പക്ഷേ, എന്റെ ഭാര്യ എന്നോട് ഒരിക്കൽ പറഞ്ഞു: “നമ്മൾക്ക് ആ വീട്ടിലൊന്നു പോണം.” എനിക്കു കലികയറി. “ആവശ്യമില്ലാത്ത സ്ഥലത്ത് പോകേണ്ട ഒരു കാര്യവും നമ്മൾക്കില്ല. തഹസിൽദാരുടെ വീട്ടിൽ പോയി അയാളെ കണ്ടിട്ട് വല്ല ആവശ്യവുമുണ്ടോ? നമ്മുടെ ജീവിതകാലം മുഴുവനും

നമ്മൾ വാടകവീട്ടിൽത്തന്നെ താമസിക്കും. പിന്നെയെന്തിനാണ് നമ്മൾക്ക് സിമന്റ്? എന്റെ ജീവിതത്തിൽ ഒരു ഷീറ്റ് കാൺക്രീറ്റ് വാർക്കാൻ എനിക്കാവില്ല. പിന്നെ പഞ്ചസാര. ആഴ്ചയിൽ രണ്ടു പ്രാവശ്യം പഞ്ചസാരയ്ക്കു വേണ്ടി മൂത്രം പരിശോധിക്കുന്ന എനിക്ക് അതിന്റെ ആവശ്യമില്ല."

"എന്റെ ഭാര്യക്കും കലികയറി, ഇത്രയും അവസരവാദിയായ, ഒരു ദുഷ്ടനായ നിങ്ങളുടെ ഭാര്യയാകേണ്ട ഗതികേട് എനിക്കു വന്നുവല്ലോ. തിന്നുമ്പോൾ ഒരു മണി വറ്റ് നിലത്താകാൻ കൂടി സമ്മതിക്കാത്തവനാണ് നിങ്ങൾ. ഉറുമ്പിനെപ്പോലും നിങ്ങൾ ഈ ലോകത്ത് ജീവിക്കാനനുവദിക്കില്ല. നിങ്ങൾക്കു ദൈവം ചിറകുതന്നിരുന്നുവെങ്കിൽ ഈ ആകാശത്തിൽ ഒരു പക്ഷിയുമുണ്ടാവുകയില്ലായിരുന്നു." കുറെനേരം എന്തോ ഓർത്തശേഷം അവൾ പറയുകയാണ്:

"ദൈവം എത്ര നല്ല ഒരു മനുഷ്യനാണ്!"

പക്ഷേ, ഇതുകൊണ്ടൊന്നും സംഗതികൾ ശരിപ്പെട്ടില്ല. ഒരു ദിവസം തഹസിൽദാരുടെ ഭാര്യയുടെ അച്ഛന് രോഗം കലശലായി. അന്ന് ആ നരാധമൻ ഞങ്ങളുടെ വീട്ടിൽ വന്നു. അവൻ ഒരുപാടുനേരം അവന്റെ കഷ്ടപ്പാടുകൾ ഞങ്ങളോടു പറഞ്ഞു. ഞാൻ പോയി എനിക്കു പരിചയമുള്ള ആ ഡോക്ടറെ കൂട്ടിക്കൊണ്ടുവരണമത്രെ.

എന്നാൽ എനിക്കു സിമന്റും പഞ്ചസാരയും ആവശ്യമില്ലായിരുന്നു. അതുകൊണ്ട് ഞാനൊരക്ഷരം പറയാതെ അകത്തേക്കു കടന്നു വാതിലടച്ചു.

രണ്ടുദിവസം കഴിഞ്ഞപ്പോൾ തഹസിൽദാരുടെ വീട്ടുമുറ്റത്ത് ഒരുപാട് ആളുകളെ കണ്ടു. പിന്നെ വലിയ ഒരു മാവു മുറിച്ചുവീഴുന്ന ഒച്ചയും കേട്ടു. ഞാൻ പൊട്ടിച്ചിരിച്ചു. മാവു വീഴുന്ന ഒച്ച കേട്ടു ഞെട്ടിയ എന്റെ ഭാര്യ പറഞ്ഞു: "ശരിയായ ദുഷ്ടൻ തന്നെ!"

അന്നേരം ഞാൻ ചോദിച്ചു: "ഞാനോ, അതോ മരിച്ചവനോ?"

"മാവു വീഴുന്നതു കേൾക്കുമ്പോഴെങ്കിലും മനുഷ്യന് അല്പം സഹതാപം ഉണ്ടാകും. ആ കണ്ണീർകൂടി വറ്റിയല്ലോ നിങ്ങൾക്ക്" എന്നായി എന്റെ ഭാര്യ.

ഞാൻ പറഞ്ഞു:"പ്രമേഹവും ക്ഷയവും, രണ്ടുംകൂടിയുള്ള രോഗി എത്രയും വേഗം മരിക്കുന്നുവോ അതായിരിക്കും അവന്റെ ജീവിതത്തിലെ ഏറ്റവും ഉയർന്ന ഷോടതി."

ചിത പുകഞ്ഞു കത്തി തലച്ചോറു പൊട്ടി മണം പരന്നു.

അതോടെ തഹസിൽദാരുടെ വീടിനെ ഞാൻ മറന്നു.

പിന്നെ ഇടതുഭാഗത്തുള്ള വീടാണ്.

തഹസിൽദാരുടെ വീട്, മാളികവീടും വലിയ മുറ്റവും അടുക്കളയിൽ നല്ല മണം പരത്തുന്ന പുകയുമുള്ള വീടാണെങ്കിലും ഇടതുഭാഗത്തുള്ള വീട്

ഒരു ചെറിയ വീടാണ്. ആ വീടു നോക്കുമ്പോൾത്തന്നെ ചാണകത്തിന്റെ ഗന്ധം മൂക്കിലടിക്കും. വീടിന്റെ ഓലമേഞ്ഞ മേല്പുര താണു താണ് വീടിന്റെ കോലായ മറച്ചിരുന്നു. അത്രയും ദുഃഖമയമാണ് ആ വീട്. ഏതോ ഒരു ശോകഗാനം കേൾക്കുന്ന ഘനത്തോടെയാണ് ഞാൻ എന്നും ആ വീടു നോക്കുക. മുടി പറിച്ചിട്ട് നീണ്ട ഒരു സ്വരൂപം മുറ്റത്തിറങ്ങും. എന്തിനാ മോനെ പെണ്ണുങ്ങളെ നോക്കിനില്ക്കുന്നത്. അന്നേരത്താണ് ആ രൂപം പെണ്ണാണെന്നു ഞാൻ മനസ്സിലാക്കുന്നത്. ചിതറിയ മുടി ഒഴിച്ചുനിർത്തിയാൽ ബാക്കി മുഴുവൻ സമത്വം. പക്ഷേ, ഉടുപടങ്ങൾ പെണ്ണിന്റേതുതന്നെ.

"എന്തിനാ നോക്കിനില്ക്കുന്നത്? അവൾ ഭ്രാന്തിയാ." എന്റെ ഭാര്യ പറഞ്ഞു.

മൂന്നു കൊല്ലങ്ങൾക്കു മുമ്പാണ് അവൾക്കു ഭ്രാന്തു തുടങ്ങിയത്. പക്ഷേ, അതിന്റെ ഒന്നുരണ്ടു കൊല്ലങ്ങൾക്കു മുമ്പുതന്നെ അവൾ അവളുടെ ഭർത്താവിനെ അവിടെനിന്നും അകറ്റിയിരുന്നു. അയാൾ ഒരു പാവപ്പെട്ട മനുഷ്യനായിരുന്നുവത്രെ. എന്നും ഈശ്വരനെ ഓർക്കലല്ലാതെ മറ്റൊരു സ്ത്രീയെ അയാൾ പൂജിച്ചിരുന്നില്ല. അതായിരുന്നു ജീവിതകാലം മുഴുവൻ അയാൾ ചെയ്ത ഒരേയൊരു തെറ്റ്. അതുകൊണ്ട് ഭ്രാന്തു വരുന്നതിനുമുമ്പുതന്നെ സുന്ദരിയായ ഈ പെണ്ണ് സ്വന്തം ഭർത്താവിനെ വീട്ടിൽ നിന്ന് അകറ്റി.

പിന്നെ അവളും മൂന്നുകുട്ടികളും മാത്രമായി വീട്ടിൽ. അവൾ തിയ്യത്തിയാണെങ്കിലും പണിയെടുത്തു ജീവിച്ചിരുന്നില്ല. പറമ്പിൽ പത്തറുപതു തെങ്ങുകളുണ്ട്. ഉമ്മൻ കൊത്താത്ത തെങ്ങുകൾ ആ നാട്ടിൽ ആ പറമ്പത്തുള്ളതു മാത്രമാണ്. തെങ്ങുകൾ ഒരുപാടു തേങ്ങ വിളയിച്ചു. ആദ്യമാദ്യം വരവിനേക്കാൾ ചെറുതായി ചെലവ്. പിന്നെ സാമാന്യം, സമത്വം തെറ്റിയ മട്ടായി. പറമ്പിൽ പണിയെടുക്കാതായി. പറമ്പും തെങ്ങുകളും ക്ഷീണിച്ചു. അതോടെ ഭ്രാന്തിന് ശക്തികൂടി.

മരത്തിന്റെ തോളവും മറ്റുമുണ്ടാക്കി അതിൽ തളയ്ക്കേണ്ട രീതിയിലുള്ള ഹിംസാത്മകമായിരുന്നില്ല അവളുടെ ഭ്രാന്ത്. വളരെ കാര്യമാത്രപ്രസക്തമായിരുന്നു വാക്കുകളും ചെയ്തികളും. അതു ഞാൻ മനസ്സിലാക്കിയത് വിശന്നു പൊരിയുന്ന അവളുടെ കുട്ടിക്ക് അല്പം ഭക്ഷണം കൊടുക്കാൻ മുതിർന്നപ്പോഴാണ്.

അവൾക്കു മൂന്നു കുട്ടികളുണ്ട്. ആ മൂന്നു കുട്ടികളും അവളുടെ എല്ലാത്തരം പീഡനങ്ങളുമേറ്റ് നരകയാതന അനുഭവിക്കുന്ന ജീവികളായിരുന്നു. നിലവിളിയുടെ കടുപ്പം കേട്ട് ഞാൻ ആ കോലായിലേക്കുതന്നെ നോക്കിനിന്നു, നിശ്ചയമായും കുട്ടിക്കു വയറുവേദനയായിരിക്കണം. ഒരു ഡോക്ടറുടെ ലാഘവബുദ്ധിയോടെ ഞാൻ മനസ്സിലാക്കി. പക്ഷേ, കുട്ടി നിലവിളി നിർത്തി അക്ഷരങ്ങൾ ഉരിയാടാൻ തുടങ്ങിയപ്പോഴാണ് കള്ളി മനസ്സിലാവുന്നത്. അവൻ വിളിച്ചുകൂവുകയാണ്: "എനിക്കു വിശക്കുന്നു എനിക്കു വിശക്കുന്നു."

ഞാൻ കണ്ടത്തിൽ ഇറങ്ങിനടന്ന് ആ കുട്ടിയെ വിളിച്ചു. അവൻ ചുറ്റും നോക്കി. രക്ഷാബോധത്തോടെ നേരെ ലാഞ്ചിലാഞ്ചി നടന്ന് എന്റെ വീട്ടുമുറ്റത്തെത്തി. എന്റെ ഭാര്യ തിന്നുന്ന കാഡ്ബറീസിന്റെ ഒരു കഷണവും മരക്കിഴങ്ങു പുഴുങ്ങി മുളകുചേർത്തു കടുകിൽ വറുത്തതും അവനു കൊടുത്തു. കാഡ്ബറീസ് ഒന്നു മണത്തുനോക്കിയശേഷം അവൻ മുറ്റത്തേക്കു വലിച്ചെറിഞ്ഞ് എന്നെ രൂക്ഷമായി നോക്കി. നീയെനിക്കു വിഷം തന്നിരിക്കുകയാണോ എന്നതായിരിക്കണം അന്നേരത്തെ അവന്റെ ഭാവം. പിന്നെയവൻ കണ്ണുംപൂട്ടി മരക്കിഴങ്ങു തിന്നു തുടങ്ങി. പാത്രം കാലിയായപ്പോൾ വള്ളിപൊട്ടിയ ട്രൗസറിൽ തിന്ന കൈ തുടച്ചുകൊണ്ട് അവൻ ഓടിപ്പോയി. അപ്പോൾ അവന്റെ അമ്മ മുറ്റത്തിറങ്ങി നില്ക്കുകയായിരുന്നു. ഞാൻ അവളെ മാടിവിളിച്ചു. അവൾ ഉടനെ ഏതോ ഒരാകർഷണ ശക്തിപോലെ ഓടിയെത്തി. ഞാൻ ഇരുനാഴി അരിയളന്ന് ഒരു മുറത്തിലാക്കി അവൾക്കു കൊടുത്തു. അതു വാങ്ങി എന്നെ നോക്കി നില്ക്കുമ്പോൾ ഇത്രയും നന്ദി പ്രകാശിപ്പിക്കേണ്ടതില്ല എന്നു പറയണമെന്നു തോന്നി. എന്നിട്ടും പോകാതായപ്പോൾ ഞാൻ പുറത്തു പറഞ്ഞുപോയി: "കഞ്ഞിവെക്ക് നീയും കുടിക്ക്, മക്കൾക്കും കൊടുക്ക്." അന്നേരത്താണ് കണ്ണുകൾ കത്താൻ തുടങ്ങിയത്: "എന്താടാ നീ വിചാരിച്ചിരിക്കുന്നത്? എന്റെ വീട്ടിൽ ഒന്നുമില്ലെന്നോ? അകത്തെ പത്തായത്തിൽ മുഴുവനും നെല്ലാണ്. പുഴുങ്ങിയുണക്കി കുത്താൻ എനിക്കു നേരമില്ലാഞ്ഞിട്ടാ. നിന്റെ ഒരു പുഴുത്ത അരി." ഇത്രയും പറഞ്ഞു മുറവും അരിയും അവൾ വലിച്ചൊരേറ്. പിന്നെ ഒരുപാടു കാക്കകളുടെ വരവായി. ആ ഗ്രാമത്തിലുള്ള കാക്കകൾ മുഴുവൻ അവിടെയെത്തി. കാക്കകൾ കരയുന്ന ശബ്ദവും അവളുടെ ചീത്തവാക്കുകളും കുറെനേരം ആർത്തലച്ചു.

പിന്നെ ഞാൻ ഞെട്ടുന്നത് കുഞ്ഞിന്റെ കരച്ചിൽ കേട്ടപ്പോഴാണ്. അവൾ ഒരു വലിയ വടിയെടുത്തു നാലു വയസ്സായ ആ കുട്ടിയെ പൊതിരെ തല്ലുകയാണ്." നീയെന്തിനാ ആ ചെകുത്താന്റെ വീട്ടിൽ പോയി എച്ചിൽ തിന്നത്?" ഈ ചോദ്യം ഒരു പാടു തവണ ഉയർന്നു. അത്രയും തവണ അവളുടെ വടിയും ഉയർന്നു. ഞാൻ നിരാശയോടും സങ്കടത്തോടും കൂടിനില്ക്കുമ്പോഴാണ് എന്റെ ഭാര്യ പിന്നിൽ വന്നു നില്ക്കുന്നത്. "നിങ്ങൾക്കറിയില്ലേ അവൾക്കു ഭ്രാന്തില്ല എന്ന കാര്യം? അവൾക്കു ഭ്രാന്തില്ല ഒരു ചുക്കുമില്ല."

പിന്നെയെന്താണ് ഈ കാണുന്നതെന്ന അർത്ഥത്തിൽ എന്റെ ഭാര്യയെ നോക്കി. മുഖത്തടിച്ചതുപോലെ അവൾ പറഞ്ഞു: " അഹമ്മതതി." എന്റെ ഭാര്യ തുടർന്നു: "തഹസിൽദാർ വളരെ മോശക്കാരനാണ്. അതു ഞാൻ സമ്മതിച്ചു. പക്ഷേ, അയാളുടെ കെട്ടിയോളുണ്ടല്ലോ. ഇത്ര ദയയുള്ള ഒരു സ്ത്രീ ഈ വംശത്തിലില്ല. അഹമ്മതിക്കാരത്തിത്തള്ളയുടെ രണ്ടാമത്തെ കുഞ്ഞ് ഉടുമാനമില്ലാതെ നടക്കുന്നതു കണ്ടപ്പോൾ ഒരു ദിവസം അവർ വിളിച്ചു വീട്ടിലേക്കു കൊണ്ടുപോയി. കാലും മുഖവും കഴുകാൻ വെള്ളം കൊടുത്തു. ഉയർന്ന ജാതിയിലുള്ള സ്ത്രീ അങ്ങനെ ചെയ്യുമോ? എന്നിട്ട്

സ്വന്തം പാത്രത്തിൽ ഒരുപാടു ചോറും കറിയും വിളമ്പിക്കൊടുത്തു. വയർ തടിച്ചു വീർത്തതോടെ നല്ല ഒരു ഉടുപ്പും ഇടുവിച്ചു കൊടുത്തു. കുട്ടി വീട്ടിലെത്തേണ്ട താമസം ഉടുപ്പും അഴിച്ച് ഭ്രാന്തി ഒരോട്ടം. നേരെ തഹസിൽദാരുടെ മുറ്റത്തുവന്നു നിന്നു. ഉടുപ്പു പിച്ചിച്ചീന്തി തീ കൊടുത്തു. എന്നിട്ട് ആ ഭ്രാന്തി പറയുകയാ: എന്റെ വീട്ടിൽ പെട്ടിക്കകത്ത് ഇതിലും നല്ല ഉടുപ്പുകളുണ്ട്."

പിന്നെയവൾ വീട്ടിലേക്കു മടങ്ങിച്ചെന്ന് തന്റെ വടിയെടുത്തു കുട്ടികളെ പൊതിരെ തല്ലാൻ തുടങ്ങി. എനിക്ക് ചെന്നു പിടിച്ചുവയ്ക്കണമെന്നു തോന്നി. കരഞ്ഞട്ടഹസിക്കുന്ന മൂത്ത കുഞ്ഞിന്റെ വായിൽ അവൾ ഒരു പഴയ തുണി ഉന്തിത്തിരുകാൻ തുടങ്ങി. ഒന്നിന്റെ ശബ്ദം നിലച്ചു. ഒരു കൊലപാതകത്തിന്റെ ദൃക്സാക്ഷിയാവാൻ എനിക്കിഷ്ടമില്ലാത്തതിനാൽ ഞാൻ വീട്ടിലേക്കോടിച്ചെന്നു. പഴയ തുണി കുട്ടിയുടെ വായിൽ കുത്തിത്തിരുകിപ്പിടിച്ചിരിക്കുകയാണവൾ. കുട്ടിയുടെ കണ്ണുകൾ സോഡാക്കുപ്പിയിലെ ഗോലിപോലെ തുറിച്ചു നില്ക്കുന്നു. ഞാൻ പിടിക്കാനോങ്ങിയതും, അവൾ കുട്ടിയെ വിട്ട് വടിയുമെടുത്ത് എന്റെ പിന്നാലെ ഓടി. പിന്നെ ഞാൻ ആ വീട്ടിൽ കയറിയിട്ടില്ല. അതായിരുന്നു എന്റെ ആദ്യത്തെയും അവസാനത്തെയും സന്ദർശനം- ഇതു പറഞ്ഞുതീരുമ്പോഴേക്കും എന്റെ ഭാര്യ തളർന്നു.

പക്ഷേ, അവളുടെ കുട്ടികൾ ഇതുവരെ മരിച്ചിട്ടില്ല. ഇത്ര പട്ടിണികിടന്നിട്ടും, ഇത്ര പീഡനമനുഭവിച്ചിട്ടും ഈ കുട്ടികൾ ഇപ്പോഴും കരഞ്ഞും പിഴിഞ്ഞും ജീവിക്കുന്നു. ആയുസ്സിനെ മരണത്തിന് ഒരിക്കലും തട്ടിയെടുക്കാൻ കഴിയില്ലെന്നു ഞാൻ മനസ്സിലാക്കിയത് ഈ പുരയിലെ ജീവിതം നിരീക്ഷിച്ചുതുടങ്ങിയപ്പോഴാണ്. നമ്മൾ വിചാരിക്കാത്ത എന്തെല്ലാം കാര്യങ്ങൾ നമ്മുടെ ഈ എളിയ ജീവിതത്തിൽ ഒളിഞ്ഞുകിടക്കുന്നു!

അത്തരത്തിലുള്ള ഒരു ഒളിഞ്ഞുകിടക്കലാണ് അടുത്ത വീട്ടിലും ഞങ്ങൾ കണ്ടത്. അവിടെ രണ്ടേരണ്ടാളുകളേയുള്ളൂ. ഒരു ഭാര്യയും ഒരു ഭർത്താവും. പതിനേഴു വർഷങ്ങൾക്കു മുമ്പാണ് അവർ പുതിയ ജീവിതം ആരംഭിച്ചത്. ഇപ്പോഴും അവിടെ ഒരു ഭർത്താവും ഒരു ഭാര്യയും മാത്രമേയുള്ളൂ. അവിടെ ആർക്കും ഭ്രാന്തില്ല. പക്ഷേ, അവരുടെ കാര്യം ആലോചിച്ചാൽ ആലോചിച്ചവർക്കു ഭ്രാന്തു വരും.

തഹസിൽദാരുടെ വീട്ടിൽ നേരം വെളുക്കുമ്പോൾത്തന്നെ പുറത്തു പുരുഷന്മാരാണ്. പുറത്തെ പുരുഷന്മാർ അടങ്ങിയാലും അകത്തും പുരുഷന്മാരാണ്. സന്താനനിയന്ത്രണത്തിലൊന്നും തഹസിൽദാർക്കു വിശ്വാസമില്ല. പക്ഷേ, ഉണ്ടായ സന്താനങ്ങളെ അദ്ദേഹം നല്ലപോലെ നിയന്ത്രിക്കും. ഏഴു കുട്ടികളുണ്ട് തസിൽദാർക്ക്. പട്ടാളച്ചിട്ടയിലാണു ജീവിതം. കുട്ടികൾ രാവിലെ ഉണരും. ഉമ്മറത്ത് കക്ഷികൾ ഉള്ളതുകൊണ്ട് പിൻപുറത്താണ് എല്ലാം. സ്കൂളിൽ പോകേണ്ടവരെല്ലാം പോകും. വൈകുന്നേരം സ്കൂൾ വിട്ടു

വന്നാലാണ് തകൃതി. പിന്നെ അവിടെ ബഹളമാണ്. തഹസിൽദാർ പിന്നെ ക്ലബ്ബിലാണ്, കുട്ടികൾ അയാളില്ലാത്ത സമയത്തെല്ലാം വീടും പറമ്പും ശബ്ദ മുഖരിതമാക്കുന്നു.

അതുപോലെ ശബ്ദമുഖരിതമാണ് ഭ്രാന്തിയുടെ വീടും. അവിടെ വേദനയും പട്ടിണിയും വടികൊണ്ടടിയും മാത്രം. മറ്റവിടെ സുഭിക്ഷതയും അച്ചടക്കവും.

എന്നാൽ മൂന്നാമത്തെ വീട്ടിലോ?

പതിനേഴു വർഷങ്ങൾ ഉറങ്ങിയ പൂക്കൾ എന്നെല്ലാം ഞങ്ങൾ കേട്ടിട്ടുണ്ട്. പക്ഷേ, പതിനേഴു വർഷങ്ങൾ ഉറങ്ങിയ ഏതെങ്കിലും വീടുണ്ടോ? ഉണ്ടോ എന്ന് ആരെങ്കിലും ചോദിച്ചാൽ ഞങ്ങൾ പറയും, ഉണ്ട് ഏതെന്നു ചോദി ച്ചാൽ ഞങ്ങൾ പറയും, അടുത്ത വീട്.

അവിടെയുള്ളവർ രണ്ടാളും വലിയ ഉദ്യോഗസ്ഥനും ഉദ്യോഗസ്ഥയുമാണ്. ഭർത്താവ് പോസ്റ്റൽസൂപ്രണ്ട്, ഭാര്യ ഡി.ഇ.ഒ എന്നിട്ടെന്തു ഫലം? അവർക്കു കുട്ടികളില്ല. ഇത്രയധികം അദ്ധ്യാപകരും കുട്ടികളുമുള്ള ഒരു ലോകത്തെ കീഴടുക്കുന്ന ഡി. ഇ. ഒ വിന് ഒരു കുട്ടിയില്ല. കഷ്ടം!

ആയിടയ്ക്കാണ് ഒരു ദിവസം ഞാൻ അവിടെ ഭാര്യയും ഭർത്താവും ബഹളം വയ്ക്കുന്നതു കേൾക്കുന്നത്. എന്റെ ഭാര്യ പറഞ്ഞു: "അതു പതിവു ള്ളതാ. തഹസിൽദാരുടെ വീട്ടിലെപ്പോലെ അവിടെയും ബഹളം നടക്കാ റുണ്ട്. ഭാര്യയും ഭർത്താവും തല്ലുകൂടാത്ത ഏതെങ്കിലും ഒരു വീടുണ്ടോ?" എന്റെ ഭാര്യ ചോദിച്ചു.,

എല്ലാ ദിവസവും അടുത്ത വീടുകളിലെ കുട്ടികളെ വരുത്തി കാപ്പിയും പലഹാരവും കൊടുക്കലാണ് സുപ്രണ്ടിന്റെ ജോലി. വട, ബിസ്കറ്റ്, പഴം, ഹലുവ തുടങ്ങി തീറ്റസാധനങ്ങൾ സൂപ്രണ്ടുതന്നെ കൊണ്ടുവന്നു വയ്ക്കും. വൈകുന്നേരം നല്ല പാലൊഴിച്ച് തൈരുപോലെ കുറുകിയ ചായയും പല ഹാരങ്ങളും അയാൾ കുട്ടികൾക്കു കൊടുക്കുന്നു. എന്നെങ്കിലും സൂപ്രണ്ട് ഓഫീസ് വിട്ടുവരാൻ വൈകിയാൽ ഭാര്യ വിളിച്ചു കൊടുക്കണമെന്നാണ് നിയമം. ഭാര്യ ആ നിയമം തെറ്റിച്ചതിനാണ് ബഹളം.

പിറ്റേദിവസം മുതൽ ഞാനാ വീടു ശ്രദ്ധിക്കാൻ തുടങ്ങി. വലിയ ഒരു മാളികവീടാണത്. രാവിലെ ഞാൻ ഉണർന്നാൽ എന്റെ ടെറസ്സിൽ നിന്നു കൊണ്ട് ഞാൻ അങ്ങോട്ടു നോക്കും. ആ മാളിക വീട് ഒരു ശ്മശാനത്തിന്റെ പ്രതീതിയാണ് എന്നും ഉള്ളിൽ ഉളവാക്കിയത്. കാരണം. മണിക്കൂറുകൾ ഞാൻ നോക്കിനിന്നിട്ടും ആ വീട്ടിൽ ഒരു ചലനം കാണാൻ എനിക്കു കഴി ഞ്ഞിട്ടില്ല.

മൂന്നുതവണയാണ് ഞാൻ ആ വീട്ടിൽ ജീവിതം കണ്ടത്. അതും എത്രയോ കാലം നോക്കിനിന്നതിനിടയിൽ. ഒരിക്കൽ ഒരു വയസ്സത്തി

വീടിന്റെ പിൻപുറത്ത് എന്തോ അടിച്ചുവാരുന്നു. ഒരിക്കൽ സൂപ്രണ്ട് പിൻഭാഗത്തുള്ള കിണറ്റിന്റെ പടിയിൽ കൈകുത്തി കിണറ്റിലേക്കു നോക്കുന്നു. അയാളുടെ വലതുകൈയിൽ ഒരു ബ്രഷ് ഉണ്ടായിരുന്നു. ഇടയ്ക്കിടെ അതു പല്ലിന്മേൽ തെക്കും വടക്കും ചലിപ്പിക്കുകയും ഇടയ്ക്കു തുപ്പുകയും ചെയ്യുന്നതൊഴിച്ചാൽ അയാൾ നോക്കിയതു മുഴുവൻ കിണറ്റിലായിരുന്നു. ആ കിണറിന്റെ ആഴം ഞങ്ങൾക്കറിയില്ല.

ഒരു ദിവസം വലിയ ബഹളം കേട്ടുകൊണ്ടാണ് ഞാൻ ഉച്ചയ്ക്കുണർന്നത്. ഭ്രാന്തി സൂപ്രണ്ടിന്റെ വീട്ടിൽ കയറി വലിയ അക്രമം ചെയ്തത്രേ. ഉച്ചയുറങ്ങിക്കൊണ്ടിരുന്ന സൂപ്രണ്ടിനെ അവൾ കയറി കെട്ടിപ്പിടിച്ചു. പേടിച്ചു വിറച്ച സൂപ്രണ്ടിന്റെ കരച്ചിൽ കേട്ടു ഞങ്ങൾ ശ്രദ്ധിച്ചു. അന്നേരം ഭ്രാന്തി പറയുകയാണ്.

“ഞാനിനിയും പ്രസവിക്കും.”

അന്നു വൈകുന്നേരം വീട്ടിന്റെ പിന്നിലെ പുളിമരത്തിന്റെ ചുവട്ടിലിരുന്ന് സൂപ്രണ്ടിന്റെ ഭാര്യ ഒരുപാടുനേരം കരഞ്ഞു. അന്നേരം സൂപ്രണ്ട് വീട്ടിൽ ഇല്ലായിരുന്നു.

എന്റെ ഭാര്യ എങ്ങോട്ടോ പോകുന്നതു കണ്ടപ്പോൾ ഞാൻ ചോദിച്ചു: “എങ്ങോട്ടാ.”

“ഇതെന്തുകഥ!” അവൾ പറഞ്ഞു: “എത്രനേരമായി അവർ ഇരുന്നു കരയുന്നു. ഒന്നു പോയി ആശ്വസിപ്പിക്കട്ടെ.”

“അവരെ ആശ്വസിപ്പിച്ചാൽ നിനക്കെന്തു ഗുണം? മനസ്സിനു ഭക്ഷണം കൊടുക്കാൻ ദൈവം ഒരിക്കലും പറഞ്ഞിട്ടില്ല. മനസ്സിനെ ദൈവം പടച്ചിട്ടില്ല. ദൈവം പടച്ചത് വയർ മാത്രമാണ്. അവർക്കു വിശക്കുന്നുവെങ്കിൽ ഇങ്ങോട്ടു വരാൻ പറ.”

എന്റെ ഭാര്യ ഉടനെ അവളുടെ സാരിമാറ്റി. അവൾക്ക് എളുപ്പത്തിൽ മാറ്റാൻ കഴിയുന്നത് അതുമാത്രമായിരുന്നു.

ഭർത്താവു മരിച്ചുപോയ ഒരു വിവാഹഫോട്ടോ നോക്കുമ്പോലെ ഞാനെന്നും ആ വീടിനെ നോക്കിനിന്നു. ഇടയ്ക്കു കിണറു നോക്കുന്ന സൂപ്രണ്ടിനെ കാണാം. ഇടയ്ക്ക് വെള്ളം കോരുന്ന, പൊൻവളയിട്ട ഒരു കൈയും വളയിടാത്ത മറ്റൊരു കൈയും കാണാം. പിന്നെയാകപ്പാടെ നിശ്ശബ്ദതയായിരിക്കും. ഈ ലോകം ഒരു ബഹളവും ഒച്ചപ്പാടില്ലാത്തതുമാണെന്നു ഞാൻ മനസ്സിലാക്കിയത് ആ വീട്ടിലെ ചലനങ്ങൾ ശ്രദ്ധിച്ചപ്പോൾ മാത്രമാണ്. ഏകാന്തത എന്നെല്ലാം പറയുന്നത് എത്ര സത്യമാണ്.

ഞാൻ എന്റെ ദിവ്യമായ സ്വപ്നത്തിൽനിന്നുണരുന്നത് ഭ്രാന്തിയുടെ ശകാരം കേട്ടോ തഹസിൽദാരുടെ വീട്ടിലെ പുരുഷാരത്തിനിടയിലെ ശാപവാക്കുകൾ കേട്ടോ ആയിരിക്കും. പക്ഷേ, ഒന്നു ഞങ്ങൾ മനസ്സിലാക്കി. എത്ര

തന്നെ ഏകാന്തത കൊതിച്ചാലും ഒച്ചപ്പാടു കേൾക്കാതെ ഒരു മനുഷ്യനു ജീവിക്കാൻ വയ്യ. ഒന്നുമില്ലെങ്കിൽ കടലിന്റെ തിരയടിയൊച്ചയെങ്കിലും അവൻ കേൾക്കേണ്ടിവരും.

അതുകൊണ്ടാണ് നാലാമത്തെ വീട് ആൾപ്പാർപ്പില്ലാതായത്. എത്രയോ കാലം ആറ്റുനോറ്റിട്ടാണ് തട്ടാൻ കുഞ്ഞിക്കേളു ഈ ഭയങ്കരമായ മൂന്നുനില ക്കെട്ടിടം പണിതത്. ഇത്ര വലിയ വീട് ഈ വംശത്തിൽ ആരും പണിതിട്ടില്ല. പണിതതാണെങ്കിൽ ഈ വംശത്തിലെ ഏറ്റവും വലിയ ദരിദ്രനായ കുഞ്ഞി ക്കേളുവും.

ഏഴാമത്തെ വയസ്സിലാണ് കുഞ്ഞിക്കേളു സ്വർണ്ണപ്പണി തുടങ്ങിയത്. തന്റെ ജീവിതത്തിലെ മുപ്പതു വർഷങ്ങളിലും പൊന്നിലല്ലാതെ ചെമ്പിൽ തന്റെ മുട്ടി വീണിട്ടില്ലെന്ന് കുഞ്ഞിക്കേളു എന്നും പറയും. അത്രയും കഷ്ട പ്പെട്ടു സമ്പാദിച്ച് അയാൾ ഏറ്റവും വലിയ മണിമന്ദിരം പണിതു. അവിടെ താമസം തുടങ്ങിയ ദിവസം വലിയ ആർഭാടമായിരുന്നു. നാടുനിറയെ പാലു കൊടുത്തു. പണിത ആശാരിമാർക്കു പട്ടുകൊടുത്തു. മൂത്താശാരിക്കു മോതിരം കൊടുത്തു. അയാളുടെ സുന്ദരിയായ ആശാരിച്ചിക്കു പൊൻവള.

എന്നിട്ടെന്തുഫലം? ആദ്യത്തെ രാത്രിയിൽത്തന്നെ കുഞ്ഞിക്കേളു വീടു വിട്ടോടി. ഭാര്യയും കുട്ടികളും പിന്നാലെ ഓടി. വീടു നിറയെ തീട്ടം. കുട്ടി ച്ചാത്തന്റെ കളി.

ആ വീടിന്റെ മുന്നിലൂടെയാണ് പഞ്ചായത്തു നിരത്തു പോകുന്നത്. അതിന്റെ പോക്ക് ഗവൺമെന്റ് ആശുപത്രിയിലേക്കാണ്. എന്നിട്ടും വീടിനു മുന്നിലെത്തുമ്പോൾ പൂട്ടിയിട്ട വീടിനുനേരെ നോക്കി അതിലെ പോകുന്ന വരെല്ലാം മൂക്കുപൊത്തി.

എല്ലാവരും വെറുത്തതു കുട്ടിച്ചാത്തനെയല്ല. അവൻ പ്രയോഗിക്കുന്ന ആയുധത്തെയാണ്.

ആ രാത്രിയിൽ മറ്റൊരു ശബ്ദവും കേൾക്കാതായപ്പോൾ ഞാൻ എഴു ന്നേറ്റു. നിശ്ശബ്ദതയിൽ ചുറ്റുപാടിനെ നിരീക്ഷിക്കുന്നത് എന്റെ ഒരു വിനോദ മാണ്. മുറിയിൽ കിടന്നുകിടന്നു മടുത്തപ്പോൾ ഞാൻ ഇരുട്ടിലൂടെ ഏണി പ്പടികൾ കയറി മുകളിലെത്തി. ഒരുകള്ളനെപ്പോലെയാണ് ഞാൻ നടന്നത്. എനിക്ക് എന്നെത്തന്നെ ഭയമായി. ഇടനാഴിയും മുറികളും പിന്നിട്ട് ഞാൻ ടെറസ്സിൽ കയറി.

നല്ല ഇരുട്ടുള്ള രാത്രിതന്നെ. തഹസിൽദാരുടെ വീട് ഒപ്പുകടലാസ്സിൽ മഷി മറിഞ്ഞതുപോലെ കണ്ടു. ഭ്രാന്തിയുടെ വീട്ടിൽനിന്ന് ഓലക്കീറിലൂടെ ഒരു വെളിച്ചത്തിന്റെ പോള പുറത്തുവരുന്നുണ്ട്. സൂപ്രണ്ടും ഭാര്യയും കിടന്നു റങ്ങുന്ന വീട് ഏങ്ങലടിക്കുന്നപോലെ തോന്നി. അന്നേരത്താണ് ഞാൻ കുഞ്ഞിക്കേളു സ്രാപ്പിന്റെ ഒഴിഞ്ഞുപോയ വീടു നോക്കിയത്. വീടു നോക്കേണ്ട താമസം മണമടിക്കാൻ തുടങ്ങി. കാറ്റുപെട്ടെന്നു ചീറിയടിച്ചു.

കാറ്റ് എനിക്കു ചുറ്റും അമേദ്ധ്യവുമായി വന്നു. ഞാൻ ഭയന്നു വിറച്ചു. ടെറസ്സിൽനിന്നും ഓടി. ഭയം ഒരു ഭ്രാന്തൻ നായയെപ്പോലെ എന്റെ പിന്നാലെ ഓടിവന്നു.

ഞാൻ കോണിയിറങ്ങാൻ നോക്കിയതും, എന്റെ കാലു തെറ്റി. ഏതോ ഒരു പൊട്ടക്കിണറ്റിൽ വീണപോലെയായി ഞാൻ. ആ കിടപ്പിൽ നിന്നും പിന്നെ ഞാൻ എഴുന്നേല്ക്കുന്നതു പിറ്റേന്നു രാവിലെയാണ്. അപ്പോഴേക്കും ചതവു പറ്റിയ ഇടങ്ങളിൽ നീരുവന്നു വീർത്തിരുന്നു. എങ്ങനെയോ ഞാൻ പോയി എന്റെ കട്ടിലിൽ കിടന്നു. പുറത്തുപോയി പരിചയക്കാരനായ എന്റെ ഡോക്ടറെ കാണിക്കാൻ ഞാൻ അശക്തനായിരുന്നു.

ആ വേദനയിൽ നിന്നും രോഗത്തിൽ നിന്നും രക്ഷപ്പെട്ടപ്പോഴാണ് പ്രകൃതിക്ക് ഇത്രയും വലിയ അത്ഭുതകരമായ ചിതിത്സകൾ നടത്താൻ കഴിയുമെന്നു ഞാൻ മനസ്സിലാക്കിയത്.

എന്നാൽ എന്റെ മനസ്സിലാക്കൽ തെറ്റാണെന്ന് എനിക്കു ബോദ്ധ്യമായത് കർക്കിടത്തിലെ കനത്ത ഈ രാത്രിയിലെ ആരംഭത്തോടെയാണ് കള്ളന്മാരെ ഭയന്ന് ഞങ്ങൾ സന്ധ്യയോടെ വാതിലടച്ചുവല്ലോ. ഞങ്ങൾ എന്നു ഞാൻ പറയുന്നതു വെറുതെയാണ്. എന്റെ ഭാര്യ മരിച്ചിട്ട് ഒരു കൊല്ലം കഴിഞ്ഞു. ഇതുപോലെ ഭയാനകമായ ഒരു കർക്കിടകത്തിലെ രാത്രിയിൽ ഒട്ടും ഓർക്കാത്ത നേരത്ത് അവൾ മരിച്ചു. പക്ഷേ അവൾ മരിച്ചു മണ്ണടിഞ്ഞെങ്കിലും അവൾ എന്നെ വിട്ടുപോയില്ല. അവൾ എന്നും എന്റെ കൂടെ ഈ വീട്ടിലുണ്ട്. ഞാൻ ഉണ്ണുമ്പോഴും ഉറങ്ങുമ്പോഴും അവൾ എനിക്കു കാവൽ നില്ക്കുന്നു. അവളോടു ചോദിക്കാതെ ഒരു കാര്യവും ഞാൻ ചെയ്യില്ല. ഞങ്ങളുടെ കിടപ്പറയിൽ ഞാൻ എന്നും രണ്ടു കിടക്കകൾ മുട്ടിവിരിച്ചു. അത്രയും ദൃഢമായിരുന്നു ഞങ്ങളുടെ ബന്ധം.

എന്നിട്ടും എന്നെ രക്ഷിക്കാൻ അവൾക്കു കഴിഞ്ഞില്ല. പെട്ടെന്നാണ് എനിക്കു വേദന തുടങ്ങിയത്. ഹൃദയവേദനയെക്കുറിച്ചു വിവരമില്ലാത്തവർ എഴുതിയ ലേഖനങ്ങളൊന്നും ഞാൻ വായിച്ചിട്ടില്ല. പക്ഷേ, എന്റെ നെഞ്ചിനകത്തു വേദന വന്നപ്പോൾ അതു ഹൃദയവേദയാണെന്നു മനസ്സിലാക്കി.

എന്റെ നെഞ്ചിൽ അടുത്ത വീട്ടിലെ തഹസിൽദാർ അയാളുടെ ഇന്നുവരെയുള്ള ഔദ്യോഗിക കാലത്തു പാസ്സാക്കിക്കൊടുത്ത സിമന്റു ചാക്കുകൾ മുഴുവനും ചേർത്തുണ്ടാക്കിയ വാർപ്പു വച്ചാൽ ഉണ്ടാകുന്നതിലും വലിയ ഘനം എനിക്കു തോന്നി. ഞാനിപ്പോൾ പൊട്ടിത്തെറിക്കും. എന്റെ നെഞ്ച് കലങ്ങി വെള്ളമാകും. ഞാൻ കട്ടിലിന്റെ അഴികളിൽ പിടിച്ചു വേദന കടിച്ചമർത്തി. കുറച്ചു നേരമേ അതിനുകഴിഞ്ഞുള്ളൂ. പിന്നെ ഞാൻ നിലവിളിക്കാൻ തുടങ്ങി. എത്രനേരം ഞാൻ നിലവിളിച്ചുവെന്നെനിക്കറിയില്ല.

പുറത്തു കാൽപ്പെരുമാറ്റം കേട്ടപ്പോൾ എനിക്കാശ്വാസമായി. എന്നെ രക്ഷിക്കാൻ ആരോ വന്നിരിക്കുന്നു. പക്ഷേ, എഴുന്നേറ്റുപോയി വാതിൽ തുറക്കാൻ എനിക്കു കഴിഞ്ഞില്ല.

ഞാൻ കിടന്ന ജനലിൽ രണ്ടു മുഷ്ടികൾ പെട്ടെന്നുയർന്നു. ഉയർന്നതോടെ ശകാരവും: നാ.......മോനേ, നീ നിലവിളിക്കുകയാണോ? കെട്ടിയോൾ മരിച്ച സത്യം നീ ഇപ്പോഴാണോ ഓർത്തു മോങ്ങുന്നത്? അടിച്ചു നിന്റെ ഊര ഞാൻ ചമ്മന്തിയാക്കും. മിണ്ടാതെ കിടന്നോ അവിടെ!

മുഷ്ടികൾ പെട്ടെന്ന് അപ്രത്യക്ഷമായി. അതോടെ എന്റെ വേദന ഇരട്ടിച്ചു.

ഞാൻ വീണ്ടും നിലവിളി തുടങ്ങി. കട്ടിലിന്റെ അഴികളിൽ ഞാൻ വീണ്ടും മുറുകെപ്പിടിച്ചു. എത്രനേരം കഴിഞ്ഞെന്നെനിക്കോർമ്മയില്ല. എത്ര രാവുകളാണു പിന്നിട്ടതെന്നു പറയാൻ വയ്യ. അത്രയും കഠിനമായിരുന്നു വേദന.

വാതിലിൽ ആരോ തട്ടുന്നു. പിന്നെ എന്തെല്ലാമോ വിളിച്ചു കൂവുന്നു. പിന്നെ വാതിൽ കുത്തിപ്പൊളിക്കുന്ന ശബ്ദം കേൾക്കുന്നു.

മുറി തുറന്ന് ആരോ കട്ടിലിനരികെ വന്നു നില്ക്കുന്നു, അയാളുടെ കൈയിലുള്ള കത്തുന്ന മെഴുകുതിരിയിൽ എനിക്കാളെ ഏകദേശം മനസ്സിലായി, സൂപ്രണ്ട്.

അയാൾ എന്തൊക്കെയോ ചോദിക്കുകയാണ്, ഇങ്ങനെ ഒറ്റയ്ക്കു താമസിക്കുന്നതു ശരിയാണോ? മറ്റുള്ളവരുമായി ചില ബന്ധങ്ങളെല്ലാം വയ്ക്കണ്ടേ? ആർക്കും ഈ ലോകത്ത് ഏകാന്തതയിൽ ജീവിക്കാനാവില്ല. മനുഷ്യൻ സമൂഹജീവിയല്ലേ? എന്നെല്ലാമായിരിക്കണം. അയാൾ ചോദിച്ചത് പക്ഷേ, ഒന്നും വ്യക്തമല്ല. അയാൾ എന്റെ വിയർത്ത നെറ്റിത്തടങ്ങളിൽ കൈവച്ചത് ഞാൻ നന്നായി ഓർക്കുന്നു. ഉടനെ നനഞ്ഞ കൈ ഒരു കുഞ്ഞിനെപ്പോലെ തന്റെ കുപ്പായത്തിൽ തുടയ്ക്കുകയും ചെയ്തു.

അന്നേരത്താണ് കോലായിൽ വെളിച്ചം പരക്കുന്നത്. പിന്നാലെ ശബ്ദവും. പലരും അകത്തു കടന്നു. തഹസിൽദാർ, അയാളുടെ പ്യൂൺ, പിന്നെയാരെല്ലാമോ.

ഡോക്ടറെ വേഗം കൊണ്ടുവരണം. ആരോ പറഞ്ഞു. പിന്നെ ചില കുശുകുശുക്കൽ. ആരോ പുറത്തേക്കു പോകുന്നു. ചൂട്ടിന്റെ വെളിച്ചം അകലുന്നു. എന്റെ വേദന മുറുകുന്നു.

അപ്പോഴേക്കും എന്റെ ചുണ്ടിൽ ആരോ നനച്ചു. മറവിയിലകപ്പെട്ട അമ്മയുടെ മുലക്കണ്ണുപോലെ തോന്നി എനിക്ക് ആ വിരൽ. ഞാൻ വേദനയുടെ സുഷുപ്തിയിലാണ്ടുപോയി.

ചൂട്ടുവെളിച്ചം വീണ്ടും തെളിഞ്ഞു. ക്ഷീണിച്ച കാലടികളുടെ ഒച്ച വീണ്ടും കേട്ടു. എല്ലാം പുറമേ നിന്നുതന്നെ.

ഡോക്ടർക്കു സുഖമില്ലത്രെ. ഇങ്ങോട്ടു വരാൻ വയ്യ എന്നു പറഞ്ഞു. അത്യാവശ്യമാണെങ്കിൽ രോഗിയെ അങ്ങോട്ടു കൊണ്ടുചെല്ലണമത്രെ.

ഇത്രയേ എനിക്കോർമ്മയുള്ളൂ. വീണ്ടും എന്റെ വേദന ശക്തിയായിളകി.

എന്നെ ആരെല്ലാമോ താങ്ങിയെടുത്തു. ഇരുട്ടിലൂടെ യാത്രയായി. എന്റെ വീടും വിട്ട് ഇടുങ്ങിയ വഴിയിലൂടെ കുറെ പോയശേഷം പഞ്ചായത്തു റോഡി ലെത്തി. സൂപ്രണ്ടിന്റെ കൈകളുടെ ബലം ഞാനറിഞ്ഞു. തഹസിൽദാരുടെ ശബ്ദം ഞാൻ കേട്ടു. അയാളുടെ ഭാര്യയുടെ ആശ്വാസവാക്കുകളും. കുറച്ചു നേരത്തേക്കു നിശ്ശബ്ദത. പിന്നെ ഡി.ഇ.ഒവിന്റെ ചില ഉപദേശങ്ങൾ. അന്നേരത്താണ് ശകാരം കേൾക്കുന്നത്. ചെകുത്താനെ ചുടലയിലേക്കു കൊണ്ടുപോവുകയാവും. കുട്ടികളെ തല്ലുന്ന വടി ഞാൻ മറന്നു. അല്ലെങ്കിൽ അവസാനമായെങ്കിലും ഇവന്റെ മുഖത്തൊരടിയടിക്കേണ്ടതായിരുന്നു. ഇതു പറഞ്ഞുകഴിയേണ്ട താമസം. ദുർഗ്ഗന്ധം.

ആരും എന്നെ വിടുന്നില്ല. എന്റെ ചുറ്റുപാടുകളും അയല്ക്കാരും എന്നെ ഇത്രയും സ്നേഹിക്കുന്നുവല്ലോ എന്നോർത്ത് എനിക്കതിശയമായി. കുറച്ചുകാലം അവരെ സ്നേഹിച്ചും സേവിച്ചും കഴിയാൻ എനിക്കു കൊതി തോന്നി.

ഡോക്ടറുടെ വീട്ടിൽ ഞങ്ങൾ എത്തിയെന്നേ പറയാനാവൂ. അയാളുടെ ഒരു നെയിംബോർഡോ വീട്ടിൽ ഒരു വെളിച്ചമോ ഇല്ലെന്ന് ഡി.ഇ.ഒ. പരാതി പറയുന്നതുകേട്ടു.

കോലായിൽ എന്നെ ഇറക്കിക്കിടത്തി. പരുപരുത്ത ബെഞ്ച്. കിടത്തി യതും എനിക്കു ചൊറിയണമെന്നു തോന്നി, മൂട്ടയാണോ? അതോ ചൊറി പിടിച്ച രോഗികൾ ഇരുന്ന ബെഞ്ചോ? എന്താണ്. എനിക്കൊന്നും ഓർമ്മി ക്കാൻ കഴിയാത്തത്?

എന്റെ നെഞ്ച് അപ്പോഴും വെള്ളമാവുകയായിരുന്നു. അതിനകത്ത് ഒന്നും ശേഷിക്കാതെ എല്ലാം പൊട്ടിത്തകർന്നു.

കോളിങ്ബെൽ അടിക്കുന്നില്ല. തഹസിൽദാരുടെ ശബ്ദമാണ്. അതിൽ ത്തന്നെയാണോ കൈവച്ചത്? അല്ല, അതു വേറെ വല്ലതിന്റെ സ്വിച്ചുമാണോ? സൂപ്രണ്ട് ചോദിക്കുന്നു.

പിന്നെ എല്ലാവരും കൂടി വാതിൽ തെരുതെരെ മുട്ടാൻ തുടങ്ങി.

ഈ ചെകുത്താൻ ഡോക്ടർ ഒറങ്ങാൻ കണ്ട നേരം! ഭ്രാന്തിയുടെ ശാപ വാക്കുകൾ. സർവ്വത്ര ഇരുട്ട്.

ചെറിയൊരു ചൂട്ടു തെളിഞ്ഞു കുട്ടിച്ചാത്തന്റെ വെളിച്ചം.

ഇതിനെയെല്ലാം കവച്ചുകൊണ്ട് എന്റെ ഭാര്യയുടെ നീണ്ട നീണ്ട നിശ്വാസങ്ങൾ. ആരും കേൾക്കാതെ അവൾ പറയുകയാണ്. സമയമായി.

ഈ അസമയത്താണോ തെമ്മാടികളെ നിങ്ങൾ വാതിൽ മുട്ടുന്നത്? ചവിട്ടി ചമ്മന്തിയാക്കും ഞാൻ സകലതിനേയും.

അകത്തുനിന്നുള്ള രൂക്ഷവും പരുഷവുമായ വാക്കുകൾ

ഡോക്ടർ തന്നെ...

അപ്പോഴേക്കും വീട്ടിനകത്തുനിന്ന് ഒരു കുഞ്ഞുണർന്നു നിലവിളിക്കാൻ തുടങ്ങി.

അവസാനം വാതിൽ തുറക്കപ്പെട്ടു.

കോലായിൽ അരണ്ട വെളിച്ചം പരന്നു. ഡോക്ടറുടെ മുഖം ഞാൻ കണ്ടു. ഒരു ഭീകരൻ. ഏതോ ഒരു ആഫ്രിക്കൻവനാന്തരത്തിൽ പെട്ടപോലെയായി ഞാൻ.

ഇവിടെ കിടത്ത്.

ഒരു കട്ടിൽ ചൂണ്ടി ഡോക്ടർ അലറി. കോലായുടെ അരികിൽ ഏകദേശം നാലടി പൊക്കത്തിൽ ഒരു കട്ടിൽ. എന്നെ ആരൊക്കെയോ താങ്ങി അതിൽ കിടത്തി.

ഏറ്റവും വലിയ ശവക്കുഴിയുടെ നീളമുണ്ട് ഈ കട്ടിലിന്. ഡോക്ടർ ഇടിവെട്ടും പോലെ പറയുകയാണ്. പിന്നെ കുറേനേരത്തേക്ക് അയാളൊന്നും മിണ്ടിയില്ല. പിന്നെ മിന്നെറിയുംപോലെ ഒരു ചോദ്യം.

"നിനക്കെവിടുന്നാ വേദന?"

അതു കേട്ടതുമാത്രം ഓർമ്മയുണ്ട്. എന്റെ നെഞ്ച് ഇടിഞ്ഞു പൊളിഞ്ഞു വീണു. പാതാളത്തിലേക്കായിരുന്നു ആ വീഴ്ച. എനിക്കൊരക്ഷരം പറയാൻ കഴിഞ്ഞില്ല. എന്റെ കണ്ണുകൾ കെട്ടു. അന്നേരത്താണ് ഉൾക്കണ്ണുകൾ ഉണർന്നത്.

മറ്റേതോ ഒരു ലോകത്തിരുന്നുകൊണ്ട് ഞാൻ എല്ലാം അനുഭവിക്കുകയും കേൾക്കുകയും ചെയ്തു. പകലിന്റെയും രാത്രിയുടെയും ഇടയ്ക്കുള്ള ഒരു സമയമായിരുന്നു അപ്പോൾ.

ഡോക്ടറുടെ കൈവിരലുകൾ എന്റെ മാറിൽ തപ്പിത്തപ്പി നടന്നു. പിന്നെ തണുത്ത കുഴൽ തണുക്കാൻപോകുന്ന ശരീരത്തിൽ അവിടവിടെ പതിയുന്നു.

താമസിച്ചുപോയി. നിങ്ങൾ ഇത്രയും പ്രഗല്ഭർ ഉണ്ടായിട്ടും ഇയാളെ ഇപ്പോഴാണോ കൊണ്ടുവന്നിരിക്കുന്നത്? ഈ ശവം ഇനിയിവിടെ വയ്ക്കേണ്ടതില്ല. വേഗം കൊണ്ടുപോ.

തഹസിൽദാരും അയാളുടെ ഭാര്യയും ഭ്രാന്തിയും, സൂപ്രണ്ടും ഡി.ഇ.ഓയും കുട്ടിച്ചാത്തനും അന്ധാളിച്ചു നില്ക്കുമ്പോൾ വാതിൽ വലിച്ചടയ്ക്കുന്ന ശബ്ദം കേട്ടു.

ഞങ്ങളുടെ സംഘം കോലായിൽ നങ്കൂരമിട്ട ഒരു കപ്പൽ നില്ക്കുന്ന പോലെയായപ്പോൾ ദുഷ്ടനായ ഡോക്ടർ അകത്തുനിന്നു വിളിച്ചു പറയുകയാണ്. "ഈ ജീവച്ഛവം മരിച്ചിട്ട് ഒരു മണിക്കൂറായി. എന്നിട്ട് എന്റെയുറക്കം കെടുത്താൻ വന്ന പിശാചുക്കൾ. കൊണ്ടുപോ. പോയി കുഴിച്ചിട്."

പിന്നെയെനിക്കു വേദന തോന്നിയില്ല. വിയർത്തില്ല. ഞാൻ തണുക്കാൻ തുടങ്ങി. എന്റെ മേൽ അവജ്ഞ പൂണ്ട കൈകൾ പതിഞ്ഞു.

അവർ എന്നെയും താങ്ങി മടക്കയാത്ര ആരംഭിച്ചു. ചൂട്ടിന്റെ വെളിച്ചവും ദുർഗ്ഗന്ധവും നേർത്തുനേർത്ത് ഇല്ലാതായി.

അപ്പോൾ ആകാശത്തിൽ നിന്നും അവളുടെ ശബ്ദം ഞാൻ കേട്ടു. സമയം കഴിഞ്ഞു.

■

മലമുകളിലെ അബ്ദുള്ള

മീൻകാരൻ മൊയ്തീന്റെ മകൾ ബീബിയുടെ കല്യാണരാത്രി.

ബീബി മണിയറയിലേക്കു കടന്നു. കടന്നതല്ല. വളയിട്ട, മാർദ്ദവമേറിയ ധാരാളം കൈകൾ ഉന്തിത്തള്ളിക്കടത്തിയതാണ്. പച്ചമരത്തിന്റെ ഗന്ധമുയരുന്ന വാതിൽ ആരോ പുറത്തുനിന്നടച്ചു.

വാതിലടച്ച കൈകൾ പൊട്ടിച്ചിരിച്ചു.

ബീബിയുടെ കവിളുകൾ ചുവന്നു മിന്നി. സുറുമയിട്ട കായലിന്റെ കയമുള്ള കണ്ണുകൾ തിളങ്ങി. തട്ടത്തിന്റെ കസവിൽ മുട്ടവിളക്കിന്റെ കിരണങ്ങൾ ഇറങ്ങിവന്നു ചുംബിച്ചു. മയിലാഞ്ചിയിട്ട കൈകളും പാദങ്ങളും തീയായി ജ്വലിച്ചു. അവളുടെ വെളുത്തുതുടുത്ത കാൽവണ്ണയിൽ വെണ്ണനെയ്യുരുകി ആളുന്ന മെലാഞ്ചിയിൽ വീണു.

മുല്ലപ്പൂവിന്റെ ഗന്ധമുയർന്നു.

ചാർമിനാർ സിഗററ്റിന്റെ ഗന്ധം മുല്ലപ്പൂവിന്റെ ഗന്ധത്തെ അകറ്റി.

അവൾ ഉണർന്നു.

കൈകൾ വിറച്ചപ്പോൾ കൈയിലുള്ള പാൽഗ്ലാസ്സും വിറച്ചു. ഗ്ലാസ്സ് പഴയ ഒരു സ്റ്റൂളിൽവച്ചു. മണ്ണെണ്ണവിളക്ക് ഗ്ലാസ്സിന്റെ വലിയ നിഴൽ, ഒരു തൊട്ടിപോലെ മഞ്ഞച്ച ചുവരിൽ പ്രത്യക്ഷപ്പെടുത്തി.

അയാൾ ചിരിച്ചു. ചിരിച്ചപ്പോൾ പുഴു തിന്ന കറുത്ത പല്ലുകൾ കണ്ടു. ഒട്ടിയ കവിളുകൾ വികൃതമായി.

അയാളുടെ കൈകൾക്കു കരുത്തില്ലായിരുന്നു. കൈത്തണ്ടയിൽ കറുത്ത രോമങ്ങളില്ലായിരുന്നു. മാംസപേശികൾക്കു ബലമില്ലായിരുന്നു.

മണിയറയുടെ ചുമരുകൾ അവർക്കു സാക്ഷിനിന്നു. അവൾ ഉണരാൻ തുടങ്ങുമ്പോഴേക്കും അയാൾ ഉറങ്ങി. അപ്പോഴാണ് ജീവിതത്തിലെ ഏറ്റവും വലിയ നിരാശ അവൾക്കനുഭവപ്പെട്ടത്.

ബലഹീനമായ കൈകൾകൊണ്ട് അയാൾ അവളെ കെട്ടിപ്പിടിച്ചപ്പോൾ അവൾക്കു സുരക്ഷിതത്വം തോന്നിയില്ല.

കെട്ടിപ്പിടിച്ച സുരക്ഷിതത്വമില്ലാത്ത എത്രയോ രാത്രികൾ കടന്നു പോയി!

അങ്ങനെയുള്ള ഒരു രാത്രിയിൽ ഉറക്കം വരാതെ അവൾ കിടക്കുമ്പോൾ തുറന്നുകിടക്കുന്ന ജനാലയിലൂടെ ആ ഗന്ധം അകത്തു കടന്നു. മലയിറങ്ങി വന്ന കാറ്റുകൊണ്ടുവന്ന പറങ്കിമാങ്ങയുടെ ഗന്ധം. ആഗന്ധം അഞ്ചുകൊല്ലം മുമ്പു നടന്ന ഒരു സംഭവത്തിലേക്ക് അവളെ വലിച്ചിഴച്ചു കൊണ്ടുപോയി.

പണ്ടൊക്കെ ആ സംഭവം ഓർക്കുമ്പോൾ അവൾ ഞെട്ടിവിറയ്ക്കുക പതിവായിരുന്നു. എന്നാൽ ഇപ്പോൾ അതോർക്കുമ്പോൾ രോമാഞ്ചം കൊള്ളുക പതിവായി. കാലത്തിലൂടെ പരിണാമം വന്ന വികാരം സംഭവത്തിലെ വില്ലനെ നായകനാക്കി മാറ്റി.

അന്നു പതിമ്മൂന്നു വയസ്സായിരുന്നു. മണ്ണിൽ അറിയാതെ സിന്ദൂരക്കുറി വീഴ്ത്തിയ പ്രായം. വീടിനടുത്തുള്ള വിലാപ്പിള്ളിമലയിൽ പറങ്കിമാവു പൂത്തു കിടക്കുന്ന കാലം.

കുളിരുവീണുകൊണ്ടിരിക്കുന്ന പ്രഭാതത്തിൽ മാമ്പൂവിന്റെ മണവുമായി വന്ന കാറ്റ് അവളെ ഞെട്ടിയുണർത്തി

മലയടിവാരത്തിലുള്ള ഓലപ്പുരയിൽ നിന്ന് അവൾ പുറത്തിറങ്ങി. പറങ്കിയണ്ടി മോഷ്ടിച്ചെടുക്കുവാനായി അവൾ ഒരു കുട്ടയുമായി മലമുകളിൽ കയറി.

ജീർണ്ണിച്ച പറങ്കിമാങ്ങയുടെ ഗന്ധത്തിലൂടെ അവൾ നടന്നു.

പടർന്നു പന്തലിച്ചു പൂത്തുകിടക്കുന്ന പറങ്കിമാവിൻ ചുവട്ടിൽ അപ്പോഴും ഇരുട്ടായിരുന്നു.

അവൾ ചുറ്റും നോക്കി. ഒരു പള്ളിപ്പറമ്പുപോലെ മല വിജനമായിരുന്നു.

മാവിൻ ചോട്ടിൽ വീണുകിടക്കുന്ന അസംഖ്യം ചീഞ്ഞളിഞ്ഞ മാങ്ങയിൽനിന്ന് അണ്ടി പിരിച്ചെടുത്തു ധൃതിയിൽ തന്റെ കറുത്ത കുട്ടയിൽ ഇടുവാൻ തുടങ്ങി.

കരിയിലയിലൂടെ സഞ്ചരിക്കുന്ന ചോണനുറുമ്പുകൾ അവളുടെ കാലിലൂടെ മേലോട്ടു കയറുവാൻ തുടങ്ങി. കാലടികൾ കരിയിലയിൽ അമർത്തിച്ചവിട്ടി അവൾ ഉറുമ്പുകളെ തെറിപ്പിച്ചു. തെറിച്ചുപോവാത്തവയെ തുടയിലിട്ടു ഞെരിച്ചു. ഉറുമ്പിന്റെ ശരീരത്തിൽ നിന്നു വാർന്നു വീണ അമ്ലത്തിന്റെ ഗന്ധം അവളുടെ നാസാദ്വാരങ്ങളെ വിരട്ടി.

താണുകിടക്കുന്ന പറങ്കിമാങ്കൊമ്പിലെ തുടുത്ത പറങ്കിമാങ്ങയിൽ കൈവച്ചപ്പോൾ പിന്നിൽ കരിയിലകൾ അനങ്ങുന്നതു കേട്ടു.

തിരിഞ്ഞുനോക്കുന്നതിനുമുമ്പുതന്നെ അവൾ കനത്ത കരവലയത്തിനുള്ളിൽപ്പെട്ടുപോയി. കറുത്തുചുരുണ്ടു രോമങ്ങളുള്ള തടിച്ചു കൊഴുത്ത കൈകൾ!

ഹാജിയാരുടെ മകൻ അബ്ദുള്ള!

“കള്ളത്തീ, ഇത്രനേരത്തേ കക്കാനെത്തിയോ നീ?” പിടിവിട്ട് ഒരടി അകലത്തിൽ മാറിനിന്നുകൊണ്ട് ചോദിച്ചു. “എത്രകാലമായി നിന്നെ പിടിക്കാനായി ഞാൻ പതുങ്ങിപ്പതുങ്ങി നടക്കുന്നു!”

പിടിവിട്ടതുതന്നെ തക്കമെന്നു കരുതി കുട്ടയും താഴെയിട്ട് അവൾ കുതിച്ചു. കരിയിലകൾ അട്ടഹസിച്ചു. പറങ്കിമാവിൻകാട്ടിൽ ഇരുട്ട് ഓടിയെത്തി.

അവൾക്കു നിലവിളിക്കാൻ ശക്തിയില്ലാതായി. ആരോ തന്നെ കൊളുത്തിട്ടുവലിക്കും പോലെ തോന്നി. മലയിലെ ഊടുവഴിയിലൂടെ, പറങ്കിമാവിൻകാട്ടിലൂടെ, വഴിയറിയാതെ കിതച്ചുകൊണ്ട് അവൾ ഓടി. തലയിലെ തട്ടം എങ്ങോ പറന്നുവീണു. ഉടുത്ത മുണ്ട് കാറ്റിൽ നാണമില്ലാതെ പാറി.

അവളുടെ നിഴൽപോലെ കനത്ത കാലടികൾ പറിച്ചെടുത്ത് അബ്ദുള്ളയും ഓടി.

കരിയിലയുടെ കിടക്കയിൽ അവൾ മലർന്നു വീണു. മലയുടെ മടിയിൽ പറങ്കിമാവിന്റെ കാടിനുള്ളിൽ അവൾ വീണു.

അവളുടെ അരികെ ഒരു രാക്ഷസനെപ്പോലെ, ഒരു തീവണ്ടിപോലെ, അബ്ദുള്ള നിന്നു കിതയ്ക്കുന്നു. അവളുടെ തളർന്ന ഭീതിപൂണ്ട കണ്ണുകളിൽ അവൻ വ്യക്തമായി നിഴലിച്ചു.

താൻ കിടക്കുന്ന മല തന്റെ ദേഹത്ത് ഇടിഞ്ഞുവീഴുന്നപോലെ അവൾക്കു തോന്നി.

പിന്നെ മുളങ്കാട്ടിനുള്ളിൽ പച്ചമുള കീറുന്ന പ്രതീതിയാണുണ്ടായത്.

ഒരു വനരോദനം കണക്കേ അവൾ ഹൃദയം നൊന്തുകൊണ്ടപേക്ഷിച്ചു:

“ഹെന്നെ കൊല്ലല്ലേ!

ഹെന്നെ കൊല്ലല്ലേ!.....”

ആ അബുദുള്ളയുടെ മുഖം എത്രയോ വർഷങ്ങൾക്കുശേഷം അവളുടെ മനസ്സിൽ തെളിഞ്ഞുവരുന്നു. ആ മുഖം ഒരു പാമ്പിനെപ്പോലെ ആടുന്നു.

അവളുടെ ഭർത്താവ് ഉറക്കത്തിൽ എന്തോ സംസാരിച്ചു. സ്വരം അവ്യക്തമായിരുന്നു.

വാരിയെല്ലുകൾ എഴുന്നുനില്ക്കുന്ന, രോമമില്ലാത്ത അയാളുടെ മാറിലേക്ക് അവൾ അവജ്ഞയോടെ നോക്കി. ആ സമയത്ത് മലമുകളിലെ അബ്ദുള്ളയെ അവൾ അഭിമാനപൂർവ്വം ഓർത്തു.

ഓർത്തപ്പോൾ കല്ലുപോലെ കിടക്കുന്ന മുലയുടെ കണ്ണുകൾ ഞെട്ടി.

അവൾ എഴുന്നേറ്റു മുറിയിൽ നിന്നു പുറത്തുവന്നു. അസ്വസ്ഥതയോടെ മുറ്റത്തിറങ്ങി.

കടലിൽ പോകുന്ന അവളുടെ ഉപ്പ കോലായിൽ വലയ്ക്കു കീഴിൽ തളർന്നുറങ്ങുന്നു.

അവൾ തൊടിയിലൂടെ നടന്നു. നിലാവ് അസ്തമിക്കാറായിരിക്കുന്നു. മരങ്ങളുടെ ക്ഷീണിച്ച നീണ്ട നിഴലുകൽ കെട്ടിപ്പിടിച്ചു കിടക്കുന്നു!

അവൾ മലയടിവാരത്തിലെത്തി. മാമ്പൂവിന്റെയും ചീഞ്ഞളിഞ്ഞ മാങ്ങയുടെയും ഗന്ധം കാറ്റിൽ തങ്ങിനിന്നു. അവൾ മലകയറി മുകളിലെത്തിയിട്ടും തടിച്ചുകൊഴുത്ത കണങ്കാലുകൾ ക്ഷീണിച്ചില്ല.

അവൾ പാവാട ഉരിഞ്ഞെറിഞ്ഞു. മുലക്കച്ചയുടെ കെട്ടഴിച്ചിട്ടു.

"ചിഞ്ചിലെന്നും ചിലയിലെന്നും

കാൽപ്പടത്തിന്റോശ

ഓശകേട്ടു മാമലിയാർ

പിന്തിരിഞ്ഞു നോക്കി."

അവളുടെ ചുണ്ടുകളിൽ ഒരു കുറത്തിപ്പാട്ടിന്റെ ഈരടികൾ തങ്ങി നിന്നു.

അവൾ കരിയിലകൾ ചവിട്ടി ശബ്ദമുണ്ടാക്കി. മാവിൻകൊമ്പുകൾ പിടിച്ചു കുലുക്കി.

നിലാവസ്തമിച്ചു.

അവൾ ഇരുണ്ട മാങ്കൂട്ടത്തിനുള്ളിലൂടെ ശബ്ദമുണ്ടാക്കിക്കൊണ്ടു സഞ്ചരിച്ചു. പിന്നിൽ നിന്നു കാലടിയൊച്ച കേൾക്കാനായി അവളുടെ കാതുകൾ കാത്തു കിടന്നു.

അവൾക്ക് ഉറക്കെ വിളിച്ചുപറയാൻ തോന്നി:

അബ്ദുള്ളേ, ഓടിവരൂ.

അബ്ദുള്ള വന്നില്ല. അബ്ദുള്ളയുടെ കാലടിയൊച്ച കേട്ടില്ല.

ചോണനുറുമ്പുകൾ അരിച്ചരിച്ചു മേലോട്ടു കയറി. അവൾ കാൽ കുടഞ്ഞില്ല.

അവൾ കിതച്ചു. മാറിടം ഉയരുകയും താഴുകയും ചെയ്തു.

ചോണനുറുമ്പുകൾ പൊതിഞ്ഞുകിടക്കുന്ന മാവിൻ തടിയെ മാറോടു ചേർത്ത് കെട്ടിപ്പിടിച്ചുകൊണ്ട് അവൾ കരഞ്ഞു:

"മലമുകളിലെ അബ്ദുള്ളേ,

എന്റെ അബ്ദുള്ളേ!"

■

സമൂഹമനസ്സാക്ഷി

കുംഭം പതിമ്മൂന്നു പിറന്നപ്പോൾ അധികാരി[1]യുടെ ഗുദാമിനപ്പുറം പറമ്പിന്റെ ഒരറ്റത്ത് ഒരു ശവം കണ്ടു. തട്ടാൻ ചന്തുവിന്റെ നായ അതിരാവിലെ പ്രേതത്തെ കണ്ടപോലെ മോങ്ങാൻ തുടങ്ങി. ചന്തുവിന്റെ നായ നിർദ്ദോഷികളായ പലരേയും കടിച്ച് മാരകമായ മുറിവേല്പിച്ചിട്ടുണ്ടെങ്കിലും അതു പോക്കിരിമാത്രമായിരുന്നില്ല. അതിന് ബുദ്ധികൂടിയുണ്ടെന്നാണ് ഗ്രാമവാസികൾ പറഞ്ഞത്. അപരിചിതനായ ഒരു പൗരൻ വയലിനക്കരെയെത്തുമ്പോൾത്തന്നെ ഏതോ ഒരജ്ഞാതശക്തിയെ കണ്ടപോലെ നായ മോങ്ങാൻ തുടങ്ങും. പേപ്പട്ടിയുടെ നിഴലാട്ടം കണ്ടാൽ മതി, ഓടിയൊളിച്ചു പുരയ്ക്കകത്തു കയറി തലപൂഴ്ത്തിക്കിടക്കും. ഗ്രാമത്തിന്റെ അതിരിൽ ഒരു പേട്ടുതേങ്ങ ആരെങ്കിലും ഉടച്ചാൽ അവൻ ഓടിയെത്തുകയായി. കക്ഷത്തു മയിൽപ്പീലിവച്ച സ്വാമി ഇടവഴികളിലിറങ്ങിയാൽ അവൻ കുരയ്ക്കാതെ വാലാട്ടിക്കൊണ്ട് സ്വാമികൾക്ക് അകമ്പടി സേവിക്കും. പതിവായി ഗ്രാമത്തിൽ വരുന്ന കഥാപ്രസംഗക്കച്ചേരിക്കാർക്ക് പാതിരവരെ അവൻ കാവൽ നില്ക്കും. അതുകൊണ്ട് അവനെ ഗ്രാമക്കാർ മുഴുവൻ സ്നേഹിച്ചു. ആരാധനയുടെ പൂച്ചെണ്ടുകൾ ചോറായും എല്ലിൻ കഷണങ്ങളായും അവർ അവനു നല്കി.

നായ തുടരെത്തുടരെ മോങ്ങാൻ തുടങ്ങി. ചന്തു ഉറക്കം ഞെട്ടി.

ചന്തുവിന്റെ ഭാര്യയും ഞെട്ടി.

കുട്ടികൾ ഉണർന്നു നിലവിളികൂട്ടി. വയലിനക്കരെ താമസിക്കുന്ന അധികാരിയും കുടുംബവും ഞെട്ടുന്നതിനുമുമ്പുതന്നെ ഉണർന്നിരുന്നു.

ചന്തു വാതിൽതുറന്ന് പുറത്തിറങ്ങി. നായ അപ്പോഴേക്കും വയലിലിറങ്ങിയിരുന്നു, ഒരു ബീഡികൂടി വലിക്കാതെ ചന്തുവും വയലിലിറങ്ങി. സ്വന്തം നായയെ പിന്തുടർന്നു. അപ്പോഴേക്കും ചന്തുവിനെ അകമ്പടി സേവിച്ചുകൊണ്ട് ഒറ്റയായും തെറ്റയായും ആളുകൾ കൂടി. നായ ഓടിയോടി വയൽ മുറിച്ചു കടന്ന് അധികാരിയുടെ പടിപ്പുരയും കളവും പത്തായപ്പുരയും പിന്നിട്ട് തരിശുനിലവും കടന്ന് ഗുദാമിന്റെ ഭാഗത്തേക്കു കുതിച്ചു. നായ പത്തായപ്പുരയിലെത്തിയതോടെ അധികാരിയായി അതിന്റെ തൊട്ടുപിന്നിൽ.

---

1. അധികാരിയുടെ നെല്ല് സൂക്ഷിക്കുന്ന ഒരു പഴയ കെട്ടിടം.

അദ്ദേഹത്തിന്റെ വെള്ളക്കോണത്തിനു പുറകെ ചന്തു അതിനു പിന്നിൽ അനവധി ചുവന്ന കച്ചോട്ടങ്ങൾ.

നായ ഓടി പറമ്പിന്റെ ഒരു മൂലയിലെത്തി, മണം പിടിക്കുകയും മേല്പോട്ടു തലയുയർത്തി ഏതോ അത്യാഹിതം സംഭവിച്ചപോലെ മോങ്ങാൻ തുടങ്ങുകയും ചെയ്തു.

ഒരു മനുഷ്യൻ

കമിഴ്ന്നാണ് കിടക്കുന്നത്. കൈ രണ്ടും തലയ്ക്കുമേലെ കമാനം കണക്കെ വച്ചിരിക്കുന്നു. വലത്തെ കൈവിരലിലും ഇടത്തേതിലും സ്വർണ്ണ മോതിരങ്ങൾ. ഒന്നു കല്ലുവച്ചത്. ഇടത്തെ കൈത്തണ്ടയിൽ കറുത്ത ഡയലുള്ള വലിയ വാച്ച്, ക്രോപ്പുചെയ്ത തല. ഇടയ്ക്കിടെ നരച്ചതാണെങ്കിലും സമൃദ്ധമായ തലമുടി.

ഖദറിന്റെ വസ്ത്രങ്ങൾ. ഒരു കാലിൽ ബാറ്റയുടെ ചെരിപ്പ്. മറുകാൽ നഗ്നമാണ്. നഗ്നമായ കാലടിയിൽ വാതത്തിന്റെ കീറുകൾ. അവയുടെ വിണ്ടിൽ ഇരിഞ്ഞുനടക്കുന്ന ചോണനുറുമ്പുകളെ കണ്ടപ്പോൾ ചന്തു പറഞ്ഞു.

"ഊയീ, ചത്തുപോയി."

"എന്താടാ?" അധികാരിക്കു ഹാലിളകി.

"മണി ഏഴ്" ഇടത്തെ കൈത്തണ്ട നോക്കിക്കൊണ്ട് പഞ്ചായത്തു സ്കൂളിലെ സ്കൂൾ ലീഡർ പറഞ്ഞു.

"മറിച്ചിടെടാ," എന്നായി അധികാരി നമ്പ്യാർ. "ധൈര്യമില്ലാത്ത വഹകൾ."

ശവം ചന്തു തന്നെ മറിച്ചിട്ടു.

അപ്പോഴേക്കും ഗുദാമിന്റെ പറമ്പുനിറയെ ആൾക്കാർ നിറഞ്ഞു എല്ലാവരും മുന്നിലുള്ളവനെ തിക്കിത്തിരക്കി മുന്നോട്ടു വരാനാണു ശ്രമിക്കുന്നത് ആരാ, എന്താ, എന്തുപറ്റി എന്നു തുടങ്ങിയ ചോദ്യങ്ങൾ പിന്നിൽ നിന്നുയർന്നുവന്നു.

"ഊയീ, ഇതു ബാലക്കുറുപ്പുമാഷല്ലേ."

സ്കൂൾ ലീഡറാണ് വിജ്ഞാപനം വിളംബരം ചെയ്തത്.

കണ്ടവർ കണ്ടവർ മൂക്കത്തു വിരൽവച്ചു.

ബാലക്കുറുപ്പ് മരിച്ചിരിക്കുന്നു.

ഇന്നലെ കാലത്ത് ചായപ്പീടികയിലിരുന്ന് ഒരു ചായമാത്രം കുടിച്ച് മാതൃഭൂമി പത്രം മുഴുവനും ഉറക്കെ വായിച്ചുതീർത്ത ആൾ. സ്കൂളിൽ പതിവുപോലെ അത്യുച്ചത്തിൽ ആറു പീരിയഡ് ക്ലാസ്സെടുത്ത മാഷ്. വൈകുന്നേരം വീട്ടിൽ പോയി നാഴി അരിയുടെ ചോറും ഒരു പിഞ്ഞാണം മീൻകറിയും കൂട്ടിക്കുഴച്ചു തിന്ന് അതിനുമീതേ ഒരു ഗ്ലാസ്സ് രസവും ഒരു കുപ്പി മോരും കുടിച്ചവൻ.

അതും കഴിഞ്ഞ് അയാൾ കുറേനേരം വീട്ടിന്റെ മുറ്റത്തിട്ട ചാരുകസേരയിൽ വിശ്രമിച്ചത്രേ. അന്നേരം അടുത്തുവന്ന ഭാര്യയോട് ഒരുപാടു വർത്തമാനം പറഞ്ഞു. കുട്ടികളെ അടുത്തുവിളിച്ചു തലോടുകയും തമാശ പറയുകയും ചെയ്തു.

നന്നേ വെയിലിറങ്ങിയപ്പോൾ ഖദറിന്റെ വേഷ്ടിയുമിട്ട് അയാൾ അറയ്ക്കലമ്പലത്തിലേക്കിറങ്ങി. അന്നേരം ഭാര്യ ചോദിച്ചു.

"എങ്ങോട്ടാ?"

"നിനക്കു കരിവള വാങ്ങാൻ."

ഏതോ അമ്പലത്തിലെ തിറയ്ക്കു പോകുന്നു. എന്തു ബദ്ധപ്പാടായാലും ഒരു തിറയും മാഷ് മുടക്കാറില്ല. അറയ്ക്കലമ്പലത്തിലേതുതന്നെ. ദേവകിയമ്മ കലണ്ടർ നോക്കി ഓ ! അറയ്ക്കലമ്പലത്തിലെ തിറതന്നെ. ഇനി കാണണമെങ്കിൽ പുലരണം. മൂന്നാമത്തെ വെടിക്കെട്ടും കഴിഞ്ഞ് ചട്ടിയും കമഴ്ത്തിയാലേ മൂപ്പർ എഴുന്നേല്ക്കൂ. ചട്ടിയുടെ മുന്നിലിരുന്നായിരിക്കും വെടിക്കെട്ടിന്റെ മുഴുവൻ ഒച്ചയും ശൂരും മൂപ്പർ ശ്രവിക്കുക.

പക്ഷേ, ബാലക്കുറുപ്പ് മരിച്ചിരിക്കുന്നു. മരിച്ച് ജഡമായി അധികാരിയുടെ ഗുദാമിന്റെ പറമ്പിന്റെ മൂലയിൽ കിടക്കുകയാണ്.

"ഇന്നലെ ഞാൻ കണ്ടതല്ലേ. കിഴക്കുനിന്നുള്ള ഇളനീർക്കാരുടെ വരവു വരുമ്പോൾ വാണം കയറ്റാൻ പറഞ്ഞത് മാഷല്ലെ?" ഒരാൾ പറഞ്ഞു.

"മൂക്കറ്റം കുടിച്ചിരുന്നു. പെണ്ണുങ്ങളേയും നോക്കി അമ്പലത്തിനു ചുറ്റും നടക്കുമ്പോൾ കാലുകൾ ആകാശത്തിലായിരുന്നു." വേറൊരു അശരീരി കേട്ടു.

അപ്പോഴേക്കും ജഡത്തിൽ നിന്ന് റാക്കിന്റെ ഗന്ധമുയർന്നു. സർവ്വരും മൂക്കുപൊത്തി.

അധികാരി പറഞ്ഞു.

"ശരി. കോൽക്കാരാ, നീ പോലീസ് സ്റ്റേഷനിൽ ചെല്ല്." ഇതും പറഞ്ഞ് ഒരു കുറിപ്പുകൊടുത്തു.

കോൽക്കാരൻ സ്ഥലം വിട്ടശേഷം നേരം ഒരുപാടു കഴിഞ്ഞു, ജനങ്ങൾ അക്ഷമരായി. ബാലക്കുറുപ്പുമാഷ് മരിച്ച വിവരം ഗ്രാമം മുഴുവൻ പരന്നു.

അന്ന് അവിടെ ഹർത്താൽ നടന്നു. എല്ലാവരുടെ കുപ്പായത്തിലും വില്ലുകൾ ഒടിഞ്ഞു മൂലയിട്ട കുടയുടെ കറുപ്പു തുണിക്കഷണങ്ങൾ. അതിലും ആഴമേറിയ കറുപ്പ് അവരുടെ മുഖങ്ങളിൽ.

വയലിനു ചുറ്റും ജനം രാജാവിനെ കാണാനെന്നപോലെ നിലകൊണ്ടു. കൊലപാതകമാണെന്നാണ് അധികപക്ഷവും. അല്ലാതെ എല്ലാ രാത്രികളിലും മൂക്കറ്റം റാക്കു കുടിച്ച് പിറ്റേന്നു പതിവുപോലെ പള്ളിക്കൂടത്തിൽ

പോകുന്ന ബാലക്കുറുപ്പ് മരിക്കുമോ? എന്നാൽ, വിധ്വംസക പ്രവർത്തനങ്ങൾ ഇവിടെ കെട്ടടങ്ങിയിട്ടില്ല. മധുരിക്കുന്ന ചുണ്ടുകളിൽപ്പോലും മൂർഖന്റെ വിഷമാണ് കുടിപ്പാർക്കുന്നത്.

ഏറെനേരം കഴിഞ്ഞപ്പോൾ ഒരു ഹെഡ്കോൺസ്റ്റബിളും രണ്ടു പോലീസ് കോൺസ്റ്റബിൾമാരും സ്ഥലത്തെത്തി. അവർക്ക് അകമ്പടിയായി അധികാരി ചെന്നു. അധികാരിയുടെ പിന്നിൽ പഴയ കോലുമായി കോൽക്കാരനും.

ബാലക്കുറുപ്പിനെ കുറേനേരം പരിശോധിച്ച് കുറിപ്പുകളെഴുതിയ ശേഷം ശവം പച്ചോലയിൽ കെട്ടിയെടുക്കാനുള്ള വെമ്പലിലായിരുന്നു, പോലീസുകാർ. ഒരു പോലീസുകാരൻ മുളങ്കമ്പെടുത്തപ്പോൾ ജനം ഇരമ്പി.

"പാടില്ല." കൂട്ടംകൂട്ടമായി അവർ അലമുറയിട്ടു

"എന്തുവേണം?" എന്നായി അധികാരി

"ഞങ്ങൾക്ക് സബ് ഇൻസ്പെക്ടർ വേണം. സർക്കിൾ ഇൻസ്പെക്ടർ വേണം. ഇതൊരു കൊലപാതകമാണ്."

ജനങ്ങൾ ആർത്തുകൊണ്ട് അട്ടഹസിച്ചു.

"പോരാ." അപ്പോൾ ഒരുത്തൻ പറഞ്ഞു.

"എ.എസ്.പിയും സ്ഥലത്തു വരണം."

"അടിച്ചു ചമ്മന്തിയാക്കും. സകലതിനേയും."

ഒരു കോൺസ്റ്റബിൾ പറഞ്ഞു.

"എരപ്പാളികളേ. നാണമില്ലേ. നിങ്ങൾക്ക്?" അധികാരി വിലക്കി.

"പാടില്ല ജനരോഷമാണ്, സമൂഹത്തിന്റെ വികാരമാണ്. ഉദ്യോഗസ്ഥന്മാർ അതിനൊത്തു നീങ്ങണം."

പിന്നെയും നേരം നീങ്ങി. ജഡം അതുപോലെ കിടന്നു. അതിലപ്പുറം ജനങ്ങളും. അവർ ഒരു കവിൾ വെള്ളം കുടിക്കാതെ മരണകാരണം അറിയാനായി കാത്തിരുന്നു.

അപ്പോഴേക്കും ഒരു ജീപ്പ് പൊടി പറത്തിക്കൊണ്ടു പാഞ്ഞെത്തി. വലിയ രണ്ടു പോലീസുദ്യോഗസ്ഥന്മാർ അതിൽനിന്നിറങ്ങി. അവരുടെ മുഖങ്ങളിൽ കാഠിന്യത്തിനു പകരം കുലീനത്വം നിഴലിച്ചു.

ജനത്തിന് ആശ്വാസമായി. വലിയ ഒരു മരണം അന്വേഷിക്കാൻ വലിയവർ തന്നെ വന്നുവല്ലോ. അവർ സംഘങ്ങളായി പോലീസുദ്യോഗസ്ഥന്മാരെ കണ്ടു. അവർ പറഞ്ഞു.

"ഞങ്ങൾക്ക് ഈ മരണത്തെക്കുറിച്ച് സംശയമുണ്ട്."

"അത് അന്വേഷിക്കാം. പോലീസ് ഓഫീസർമാർ അവർക്കു വാക്കു കൊടുത്തു.

"ഞങ്ങൾ ഈ മരണത്തെക്കുറിച്ച് പരസ്യമായും രഹസ്യമായും അന്വേഷിക്കും."

"ആര്?" എന്നായി സംഘങ്ങൾ

"ഞങ്ങൾ."

"പോരാ." ഒരാൾ പറഞ്ഞു.

"പിന്നെ?"

"എവിടെ പോലീസ് നായ?"

കഥയിലെ പരിണാമഗുപ്തിപോലെ അവർ ചോദിച്ചു.

"പോലീസ് നായയില്ലാതെ ഒരന്വേഷണമോ?"

പോലീസ് ഓഫീസർമാർ കൈവിരൽ കടിക്കാൻ തുടങ്ങി. നായയെ കിട്ടാൻ എന്താണു മാർഗ്ഗം? ഹെഡ്ഡാഫീസിലേക്കു പുറപ്പെടുകതന്നെ. അവിടെ ശാന്തി[1]യുണ്ട്.

"ഞങ്ങൾ ഒരിക്കലും ആരുടെയും വികാരത്തെ വ്രണപ്പെടുത്തുകയില്ല." ഓഫീസർമാർ വാഗ്ദത്തം നല്കി. അതോടെ ഗ്രാമത്തിന്റെ ഇടവഴിയിലൂടെ ജീപ്പ് നീങ്ങി.

ഒന്നര മണിക്കൂറിനുള്ളിൽ ശാന്തിയുമായി ജീപ്പ് മടങ്ങിയെത്തി.

സാധാരണ നായയേക്കാൾ ഉയരമുണ്ട്. അതുപോലെ നീളവും. മൂക്കിനു വലിയ ദ്വാരങ്ങൾ. വായിൽ നിന്ന് കേല ഒലിച്ചിരുന്നില്ല. നാവ് അകത്തുതന്നെ. വാല് നിശ്ചലം. ശരിയായ പോലീസ് നായ. യൂണിഫോറമില്ലെങ്കിലും അതിട്ട പോലെയുണ്ട്. നിറം കാക്കിയുടേതും.

ജീപ്പിൽ നിന്ന് ഓഫീസർമാർ പുറത്തിറങ്ങിയതോടെ ജനം ഒന്നു മരുങ്ങി. അവർക്കു സന്തോഷമായി. അധികാരിയുടെ ഗുദാമിന്റെ പറമ്പിന്റെ മൂലയിൽ അപ്പോഴും ബാലക്കുറുപ്പുമാഷ് ജഡമായിക്കിടന്നു വെറുങ്ങലിച്ച്, മരവിച്ച് നാശമാകാൻ തുടങ്ങി.

ശാന്തി പുറത്തിറങ്ങി മണംപിടിക്കാൻ നേരത്താണ് നമ്മുടെ ചന്തുവിന്റെ നായയ്ക്കു ഹാലിളകിയത്. അവൻ ഇടിവെട്ടീടും വണ്ണം കുരച്ചു ശബ്ദമുണ്ടാക്കി. ഗ്രാമത്തെ മുഴുവൻ ഭയാക്രാന്തമാക്കിക്കൊണ്ട് നമ്മുടെ പോലീസ് നായയുടെ മേലെ ചാടിവീണു.

പിന്നെ അവിടെ നടന്നതൊന്നും ആർക്കും മനസ്സിലായില്ല. ഓർക്കാപ്പുറത്ത് ഒരു കൈബോംബ് വീണാലെങ്ങനെയുണ്ടാവും, അതുപോലെയായിരുന്നു ചന്തുവിന്റെ നായയുടെ പരാക്രമങ്ങൾ.

പുകയും പൊടിയും അടങ്ങിയപ്പോഴേക്കും നമ്മുടെ ആറ്റുനോറ്റെത്തിയ ശാന്തി എന്ന പോലീസ് നായ ചത്തുമലച്ചിരുന്നു.

---

1. പോലീസ് നായ

പിന്നെ ചന്തുവിന്റെ നായ താമസിച്ചില്ല. അവൻ മണം പിടിച്ചു കൊണ്ട് ജഡത്തിന്റെ അരികിലേക്കു നീങ്ങി.

ബാലക്കുറുപ്പുമാഷുടെ ജഡത്തിനു ചുറ്റും ചന്തുവിന്റെ നായ നാലഞ്ചു ചാൽ നടന്നു. പിന്നെ തലമുടിമണത്തു. ശേഷം ചോണനുറുമ്പുകൾ അരിക്കുന്ന വിണ്ടുകീറിയ പാദങ്ങൾ മണത്തു. പിന്നീട് നേരെ ആകാശം നോക്കി രണ്ടുമൂന്നു തവണ മോങ്ങി.

എല്ലാം കഴിഞ്ഞപ്പോൾ ഒന്നും കഴിയാത്ത മട്ടിൽ വാല് പിൻകാലുകൾക്കിടയിലാക്കി ഓടാൻ തുടങ്ങി.

സമൂഹം ചന്തുവിന്റെ നായയെ പിന്തുടർന്നു. പോലീസുകാർ അതു നോക്കിനിന്നു.

■

ചന്ദ്രികയുടെ വിശേഷദിവസം

അവസാനം കാർ വന്നുനിന്നു. അയാൾ ഇറങ്ങി. വർഷങ്ങളായി അവൾ കാത്തുനിന്ന അയാൾ.

അയാൾ, അതായത് അയാളുടെ പേര് ചന്ദ്രൻ എന്നാണ്.

അവൾ, അതായത് അവളുടെ പേര് ചന്ദ്രിക എന്നാണ്.

ചന്ദ്രൻ എന്ന പേര് അയാൾക്ക് ഉള്ളതുകൊണ്ടുമാത്രമല്ല ഇത്രയും വർഷങ്ങൾ ചന്ദ്രിക അയാളെ ധ്യാനിച്ചിരുന്നത്.

ചന്ദ്രൻ എന്ന ആൾ സി.സി ചന്ദ്രനാണ്. അയാൾ ചന്ദ്രൻ ആന്റ് ബ്രദേഴ്സിന്റെ മാനേജിങ് പാർട്ട്ണർ ആണ്. അവർക്കു ഭാരതനാട്ടിൽ ഓടിക്കൊണ്ടിരിക്കുന്ന നൂറിലേറെ ട്രക്കുകളുണ്ട്. പരുത്തിത്തുണി നെയ്യുന്ന വലിയ മൂന്നു മില്ലുകളുണ്ട്. അതു മൂന്നും തമിഴ്നാട്ടിലാണ്. വിവിധ ട്രേഡ് യൂണിയൻ നേതാക്കളെ വശീകരിക്കാനുള്ള മയക്കുമരുന്നുകളുണ്ട്. ഒരു രസതന്ത്രശാലയുണ്ട്, ആകാശത്തിലും ഭൂമിയിലും വിഷവിത്തുകളും വിഷവായുവും വിതയ്ക്കുന്ന ഒരു ഫാക്ടറിയും ഉണ്ട്.

പക്ഷേ, അവൾക്ക് അയാളെക്കാളും വലിയ വലിയ ആൺസുഹൃത്തുക്കളുണ്ട്. കവികൾ, സിനിമാപ്പാട്ടെഴുതുന്നവർ, പാവം പ്രൊഡ്യൂസർമാർ, നാടകനടന്മാർ, ചിത്രകാരൻമാർ, എം.പിമാർ, ഡെപ്യൂട്ടി മന്ത്രിമാർ, സെക്രട്ടറിമാർ, ഡെപ്യൂട്ടി സെക്രട്ടറിമാർ, മുഖ്യമന്ത്രിമാർ ചാൻസുള്ള യുവനേതാവ്–എന്നു വേണ്ട മനുഷ്യവംശത്തിലെ എല്ലാ ജേതാക്കളും അവളുടെ കട്ടിലിനു കീഴിലാണ്.

എന്നിട്ടും ചന്ദ്രികയ്ക്കു മോഹം ചന്ദ്രനോടാണ്.

അങ്ങനെയാണ് ചന്ദ്രന്റെ കാർ അവളുടെ വലിയ വീടിന്റെ മുറ്റത്തു വന്നുനില്ക്കുന്നതും ഡ്രൈവർ തുറന്നുകൊടുത്ത പിൻവാതിലിലൂടെ ചന്ദ്രൻ ഇറങ്ങുന്നതും.

അവർ പരസ്പരം കൈകൂപ്പി

അവർ ചന്ദ്രനെ ആനയിച്ച് സ്വീകരണമുറിയിലേക്കു കൊണ്ടുപോയി.

അവർ അഭിമുഖമായി ഇരുന്നു.

ചന്ദ്രൻ ചിരിച്ചു. ചന്ദ്രികയും

ചന്ദ്രികയ്ക്ക് എന്തു പറയണമെന്നോ എന്തു ചെയ്യണമെന്നോ തോന്നുന്നില്ല. അവൾ ആകെ പരവശയാണ്. അവളുടെ ജീവിതാഭിലാഷം സാക്ഷാത്കരിക്കപ്പെട്ട ദിവസമല്ലേ, ഇത്!

കോളേജിൽ പഠിക്കുമ്പോൾ തുടങ്ങി ചന്ദ്രൻ ചന്ദ്രികയുടെ ആരാധനാമൂർത്തിയായിരുന്നു. അക്കാലത്തുതന്നെ അവൾക്ക് ചന്ദ്രനെക്കാൾ കേമന്മാരായ ബോയ്ഫ്രണ്ടുമാർ ഉണ്ടായിരുന്നു. എന്നിട്ടും വെയിറ്റ് ലിഫ്റ്റർ ആയി മാത്രം കോളേജിൽ അറിയപ്പെടുന്ന ചന്ദ്രനെ അവൾ ആരാധിച്ചുപോന്നു. ചന്ദ്രൻ അവൾക്കെതിരെ വരുന്ന സമയത്തൊക്കെ, അവൾക്കു ഗ്രഹണമായിരുന്നു. മൂന്നു വർഷങ്ങൾക്കുള്ളിൽ കോളേജങ്കണത്തിലെ പല കോണുകളിലും അവർ കണ്ടുമുട്ടി. എന്നാൽ ചന്ദ്രിക ചന്ദ്രനെ നോക്കിയതല്ലാതെ ചന്ദ്രൻ ചന്ദ്രികയെ നോക്കിയതേയില്ല.

മിടുക്കന്മാരായ പല ആൺകുട്ടികളും ചന്ദ്രികയ്ക്ക് പ്രേമലേഖനങ്ങൾ തുരുതുരാ എഴുതിയിരുന്ന കാലം. ചന്ദ്രന്റെ ഒരു പ്രേമലേഖനം കിട്ടാനായിരുന്നു അവൾ എന്നും മോഹിച്ചത്. അങ്ങനെ ഒരു ദിവസം അവൾ ചന്ദ്രന് അങ്ങോട്ടെഴുതി കാത്തിരുന്നു. വീണ്ടും എഴുതി. പല തവണ എഴുതി.

ചന്ദ്രൻ ഒരിക്കലും മറുകുറി അയച്ചില്ല. അക്കാലമത്രയും ഒറ്റപ്പെട്ട ഒരു ഗോളം പോലെ അവൾ നട്ടംതിരിഞ്ഞു.

കോളേജ് വിട്ട് അവർ രണ്ടുപേരും രണ്ടു വഴിക്കായി.

അവൾ അവളുടെ കുലത്തൊഴിലിൽ പ്രവേശിച്ചു.

അവൻ അവന്റെ കമ്പനിയിലും.

ചന്ദ്രൻ മാനേജിങ് പാർട്ട്ണർ ആയതോടെ കമ്പനി പൂർവ്വാധികം മെച്ചപ്പെട്ടു. ആസ്തി അധികമായി.

ചന്ദ്രിക വീട്ടിൽ വന്നതോടെ അതിഥികളുടെ സ്റ്റാറ്റസ് കൂടി. ഇംഗ്ലീഷ് സ്കൂളിൽ മാത്രം പഠിച്ച ചന്ദ്രികയ്ക്ക് എല്ലാവിധ പെരുമാറ്റച്ചട്ടങ്ങളും അഭിനയിക്കാൻ അറിയാമായിരുന്നു. അതിനാൽ ചന്ദ്രികയുടെ അമ്മ വിശ്രമജീവിതത്തിലേക്കു വിരമിക്കുകയും നാം ജീവിക്കുന്ന ഈ ലോകത്തിലേക്കു കടന്നു വരികയും ചെയ്തു.

ഇംഗ്ലീഷ് പത്രങ്ങൾ എന്നും വായിക്കുന്ന ആവൾ ആദ്യം സ്പോർട്സ് കോളം നോക്കും. കാരണം വെയിറ്റ് ലിഫ്റ്റിങ്ങിലും ചന്ദ്രൻ പുതിയ പരീക്ഷണങ്ങൾ നടത്തുന്ന കാലമായിരുന്നു അത്.

അങ്ങനെയിരിക്കെയാണ് ഒരു കാറപകടം ഉണ്ടായത്. ചന്ദ്രൻ അബോധാവസ്ഥയിൽ ഏറെ ദിവസം ആശുപത്രിയിൽ കിടന്നു. അടുത്ത മുറിയിൽ ചന്ദ്രികയും അബോധാവസ്ഥയിലായിരുന്നു.

ബോധം തെളിഞ്ഞപ്പോഴാണ് തങ്ങളുടെ കാറുകൾ തമ്മിലാണ് കൂട്ടിയിടിച്ചതെന്ന് അവർ മനസ്സിലാക്കുന്നത്.

ആദ്യം ആശുപത്രി വിട്ടത് ചന്ദ്രനായിരുന്നു. അയാൾ അടുത്ത മുറിയിൽ പോയി.

ചന്ദ്രിക കിടപ്പിലായിരുന്നു. അസുഖം ഏകദേശം മാറി. എങ്കിലും ഒരാഴ്ചത്തെ വിശ്രമം വേണ്ടിവരും എന്നാണു പ്രവചനം.

ചന്ദ്രൻ അന്ന് ആദ്യമായി ചന്ദ്രികയെ നോക്കി. എന്നിട്ടു ചോദിച്ചു:

"നിങ്ങൾക്കു സുഖമല്ലേ?"

അവൾ ചോദിച്ചു:

"നിങ്ങൾക്കു സുഖമല്ലേ?"

ചന്ദ്രൻ പറഞ്ഞു:

"പരമസുഖം"

പിന്നീട് ചന്ദ്രൻ ചോദിച്ചു.

"നിങ്ങൾക്കുവേണ്ടി ഞാൻ എന്തുചെയ്യണം?"

ചന്ദ്രിക ഒരു നിമിഷം ആലോചിച്ചു; മങ്ങി.

"ഒരു ദിവസം എന്റെ വീട്ടിൽ വരണം."

ചന്ദ്രൻ വീണ്ടും ചന്ദ്രികയെ നോക്കി.

"വരാം." ചന്ദ്രൻ പറഞ്ഞു.

വരാം വരാം വരാം എന്ന വാക്കുകൾ ആശുപത്രിക്കെട്ടിടത്തിലുടനീളം മുഴങ്ങി പ്രതിധ്വനിച്ചു.

അങ്ങനെയാണ് ചന്ദ്രികയുടെ വീട്ടിൽ ചന്ദ്രൻ എത്തിയത്. ഒരു കാറപകടം വരുത്തിവച്ച ഭാഗ്യം!

പഞ്ചസാര ചേർക്കാത്ത പഴസ്സത്തും ശർക്കരക്കട്ടി ചേർത്ത പശുവിൻ പാലും അണ്ടിപ്പരിപ്പും കൊഴുത്ത ബദാമും പുളിക്കാത്ത തൈരും വേനലിൽ വേവിച്ചെടുത്ത ഗോതമ്പുമണികളും ചുട്ടെടുത്ത ചോളവും തക്കാളിനീരിൽ ഉള്ളിയും പശുവിൻനെയ്യും ചേർത്ത് താളിച്ചെടുത്ത സോസേജും വലിയ പ്ലേറ്റിൽ നൂഡിൽസും തീൻമേശപ്പുറത്തു നിറഞ്ഞു.

അവിടെ കനത്ത നിശ്ശബ്ദതയായിരുന്നു.

തലപ്പാവു ധരിച്ച പരിചാരകൻ ഒരു ഉപഗ്രഹംപോലെ മൂന്നാം പ്രതിയായി ഒരരികിൽ നിന്നു.

അവർ മേശയ്ക്ക് ഇരുപുറവും.

ചന്ദ്രൻ പഞ്ചസാര ചേർക്കാത്ത പഴസ്സത്തു കഴിച്ചു. ചന്ദ്രിക വേനലിൽ വേവിച്ച ഗോതമ്പുമണികളും.

ചന്ദ്രൻ പറഞ്ഞു:

“എനിക്കു മതി.”

ചന്ദ്രിക പറഞ്ഞു:

“എനിക്കും മതി.”

ടിഷ്യൂ പേപ്പറിൽ കൈകൾ തുടച്ചുകൊണ്ട് അവർ വീണ്ടും അയനങ്ങൾ ആരംഭിച്ചു.

അവർ രണ്ടുപേരും കിടപ്പുമുറിയിലേക്കു കടന്നു.

രണ്ടുപേരും ഒരേ കട്ടിലിൽ, ഒരേ നേർരേഖയിൽ ഇരുന്നു. തലകൾ പരസ്പരം ചരിച്ചു പിടിച്ചു.

ചന്ദ്രൻ ചോദിച്ചു:

“നിനക്കെന്തു വേണം?”

“വേണ്ടതൊക്കെ തരുമോ?”

ചന്ദ്രൻ പറഞ്ഞു:

“തരും.”

ചന്ദ്രിക അല്പം പോലും ആലോചിക്കാതെ പറഞ്ഞു:

“എന്നാൽ, നിങ്ങൾ വെയ്റ്റ് ലിഫ്റ്ററാണല്ലോ. അതിനാൽ എന്നെ കോരിയെടുക്കണം. അഞ്ചുമിനുട്ടു നേരം ആകാശത്തിൽ ഉയർത്തിപ്പിടിക്കണം. ചന്ദ്രന്റെ മാംസപേശികളിൽ എനിക്ക് ഒരു പക്ഷിയെപ്പോലെ തൂങ്ങിയിരിക്കണം.”

ചന്ദ്രൻ പറഞ്ഞു:

“ശരി. പക്ഷേ, ഇവിടെ സ്ഥലം പോരാ. നമുക്കു ബീച്ചിലേക്കു പോകാം.”

“എന്നിട്ട്?” ചന്ദ്രിക ചോദിച്ചു.

“അവിടെ വച്ച് നിന്നെ ഞാൻ പൊക്കിയെടുക്കും. അതായിരിക്കും എന്റെ അവസാനത്തെ വെയ്റ്റ് ലിഫ്റ്റിങ്ങ്.”

ചന്ദ്രിക വസ്ത്രങ്ങൾ മാറി.

ഖദറിന്റെ കാൽസറായിയും ഖദറിന്റെ കുപ്പായവും ഖദറിന്റെ പാദരക്ഷകളും ധരിച്ചു. അമേരിക്കയിൽനിന്ന് അവളുടെ ബോയ്ഫ്രണ്ട് കൊടുത്തയച്ച ഒരു നീണ്ട സ്കാർഫ് ഉണ്ടായിരുന്നു. മരിച്ചുപോയ ആ ബോയ്ഫ്രണ്ടിന്റെ ഓർമ്മയ്ക്കായി അവൾ എന്നും സൂക്ഷിച്ച സ്കാർഫ്. ഇരുപത്തഞ്ചടി നീളം വരുന്ന സ്കാർഫ്. ചുരുട്ടിയാൽ ഒരു തീപ്പെട്ടിയിൽ ഇട്ടുവയ്ക്കാം.

അവർ ചന്ദ്രന്റെ കാറിൽ കയറി യാത്രയായി.

ബീച്ചിൽ, ആളുകൾ കുറഞ്ഞ ഏറ്റവും തെക്കുഭാഗത്തേക്കായി കാർ അതിശീഘ്രം ഓടിത്തുടങ്ങി.

അവൾ പറഞ്ഞു:

"ചന്ദ്രാ ഒരു പാട്ടു പാടാമോ?"

ചന്ദ്രൻ പാടിത്തുടങ്ങി:

"I tried to sleep to kill the pain,
when I wake it's still the same.
Cause I am living in this world you left behind
Just like a broken piece of glass.
You have swept me aside to pass
Leaving shattered dreams with a longing heart in mine.
Well, here I go again, it's just like yesterday.
The pain is deep within my heart to stay.
I am just a fool to sit and cry
washing years before I die.
In this lonely word.
THIS WORLD YOU LEFT BEHIND."

അവൾ പാട്ടിന്റെ ലഹരിയിലായിരുന്നു. ചീറിപ്പാഞ്ഞുപോകുന്ന കാറിൽ അവളുടെ സ്കാർഫിന്റെ അറ്റം പുറത്തേക്കു വീണു. അതു നീണ്ടു നീണ്ടു പറന്നു. പിന്നിലത്തെ ചക്രത്തിൽ കുടുങ്ങി.

സ്കാർഫിന്റെ ഒരു കെട്ട് അവളുടെ കഴുത്തിൽ. മറ്റേ കെട്ട് കാറിന്റെ പിന്നിലത്തെ ചക്രത്തിലും. പൊടുന്നനെ ശ്വാസംമുട്ടിത്തുടങ്ങിയപ്പോഴാണ് അവൾക്കു പരിസരബോധമുണ്ടായത്. കൈകാലുകൾ അനക്കാൻ വയ്യ. മൂത്രം അറിയാതെ പോവുകയാണോ!

ചന്ദ്രാ, എന്നെ രക്ഷിക്കൂ. പക്ഷേ വാക്കുകൾ പുറത്തു വന്നില്ല.

കാറിന്റെ പിൻചക്രവും സ്കാർഫും ചന്ദ്രികയുടെ കഴുത്തും ഒരു സാഗര സംഗീതത്തിൽ ലയിച്ചു ചേർന്നു.

ഒന്നുമറിയാതെ അപ്പോഴും പാടുകയാണ്, ചന്ദ്രൻ:

"I am just a fool to sit and cry
washing years before I die.
In this lonely word.
THIS WORLD YOU LEFT BEHIND."

■

ജീവച്ഛവങ്ങൾ

നീണ്ടുപരന്നു കിടക്കുന്ന ഗോതമ്പുവയലുകൾക്കപ്പുറത്ത് ആകാശച്ചെരുവിൽ വെളിച്ചം പൊട്ടിവിടർന്നപ്പോൾ സോന ഞെട്ടിയുണർന്നു. ചാക്കു കഷണങ്ങൾക്കൊണ്ട് ഓട്ടകൾ തുന്നിയടച്ച പഴകി ദ്രവിക്കാറായ കമ്പിളിപ്പുതപ്പ് ദേഹത്തുനിന്നു തട്ടിമാറ്റി. കുടിലിന്റെ വാതിൽ തുറന്നപ്പോൾ മൂടൽ മഞ്ഞിന്റെ ഇടയിലൂടെ അരിച്ചുവന്ന വെളിച്ചവും തുടുത്തു മുറ്റിനില്ക്കുന്ന തണുപ്പും കുടിലിനകത്തേക്ക് അടിച്ചു കയറി. സോന ഉള്ളംകൈകൾ തിരുമ്മി ചൂടാക്കി മുഖം തുടച്ചുകൊണ്ടു പുറത്തു കടന്നു. കുടിലിന്റെ വാതിൽ വീണ്ടും അടച്ചു. തലേന്നു രാത്രി മൺകുടത്തിൽ വെള്ളം കൊണ്ടുവന്നു വയ്ക്കുവാൻ മറന്നു പോയതുകൊണ്ട്, അവൻ മുഖം കഴുകാനായി പൈപ്പിന്റെ അടുത്തേക്കു കടന്നു.

ഗ്രാമവാസികളുടെ സുഖസൗകര്യത്തിനായി ജമീന്ദാരുടെ ദയാഹസ്തം പണിയിപ്പിച്ചതാണ് ആ പൈപ്പ്.

സോന മുഖം കഴുകി തലപ്പാവെടുത്തു മുഖം തുടച്ചു. തണുത്ത കാറ്റ് ദേഹത്തിലേക്ക് അരിച്ചു കയറുകയായിരുന്നു. സോന തന്റെ ജവഹർ കോട്ടിന്റെ കീശയിൽ കൈകൾ തിരുകി ചുറ്റും നോക്കി. മൂടൽ മഞ്ഞിന്റെ നേരിയ പർദ്ദയിലൂടെ ജമീന്ദാരുടെ മണിമന്ദിരവും, അയൽക്കാരന്റെ ചാക്കു പുതച്ചുകൊണ്ടു തണുത്തു വിറച്ചു നില്ക്കുന്ന പോത്തുകളും കഴുതകളും അവൻ പതിവുപോലെ കണ്ടു.

തന്റെ കുടിലിലേക്കു നടക്കുമ്പോൾ സോന ഓർത്തു: ജമാൽപ്പൂർ എന്ന തന്റെ ഗ്രാമത്തിന്റെ മുഖം എന്തുമാത്രം മാറിയിരിക്കുന്നു. കുട്ടിയായിരുന്നപ്പോൾ, അച്ഛൻ തോട്ടിയായി ജോലി നോക്കുന്ന കാലത്ത്, അമ്മ എരുമയെ മേച്ചു പാൽ കറന്നു വില്ക്കുന്ന കാലത്ത്, ഈ മുന്നിൽ കാണുന്ന വയലുകളെല്ലാം തരിശു നിലങ്ങളായിരുന്നു. എന്നാൽ സർക്കാർ യമുനയുടെ മാറിൽ മതിലുകെട്ടി വെള്ളം തടുത്തു നിർത്തിയതോടെ തരിശുനിലങ്ങളിലേക്കു വെള്ളച്ചാലുകൾ ഓടിവന്നു. അതോടെ ജമാൽപ്പൂരിലും വലിയ മാറ്റങ്ങൾ വന്നു.

ഗ്രാമമദ്ധ്യത്തിൽ ജമീന്ദാരുടെ കൂറ്റൻ മണിമാളിക ഉയർന്നു. കുടിലുകളും കുടിലുകളുടെ പിന്നിൽ കന്നുകാലികളും വർദ്ധിച്ചു. തരിശു നിലങ്ങളിൽ ഗോതമ്പു കതിരുകൾ നൃത്തം വയ്ക്കുവാൻ തുടങ്ങി. താൻ കരുതി ഗ്രാമം മുഴുവൻ സ്വർഗ്ഗമായെന്ന്. പക്ഷേ....

തന്റെ അച്ഛൻ സ്വർണ്ണം എന്ന അർത്ഥം വരുന്ന സോന എന്ന പേർ മാത്രം തനിക്കു സമ്മാനിച്ചു, ക്ഷയം പിടിച്ചു മരിച്ചു, ഡോക്ടറെ കാണാതെ, ഒരു തുള്ളി മരുന്നു കഴിക്കാതെ. അമ്മ തന്നെയും എരുമയേയും പോറ്റിവ ളർത്തി. എരുമ വയസ്സായി ചത്തു. താൻ വളർന്നു യുവാവായി. അമ്മ പക്ഷ വാതം പിടിപെട്ടു കിടപ്പിലായി. ഇതാണു തന്റെ സ്വർഗ്ഗം. ഓ, നേരം ഒരുപാടാ യെന്നു തോന്നുന്നു. സോന വേഗം കുടിലിലേക്കു നടന്നു. വാതിൽ തുറന്ന് അകത്തു കടന്നപ്പോൾ അമ്മ ഞരങ്ങിക്കൊണ്ടു കിടക്കുന്നതാണ് കണ്ടത്.

“മാ!” അവൻ വിളിച്ചു.

അമ്മ ഉണർന്നു. നിർജ്ജീവങ്ങളായ കണ്ണുകളും വർഷങ്ങളുടെ ചുളി വുകൾ വീണ മുഖവും. അവൻ ഓട്ടുകയിലിൽ മരുന്നെടുത്ത് അമ്മയുടെ വായിൽ ഒഴിച്ചു കൊടുത്തു. മരുന്നുകുപ്പി കട്ടിലിന്റെ അടിയിൽ വച്ചു. പിന്നെ റൊട്ടിയും വെള്ളവുമെടുത്ത് അമ്മയുടെ കൈ എത്താവുന്നിടത്തേക്കു മാറ്റി വച്ച് അവൻ പുറത്തേക്കു ധൃതിപിടിച്ചിറങ്ങി.

സമയം എട്ടുമണിയോടടുത്തിരിക്കുന്നു. റോഡിൽ തിരക്കു വർദ്ധിച്ചിരി ക്കുന്നു. തലമൂടിക്കെട്ടിയ പാൽക്കാർ പാൽപാത്രവും സൈക്കിളിൽ വച്ചു ധൃതിപിടിച്ചു സൈക്കിൾ ഓട്ടുകയാണ്.

സോന വേഗം വേഗം നടന്നു. അല്പം താമസിച്ചാൽ മതി. ഡോക്ടർ സാഹിബ് കണ്ണുരുട്ടി ചീത്ത പറയും. ഡോക്ടർ സാഹിബിന്റെ ചീത്ത സഹിക്കാം. അതിനൊരു മര്യാദയൊക്കെയുണ്ട്. എന്നാൽ കണ്ണാടിക്കുപ്പായ മിട്ടു നടക്കുന്ന ടെക്നീഷ്യനെയാണ് സഹിച്ചു കൂടാത്തത്. വായെടുത്താൽ പുളിച്ച തെറിയേ അവൻ പറയൂ.

കൂർത്ത ചരലിൽ തട്ടി സോനയുടെ കാലുകൾ വേദനിച്ചു. എങ്ങനെ വേദനിക്കാതിരിക്കും? ഡോക്ടർ മേദി ഹസ്സൻ ഒന്നരക്കൊല്ലം ചവിട്ടിപ്പഴതാ ക്കിയ ഷൂസ് തന്നെയും വലിച്ച് എത്രകാലം നടക്കും? അവൻ ഷൂസിലേക്കു നോക്കി. അപ്പോഴാണ് ആമയുടെ തലപോലെ തന്റെ പെരുവിരൽ ഷൂസിന്റെ മൊത്തി അടർത്തി പുറത്തേക്കു തുറിച്ചുനില്ക്കുന്നതു കണ്ടത്.

ഒരു സൈക്കിളുണ്ടെങ്കിൽ ഈ പാടുപെടലൊന്നും വേണ്ടായിരുന്നു. ഒരു പഴയ സൈക്കിൾ വാങ്ങാൻ എത്രകാലമായി കൊതിച്ചുകൊണ്ടിരിക്കുന്നു! മാസം തോറും കിട്ടുന്ന പണത്തിന്റെ പകുതിയും ഡോക്ടറുടെ വലിപ്പിലേ ക്കല്ലേ പോകുന്നത്?

രണ്ടുലക്ഷം രൂപ ചെലവാക്കി പണിയിച്ച കൂറ്റൻ ഗെയിറ്റിന്റെ നെറുക യിൽ പിടിപ്പിച്ച നാഴികമണിയിലേക്കു സോന നോക്കി. മണി എട്ടര. നാഴിക മണിയുടെ ചുവട്ടിൽ ചന്ദ്രക്കലയും, അതിന് ഇരുപുറവും വിശുദ്ധ വാചകങ്ങളും കൊത്തിവച്ചിരിക്കുന്നു: “മനുഷ്യാ, ഭൂമിയും സ്വർഗ്ഗവും ഞാൻ നിനക്കുവേണ്ടി സൃഷ്ടിച്ചിരിക്കുന്നു.”

കാറും സ്കൂട്ടറും റിക്ഷയും സുന്ദരികളും സുന്ദരന്മാരും കടന്നു പോകുന്ന ആ കൂറ്റൻ ഗെയിറ്റിലൂടെ സോനയും അകത്തേക്കു കടന്നു.

ഡിസക്ഷൻഹാളിൽ എത്തിയപ്പോൾ ഭാഗ്യം എന്നു പറയട്ടെ ടെക്നീഷ്യൻ എത്തിയിട്ടുണ്ടായിരുന്നില്ല. കൂട്ടുകാരൻ നമ്പ, കേഡവർ ടാങ്കി(ശവശരീരങ്ങൾ സൂക്ഷിക്കുന്ന ടാങ്ക്)ന്റെ അടുത്തു വെറ്റില ചവച്ചു കൊണ്ടിരിക്കുകയായിരുന്നു. സോനയെ കണ്ടപ്പോൾ നമ്പ എഴുന്നേറ്റു വായിലൂറിക്കൂടിയ വെറ്റിലക്കറ തുപ്പി ചിറി തുടച്ചുകൊണ്ട് ചിരിച്ചു.

"നമഷ്കാർ!"

"നമഷ്കാർജി!" സോന പ്രതിവന്ദനം പറഞ്ഞു.

ചുറ്റുപാടും നോക്കിക്കൊണ്ട് നമ്പ പറഞ്ഞു: "മൃഗം എത്തിയിട്ടില്ല."

"വരട്ടെ." ചിരിച്ചുകൊണ്ട് സോന പറഞ്ഞു: "പന്നിയുടെ മകനെ. ഞാൻ ഒരു ദിവസം ഇടിക്കും. എന്റെ അമ്മയുടെ ദീനമൊന്നു മാറട്ടെ."

കാൽപെരുമാറ്റം കേട്ടു രണ്ടുപേരും ഞെട്ടി. അതാ നില്ക്കുന്നു, ഒരു ചെകുത്താനെപ്പോലെ കണ്ണാടിക്കുപ്പായമിട്ട ടെക്നീഷ്യൻ നിസാർ അഹമ്മദ്.

"എന്തെടാ പട്ടികളെ, രണ്ടും മിഴിച്ചു നില്ക്കുന്നത്?" നിസാറിന്റെ ശബ്ദമുയർന്നു: "കുട്ടികൾ വരാറായില്ലേ? ബോഡിയെടുത്തു വേഗം നിരത്തിവയ്ക്ക്."

നിസാർ പ്രൊഫസറുടെ മുറിയിലേക്കു കടന്നുപോയി. പോകുമ്പോൾ പിറുപിറുത്തുകൊണ്ടിരുന്നു:

"റാസ്കൾസ്! ഇവറ്റകളെക്കൊണ്ടു തോറ്റു."

സോന കെഡവർ ടാങ്കിന്റെ പലകയടപ്പു തുറന്നു. ഒരു വല്ലാത്ത നാറ്റം. അപ്പോഴാണ് തലേന്ന് ഫോർമലിൻ ഇടാൻ മറന്ന കാര്യം ഓർത്തത്. മൃഗമെങ്ങാൻ ഇങ്ങോട്ടു വന്നാൽ കൊന്നതുതന്നെ. അവൻ വേഗം അലമാര തുറന്നു ഫോർമലിൻ എടുത്തു ശവത്തിന്മേൽ തളിച്ചു.

നമ്പ ഉരുട്ടിക്കൊണ്ടുവന്ന സ്ട്രെച്ചറിൽ മരവിച്ച ശവങ്ങൾ അവർ പിടിച്ചുവച്ചു. പതിനഞ്ചു മിനിട്ടുകൊണ്ട് ഡിസക്ഷൻ ടേബിളിൽ ശവശരീരങ്ങൾ നിരന്നു. കൈപോയ, കാലുപോയ തലപോയ ശവശരീരങ്ങൾ. ദിവസങ്ങൾ കഴിയുതോറും ഓരോ അവയവങ്ങൾ അവയ്ക്കു നഷ്ടപ്പെട്ടു കൊണ്ടിരിക്കുകയാണ്.

സോന തന്റെ പഴയ ചെമ്പുപാത്രവുമെടുത്തു പുറത്തേക്കിറങ്ങി. സൈക്കിൾ സ്റ്റാന്റിന്റെ അടുത്തു താൻ ഉണ്ടാക്കിയ അടുപ്പിൽ ചെമ്പു കേറ്റിവച്ചു തീ കത്തിക്കുവാൻ തുടങ്ങി. തലേന്നാൾ കുട്ടികൾ മുറിച്ചിട്ട ശവകഷണങ്ങളായിരുന്നു ചെമ്പിൽ. അതു വേവിച്ച് അതിൽ നിന്നു പൊട്ടാത്ത എല്ലുകൾ വേർപെടുത്തിയെടുക്കണം. തലയോടു കൂടി എല്ലാ എല്ലുകളും ശേഖരിച്ചാൽ ഉറുപ്പിക മുപ്പതാണ്. മനുഷ്യൻ മരിച്ചാലും അവന്റെ വില നശിക്കുന്നില്ലെന്നത്

സോന മനസ്സിലാക്കിയത് എല്ലുകൾക്കും പണം കിട്ടിത്തുടങ്ങിയപ്പോഴാണ്. എല്ലുകൾ വിറ്റു കിട്ടുന്ന തുക അവനും ചങ്ങാതിക്കും നല്ല ഒരാശ്വാസമായിരുന്നു. എന്നാൽ അത് അധികകാലം തനിക്കും ചങ്ങാതിക്കും അനുഭവിക്കാൻ കഴിഞ്ഞില്ല. നിസാർ എന്ന നവാബ് വന്നതോടെ അവന്റെ കണ്ണ് അവിടെയും എത്തി. എല്ലുകൾ വിറ്റാൽ കുട്ടികളിൽ നിന്നു കിട്ടുന്ന പണം അവനെ ഏല്പിക്കണം. എന്തെങ്കിലും ചായ കുടിക്കുവാനായി തങ്ങൾക്കു തന്നെങ്കിലായി.

വെള്ളം തിളച്ചുമറിയുന്ന ചെമ്പിൽ നിന്നു സോന എല്ലുകൾ ഓരോന്നായി സാവധാനത്തിൽ പുറത്തേക്കെടുത്തു. എല്ലിൽ പറ്റിനില്ക്കുന്ന ഇറച്ചിപ്പാടുകൾ കത്തിക്കൊണ്ട് എല്ലിനു കേടുതട്ടാത്തവിധം വരണ്ടി നീക്കിക്കൊണ്ടിരുന്നു.

അപ്പോഴാണ് മേദിസാഹബ് കുട്ടികളെ പഠിപ്പിക്കുന്ന ശബ്ദം അവന്റെ കാതിൽ വന്നലച്ചത്. എന്തുമാത്രം ശബ്ദത്തിലാണ് ഈ മേദി സാഹബ് കുട്ടികളെ പഠിപ്പിക്കുന്നത്! ഇപ്പോൾ തൊണ്ട പൊട്ടിപ്പറിഞ്ഞു പോകുമെന്നും തോന്നും. ഒരു കൈയിൽ എല്ലും മറ്റേകൈയിൽ ചായച്ചോക്കുകളും പിടിച്ചു വിയർത്ത് ആർത്തുവിളിക്കുന്ന മേദിസാഹബിനോട് അവന് എന്തെന്നില്ലാതെ സഹതാപം തോന്നാറുണ്ട്. ഉണ്ണുന്ന ചോറിനു പണിയെടുക്കുന്നവനാണ് തന്റെ ഡോക്ടർസാഹബെന്നു തന്റെ ചങ്ങാതി എപ്പോഴും പറയാറുണ്ട്.

കോളേജിലെ ഡോക്ടർമാരിൽവച്ച് ഏറ്റവും നല്ല ആളാണ് മേദിസാഹബ്. അഞ്ചുകൊല്ലമായി പക്ഷവാതം പിടിച്ച തന്റെ അമ്മയെ മേദിസാഹബ് ചികിത്സിക്കുന്നു. തന്റെ കൈയിൽ ഫീസ് കൊടുക്കാനില്ലാത്തതുകൊണ്ടാണ്. പത്തോ ഇരുപതോ കൊടുത്തേനെ. ഉള്ള കാശ് മരുന്നിനുതന്നെ തികയാറില്ല.

മേദിസാഹബ് പുണ്യവാനാണ്. ഈശ്വരാ അയാളെ കാത്തു രക്ഷിക്ക്.

"സോനാ!"

ദൈവമേ! മേദിസാഹബ് വിളിക്കുന്നു.

"അരേ സോനാ, ഇവിടെ വാ."

ചെമ്പിന്റെ ചുട്ട വക്കുപിടിച്ച് താഴെവച്ച് സോന ഓടി. പൊള്ളിപ്പോയ വിരലുകൾ അവൻ വായിലിട്ട് ഈമ്പിക്കൊണ്ടിരുന്നു.

സോന മേദിസാഹബിന്റെ മുറിയിലേക്കു കടക്കുമ്പോൾ പതിവുപോലെ മേദിസാഹബിന്റെ മുന്നിലിരിക്കുന്ന പൻരതു കുട്ടികളുടെ കണ്ണുകൾ അവന്റെ നേർക്കു പതിഞ്ഞു. ചിലർ ചിരിക്കുകയും മറ്റുചിലർ ഒരു കൗതുകവസ്തു കണക്കേ അവനെ നോക്കിക്കൊണ്ടിരിക്കുകയും ചെയ്തു.

"സോനാ, നിന്റെ ഷർട്ടഴിക്കൂ" മേദി സാഹബിന്റെ കനത്ത ശബ്ദം ഉയർന്നു. തന്റെ ജവഹർ കോട്ടും അതിന്റ ചുവട്ടിലിട്ട മുഷിഞ്ഞ ഷർട്ടും ഊരി നിലത്തിട്ടു, ഇനി എത്രനേരം ഒരു യന്ത്രം പോലെ ഇവിടെ നില്ക്കേണ്ടി

വരുമെന്ന് സോനയ്ക്കുതന്നെ അറിയില്ല. മേദിസാഹബ് ചെയ്യുന്ന ഒരേയൊരു പദ്രവം ഇതുമാത്രമാണ്. ഇടയ്ക്കിടയ്ക്കു വിളിപ്പിച്ചു ഷർട്ടഴിപ്പിച്ചു തന്നെ ഒരു മരം പോലെ നിർത്തുക.

തന്റെ കഴുത്തിനു കീഴിലും വാരിയെല്ലിലും പുറത്തുമെല്ലാം തൊട്ട് മേദി സാഹബ് ഉച്ചത്തിൽ പറയുവാൻ തുടങ്ങി. കുട്ടികൾ തന്റെ നേരെ മേദി സാഹബ് കാണിച്ച സ്ഥലങ്ങൾ നോക്കുകയും തിരക്കിട്ടു തങ്ങളുടെ ബുക്കിൽ എന്തൊക്കെയോ കുറിച്ചിടുകയും ചെയ്തുകൊണ്ടിരുന്നു. മേദി സാഹബ് ചോക്കുകൊണ്ട് അവന്റെ നെഞ്ചിലും പുറത്തുമെല്ലാം എന്തൊ ക്കെയോ വരയ്ക്കുകയും കുറിക്കുകയും ചെയ്തു. ഉപകരണമായി മാറി പ്പോയതിൽ അവൻ വളരെയേറെ ഖേദിച്ചു.

ഉടനെ മേദിസാഹബ് ഒരു പെൺകുട്ടിയെ വിളിച്ചു.. വെളുത്തു സുന്ദരി യായ ആ പഞ്ചാബി പെൺകുട്ടി അവന്റെ അടുത്തേക്ക് ഒരു പാമ്പിനെ പ്പോലെ ഇഴഞ്ഞുവരുന്നതായി അവനു തോന്നി. അവളുടെ നീണ്ടുമെലിഞ്ഞ വിരലുകൾ അവന്റെ വാരിയെല്ലുകളിലൂടെ നീങ്ങിയപ്പോൾ താൻ ഒരുപകര ണമല്ലെന്നും താൻ ഒരു മനുഷ്യനാണെന്നും അവനു ബോധ്യമായി.

“സർ, ബട്ട് ഓൺലി ഡിഫറൻസ്. ഈസ് ഹീ ഈസ് എ ലിവിങ് കേഡർ” ഒരു കുട്ടി എന്തോ പറഞ്ഞു. സോനയ്ക്കു മനസ്സിലായില്ല. പലരും അവനെ നോക്കി ചിരിക്കുന്നു. അപ്പോൾ മേദിസാഹബിന്റെ കണ്ണുകൾ ചുവന്നു. അദ്ദേഹം ആ കുട്ടിയെ വളരെയധികം ശകാരിച്ചു. അവനോടു പുറ ത്തേക്കു പോകുവാനും പറഞ്ഞു. അവൻ പുസ്തകങ്ങൾ വലിച്ചെടുത്ത് ഷൂസുകൾ നിലത്തടിച്ചു കനത്ത ശബ്ദമുണ്ടാക്കിക്കൊണ്ട് പുറത്തേക്ക് ഇറങ്ങിപ്പോയി.

സോന മേദിസാഹബിന്റെ ക്ലാസ്സിൽ നിന്നു പുറത്തേക്കു പോകുമ്പോൾ അല്പം മുമ്പു പുറത്താക്കപ്പെട്ട കുട്ടി ക്ലാസ്സിന്റെ പിന്നിലുള്ള ചുമരും ചാരി മേദിസാഹബിന്റെ നോട്ടും കുറിച്ചുകൊണ്ടിരിക്കുകയായിരുന്നു. മേദിസാഹ ബിന്റെ ശബ്ദം പുറത്തു നിന്നാലും നല്ലവണ്ണം കേൾക്കാമല്ലോ.

സോന വൈകുന്നേരം കുടിലിലെത്തിയപ്പോൾ അമ്മ കിടന്ന കട്ടിലിന്റെ വക്കത്ത് അംഗുലി ഇരിക്കുന്നതു കണ്ടു. അവനെ കണ്ട ഉടനെ അവൾ എഴു ന്നേറ്റ് ഗുംഗട്ട് വലിച്ചൂരിയെടുത്ത് അല്പം ദൂരെ മാറിനിന്നു.

അമ്മ മയങ്ങിക്കിടക്കുകയാണ്. അമ്മയ്ക്കു ദീനം കൂടുതലായിട്ടുണ്ടെന്നു മനസ്സിലായി. അവന് അംഗുലിയോടു സംസാരിക്കുവാൻ കൂടി കഴിഞ്ഞില്ല. അവന്റെ മനസ്സു നിറയെ അമ്മയുടെ ദീനമായിരുന്നു. അവൻ അമ്മയുടെ നെറ്റിയിലും കഴുത്തിലും കൈവച്ചു നോക്കി. നല്ല പനിയുണ്ട്. ഒന്നും പറ യാതെ അവൻ കട്ടിലിൽ ഇരുന്നു. അപ്പോൾ അംഗുലി പറഞ്ഞു.

“അമ്മയ്ക്ക് ഇന്നല്പം അധികമാണ്.”

"അംഗുലീ, ഞാനെന്തു ചെയ്യും? എന്റെ കൈയിൽ ഒരു പൈസ പോലുമില്ല. ഡോക്ടർക്ക് ഒന്നും കൊടുക്കേണ്ടെന്നു വയ്ക്കാം. എന്നാൽ മരുന്നെങ്കിലും വാങ്ങണ്ടേ?"

അവൻ കുടിലിൽനിന്നു പുറത്തിറങ്ങി. അമ്മയെ ഡോക്ടറുടെ അടുക്കലേക്കു കൊണ്ടുപോകണം. ഇപ്പോൾ മേദിസാഹബായിരിക്കും ഡ്യൂട്ടിയിൽ. പക്ഷേ, ഒരു റിക്ഷാവണ്ടി വിളിക്കണം. റിക്ഷാക്കാരനു കൊടുക്കാൻപോലും ഒരു പൈസയില്ല. വേവലാതിയോടെ അവൻ ചൗക്കിയിലെത്തിയപ്പോഴുണ്ട്, ഒരു ദൈവദൂതനെപ്പോലെ നില്ക്കുന്നു മൗലാനാസാഹബ്. റിക്ഷാവണ്ടിയുടെ തണ്ടിന്മേൽ തന്റെ കാൽ പൊക്കിവച്ച് കൂട്ടുകാരോട് വർത്തമാനം പറഞ്ഞു നില്ക്കുകയാണ് മൗലാനസാഹബ്. സോന അടുത്തു ചെന്നു വിളിച്ചു:

"മൗലാനസാഹബ്."

മൗലാന തിരിഞ്ഞുനോക്കി. അവശനായി നില്ക്കുന്ന സോനയെ കണ്ടപ്പോൾ താടി ചൊറിഞ്ഞുകൊണ്ട് അയാൾ ചോദിച്ചു:

"എന്തെടാ കാര്യം?"

"എന്റെ പൊന്നു സാഹബ്. എന്നെ ദയവായി രക്ഷിക്കണം. അമ്മയ്ക്കു ദീനം കൂടുതലാണ്. ഒന്നാസ്പത്രിവരെ പോകണം."

"അതിനെന്താടാ നീ കരയുന്നു?" ചിരിച്ചുകൊണ്ടു മൗലാനാ ചോദിച്ചു.

"എന്റെ കൈയിൽ ഒരു പൈസ പോലുമില്ല."

മൗലാന റിക്ഷയുമായി മുന്നോട്ടുവന്നു. എന്നിട്ട് സോനയെ നോക്കി പറഞ്ഞു.

"കയറിയിരിക്കെടാ പന്നീടെ മോനേ."

സോനയും അംഗുലിയും കൂടി താങ്ങിപ്പിടിച്ച് അമ്മയെ റിക്ഷയിലിരുത്തി. അംഗുലിയോട് തങ്ങൾ വരുന്നതുവരെ കുടിലിലിരിക്കുവാൻ ഏല്പിച്ചിട്ട് അവൻ റിക്ഷായിൽ കയറിയിരുന്നു. മൗലാന റിക്ഷ മെല്ലെ മെല്ലെ ചവിട്ടാൻ തുടങ്ങി.

റിക്ഷാ ഊടുവഴിയിലേക്കു തിരിഞ്ഞു. ഊടുവഴിയിലൂടെ പോയാൽ ആസ്പത്രിയിൽ എളുപ്പത്തിൽ എത്താം. അമ്മ അവന്റെ ചുമലിൽ തലയാച്ചു കിടക്കുകയാണ്. അവൻ വലതുകൈക്കൊണ്ട് അമ്മയെ നന്നായി പിടിച്ചു. റോഡ് നിരപ്പില്ലാത്തതിനാൽ റിക്ഷാ വല്ലാതെ കുലുങ്ങിക്കൊണ്ടിരുന്നു.

"ഏയ് സോനാ സൂക്ഷിച്ചോളൂ!" മൗലാനാ ഇടയ്ക്കിടെ പറഞ്ഞുകൊണ്ടിരുന്നു. അവൻ അമ്മയെ കമ്പിളി നന്നായി പുതപ്പിച്ചു. ഡിസംബർ മാസത്തിലെ തണുത്ത കാറ്റ് ദേഹത്തിൽ തുളച്ചുകയറിക്കൊണ്ടിരുന്നു.

എപ്പോഴും എരുമയെ തല്ലുകയും ചീത്തപറയുകയും അമ്മയുടെ പതിവായിരുന്നു. എരുമയെ അധികം തല്ലിയതുകൊണ്ടാണ് അമ്മയ്ക്കു വാതം പിടിപെട്ടതെന്നാണ് ഗ്രാമക്കാർ പറയുന്നത്.

“സോനാ സൂക്ഷിച്ചോളൂ, ഒരു കുണ്ടു വരുന്നു.” സോനാ ഞെട്ടി അമ്മയെ മുറുകെ പിടിച്ചു. റിക്ഷ ഒരു കുലുക്കത്തോടെ താഴുകയും ഉയരുകയും ചെയ്തു.

റിക്ഷാ ഊടുവഴിയിലൂടെ മെല്ലെ മെല്ലെ നീങ്ങിക്കൊണ്ടിരുന്നു. കാലുകൾ മെല്ലെ മെല്ലെ പൊക്കിയും താഴ്ത്തിയും മൗലാന റിക്ഷ ചവിട്ടുകയാണ്.

മൗലാനയുടെ കാലിന്റെ പിൻഭാഗത്തുള്ള മാംസക്കഷണം ഉരുണ്ടു മേലോട്ടു കയറുന്നതും താഴോട്ട് ഇറങ്ങുന്നതും സോന കൗതുകത്തോടെ നോക്കിക്കൊണ്ടിരുന്നു. മൗലാനയുടെ കാലൊന്നു തളർന്നാൽ അയാൾക്കു പിറ്റേന്നു റൊട്ടിയില്ല. ആസ്പത്രിയുടെ മുമ്പിൽ രോഗികളും അവരുടെ ബന്ധുക്കളും വരിയായി നില്ക്കുന്നുണ്ടായിരുന്നു. എന്തൊരു നശിച്ച വരിയാണിത്. ആസ്പത്രിയിലും സിനിമാശാലയിലും റേഷൻ കടയിലും മുനിസിപ്പൽ കക്കൂസിലും എന്നുവേണ്ട, സകല സ്ഥലത്തും ഈ വരിതന്നെ. വരിയില്ലാത്ത ജീവിതമില്ലല്ലോ ഇപ്പോൾ.

അവൻ അമ്മയെ റിക്ഷയിൽ ഇരുത്തി, ഡോക്ടർ സാഹബിന്റെ മുറിയിലേക്കു നടന്നു. മേദിസാഹബ് രോഗികളെ പരിശോധിച്ചുകൊണ്ടിരിക്കുകയായിരുന്നു. അടുത്തിരിക്കുന്ന മറ്റേ ഡോക്ടർ വളരെ നിസ്സാരമായ ഭാവത്തിൽ ഏതോ മാസിക മറിച്ചുകൊണ്ട് അതിലെ നാണം മറയ്ക്കാതെ കൈയും കാലും പൊക്കി നില്ക്കുന്ന വെള്ളക്കാരി പെൺകുട്ടികളുടെ ചിത്രങ്ങൾ നോക്കി രസിക്കുകയായിരുന്നു.

അയാളുടെ ചുണ്ടിൽ തൂങ്ങിക്കിടന്ന സിഗററ്റിന്റെ ഒരിഞ്ചു നീളത്തിലുള്ള ചാരം വീഴുവാൻ വെമ്പി നില്ക്കുകയാണ്.

സോന മുമ്പിൽ വന്നു നിന്നപ്പോൾ മേദിസാഹബ് തലയുയർത്തി നോക്കി. സോനയോട് അമ്മയെ അടുത്ത മുറിയിലേക്കു കൂട്ടിക്കൊണ്ടു വരാൻ പറഞ്ഞു. അദ്ദേഹം വയറുവീർത്തു ഞരങ്ങിക്കൊണ്ടിരുന്ന ഒരു കുട്ടിയെ പരിശോധിച്ചുകൊണ്ടിരിക്കുകയായിരുന്നു.

അമ്മയെ മുറിയിൽ കിടത്തി അഞ്ചുമിനിട്ട് കഴിയുമ്പോഴേക്കും മേദിസാഹബ് വന്നു. വളരെ സൂക്ഷ്മതയോടെ അദ്ദേഹം അമ്മയെ പരിശോധിച്ച് ഒരു ഇൻജക്ഷൻ കൊടുത്തു. മരുന്നിനുള്ള കുറിപ്പും എഴുതിക്കൊടുത്തു. ഒന്നും ഭയപ്പെടേണ്ടതില്ല എന്നും പറഞ്ഞ് അവനെ ആശ്വസിപ്പിച്ചുകൊണ്ട് അദ്ദേഹം എഴുന്നേറ്റു. മേദിസാഹബിന്റെ നേരെ സോന കൈകൂപ്പി നിന്നു. അവൻ പ്രാർത്ഥിച്ചു. ദൈവമേ, മേദിസാഹബിന്റെ ആയുസ്സു നീട്ടണേ!

അവർ വീട്ടിലെത്തുമ്പോൾ അംഗുലി ചിമ്മിനിവിളക്കിന്റെ മുന്നിൽ അവരെ കാത്തിരിക്കുകയായിരുന്നു. സോന ചോദിച്ചു: “അംഗുലീ, നീ ഞങ്ങളെ കാത്തു മുഷിഞ്ഞു, ഇല്ലേ?”

അമ്മയെ താങ്ങിക്കിടത്തുമ്പോൾ അവൾ പറഞ്ഞു:

"ഏ, ഇല്ല, ഇപ്പോ പോയതല്ലേ ഉള്ളൂ. നിങ്ങൾ?"

അമ്മ വയ്യാത്ത സ്വരത്തിൽ അപ്പോൾ പറഞ്ഞു:

"മോനേ, എന്നാ അംഗുലി പോട്ടെ. നീയും ചെല്ലൂ കൂടെ."

നോക്കണേ അമ്മയുടെ പേടി. അംഗുലിയെ കുടിലിൽ കിടത്താൻ അമ്മയ്ക്കു വല്ലാത്ത പേടിയാണ്. ശരിയാണ് കല്യാണം കഴിക്കുന്നതിനുമുമ്പ് പെണ്ണിനെ വീട്ടിൽ താമസിപ്പിക്കുന്നതു തെറ്റല്ലേ? മാത്രമല്ല, ഗ്രാമക്കാർക്ക് അതൊരു പാട്ടുമായിത്തീരും.

അവർ ഇറങ്ങി നടക്കുവാൻ തുടങ്ങി. ഒരു വിളിപ്പാടകലെയുള്ള കുടിലിലാണ് അംഗുലി താമസിക്കുന്നത്. അവളെ ഇങ്ങനെ ഒറ്റയ്ക്കു താമസിപ്പിക്കേണ്ടിവന്നതിൽ അവന് എപ്പോഴും സങ്കടം തോന്നാറുണ്ട്. അമ്മയുടെ രോഗം സുഖമായിട്ടു വേണം അവളെ തന്റെ ഭാര്യയാക്കി കുടിലിൽ താമസിപ്പിക്കാൻ. ഇനിയും എത്രകാലം വേണ്ടിവരും? അവൾക്കാണെങ്കിലും നല്ല പ്രായമായി. ചെറുപ്പം മുതല്ക്കേ അവൾ തന്റെ കൂടെ കളിച്ചുവളർന്നതാണ്.

നല്ല ഇരുട്ടുള്ള രാത്രിയായിരുന്നു. ജമീന്ദാരുടെ മട്ടുപ്പാവിൽനിന്നും കത്തുന്ന വിളക്ക് ചുറ്റും വെളിച്ചം വീശിയിരുന്നു. അദ്ദേഹത്തിന്റെ പന്തിയിൽ നിന്നു കുതിരകൾ നിലത്തു കുളമ്പിട്ടടിക്കുന്ന ശബ്ദം കേൾക്കാനുണ്ട്.

അവരൊന്നും സംസാരിച്ചില്ല. കനത്ത ഹൃദയവുമായി നീങ്ങിക്കൊണ്ടിരുന്ന അവന്റെ തൊട്ടുപിന്നിലായി അവൾ നടക്കുകയാണ്. ഇടയ്ക്കിടയ്ക്ക് അവരുടെ കൈവിരലുകൾ തമ്മിൽ തൊടുന്നുണ്ടായിരുന്നു. അവൾ നടക്കുമ്പോൾ തെറിക്കുന്ന പൂഴിത്തരികൾ സോനയുടെ കാലിൽ വീണുകൊണ്ടിരുന്നു.

അവർ കുടിലിലെത്തിയപ്പോൾ അംഗുലി തീപ്പെട്ടിയുരച്ച് വിളക്കു കത്തിച്ചു. സോന അകത്തു കടന്നിരുന്നു. ഒരു അലുമിനിയംപാട്ടയിൽ എന്തോ സാധനം അവൾ അവന്റെ മുമ്പിൽ കൊണ്ടുവന്നു വച്ചു.

അവൻ ചോദിച്ചു.

"ഇതെന്താ?"

"തിന്നുനോക്ക്."

അവൻ തിന്നു. ഒന്നാന്തരം അണ്ഠേകാ ഹൽവ. നൊട്ടയിട്ട് വെള്ളം കുടിക്കുമ്പോൾ അവൻ ചോദിച്ചു.

"എവിടുന്നു കിട്ടി?"

"എവിടുന്നു കിട്ടാനാ? താർവാലാബംഗ്ലാവിലെ മേംസാഹബ് തന്നു. അവർ വലിയ സന്തോഷത്തിലാ. അവർക്ക് ഇന്നൊരു കുട്ടി പിറന്നു. കടിഞ്ഞൂൽ കുട്ടിയാ."

എന്തോ ആലോചിച്ചുകൊണ്ടു സോന പറഞ്ഞുകൊണ്ടിരുന്നു:

"മേംസാഹബിനു കുട്ടി പിറന്നു. കുട്ടി പിറന്നു. നല്ല കാര്യം!"

എന്നിട്ട് അവൻ അംഗുലിയോടു ചോദിച്ചു:

"അപ്പോ അംഗുലീ, നിനക്കെപ്പോഴാ, ഒരു കുട്ടിപിറക്കുക?"

അംഗുലി വല്ലാതെ നാണിച്ചുപോയി. ഗുംഗട്ട് വലിച്ചു താഴ്ത്തി മുഖം മറച്ചുകൊണ്ട് അവൾ മാറിനിന്നു. അവളുടെ കാലിന്റെ തള്ളവിരൽ നില ത്തെന്തോ വരച്ചുകൊണ്ടിരുന്നു.

എഴുന്നേറ്റ് അവളെ മാറോട് ചേർത്തു പുണരുവാൻ സോന കൊതിച്ചു. ഓ, കല്യാണം കഴിക്കാതെയോ? വളരെ നീചമായ ഒരാഗ്രഹം മനസ്സിൽ ഉയർന്നതിന് അവൻ തന്നത്താൻ കുറ്റപ്പെടുത്തി.

"ശരി. ഞാൻ പോകട്ടെ." അവൻ പോകാനെഴുന്നേറ്റു. എന്നിട്ടു വീണ്ടും ചോദിച്ചു: "അല്ലാ അംഗുലീ, നിനക്കു പേടിയില്ലേ ഇവിടെ ഒറ്റയ്ക്കു താമ സിക്കാൻ.?"

"എനിക്കു പേടിയോ?"

"വല്ല തെമ്മാടികളും വന്നാലോ?"

അവൾ അല്പം മാറി മൂലയിൽ വച്ചിരുന്ന ചൂലിന്റെനേർക്കു വിരൽ ചൂണ്ടി നിന്നു.

അവനോർത്തു: ഓഹോ, ഇതു താർവാലാബംഗ്ലാവ് അടിച്ചുവാരാൻ മാത്ര മല്ല ഉപയോഗിക്കുന്നത്. പെണ്ണായാൽ ഇങ്ങനെയിരിക്കണം.

സോന ഇറങ്ങി നടന്നു.

കുറെ ദിവസങ്ങളോളം അംഗുലി കുടിലിൽ വരാതായപ്പോൾ ഒരു വൈകു ന്നേരം അവൻ അവളുടെ കുടിലിലേക്കു ചെന്നു. അവനവിടെ എത്തിയ പ്പോൾ അവൾ പറിച്ചിട്ട തലമുടിയുമായി കുടിലിന്റെ കോലായിൽ ഇരിക്കുക യായിരുന്നു. സോനയെ കണ്ട നിമിഷത്തിൽ അവൾ ചാടിയെഴുന്നേറ്റ് അകത്തു കയറി കുടിലിന്റെ വാതിലടച്ചുകളഞ്ഞു.

സോന അത്ഭുതത്തോടെ മിഴിച്ചു നിന്നു. താൻ സ്വപ്നം കാണുക യാണോ എന്ന് അവൻ, സംശയിച്ചു. അവൻ ചുറ്റും നോക്കി. അടുത്ത കുടി ലിന്റെ മുറ്റത്ത് കുട്ടികൾ കളിച്ചാർത്തു നടക്കുന്നുണ്ട്. ജമീന്ദാരുടെ കുതിര വണ്ടി കിലുങ്ങിക്കൊണ്ട് എങ്ങോട്ടോ പോകുന്നുണ്ട്. സ്വപ്നമല്ല .

അവൻ വാതിലിനു മുട്ടിക്കൊണ്ടു വിളിച്ചു.

"അംഗുലീ, വാതിൽ തുറക്കൂ. നിനക്കെന്തുപറ്റി?"

തൊണ്ടയിടറിയ അംഗുലിയുടെ ശബ്ദം പുറത്തുവന്നു.

"എനിക്ക് ഒന്നും പറ്റിയിട്ടില്ല. നിങ്ങൾ ഇവിടെനിന്നും പോയാൽ മതി."

പെട്ടെന്നു വന്ന അത്ഭുതം അടക്കിപ്പിടിച്ചുകൊണ്ട് അവൻ ചോദിച്ചു:

"അംഗുലീ എന്തുണ്ടായി കാര്യം? പറയൂ."

അവൾ കരയുകയായിരുന്നു. ഏങ്ങലിന്റെ അലകൾ വാതിൽപ്പാളികൾക്കിടയിലൂടെ കടന്നുവന്ന് അവന്റെ കാതിലലച്ചു. അന്നാദ്യമായിട്ടാണ് അംഗുലി കരയുന്നത് അവൻ കേൾക്കുന്നത്. അവളെ കണ്ട് അവളുടെ കണ്ണുനീർ തുടച്ചുകൊടുക്കുവാൻ അവൻ അതിയായി ആഗ്രഹിച്ചു. പക്ഷേ അടച്ച വാതിലിനു പുറത്തുവച്ച് അപരന് എന്തുചെയ്യാൻ കഴിയും? ഉടനെ വാതിൽ തുറക്കപ്പെട്ടു. അവൻ സന്തോഷിച്ചു നില്ക്കുമ്പോൾ അംഗുലി പുറത്തുവന്നു. എന്നാൽ അവന്റെ നേരെ ഒന്നു നോക്കുകപോലും ചെയ്യാതെ മുറ്റത്തു കുനിഞ്ഞിരുന്ന് ഛർദ്ദിക്കാൻ തുടങ്ങി.

പലതും ചോദിക്കാനും പറയാനും ചെയ്യാനും അവൻ ആഗ്രഹിച്ചെങ്കിലും അവൻ അവശനായിക്കഴിഞ്ഞിരുന്നു. അവൾ മുറ്റത്തുനിന്ന് എഴുന്നേറ്റു വീണ്ടും അകത്തുകടന്നു വാതിലടയ്ക്കുന്നത് അവൻ നോക്കി നിന്നു. വാതിലടയ്ക്കുമ്പോൾ അവളിങ്ങനെ പറഞ്ഞു:

"ഈ പാപിയെ നോക്കി ഇനി ഇവിടെ വരരുത്."

പെട്ടെന്നു വന്ന ധൈര്യത്താലും ആവേശത്താലും അവൻ വീണ്ടും ചോദിച്ചു.

"അംഗുലീ, നിനക്കെന്തുപറ്റി?"

ഉത്തരം പുറത്തേക്കു തെറിച്ചുവീണില്ല. പറ്റിയത് അവൾ എങ്ങനെ അവന്റെ മുഖത്തു നോക്കി പറയും?

സ്വന്തമായി ആരുമില്ലാത്ത അംഗുലിക്ക് ഒരേയൊരു സഹായി മേംസാഹബായിരുന്നു. നേരം പുലരുമ്പോൾ തന്റെ ചൂലുമായി അവൾ മേംസാഹബിന്റെ വീട്ടിലേക്കു പുറപ്പെടുന്നു. എന്നിട്ട് വീടും കക്കൂസും കുളിമുറിയും കോഴിക്കൂടും മുയൽക്കൂടും പരിസരവും അവൾ അടിച്ചു വൃത്തിയാക്കുന്നു. മേംസാഹബ് നിത്യേന കൊടുക്കുന്ന ഭക്ഷണവും മാസത്തിൽ കൊടുക്കുന്ന പത്തുരൂപയുമാണ് അവളുടെ രക്ഷ.

ജോലി അവൾക്കിഷ്ടമായിരുന്നു. മേംസാഹബിനെയും ആ വീട്ടിലുള്ള ലെഗോൺ കോഴികളെയും വെള്ളമുയലുകളെയും അവളൊന്നു പോലെ സ്നേഹിച്ചു. എന്നാൽ പേടിപ്പെടുത്തുന്ന ഒന്നുണ്ടായിരുന്നു ആ വീട്ടിൽ. നിത്യവും അടിച്ചുവാരിക്കൊണ്ടിരിക്കുമ്പോൾ അവളുടെ ദേഹം ചൂഴ്ന്നിറങ്ങുന്ന നോട്ടമയയ്ക്കുന്ന ഇഫ്തിഗാർസാഹബ്. കൊമ്പൻ മീശയും വസൂരിക്കലയുള്ള ചുവന്ന മുഖവും തുറിച്ച കണ്ണുകളും കുടവയറുമുള്ള, ആ മനുഷ്യൻ മേംസാഹബിന്റെ ഭർത്താവായിരുന്നു. മാൻകുട്ടിയെപ്പോലെ സുന്ദരിയായ മേംസാഹബിന് ഭർത്താവായി കിട്ടിയത് ഈ സത്വത്തെയാണല്ലോ എന്നോർത്ത് അവൾ പലപ്പോഴും ദുഃഖിച്ചിരുന്നു. എന്നാൽ അയാൾക്ക് പണം വാരിക്കൂട്ടുന്ന ജോലിയായിരുന്നു.

പതിവുപോലെ അന്നും അവൾ ജോലിക്കു പോയപ്പോൾ മേംസാഹബിനേയും അവരുടെ കറുത്ത മൂടുപടവും ആ വീട്ടിൽ കണ്ടില്ല. അവർ പ്രസവിക്കാൻവേണ്ടി ഹോസ്പിറ്റലിലേക്കു പോയതാണെന്ന് അവൾക്കു മനസ്സിലായി.

അവൾ മുറ്റമടിച്ചുകൊണ്ടിരിക്കുമ്പോൾ ഇഫ്തിഗാർസാഹബ് മൂർച്ച കുറഞ്ഞ ഒരു കത്തികൊണ്ടു പേരയ്ക്കാ ചെത്തിത്തിന്നുകയായിരുന്നു.

അവൾ അടിച്ചുവാരാനായി കിടപ്പുമുറിയിലേക്കു കയറി. അവൾ കിടക്കവിരിപ്പെടുത്തു കുടഞ്ഞു ചുളിവില്ലാതെ വിരിച്ചുവച്ചു. എന്നിട്ടു മുറി അടിക്കുവാൻ തുടങ്ങി. പെട്ടെന്ന് ആ മുറിയിൽ ഇരുട്ടുകയറുന്നത് അവൾ കണ്ടു. തിരിഞ്ഞു നോക്കിയപ്പോൾ വാതിലടച്ച് അവളുടെ നേരെ നോക്കുന്ന ഇഫ്തിഗാർ സാഹബിനെയാണു കണ്ടത്.

അവൾ ഇഫ്തിഗാർസാഹബിനെ നോക്കി. ആ കണ്ണുകളിൽ കത്തിക്കൊണ്ടിരിക്കുന്ന വികാരം കണ്ടപ്പോൾ അവളുടെ കരൾ ഉരുകി ഒലിക്കുന്നതായി അവൾക്കു തോന്നി.

ഇഫ്തിഗാർസാഹബിന്റെ കൈകൾ മുന്നോട്ടു നീങ്ങുന്നത് അവൾ കണ്ടു. അവളുടെ തൊണ്ട വരണ്ടതായും നാവു താണുപോയതായും അവൾക്കു മനസ്സിലായി.

പിന്നെ കട്ടിലിലിരുന്നു തന്റെ പഴകിയ അഴഞ്ഞ ചെരിപ്പ് താഴെ ഊരിയിടുവാൻ അവൾ നിർബ്ബന്ധിതയാവുകയാണുണ്ടായത്.

ഇതൊന്നും അംഗുലി പറഞ്ഞില്ലെങ്കിലും സോനയ്ക്കു വ്യക്തമായിരുന്നു. താൻ ദേവകന്യകയെപ്പോലെ പൂജിച്ചുവന്ന അംഗുലി തന്നെ ചതിച്ചു. തന്റെ പരാതികൾ വല്ലവരോടും പറഞ്ഞു ദുഃഖത്തിന്റെ കനം കുറയ്ക്കുവാൻ അവനു കഴിഞ്ഞില്ല.

എന്നിട്ടും അവൻ ജീവിച്ചു, നിസാർ അഹമ്മദിന്റെ ചീത്തകേട്ടു കൊണ്ട്. ഡിസക്ഷൻ ഹാളിലും മരുന്നുകുപ്പിയുമായി ആശുപത്രി മുറ്റത്ത് ക്യൂനിന്നും നാളുകൾ നീങ്ങിക്കൊണ്ടിരുന്നു.

അന്നത്തെ സംഭവത്തിനുശേഷം പിന്നീടവൻ അംഗുലിയെ കണ്ടില്ല. അവസാനമായി കണ്ടത് ആശുപത്രിയിൽ വച്ചായിരുന്നു. അതുതന്നെ അവളുടെ ശവം.

എങ്ങനെയോ നാടൻകായ്കൾ അരച്ചു വിഷമുണ്ടാക്കി അവൾ കുടിച്ചു. പക്ഷേ, വിചാരിച്ചപോലെ എളുപ്പത്തിൽ മരിച്ചില്ല. ഒരാഴ്ചയോളം ആശുപത്രിയിൽ കിടന്നു കിടന്നു വലഞ്ഞതിനുശേഷം അവൾ മരിച്ചു.

അവൾ ആശുപത്രിയിൽ സുഖമില്ലാതെ കിടക്കുകയാണെന്ന വാർത്ത അറിഞ്ഞപ്പോൾ അമ്മ സോനയെ ആശുപത്രിയിൽ പോകുവാൻ നിർബന്ധിച്ചിരുന്നു. അവൻ ആശുപത്രിയിൽ പോകാതെ, അംഗുലിയെ നോക്കാതെ, വീട്ടിൽ മടങ്ങി വന്ന് അമ്മയോട് ഒരോ കളവു പറയുകയാണു ചെയ്തിരുന്നത്.

ഉറ്റവരാരുമില്ലാത്തതുകൊണ്ട് അവളുടെ ശവം ഏറ്റെടുക്കുവാൻ ആരും വന്നില്ല. ഏതായാലും അവൾ മരിച്ചു. ഇനി ശവമെങ്കിലും ഏറ്റെടുക്കാമെന്നു കരുതി അവൻ ആശുപത്രിയിൽ പോയിരുന്നു.

ആശുപത്രിയിലെ ശവമുറിയിൽ അവളുടെ ശവം മൂടിക്കിടത്തി വച്ചിരിക്കുകയായിരുന്നു. തുണി പൊക്കി അവൻ അവളുടെ മുഖം അവസാനമായി ഒന്നു നോക്കി. എന്തെല്ലാം ആശകളായിരുന്നു തന്റെ മനസ്സിൽ. അവളെ കല്യാണം കഴിക്കുക. എന്നിട്ട് അവളുമൊത്തുള്ള ഗ്രാമത്തിലെ ജീവിതം അവൻ എത്രതവണ സ്വപ്നം കണ്ടതായിരുന്നു! അവസാനം അവൾ എന്താണു ചെയ്തത്? വഞ്ചിച്ചതാണോ? വഞ്ചിച്ചതാണോ? അവൻ പലതവണ തന്നോടുതന്നെ ചോദിച്ചു. അതേ, അതേ എന്ന് മനസ്സു മന്ത്രിച്ചുകൊണ്ടിരുന്നു.

അവളുടെ മുഖം പഴയതുപോലെ മൂടി, കലങ്ങിമറിഞ്ഞ മനസ്സോടെ അവൻ പുറത്തേക്കിറങ്ങി പോരുകയാണു ചെയ്തത്. പിറ്റേദിവസവും പതിവുപോലെ തന്റെ ജോലിസ്ഥലമായ മെഡിക്കൽ കോളേജിലെത്തി. പതിവിലും നേരത്തേതന്നെ ടെക്നീഷ്യൻ നിസാർ അഹമ്മദ് എത്തിയിരിക്കുന്നു. അവനെ കണ്ട ഉടനെ അയാൾ വിളിച്ചു.

“എടാ സോനാ, ഇവിടെ വാ. എത്ര നേരമായി നിന്നെ കാത്തു നില്ക്കുന്നു.”

സോന അയാളുടെ മുറിയിലേക്കു ചെന്നു. അണച്ച കത്തി അയാളുടെ നേരെ നീട്ടിക്കൊണ്ട് നിസാർ പറഞ്ഞു.

“ഒരു പുതിയ ശവം വന്നിട്ടുണ്ട്. നീ പോയി അതിന്റെ മുടി വടിച്ചുവയ്ക്ക്.”

അവൻ കത്തിയുമായി അടുത്ത മുറിയിലേക്കു നടന്നു. മേശപ്പുറത്ത് പ്ലാസ്റ്റിക്കിന്റെ വിരികൊണ്ടു മൂടിവച്ചിരിക്കുകയാണ് ശവം. അവൻ അടുത്തു ചെന്ന് വിരിപ്പു മാറ്റി. അവൻ തരിച്ചുനിന്നുപോയി. അംഗുലിയുടെ ശവം. ആരും ഏറ്റെടുക്കാതെവന്ന ആ ശവം ആശുപത്രി അധികൃതർ കോളേജിലേക്കയയ്ക്കുകയാണു ചെയ്തത്.

“എന്താടാ മിഴിച്ചു നില്ക്കുന്നത്? ചെറുപ്പക്കാരിയുടെ സൗന്ദര്യം നോക്കുകയാണോ കഴുതേ! ഊം വേഗം നോക്കൂ, പണി.”

ഒരു യന്ത്രം പോലെ സോനയുടെ കൈകൾ ചലിച്ചു. ഭൂമി കറങ്ങുന്നതായി അയാൾക്കുതോന്നി.

നിസാർ അടുത്തു വന്നത് അവൻ കണ്ടില്ല. അയാൾ വന്നയുടനെ ശവത്തിന്റെ മുകളിൽ നിന്ന് പ്ലാസ്റ്റിക്കിന്റെ വിരി പൂർണ്ണമായും എടുത്തുമാറ്റി. അവൾ നഗ്നയായി കിടക്കുകയാണ്. നിസാറിന്റെ കൈ പിടിച്ചുവയ്ക്കാൻ അവൻ വെമ്പി.

നിസാർ തന്റെ കത്തികൊണ്ടു ശവത്തിന്റെ തുട കീറി ‘ഡൈ’ ഇഞ്ചക്ട് ചെയ്യുകയായിരുന്നു. അപ്പോൾ അവൻ പറഞ്ഞുതുടങ്ങി.

“ഈ തേവിടിശ്ശിയെ നിനക്കറിയാമോടാ?”

"അറിഞ്ഞൂ കൂടാ." സോനയുടെ ചുണ്ടുകൾ ചലിച്ചു.

"ഈ നാട്ടുകാരിയെന്നാ ഡോക്ടർ പറഞ്ഞത്. കണ്ണും മൂക്കുമില്ലാതെ നടന്നാൽ ഇതാണു ഗതി."

സോന ഒന്നും പറഞ്ഞില്ല.

നീണ്ട് ഇടതൂർന്നു വളർന്നിരുന്ന മുടി മുഴുവനും അവൻ വടിച്ചു. അവളുടെ ഇരുണ്ട നീണ്ട തലമുടിയുടെ ഭംഗിയെക്കുറിച്ച് അമ്മ ചിലപ്പോൾ പറയാറുള്ളത് അവന് ഓർമ്മവന്നു. അത് തന്റെ കൈ കൊണ്ടുതന്നെ വടിച്ചെടുക്കേണ്ടി വന്നു. മുടി വടിച്ചു തീർന്നു. പുരികം വടിച്ചു ദേഹത്തിലുള്ള രോമശകലങ്ങൾ മുഴുവനും വടിച്ചു.

അപ്പോഴേക്കും നിസാർ നീണ്ട സൂചിയും നൂലും അവന്റെ കൈയിൽ കൊടുത്തിട്ട് ചുണ്ടുകൾ തുന്നിക്കെട്ടാൻ പറഞ്ഞു. കൂർത്ത സൂചിമുന അവളുടെ ചുണ്ടുകളിലേക്ക് ഇറങ്ങിച്ചെന്നു. ആ സൂചിമുന തന്റെ കരളിലൂടെ കടക്കുന്നതായി അവനു തോന്നി, അവന് ആ ശവശരീരം നോക്കി നില്ക്കാൻ കഴിഞ്ഞില്ല. എങ്ങോട്ടെങ്കിലും ഓടിപ്പോയി പൊട്ടിക്കരയണമെന്ന് അവനു തോന്നി. അന്നു രാത്രി സോനയ്ക്ക് ഉറങ്ങുവാൻ കഴിഞ്ഞില്ല. കണ്ണടയ്ക്കുമ്പോൾ മൊട്ടയടിച്ച് പുരികം വടിച്ച് ചുണ്ടു തുന്നിക്കെട്ടിയ അംഗുലിയുടെ ശവമാണു കാണുക. അവന്റെ മനസ്സു മുഴുവനും കുഴഞ്ഞുകിടക്കുകയായിരുന്നു. നേരം പുലരാൻനേരത്ത് അവൻ ഒന്നു മയങ്ങി. അപ്പോൾ അംഗുലിയെ അവൻ സ്വപ്നം കണ്ടു. അവൾ അവനെ നോക്കി പറഞ്ഞു.

"നിങ്ങളെ ഞാൻ വഞ്ചിച്ചു. ആ സങ്കടം തീർക്കാനാണ് ഞാൻ മരിച്ചു കളഞ്ഞത്."

സോനയുടെ മരവിച്ച ദിവസങ്ങൾ നീങ്ങിക്കൊണ്ടിരുന്നു.

അന്ന് അംഗുലിയുടെ ശവം ഡിസക്ഷൻ ടേബിളിലേക്കു മാറ്റപ്പെട്ടു. ടാങ്കിൽ നിന്നും ശവം സ്ട്രെച്ചറിൽ കേറ്റി മേശപ്പുറത്തു വച്ചത് സോനതന്നെയായിരുന്നു. മുമ്പെല്ലാം ശവശരീരങ്ങൾ കൈകാര്യം ചെയ്തുകൊണ്ടിരിക്കുന്നപ്പോൾ അവയുടെ ദേഹത്തിലൂടെ ഒരു കാലത്ത് ചുടുചോര ഒഴുകിയിരുന്നതായി അവൻ ഓർത്തിരുന്നില്ല. അവയ്ക്കെല്ലാം ഓർക്കാൻ കഴിയുന്ന മനസ്സുണ്ടായിരുന്നുവെന്നും അവൻ കരുതിയിരുന്നില്ല. അല്പം പോലും അവൾ വേദനിക്കരുതെന്നു കരുതിക്കൊണ്ട് അവൻ പ്രവർത്തിച്ചുകൊണ്ടിരുന്നു. വില്ലിച്ചുനില്ക്കുന്ന കൈകാലുകൾ അവൻ പിടിച്ചു നേർക്കുവച്ചു. അല്പം കഴിഞ്ഞപ്പോൾ കുട്ടികൾ മേശയ്ക്കു ചുറ്റും നിരന്നു. കത്രികകളും കത്തികളും ചലിച്ചുതുടങ്ങി. കേഡവർ റൂമിന്റെ വാതിലിലൂടെ അവൻ എത്തിനോക്കി.

കത്തിയുടെ വായ്ത്തല ആദ്യമായി ആ ദേഹത്തിൽ വീഴുന്നത് അവൻ കണ്ടു. മാറിനടിയിലൂടെ ഒരൊറ്റ വര. 'കിർർ' എന്നു കത്തി പാഞ്ഞ ശബ്ദം

അവന്റെ തലയിലേക്ക് ഊളിയിട്ടുകയറി. മാറിന്റെ ഇരുഭാഗത്തുനിന്നും തോലുകൾ പറിച്ചുനീക്കിക്കൊണ്ടിരിക്കുകയാണ്. മാംസകഷണങ്ങൾ അരിഞ്ഞു മേശപ്പുറത്തു വീണുകൊണ്ടിരുന്നു.

അവസാനം ആ ദിവസം വന്നു.

അന്ന് ശവത്തിന്റെ തലയോടുമുറിക്കുന്ന ദിവസമായിരുന്നു. അതു കാണരുതെന്നു കരുതി അവൻ പുറത്തേക്കു മാറിനില്ക്കുകയായിരുന്നു. അപ്പോൾ കുട്ടികളിൽ ഒരാൾ വന്ന് അവനെ വിളിച്ചു.

ഉളിയും ചുറ്റികയും അവന്റെ കൈയിൽ കൊടുത്തിട്ട് കുട്ടികൾ പറഞ്ഞു.

"സോനാ, ഈ തലയോടു മുറിക്ക്, ഞങ്ങൾക്ക് മുറിക്കാൻ കഴിയുന്നില്ല."

അവന് ഒന്നും പറയാൻ കഴിഞ്ഞില്ല. ഉളിയും കൈയിൽ പിടിച്ച് ചില സെക്കന്റുകൾ അവൻ നിന്നു. കുട്ടികൾ തിരക്കുകൂട്ടി:

"വേഗം നോക്ക്. സമയമില്ല."

തലയോടിൽ ഉളിവച്ച് അവൻ ചുറ്റികകൊണ്ട് അടിച്ചു തുടങ്ങി. എത്ര നേരം അടിച്ചുവെന്ന് അവന് ഓർമ്മയില്ല. തലയോടു പിളർന്നു. അപ്പോൾ അവൻ കണ്ടു- വെളുത്ത, അല്ല, ഇളം മഞ്ഞനിറമുള്ള നിരവധി ചുളിവുള്ള തലച്ചോറ്.

തന്നെപ്പറ്റി അവൾ പലപ്പോഴും ഓർത്ത അത്ഭുതം നിറഞ്ഞ തലച്ചോറ്.

■

വെളിച്ചത്തിന്റെ മരണം

മേരിയുടെ നേരം പുലർന്നു.

പതിവുപോലെ തലയണക്കീഴിൽ നിന്നു വാച്ചെടുത്തു സമയം നോക്കി, മണി നാലര! വാച്ചിന്റെ നാഡിമിടിപ്പു നിന്നിരിക്കുന്നു.

അവൾ കിടക്കയിൽ നിന്നെഴുന്നേറ്റു. പുറത്തേക്കു കടന്ന് അടുത്ത മുറിക്കാരി അപ്പോൾ പൗഡറിട്ടു കണ്ണെഴുതുകയായിരുന്നു. അവളുടെ വാച്ചിൽ മണി ഏഴേകാൽ.

വരാന്തയിലും കുളിമുറിക്കു മുമ്പിലും ബഹളം കിമോണ ധരിച്ച പാവാടയും, ബ്ലൗസും മാത്രം ധരിച്ച, മുടിയിൽ നിന്നു വെള്ളം ഇറ്റിറ്റുവീഴുന്ന, പെൺകുട്ടികൾ ധൃതിപ്പെട്ട് അങ്ങോട്ടുമിങ്ങോട്ടും നടക്കുന്നു. ആരും ആരെയും ശ്രദ്ധിക്കുന്നില്ല. എല്ലാവർക്കും തന്റേതായ ബദ്ധപ്പാടുമാത്രം.

ഇനി നാല്പത്തഞ്ചു മിനിട്ടുണ്ട്. അതിനുള്ളിൽ കക്കൂസ്, പല്ലുതേപ്പ്, കുളി, ഉടുപ്പിടൽ.

എട്ടുമണിക്ക് ആശുപത്രിയിലെ റജിസ്റ്ററിൽ ഒപ്പു വീഴണം. അഞ്ചുമിനിട്ടു താമസിച്ചാൽ മേട്രൺ വർഗ്ഗീസ് എന്ന പുലിയുടെ കണ്ണുകളിൽ നിന്നു പുറപ്പെടുന്ന എക്സ്റേ രശ്മികൾ ദേഹത്തെ തുളച്ചു കടന്നുപോകും.

മേരി കുളിച്ചില്ല. കാലും മുഖവും കഴുകി ഓടി മുറിയിൽ വന്നു. കണ്ണാടി നോക്കി. വാടിയ മുഖം കണ്ടു. പിന്നാലെ ചെമ്പിച്ച മുടി ചിക്കറുത്തു. നാട്ടിൽ നിന്നു വരുമ്പോൾ നീണ്ടു കറുത്ത ധാരാളം മുടിയുണ്ടായിരുന്നു. ക്ലോറിൻ വെള്ളത്തിൽ കുളിതുടങ്ങിയപ്പോൾ, സിന്തറ്റിക് എണ്ണകൾ പുരട്ടിയപ്പോൾ, വെളിച്ചെണ്ണ തേക്കാതായപ്പോൾ, മുടി ചെമ്പിച്ചു. കൊഴിഞ്ഞു. തലയിൽ നിന്നും ബന്ധം മുറിച്ച് ചീപ്പിന്റെ അഴികളിൽ പറ്റിയ ഒരുപിടി മുടി അവൾ സങ്കടത്തോടെ കൈയിലെടുത്തു. പിന്നെ കണ്ണാടിക്കു പിന്നിലെ കൊച്ചു പെട്ടിയിൽ ഒളിച്ചു വച്ചു.

കഴുത്തിൽ നിന്നു മാലയും ലോക്കറ്റും ഊരി. ലോക്കറ്റിലെ സ്വർണ്ണം കൊണ്ടുണ്ടാക്കിയ കുരിശിന്മേൽ ചുണ്ടുകളമർത്തി. കാതിൽ നിന്നു വളയങ്ങൾ ഊരി. മോതിരം അഴിച്ചു. കൈപ്പടം ഞെരുക്കി വളകൾ വലിച്ചെടുത്തു.

പെറ്റിക്കോട്ടു ധരിച്ചു. കഞ്ഞിപ്പശ കുളിക്കാത്ത ദേഹത്തിലുരസിയപ്പോൾ

അസുഖം തോന്നി. സ്റ്റോക്കിങ്സ് വലിച്ചു കയറ്റി വെളുത്ത ഷൂസിട്ടു. യൂണിഫോറം ധരിച്ചു. തലയിൽ വെളുത്ത കിരീടം ചാർത്തി.

വെള്ളിക്കുന്നേലെ മേരി, മോഹൻലാൽ ആശുപത്രിയിലെ നേഴ്സായി മാറി.

സമയം ഏഴ് അൻപത്.

മുറി പൂട്ടി, പ്രാതൽ കഴിക്കാതെ, മേരി പുറപ്പെട്ടു. കൂട്ടികാരികൾ അരയന്നങ്ങളെപ്പോലെ പത്തുപതിനഞ്ചുവാര അകലത്തിൽ.

മേരി വിളിച്ചു:

"എടീ ത്രേസ്യാമ്മേ, നില്ലെടീ, ഞാനും വരുന്നു."

"അവൾ തിരക്കിട്ടു നടന്നു. മൊസൈക് പാകിയ ഹോസ്റ്റലിന്റെ ചവിട്ടുപടികൾ അവളെ കാത്തുകിടക്കുകയായിരുന്നു.

തിരക്കിട്ടു മുന്നോട്ടു വച്ച കാൽ പടിയിൽ നിന്നു വഴുതി. പിടഞ്ഞെഴുന്നേല്ക്കുമ്പോൾ നാലുഭാഗത്തുനിന്നും പൊട്ടിച്ചിരി കേട്ടു.

വെളുത്ത യൂണിഫോമിന്റെ പിൻഭാഗം മുഴുവൻ ചെളി. ആരോടെന്നില്ലാതെ കോപം വന്നു.

തിരിച്ചു മുറിയിലേക്കു നടന്നു കൂട്ടുകാരികൾ നടന്നകലുകയാണ്. പുറത്ത് ഒരു നിമിഷം അവൾ സംശയിച്ചു നിന്നു, പിന്നെ ധൈര്യം പൂർവ്വം അകത്തു കടന്നു.

മേട്രൺ മിണ്ടിയില്ല പേന തുറന്ന് അവളുടെ പേരിനുനേരെ 'എ' എന്നെഴുതി.

"പ്ലീസ് ഗെറ്റൗട്ട്!"

അവളുടെ നെഞ്ചിലൂടെ ഒരു പക്ഷി ചിറകിട്ടടിച്ചോടി.

തല താഴ്ത്തിക്കൊണ്ട് അവൾ പറഞ്ഞു:

"വഴിയിൽ ഞാൻ വീണു!"

മേട്രൺ തലയുയർത്തി

"എന്നിട്ട് നിന്റെ നട്ടെല്ലൊടിഞ്ഞുപോയോ?"

"വീണപ്പോൾ ഉടുപ്പിൽ ചളിപറ്റി. ഉടുപ്പു മാറ്റാനായി പിന്നേയും മുറിയിൽ പോകേണ്ടിവന്നു." വിനയപൂർവ്വം മേരി വിശദീകരിക്കുകയായിരുന്നു.

അപ്പോൾ മേട്രൺ അട്ടഹസിച്ചു.

"ഷട്ടപ്പ്!" ചൂണ്ടുവിരൽ അവളുടെ മുഖത്തേക്കടുപ്പിച്ചുകൊണ്ടു പറഞ്ഞു:

"പെണ്ണേ, കളവു പറയുന്നതിനൊരതിരുവേണം. രാത്രി മുഴുവൻ വല്ലവനേയും ഓർത്ത് ഉറക്കമിളയ്ക്കും. പുലരാൻ കാലത്തായിരിക്കും കൂർക്കംവലി."

മേട്രൺ വിടാൻ ഭാവമില്ലായിരുന്നു.

“കള്ളവർഗ്ഗം! ഗവൺമെന്റിന്റെ ശമ്പളം മാസാംമാസം പറ്റിതിന്നുന്നു.

ജോലിചെയ്യാനാണെങ്കിൽ മടി”

മേരിയുടെ പെരുവിരലിൽ നിന്നു തരിപ്പുകയറി. തലയിലെത്തി. കിഴവിയുടെ ചീത്തകേൾക്കുമ്പോഴെല്ലാം വിറച്ചു പോകുന്നു.

മേട്രൺ റജിസ്റ്റർ തുറന്ന്.‘എ’ എന്നെഴുതിയതു വെട്ടി. പിന്നെ രജിസ്റ്റർ ദേഷ്യത്തിൽ മേരിയുടെ മുന്നിലേക്കു തെറിപ്പിച്ചു.

മേരി പേന തുറന്ന് ഒപ്പിട്ടു. ഒപ്പു വീഴുന്നില്ല. പേനയിൽ മഷി കുടഞ്ഞു.

“ഇഡിയറ്റ്! ഒരു മാനേഴ്സുമില്ല. എന്റെ മുറിയിലാണോ മഷി കുടയുന്നത്?”

മേരി ഒപ്പിട്ടു, അക്ഷരങ്ങൾ വിറച്ചു.

പുറത്തുകടന്ന് അവൾ നന്നായൊന്നു ശ്വസിച്ചു. മേട്രന്റെ മുറിയിൽ നില്ക്കുമ്പോഴെല്ലാം താൻ കരയ്ക്കു പിടിച്ചിട്ട മീനാണെന്നു മേരിക്കു തോന്നും.

നീണ്ട ഇടനാഴിയിലൂടെ മേരി തന്റെ വാർഡിനെ ലക്ഷ്യം വച്ചു നടന്നു. അവൾക്കെതിരേ വന്ന സുമുഖനായ ഒരു ചെറുപ്പക്കാരൻ അവളെ നോക്കി കണ്ണിറുക്കി. അവൾ തലതാഴ്ത്തി നടന്നു. എതിരേ പലരും നീങ്ങുന്നുണ്ടായിരുന്നു.

വാർഡിൽ നേഴ്സുമാരുടെയും ഡോക്ടർമാരുടെയും ചലനങ്ങൾ ആരംഭിച്ചു. കട്ടിലിന്റെ മുദ്രകളായ രോഗികൾ ചുറ്റും നിലകൊണ്ടു. ചിലർ കിടന്നുഞരങ്ങി. സുഖം പ്രാപിക്കുന്നവർ വർത്തമാനം പറഞ്ഞു. ബന്ധുക്കളുള്ളവർ അവർ കൊണ്ടുവന്ന മധുരനാരങ്ങ നുണഞ്ഞു, ഒറ്റപ്പെട്ടവർ മരണം കാത്ത് കട്ടിലിനെ കെട്ടിപ്പിടിച്ചു കിടന്നു.

മേരി ഗുളികകളും ഇഞ്ചക്ഷൻ മരുന്നുകളും നിറച്ച ട്രേയുമായി നീങ്ങി.

രോഗികൾ മരുന്നിനായി നിസ്സഹായരായി കാത്തു.

75-ാം നമ്പ്ര് കട്ടിലിലെ ടൈറ്റസ് എന്ന വൃദ്ധൻ ‘സർക്കോയീഡോസിസ്’ എന്ന മാരകമായ ദീനം പിടിപെട്ട വൃദ്ധൻ മേരിയെ കണ്ടപ്പോൾ വായിച്ചുകൊണ്ടിരിക്കുന്ന ബൈബിൾ പൂട്ടി.

ടൈറ്റസ് കുപ്പായക്കൈ കയറ്റി, മേരിക്കു തോൾ കാണിച്ചു കൊടുത്തു

മേരി സിറിഞ്ച് കുത്തനെ നിർത്തി. പിസ്റ്റൺ അമർത്തി, ഒരുതുള്ളി മരുന്ന് ഒരു നീരമ്പായി മേലോട്ടുയർന്നു. മേരിയുടെ കൈ താണു. സൂചിയിറങ്ങിയപ്പോൾ ടൈറ്റസ് പല്ലുകടിച്ചു.

വൃദ്ധന്റെ തോളിൽ അസംഖ്യം കറുപ്പുകുത്തുകൾ മേരി കണ്ടു. സൂചി കുത്തിക്കയറ്റിയതിന്റെ പാടുകൾ.

"മോളേ!" വൃദ്ധൻ വിളിച്ചു.

മേരി നനഞ്ഞ കണ്ണുകൾ വിടർത്തി.

"മോളേ, പള്ളിയിലെ അച്ചൻ എന്നാണിവിടെ വരിക? ഇന്നോ നാളെയോ ഞാൻ മരിക്കും."

ടൈറ്റസ് കഴിഞ്ഞ നാലുമാസമായി നിത്യവും ഇതുതന്നെ പറയുന്നു.

"ഫാദർ നാളെ വരും."

കഴിഞ്ഞ നാലുമാസമായി മേരിയും ഇതുതന്നെ പറയുന്നു.

"താങ്ക് യൂ. മൈ ഡാർലിങ് ഡോട്ടർ. താങ്ക് യൂ. ഇനിയെങ്കിലും എനിക്കെന്റെ പാപങ്ങൾ ഏറ്റുപറയാമല്ലോ"

ടൈറ്റസ് കുപ്പായത്തിന്റെ കൈ ഇറക്കിയിട്ടു. ബൈബിൾ നിവർത്തി വായന തുടർന്നു. ഇത്തവണ മേരി കേൾക്കത്തക്കവിധം ഇത്തിരി ഉച്ചത്തിലായിരുന്നു.

ഡ്യൂട്ടിയിലുള്ള സിസ്റ്ററെ കാണാനായി മേരി മുറിയിലേക്കു ചെന്നു. സിസ്റ്റർ വാർഡിലെ പറ്റുചെലവുകൾ എഴുതുകയായിരുന്നു. അവരുടെ മൂക്കിന്മേൽ വിയർപ്പുതുള്ളികൾ മൂക്കുത്തിപോലെ പിടിച്ചിരിക്കുന്നു.

"സിസ്റ്റർ പ്രൈവറ്റ് വാർഡിലേക്ക് ആരെയാ വിടുന്നത്?"

സിസ്റ്റർ തലയുയർത്തി ചിരിച്ചുകൊണ്ടു പറഞ്ഞു: "നീ തന്നെ ചെല്ല്. ആരു ചെന്നാലും അവിടെ കിടക്കുന്നവരെല്ലാം നിന്നെയാ തിരക്കുന്നത്."

സിസ്റ്റർ എനിക്കു വയ്യാ."

"പിന്നെ ആരു പോകും?"

"മിസ് പീറ്ററിനെ അയയ്ക്ക്; അവളും ചെല്ലട്ടെ."

"നിന്നെത്തന്നെ അയയ്ക്കാനാ മേട്രൺ പറഞ്ഞിരിക്കുന്നത്."

പിന്നെ മേരി ഒന്നും പറഞ്ഞില്ല.

സിസ്റ്റർ തുടർന്നു: "പെണ്ണേ, നിനക്കെന്താ വലിയ വിഷമം? എടീ. ഇതൊക്കെ ഒരു ഭാഗ്യമാ. സൗന്ദര്യം ഒരു പൂപോലെയാണ്. നാളെയതു വാടിക്കരിഞ്ഞു പോകും." ഒരു കുസൃതിച്ചിരിയോടെ പറഞ്ഞു: "തക്കസമയത്തു മണക്കുകയും മണപ്പിക്കുകയും ചെയ്യണം."

മേരിക്കു ദേഷ്യം വന്നു

ട്രോളിയും ഉരുട്ടി അവൾ പ്രൈവറ്റ് വിങ്ങിലേക്കു നടന്നു.

ഒന്നാമത്തെ മുറിയിൽ നഗരത്തിലെ സിനിമാതീയേറ്ററുകളുടെ ഉടമയുടെ ചെറുപ്പക്കാരനായ മകൻ കിടക്കുന്നു.

അയാളുടെ രോഗം സാധാരണക്കാരന്റെ രോഗമല്ല. പണക്കാരന്റെ രോഗമാണ്. നിത്യവും വാടകകൊടുക്കുന്ന മുറിയിലാണു കിടക്കുന്നത്. വിലപിടിച്ച

മരുന്നുകൾ പുറത്തുനിന്നും കൊണ്ടുവരുന്നു. ആശ്രിതരും പരിചാരകരും ധാരാളമുണ്ട്.

മേരി അയാളുടെ പൾസും ടെമ്പറേച്ചറും പരിശോധിച്ച് ചാർട്ടിൽ വരഞ്ഞു.

പൾസെടുത്തുകഴിഞ്ഞപ്പോൾ ചെറുപ്പക്കാരൻ ഇടത്തെ കൈ നീട്ടി പറഞ്ഞു:

"ഇവിടേയും ഒന്നു പിടിച്ചുനോക്കൂ."

മേരി കേട്ട ഭാവം നടിച്ചില്ല

അവന്റെ കണ്ണുകൾ മേരിയുടെ ദേഹത്തിലൂടെ ഇഴഞ്ഞു നടന്നു.

"സിസ്റ്റർ, എന്നെ സ്പഞ്ച് ചെയ്യൂ. വെള്ളം ശരിയാക്കിവച്ചിട്ടുണ്ട്."

ചെറുപ്പക്കാരൻ മന്ദഹസിച്ചു. അയാൾ മുറി വാടകയ്ക്കെടുത്തതുകൊണ്ട് നഴ്സിനേയും വാടകയ്ക്കെടുത്ത ഭാവത്തോടെയാണു സംസാരിക്കുന്നത്.

മേരി നനഞ്ഞ ശീലകൊണ്ട് അവന്റെ ദേഹം തുടയ്ക്കുമ്പോൾ അവൻ നിർവൃതികൊള്ളുകയായിരുന്നു. വയറ്റത്തു സ്പഞ്ച് ചെയ്യുമ്പോൾ അവൻ പൊട്ടിച്ചിരിച്ചു.

"സിസ്റ്റർ എനിക്കു വല്ലാത്ത ഇക്കിളിയാണ്?"

സ്പഞ്ച് ചെയ്യുന്ന തുണികൊണ്ട് അവന്റെ മുഖത്ത് ആഞ്ഞടിക്കാൻ മേരി ആഗ്രഹിച്ചു.

മൂന്നാമത്തെ മുറിയിൽ ഡയബറ്റിക് ബാധിച്ച വൃദ്ധൻ ധനികനാണ്. അയാളെ മേരിക്കു വെറുപ്പാണ്. തന്റെ അച്ഛന്റെ പ്രായമുള്ള ഒരു മനുഷ്യൻ. അയാളുടെ കണ്ണുകളിൽ നിഴലിക്കുന്നത് നീചത്വവും ചുണ്ടിൽ നിന്നു പുറപ്പെടുന്നത് അശ്ലീലവും. മുഖത്തെ സ്ഥായിയായ ചുളിവുകളിൽ ശൃംഗാരം.

"എന്റെ കുട്ടി എന്താ ഇത്ര വൈകിയത്?" മേരിയെ കണ്ടപ്പോൾ വൃദ്ധൻ എഴുന്നേറ്റു.

വൃദ്ധന്റെ കൈത്തണ്ടയിലെ കട്ടിയുള്ള തോലിനിടയിൽ ഇൻസുലിൻ കുത്തിക്കയറ്റുമ്പോൾ വൃദ്ധൻ പറഞ്ഞു:

"ഇന്നലെ പിശാചിനെപ്പോലെയുള്ള ഒരു പെണ്ണാണ് ഇഞ്ചക്ഷനുമായി വന്നത്. ഓടിച്ചു ഞാനതിനെ. പിന്നെ ഞാൻ മേട്രനോടു പ്രത്യേകം റിക്വസ്റ്റ് ചെയ്തു. മേരിയെ മാത്രമേ വിടാവൂ എന്ന്. ഞാൻ തന്നെ നേരിട്ടു ചെന്നു പറഞ്ഞു."

മേരി കൃത്രിമമായി പുഞ്ചിരിച്ചു. തന്റെ സൗന്ദര്യത്തിൽ രഹസ്യമായി അഭിമാനം തോന്നാതെയുമിരുന്നില്ല.

"എന്റെ കുട്ടീ ഇഞ്ചക്ഷൻ ഇന്നലെ ഒഴിവായതുകാരണം എന്റെ അസുഖമങ്ങു കൂടി. ഇന്നലെ മുഴുവൻ നാവു വരണ്ടുകിടന്നു. ഇന്നു രാവിലെ മൂത്രം ടെസ്റ്റ് ചെയ്തപ്പോൾ ചുവപ്പുനിറമായിരുന്നു. ഇഷ്ടികയുടെ നിറം."

അവൾ ഇറങ്ങാൻ ഭാവിച്ചപ്പോൾ ചോദിച്ചു.

"വൈകിട്ടും വരുമോ? ഈ കൈകൊണ്ടു തന്നെ ഇഞ്ചക്ഷൻ കിട്ടണം."

വൃദ്ധനെ തുറിച്ചുനോക്കിക്കൊണ്ട് അവൾ പറഞ്ഞു.

"ഇല്ല, വരാൻ മനസ്സില്ല!"

"പിണങ്ങല്ലേ കുട്ടീ." ചുറ്റും നോക്കി വൃദ്ധൻ അവളുടെ കൈയിൽക്കയറി പിടിച്ചു.

ഒരു നിമിഷം അവൾക്കൊന്നും ഓർക്കാൻ കഴിഞ്ഞില്ല. വലതുകൈ ആഞ്ഞ് അവൾ ഒരടി കൊടുത്തു.

വൃദ്ധൻ മറിഞ്ഞു കട്ടിലിൽ വീണു.

പിന്നെ ഭയങ്കര ലഹള നടന്നു. മേട്രനും ഹോസ്പിറ്റൽ സൂപ്രണ്ടും മാറി മാറി അവളെ വിളിപ്പിച്ചു.

"എടീ. എന്താടീ നിന്റെയൊക്കെ ഭാവം?" മേട്രൻ നിന്നു തിളയ്ക്കുകയായിരുന്നു: "എല്ലാവരോടും കൊഞ്ചും പോലെ നീ അയാളോടും കൊഞ്ചുകയാണോ?"

അവൾക്കൊന്നും പറയാനില്ലായിരുന്നു.

"സൗന്ദര്യമുണ്ടെങ്കിൽ അതു നിന്റെ കൈയിലിരിക്കട്ടെ. ചെലവാക്കാൻ നടക്കണ്ട."

ഒരു കടലാസ് നീട്ടിക്കൊണ്ടു പറഞ്ഞു: "ഗിവ് ദ എക്സ്പ്ലനേഷൻ ഇമ്മീഡിയറ്റ്ലി."

സൂപ്രണ്ട് വിളിച്ചപ്പോൾ മേരി ആശ്വസിച്ചു. സൂപ്രണ്ട് നല്ല മനുഷ്യനാണ്. സംഭവങ്ങൾ കാര്യകാരണസഹിതം അന്വേഷിച്ചിട്ടേ അദ്ദേഹം തീരുമാനമെടുക്കാറുള്ളൂ. ആരെയും ശിക്ഷിക്കുന്നത് അദ്ദേഹത്തിനിഷ്ടമല്ല.

പക്ഷേ, സൂപ്രണ്ടിന്റെ മുറിയിൽ ചെന്നപ്പോൾ അദ്ദേഹത്തിന്റെ മുഖം ചുവന്നിരിക്കുന്നു. പുകയുന്ന പൈപ്പ് മേശപ്പുറത്തു വച്ച് തടിച്ച കണ്ണടയിലൂടെ മേരിയെ നോക്കി. അദ്ദേഹത്തിന്റെ മീശ കോപത്താൽ എഴുന്നു നിന്നിട്ടുണ്ടായിരുന്നു.

മേരി സംഭവം മുഴുവൻ പറഞ്ഞു കേൾപ്പിച്ചു.

അപ്പോഴേക്കും സൂപ്രണ്ടിന്റെ ഭാവം മാറി. മുഖത്തെ ഗൗരവം എങ്ങോ പോയൊളിച്ചു. എന്നിട്ട് അദ്ദേഹം പറഞ്ഞു; "നോ നോ ഐക്കോണ്ട് ബിലീവ്."

അല്പം നിർത്തിക്കൊണ്ടു തുടർന്നു: "അയാൾ അങ്ങനെ ചെയ്തിട്ടുണ്ടെങ്കിൽത്തന്നെ ഹൗ കേൻ യു ബീറ്റ് എ ജെന്റിൽമാൻ?"

സൂപ്രണ്ടിന്റെ ചുണ്ടുകൾ തുന്നിക്കെട്ടാൻ മേരി മോഹിച്ചു. നിന്നനിലയിൽ അയാളെ ചുട്ടു കരിക്കണം. ഈ മുറിയും ഈ ഹോസ്പിറ്റലും എല്ലാ രോഗികളേയും ചുട്ടുകരിക്കണം.

സൂപ്രണ്ട് എഴുന്നേറ്റു. സൂപ്രണ്ടിന്റെ മുഖം ഒരു ചെറുപ്പക്കാരന്റെ മുഖമായി മാറി. സൂപ്രണ്ടിന്റെ ഉള്ളിലുള്ള അധഃപതിച്ച നന്മയുടെ രൂപം തിന്മയുടെ രൂപമെടുത്തു.

അവൾ തരിച്ചു നില്ക്കുമ്പോൾ ഒരു വലിയനിഴൽ അവളെ വന്നു മൂടുകയായിരുന്നു. ബലമുള്ള കൈകൾ അവളുടെ ചുമലിൽ വീണു. അവൾക്കു ശ്വാസം മുട്ടി.

ടുബാക്കോവിന്റെ ഗന്ധത്തിലൂടെ അവൾ ഒരു സ്വരം കേട്ടു.

"മൈ സ്വീറ്റ് ഗേൾ, ഹൗ കാൻ ഐ ആസ്ക് ഫോർ ആൻ എക്സ്പ്ലനേഷൻ."

പിടിവിട്ടു പുറത്തുവന്നപ്പോൾ അവൾ ഓർത്തു. ലോകം മുഴുവൻ ചുട്ടുകരിച്ചാൽ പോരാ, തന്നെക്കൂടി കരിക്കണം. സ്വയം കരിയണം.

ചോര ഛർദ്ദിക്കുന്ന ഒരു രോഗിയെ ഉച്ചനേരത്തു വാർഡിൽ കൊണ്ടുവന്നു. അയാളുടെ ശുശ്രൂഷയിൽ ഏർപ്പെട്ടതു കാരണം മേരിക്ക് ഊണു കഴിക്കുവാനൊത്തില്ല. ജോലിത്തിരക്കിൽ അവൾക്കൊരിക്കലും വിശപ്പു തോന്നാറില്ല. മൂന്നരമണിയായപ്പോൾ തിരക്കു തീർന്നു. അപ്പോഴാണ് വയർ കാളാൻ തുടങ്ങിയത്. അരമണിക്കൂർകൂടി കാത്തിരുന്നു. ഡ്യൂട്ടി സമയം കഴിഞ്ഞ് ഹോസ്റ്റലിൽ പോകാമെന്നു മേരി തീരുമാനിച്ചു.

വെറുതെയിരിക്കാൻ തുടങ്ങിയപ്പോൾ മനസ്സു കലുഷിതമായി. സൂപ്രണ്ടിന്റെ മുഖം മനസ്സിൽ കല്ലിൽ പിശാചിന്റെ കൊത്തുരൂപമായി നില കൊള്ളുന്നു.

ഹോസ്റ്റലിൽ വന്നു യൂണിഫോറം മാറി. കൈ കഴുകി ഡൈനിങ് റൂമിൽ വന്നു. അവിടെ അലമാരിയിൽ ഭക്ഷണം അവളെയും കാത്ത് മരവിച്ചു കിടക്കുന്നു.

അടപ്പുപൊക്കി ചോറ് ആറിത്തണുത്തു മരവിച്ചിരിക്കുന്നു. മയമുള്ള ചപ്പാത്തി മരപ്പലകപോലെയായി. ഉരുളക്കിഴങ്ങും വഴുതിനങ്ങയും ചേർത്തു വച്ച കറിയിൽ ഡാൽഡ ചേരിതിരിഞ്ഞ് കട്ടിയായിക്കിടക്കുന്നു. മസാല ചേർക്കാത്ത കൊഴുത്ത പരിപ്പുകറിയിൽ ഒരീച്ച വീണിരിക്കുന്നു.

മേരിക്കു ഛർദ്ദിക്കണമെന്നു തോന്നി. പാത്രം മൂടി, അവൾ മുറിയിൽ വന്ന് ഒരുഗ്ലാസ്സ് വെള്ളവും രണ്ടു ബിസ്ക്കറ്റും കഴിച്ചു.

ഹോസ്റ്റലിൽ ബഹളമാണ്. മിക്ക പാട്ടുകളിൽനിന്ന് കേൾക്കാം. മലയാളിക്കുട്ടികളുടെ മുറിയിൽനിന്നു സിലോണിലെ തമിഴ് പാട്ടു കേൾക്കുന്നു.

പലരും നടക്കാനിറങ്ങി. ചിലർ വസ്ത്രങ്ങൾ കഴുകുന്നു. വരാന്തയിലെ ഒരു കോണിൽ നാട്ടിൽ നിന്നു വന്ന ഒരു കത്തും കൈയിൽപ്പിടിച്ച് മറിയാമ്മ വേവലാതിപൂണ്ടു നില്ക്കുന്നു.

മേരി വരാന്തയിലെ ബെഞ്ചിലിരുന്നു ഗേറ്റിലേക്കു നോക്കി. ഗേറ്റിൽ ഒരു സ്കൂട്ടർ വന്നു നിന്നു. അതു വന്നു നില്ക്കേണ്ട താമസം, 'ഓർത്തോ പേയ്ഡിക്സ് ' വാർഡിൽ ജോലി ചെയ്യുന്ന പുഷ്പ, സ്കൂട്ടറിന്റെ പിന്നിൽ കയറി. സ്കൂട്ടർ മറയുന്നതുവരെ മേരി നോക്കിനിന്നു.

പിന്നെ പലരും വന്നു.

സ്കൂട്ടർ, സൈക്കിൾ, റിക്ഷ, കാൽനടക്കാർ

സന്ദർശകസമയം ആരംഭിച്ചിരിക്കുന്നു. ഉടുത്തൊരുങ്ങിയ ചെറുപ്പക്കാർ വിസിറ്റിങ്റൂമിലെ ഇരിപ്പിടങ്ങളിൽ കയറി സ്ഥാനം പിടിച്ചു. ആണും പെണ്ണും ജോഡികളായി തോളുരുമ്മിയും വർത്തമാനം പറഞ്ഞും ഹോസ്റ്റലിൽ നിന്നും ഇറങ്ങിത്തിരിച്ചു. രാത്രി പത്തുമണിയാവുമ്പോഴേക്കും തിരിച്ചെത്തി യാൽ മതി. അതുവരെ എവിടെയും പോകാം. എന്തും ചെയ്യാം.

എങ്ങോട്ടെങ്കിലും നടക്കാൻ മേരി ആലോചിച്ചു. പക്ഷേ, തനിച്ചെങ്ങനെ പോകാനാണ്?

പെട്ടെന്ന് രാജന്റെ തല ഗേറ്റിൽ പ്രത്യക്ഷപ്പെട്ടു. ഉള്ളിലെടുത്ത ശ്വാസം പെട്ടെന്നു പുറത്തേക്കു വിടാൻ മേരിക്കു കഴിഞ്ഞില്ല. കൈയിലിരുന്ന സിനിമാ മാസിക മുറിക്കകത്തേക്കെറിഞ്ഞ് മുറി പൂട്ടി അവൾ പുറത്തേക്കോടി.

രാജൻ സന്ദർശകമുറിയിലെ കീറിയ കുഷ്യനിട്ട ഒരു സോഫയിലിരി ക്കുന്നു. താടി വടിച്ചിട്ടില്ല. മുടിയിൽ എണ്ണ പുരട്ടിയിട്ടില്ല.

മേരി, രാജന് അഭിമുഖമായിരുന്നുകൊണ്ടു പറഞ്ഞു: "ഞാൻ രാജനെ ഇപ്പോൾ ഓർത്തതേയുള്ളൂ."

പതുക്കെയുള്ള തന്റെ സ്വരത്തിൽ രാജൻ ചോദിച്ചു.

"നീയെന്നെ ഓർക്കാത്തതായി വല്ല നേരവുമുണ്ടോ?"

"ഉണ്ട്. ഞാൻ മരിക്കുന്ന നേരത്തെല്ലാം!"

അടുത്തുള്ള സോഫചൂണ്ടിക്കൊണ്ട് അവൾ പറഞ്ഞു: "അങ്ങോട്ടു മാറി യിരിക്കൂ!"

"ഇവിടെയന്താ, തീക്കനലുണ്ടോ?"

"തീക്കനലല്ല, അതു പാതാളമാണ്. സോഫ കീറിയതു കണ്ടില്ലേ?""

മുറ്റിനില്ക്കുന്ന താടി തടവിക്കൊണ്ടു രാജൻ പറഞ്ഞു: "എനിക്കു കീറിയതെല്ലാം ഇഷ്ടമാണ്. കീറിയ കുപ്പായമിട്ടു നടക്കാൻ പോലും ഞാൻ ആഗ്രഹിക്കുന്നുണ്ട്."

"പിന്നെയെന്താ ഇടാത്തത്? ഞാനൊന്നും കാണട്ടെ; നല്ല സ്മാർട്ടായിരി ക്കുമപ്പോൾ."

"ഈ ആശുപത്രിയിലെ ജോലിയൊന്നു തീരട്ടെ. അപ്പോൾ കാണിക്കാം. ഇന്നത്തെപ്പോലെ താടിവടിക്കാതെ, ഷൂ പോളീഷ് ചെയ്യാതെ, തലയിൽ എണ്ണ പുരട്ടാതെ, ഞാൻ നടക്കും."

ചിരിച്ചുകൊണ്ടു മേരി പറഞ്ഞു.

എന്നാൽ ഒരൊറ്റ രോഗിയും രാജനെ തിരിഞ്ഞു നോക്കില്ല.

"എന്നാൽ പൊടുന്നനവേ രാജൻ പറഞ്ഞു: "ഞാൻ രോഗികളെ അന്വേഷിച്ച് അവരുടെയടുത്തു ചെല്ലും."

കളിയാക്കിക്കൊണ്ടു മേരി പറഞ്ഞു. "തമാശയാക്കേണ്ട. ആ കാലവും വരും. നിങ്ങളെല്ലാം ഒരു പെട്ടിയും കൈയിലേന്തി ആർക്കെങ്കിലും ചുമയുണ്ടോ ആർക്കെങ്കിലും വയറ്റിൽ വേദനയുണ്ടോ എന്നു ചോദിച്ചു നടക്കേണ്ട കാലം വരും."

"അങ്ങനെയുള്ള കാലത്തെയാണ് ഞാൻ കാത്തിരിക്കുന്നത്. അതാണെനിക്കിഷ്ടം. അതെന്റെ ഭാഗ്യമായിരിക്കും."

"ഞാൻ ബോറാവുകയാണ്."

"വരൂ, നമുക്കു നടക്കാനിറങ്ങാം."

എന്തോ ഓർത്തപോലെ മേരി പറഞ്ഞു:

"വേണ്ട, വേണ്ട. എങ്ങും പോകേണ്ട. പോയി ഹോസ്റ്റലിലിരുന്നു വല്ലതും പഠിച്ചോളൂ. പരീക്ഷയ്ക്കിനി അധികം ദിവസമുണ്ടോ?"

"എന്റെ പഠിത്തത്തിൽ മേരി എന്തിനാണിങ്ങനെ വേവലാതിപ്പെടുന്നത്?"

കോപത്തോടെ മേരി ചോദിച്ചു:

"ഇത്തവണയെങ്കിലും പാസ്സാകേണ്ടേ? എല്ലാവരും എന്നെയാണു ചീത്ത പറയുന്നത്. നല്ല പയ്യനെ, എം, ബി,ബി, എസ്സിനു മെഡൽ വാങ്ങിച്ച പയ്യനെ, ചീത്തയാക്കി എന്നാണ് മേട്രൻ പോലും പറഞ്ഞുനടക്കുന്നത്!"

മേരിയുടെ മുഖഭാവം മാറി. ദുഃഖം ഒരു കാറ്റുപോലെ അവളുടെ മനസ്സിനകത്തേക്കു കടന്നു വീഴാൻ തുടങ്ങി. "ഈ പ്രാവശ്യം രാജൻ തോല്ക്കുകയാണെങ്കിൽ!"

മേരിയുടെ മനസ്സിൽ പ്രൊഫസ്സറുടെ മുഖം നിറഞ്ഞു; പത്തു തലയുള്ള ഒറ്റയുടലുകാരനായ പ്രൊഫസ്സറുടെ മുഖം.

മേരി പറഞ്ഞു

"വരൂ നമുക്കെങ്ങോട്ടെങ്കിലും നടക്കാം."

രാജൻ എഴുന്നേറ്റു. രാജന്റെ പാന്റിന്റെ പിന്നിൽ പറ്റിക്കിടന്നിരുന്ന പൊടി മേരി തട്ടി.

"എന്നെ കൊല്ലരുതേ!" രാജൻ പറഞ്ഞു.

"കൊല്ലുകയല്ല; വൃത്തിയാക്കുകയാ!"

അവർ ഇറങ്ങി നടന്നു. കാറ്റാടിമരങ്ങളെ നോക്കി തൊട്ടുരുമ്മി നിലക്കടല പൊട്ടിച്ചു കൊറിച്ചുകൊണ്ട് ഒരേയൊരു രാഗത്തിലൂടെ അവർ സഞ്ചരിച്ചു.

തിയേറ്ററിനു മുമ്പിലെത്തിയപ്പോൾ ഉയർത്തിക്കെട്ടി നിർത്തിയ കൂറ്റൻ സിനിമാപ്പരസ്യപ്പലകയിലെ നായിക രാജനെ മാടിവിളിച്ചു. രാജൻ പറഞ്ഞു.

"നമുക്കകത്തു കടക്കാം. ഒരു പടം കണ്ടാൽ വിഷമങ്ങൾ തീരും."

മേരിയും സമ്മതിച്ചു.

ബാൽക്കണിയിൽ ഏറ്റവും പിന്നിലത്തെ നിരയിൽ അവർ ഇരുന്നു.

ആളുകൾ വളരെ കുറവായിരുന്നു. ഒരു സ്റ്റണ്ട് പടമാണെന്ന സത്യം സിനിമ തുടങ്ങിയപ്പോഴാണ് രാജനു മനസ്സിലായത്. പുറത്തു കണ്ട കൂറ്റൻ പരസ്യപ്പലക പിറ്റേന്നു റിലീസാകാനുള്ള പടത്തിന്റേതായിരുന്നു.

"നമുക്കിനി ഇഷ്ടം പോലെ വർത്തമാനം പറഞ്ഞിരിക്കാം." രാജൻ പറഞ്ഞു: "ഒരു പക്ഷേ, ഞാനുറങ്ങിയെന്നും വരും. വില്ലൻ പ്രവേശിക്കുമ്പോൾ നീ എന്നെ ഉണർത്തണം."

രാജൻ തല മേരിയുടെ ചുമലിലേക്കു താഴ്ത്തി; പിന്നെ മൃദുവായി അവളുടെ ചുമലിൽ കടിച്ചു.

"വൃത്തികേടു കാണിക്കാതെ നേരെയിരുന്നു പടം കാണൂ; മുമ്പിൽ വേറെ ആളുകളുണ്ട്!"

രാജൻ വിഷാദത്തോടെ തലയെടുത്തു നേരെയിരുന്നു.

പടം കഴിഞ്ഞു പുറത്തു വരുമ്പോൾ ഒരു തവണ ഉമ്മവയ്ക്കാൻ കൂടി രാജനെ അനുവദിക്കാത്തതിൽ മേരിക്കു വ്യസനം തോന്നി.

മൂടിയിട്ട റിക്ഷയിലിരുന്നു ഹോസ്റ്റലിലേക്കു മടങ്ങുമ്പോൾ മേരി കീഴടങ്ങിയ ഒരു പെൺപടയാളിയായിരുന്നു.

ഗേറ്റു കടന്ന് അകത്തേക്കു പോകുമ്പോൾ മേരി ഉപദേശിച്ചു

"പോയി നന്നായി വായിക്കണേ!"

പക്ഷേ, പരീക്ഷ കഴിഞ്ഞ് റിസൾട്ട് വന്നപ്പോൾ രാജൻ മൂന്നാം തവണയും തോറ്റിരിക്കുന്നു!

മേട്രൺ മേരിയെ മുറിയിലേക്കു വിളിച്ചു.

"ഇരിക്കൂ!"

മേട്രന്റെ ശബ്ദത്തിനു പതിവില്ലാത്തവിധം മയമുണ്ടായിരുന്നു. അവർ കണ്ണട എടുത്തു. സാധാരണ കാണാറുള്ള രൗദ്രഭാവം ആ മുഖത്തു തെളിഞ്ഞു കണ്ടില്ല. എങ്കിലും അവരുടെ നോട്ടത്തിനു സ്ഥായിയായ ആജ്ഞാശക്തിയുണ്ടായിരുന്നു.

ചെന്നായ എന്ന പേരിലറിയപ്പെടുന്ന മേട്രൻ പറഞ്ഞു തുടങ്ങി.

“മേരി അറിഞ്ഞില്ലേ റിസൾട്ട്? രാജൻ ഇത്തവണയും തോറ്റു. നിങ്ങളോടു രണ്ടുപേരോടും എനിക്കു പ്രത്യേകതയുണ്ട്. ഇതെന്റെ അവസാനത്തെ ഉപദേശമാണ്. ഇനി ഒരിക്കലും ഞാൻ നിന്നെ ഉപദേശിക്കില്ല. ”

അവർ മുമ്പും മേരിയെ ഉപദേശിച്ചിരുന്നു. മേരി ഒരു വിദ്യാർത്ഥിനിയായിരുന്നപ്പോൾ ഒരു ആശ്രമത്തിലെന്നപോലെയാണ് അവൾ ജീവിച്ചത്. മേട്രന് മേരിയെ എന്തൊരു സ്നേഹമായിരുന്നു.! മേട്രൺ എന്നും മേരിയെ കൂട്ടിക്കൊണ്ടാണ് ഷോപ്പിങ്ങിനു പോകുന്നതും വെളിയിൽ പോകുന്നതും. നടക്കാൻ പോകുന്നതും. മേരിയെ എന്നും അവർ ഉപദേശിച്ചു; മോളേ ജീവനുണ്ടെങ്കിൽ ഒരാണിനെ സ്നേഹിക്കരുത്. ഒരൊറ്റ ആണിനേയും വിശ്വസിക്കരുത്. ലോകത്തുള്ള സകല മനുഷ്യരെ വിശ്വസിച്ചാലും ഡോക്ടർമാരെ വിശ്വസിക്കരുത്. അവന്റെ കഴുത്തിൽ തൂങ്ങുന്ന ഒരു കുഴലില്ലേ മകളേ അതു ചതിയനാണ്! ആ കുഴൽ പാമ്പാണ്!

മേരി ആരെയും വിശ്വസിച്ചില്ല. ആണുങ്ങളോടു വർത്തമാനം പറഞ്ഞില്ല. ഡോക്ടർമാരെ മൂന്നുവാര അകലെ നിർത്തി. അപ്പോൾ മേട്രൺ പറഞ്ഞു. ചുണയുള്ള കുട്ടികൾ ഇങ്ങനെയാണ്.

അഞ്ചുകൊല്ലം മേരി നേർവഴിക്കു ജീവിച്ചു. അവളുടെ ചുറ്റും അവൾ കെട്ടിയ വേലി ആർക്കും പൊളിക്കാൻ കഴിഞ്ഞില്ല.

എന്നാൽ ആറാം കൊല്ലം ഡോക്ടർ രാജൻ ആ വേലി പൊളിച്ച് അകത്തു കടന്നു.

മേട്രൺ കണ്ണട എടുത്തു വച്ചു.

“രാജനോട് എനിക്കു കടപ്പാടുണ്ട്. അവൻ എന്റെ നാട്ടുകാരനാണ്. വലിയൊരുദ്യോഗസ്ഥന്റെ മകൻ. സുന്ദരൻ! ബുദ്ധിമാൻ! നല്ല ഭാവിയുള്ള ചെറുപ്പക്കാരൻ. നീ ഒരു നേഴ്സാണ്. നിന്റെ ജീവിതകാലം മുഴുവൻ നീ നേഴ്സായിരിക്കും. എന്നാൽ രാജനങ്ങനെയല്ല. പബ്ലിക് സ്കൂളിൽ പഠിച്ചവൻ, എം.ബി.ബി.എസ് പരീക്ഷയിൽ, പല വിഷയങ്ങൾക്കും സ്വർണ്ണമെഡൽ നേടിയവൻ. അവൻ എം.എസ്സ്. പാസ്സാവും. റിസർച്ച് ചെയ്യും. വിദേശത്തു പോകും. അവനു പലതുമാവാൻ കഴിയും. വലിയൊരു പാത അവനെ കാത്തുകിടക്കുകയാണ്. നീ ആ വഴിയിൽ ഒരു തടസ്സമായി നില്ക്കരുത്. അവനെ വെറുതെ വിടണം. അവനെ രക്ഷിക്കണം. ആ വലിയ കുടുംബത്തിൽ ഒരു വലിയവൻ കൂടി ഉണ്ടാവട്ടെ.”

മേരിയുടെ തോളിൽ തൊട്ടുകൊണ്ടു പറഞ്ഞു:

“കരയരുത്! കണ്ണീരുകൊണ്ട് ഒന്നും നേടാൻ കഴിയില്ല. ഒരു പുരുഷൻ എന്നെ ജീവനോടെ നശിപ്പിച്ചിട്ടുപോലും ഞാൻ കരഞ്ഞില്ല.”

ജെല്ലിപോലെയുള്ള കണ്ണുകളുയർത്തി മേരി അവരെ നോക്കി.

മേട്രൺ പറഞ്ഞു.

“നീ ഇപ്പോൾ കരഞ്ഞു. ഇനി ചിരിക്കാനായി ഒരു കാര്യം പറയാം. നീ ഏൺലീവിന് അപ്ലൈ ചെയ്തിരുന്നുവോ?”

“ഉവ്വ്.”

“അത് സാങ്ഷനായിരിക്കുന്നു. നാട്ടിൽ പോയി സുഖമായി താമസിച്ചു തിരിച്ചുവരൂ.” അല്പം നിർത്തിക്കൊണ്ടു തുടർന്നു: “അല്ലെങ്കിൽ തിരിച്ചു വരണമെന്നുമില്ല. അവിടെയെങ്ങാനും ജോലികിട്ടുമോ എന്നന്വേഷിക്കൂ.”

പെട്ടെന്ന് ലൈറ്റണഞ്ഞു. ഹോസ്റ്റൽ മുഴുവൻ ഇരുട്ടായി.

മേരി തപ്പിത്തടഞ്ഞ് മേട്രന്റെ മുറിയിൽനിന്നു പുറത്തിറങ്ങി.

രാജൻ തോല്ക്കുന്നതു പഠിക്കാഞ്ഞിട്ടല്ലെന്ന് മേരിക്കറിയാം. രാജൻ മാത്രം വിചാരിച്ചാൽ രാജൻ പാസ്സാവുകയില്ല. ദൈവം വിചാരിച്ചാൽക്കൂടി രാജൻ പാസ്സാവുകയില്ല. രാജൻ പാസ്സാകണമെങ്കിൽ രാജന്റെ പ്രൊഫസ്സർ വിചാരിക്കണം. മാത്രമല്ല, മേരിയുടെ ജീവിതത്തിലുണ്ടായ ഒരു കാര്യം സംഭവിച്ചിരുന്നില്ലെങ്കിൽ രാജൻ പാസ്സാകുമായിരുന്നു. മേരിയെ പ്രൊഫസ്സറുടെ വാർഡിലായിരുന്നു ആദ്യം പോസ്റ്റ് ചെയ്തത്.

പ്രൊഫസ്സർ സുമുഖനായ ഒരു വൃദ്ധനാണ്.

നീലനിറത്തിലുള്ള നീണ്ട ഒരു കാറോടിച്ച് രാവിലെ ഒൻപതു മണിക്ക് പ്രൊഫസ്സർ പോർട്ടിക്കോവിലെത്തും. പ്രൊഫസ്സറെ കാത്തു വാർഡിൽ ജോലി ചെയ്യുന്ന ഒരു പറ്റം ഡോക്ടർമാരും വിദ്യാർത്ഥികളും പോർട്ടിക്കോവിന്റെ അരികിൽ നില്ക്കുന്നു. ആരോ വാതിൽ തുറക്കുമ്പോൾ ചുരുണ്ട മുടിയുള്ള, ഉണ്ടക്കണ്ണുള്ള, ചെക്ക് ഷർട്ടിട്ട പ്രൊഫസ്സർ പൈപ്പും കൈയിൽ പിടിച്ച് ഇറങ്ങുന്നു.

പരിവാരം നീങ്ങുകയായി.

വാർഡിലെത്തുമ്പോൾ പ്രൊഫസ്സർ വിളിക്കും: “സ്റ്റാഫീ!”

പ്രൊഫസ്സർ മേരിയെ സ്റ്റാഫ് എന്നു വിളിക്കാറില്ല. മേരി സുന്ദരിയായതുകൊണ്ട് സ്റ്റാഫി എന്ന ഓമനപ്പേര് വിളിക്കുന്നു.

മേരി പ്രൊഫസ്സർക്കു റൗണ്ട് കൊടുക്കും.

ഒരു ദിവസം പ്രൊഫസ്സർ മേരിയെ വിളിപ്പിച്ചു.

“എന്തെങ്കിലും ബുദ്ധിമുട്ടുണ്ടോ?”

“ഇല്ല.”

“ഇവിടെ സുഖമാണോ?”

“അതെ.”

“എന്തെങ്കിലും വിഷമമുണ്ടെങ്കിൽ എന്നോടു പറഞ്ഞാൽ മതി. യൂ ആർ ആൾവൈസ് വെൽക്കം!”

“താങ്ക്യൂ സാർ!”

കഴിഞ്ഞു.

വേറൊരു ദിവസം.

അന്നു രോഗിയുടെ എക്സ്-റേ പ്ലേറ്റുമായാണു ചെല്ലാൻ പറഞ്ഞത്.

അവൾ അകത്തു കടന്നപ്പോൾ പ്രൊഫസ്സർ എഴുന്നേറ്റ് എക്സ്റേ പ്ലേറ്റ് വാങ്ങിക്കാനെന്നവണ്ണം അവളുടെ അടുത്തേക്കു നീങ്ങി. കൈയിലാണു കയറി പിടിച്ചത്. തീപ്പൊള്ളിയതുപോലെ മേരി കൈവലിച്ചു മാറി നിന്നു.

“ഐ ആം സോറി! മേരി സിനിമ കണ്ടിട്ടുണ്ടോ?”

എന്തൊരു ചോദ്യമാണ്! ആ ഭാവപ്പകർച്ച മേരിക്കു മനസ്സിലായി. ഉടനെ രക്ഷപ്പെടാൻ അവൾ ശ്രമിച്ചു. പ്രൊഫസ്സർ കസേരയിൽപ്പോയിരുന്നപ്പോൾ അവൾ ആശ്വസിച്ചു.

“നാളെ വീട്ടിൽ വരൂ!”

മേരി ഒന്നും പറഞ്ഞില്ല.

“എന്റെ ഭാര്യയും കുട്ടികളും നാട്ടിലേക്കു പോയി.”

മേരി അടിമുടി വിറച്ചു. വൃദ്ധന്റെ മുഖത്തു തുപ്പണമെന്നു തോന്നി. തുപ്പിയാൽ പോരാ. ‘ഇവിടെ തുപ്പുക’ എന്ന ബോർഡെഴുതി ആ മുഖത്തു വയ്ക്കണം!

മേരി മുറിയിൽ നിന്നിറങ്ങി. കയറിയതു മേട്രന്റെ മുറിയിലാണ്.

പരാതിയായി. പ്രൊഫസ്സറുടെ പേരിൽ കളങ്കം വന്നു.

മേരിയുടെ ഡ്യൂട്ടി അവിടെനിന്നും മാറി. പക്ഷേ, പ്രൊഫസ്സറുടെ പക അവളുടെ പിന്നാലെ പതുങ്ങിപ്പതുങ്ങി നടക്കുകയാണ്.

മേരി അവളുടെ മുറിയിലെത്തുമ്പോഴേക്കും വെളിച്ചം വന്നു. അവൾ കിടക്കയിൽ കമിഴ്ന്നു കിടന്നു കരഞ്ഞു. ചുമരുകളും ജനലഴികളും മേരിയുടെ ദുഃഖം ഏറ്റു പറഞ്ഞു.

ചുമരിൽ തൂക്കിയ കലണ്ടറിലെ, മറിയയുടെ മടിയിൽ പൂക്കുലയും പിടിച്ചിരിക്കുന്ന ഉണ്ണിയേശു എല്ലാം നോക്കി നിന്നു.

നൈറ്റ് ഡ്യൂട്ടിയായതുകൊണ്ട് പകൽ മുഴുവൻ കിടന്നുറങ്ങാം. മേരി ഉച്ച വരെ മയങ്ങി. ഉച്ചയ്ക്കു ഹോസ്റ്റലിലെ വരാന്തയിലും അടുത്ത മുറികളിലും ബഹളം വർദ്ധിച്ചപ്പോൾ മേരി ഉണർന്നു.

തീരെ വിശപ്പു തോന്നിയില്ല. അവൾ എഴുന്നേറ്റു മുഖം കഴുകി വസ്ത്രം മാറി. മുഖത്തെ ചോര മുഴുവൻ വാർന്നപോലെയുണ്ട്. കണ്ണിന്റെ ചുറ്റും ക്ഷീണത്തിന്റെ കറുത്ത നിഴൽ.

മേരി രാജനെ കാണാനായി വാർഡിലേക്കു പുറപ്പെട്ടു. നേരം രണ്ടു മണിയായതിനാൽ വാർഡിൽ ഡോക്ടർമാരുടെ ബഹളം അല്പം കുറവായിരുന്നു.

രാജൻ ഡാർക്ക് റൂമിലിരുന്ന് കാഴ്ച പെട്ടെന്നു നഷ്ടപ്പെട്ടുപോയ ഒരു രോഗിയെ 'ഓഫ്ത്തൽമോസ്കോപ്പ്' ഉപയോഗിച്ചു പരിശോധിക്കുകയായിരുന്നു.

ജോലി തീർന്നാൽ മാത്രമേ രാജൻ ശ്രദ്ധിക്കുകയുള്ളൂ.

"വരൂ!"

ബാഗ് കൈയിൽ പിടിച്ച് രാജൻ പുറത്തേക്കിറങ്ങി. നീണ്ട ഇടനാഴിയിലൂടെ അവർ നടന്നു.

"എന്നെ ഒന്നു വന്നു കാണാമായിരുന്നില്ലേ?" പരിഭവത്തോടെ മേരി ചോദിച്ചു: "എല്ലാവരും കാണെ ഞാനിവിടെ വീണ്ടും വരണം അല്ലേ?"

ടെൻടക്സ ഫോർട്ടെയുടെ കീ റിങ്ങ് വിരലിലിട്ടു ചുറ്റിക്കൊണ്ടു രാജൻ പറഞ്ഞു:

"ഞാനിന്നങ്ങോട്ടു വരാനിരിക്കയായിരുന്നു."

മേരി ചോദിച്ചു:

"കഴിഞ്ഞ രണ്ടു ദിവസം എവിടെയായിരുന്നു?"

"വീട്ടിൽ പോയിരുന്നു."

"എന്തിന്?"

"തോറ്റ വിവരം വീട്ടിൽ പറയാൻ. പാൽപ്പായസം കുടിക്കുന്നതും ദുരന്തത്തിന്റെ വിവരമറിയുന്നതും ചൂടാറുന്നതിനുമുമ്പായിരിക്കണം."

ആരും ഒന്നും സംസാരിച്ചില്ല.

കാർഡിയോളജി ഡിപ്പാർട്ടുമെന്റിന്റെ പിന്നിലുള്ള ലോണിൽ അവർ ഇരുന്നു.

ഉച്ചസമയത്ത് അവിടെ അധികം ആളുകൾ വന്നിരിക്കാറില്ല.

ലോണിന്റെ മുന്നിലൂടെ യമുന ശാന്തമായി ഒഴുകിക്കൊണ്ടിരുന്നു.

സന്ദർഭം ലാഘവമാക്കാൻ ശ്രമിച്ചുകൊണ്ടു രാജൻ പറഞ്ഞു.

"നോക്ക്, എത്ര സുന്ദരമായ സ്ഥലമാണ് നമ്മൾ ഇരിക്കാൻ തിരഞ്ഞെടുത്തിരിക്കുന്നത്! പിന്നിലുള്ള കെട്ടിടത്തിനകത്തു ഹൃദയമിടിപ്പു റിക്കാർഡ് ചെയ്യുന്ന യന്ത്രങ്ങൾ പ്രവർത്തിക്കുമ്പോൾ അജ്ഞാതനായ ഏതോ ഒരു ഹൃദ്രോഗിയുടെ ഹൃദയത്തിന്റെ താളം തെറ്റിയ ചലനങ്ങൾ ഗ്രാഫ് പേപ്പറിൽ വീഴുന്നു. മുന്നിലുള്ള പൂഴിപ്പപ്പരപ്പിലൂടെ ഹൃദയംപോലെ വിശാലമായ നദി ഒഴുകുന്നു."

മേരി മിണ്ടിയില്ല. യമുനയുടെ ഓളങ്ങളിൽ പ്രകാശം വെട്ടിത്തിളങ്ങുന്നതും അങ്ങു ദൂരെ കറുത്ത പൊട്ടുകൾപോലെ തോണികൾ നീങ്ങുന്നതും അവൾ നോക്കി നിന്നു. അവൾ പെട്ടെന്നു ചോദിച്ചു.

"തോറ്റതിൽ രാജനു വിഷമമില്ലേ?"

"ഇല്ല ഒട്ടും ഇല്ല."

"എന്നാൽ എനിക്കു വിഷമമുണ്ട്. മേരി പറഞ്ഞു."

"നീ ദുഃഖിക്കണം. പാപം ചെയ്യാത്തവരാണ് ദുഃഖം ഏറ്റെടുക്കേണ്ടത്. അതൊരു ഭാഗ്യമാണ്."

എന്തോ ഓർത്തിട്ടെന്നപോലെ മേരി പറഞ്ഞു:

"തോറ്റതിലല്ല എനിക്കു ദുഃഖം. വായിച്ചിട്ടും അദ്ധ്വാനിച്ചിട്ടും തോറ്റതിലാണ്."

"അതിൽ സന്തോഷിക്കുകയാണു വേണ്ടത്. നിരപരാധിയെ കുരിശിൽ കയറ്റുന്നതിനോളം പുണ്യം ഏതു കർമ്മത്തിനാണ്!"

"എന്നെ കണ്ടുമുട്ടിയതാണ് രാജന്റെ ഭാഗ്യക്കേട്" സാരിയുടെ ബോർഡറിലെ പൂക്കളിൽ നോക്കി മേരി പറഞ്ഞു: "അല്ലെങ്കിൽ രാജൻ ഒരു വലിയ ആളാകുമായിരുന്നു."

രാജന്റെ ശബ്ദത്തിനു ഘനം വച്ചു: "ആരു പറഞ്ഞു ഞാൻ വലിയ ആളായിട്ടില്ലെന്ന്? നിന്നെ കാണുന്നതുവരെ ഞാൻ എല്ലാ പുരുഷന്മാരെപ്പോലെയും സ്വാർത്ഥിയായിരുന്നു. എന്നിലുള്ള ഒരു ബിന്ദുവിനെ ആധാരമാക്കി സ്വയം വലംവയ്ക്കുന്ന ഒറ്റപ്പെട്ട ഒരു ഗോളമായിരുന്നു."

രാജൻ തുടർന്നു:

"നിന്നെ കണ്ടതിൽപ്പിന്നെ എല്ലാം നിനക്കുവേണ്ടിയാണു ചെയ്തത്. പഠിച്ചതും അദ്ധ്വാനിച്ചതും വസ്ത്രം ധരിച്ചതും നിനക്കുവേണ്ടിയായിരുന്നു. താടിവച്ചതുപോലും നിനക്കായിട്ടായിരുന്നു."

മേരിക്കു ഭാരം വർദ്ധിച്ചു

വിഷയം മാറ്റിക്കൊണ്ട് അവൾ ചോദിച്ചു:

"വൈവയിലല്ലേ രാജൻ തോറ്റത്?"

"അതെ."

"പകകാരണം രാജനോടു ഡിഫിക്കൽട്ടായി ചോദിച്ചുകാണും."

ചിരിച്ചുകൊണ്ടു രാജൻ പറഞ്ഞു.

"സബ്ജക്റ്റ് ഒന്നും ചോദിച്ചില്ലെന്നതാണു രസം. ചോദിച്ചതും മറ്റൊരു കാര്യമായിരുന്നു."

മേരി കൗതുകത്തോടെ കാത്തിരുന്നു.

"മുറിയിൽ പ്രൊഫസ്സറും എക്സറ്റേണൽ എക്സാമിനറും മാത്രമേ ഉണ്ടായിരുന്നുള്ളു. ഞാൻ ചെന്നിരുന്ന ഉടനെ സ്ട്രെയിറ്റായി ഒരു ചോദ്യം: 'എപ്പോഴും നേഴ്സിന്റെ കണ്ണിൽ നോക്കിയിരിക്കുന്ന ഒരുത്തന് രോഗിയുടെ

കണ്ണിലെ രോഗം മനസ്സിലാകുമോ?' ഞാൻ അത്രയും വേഗത്തിൽ ഒരുത്തരവും കൊടുത്തു: 'ഇല്ല....'"

"എന്നിട്ട്?" മേരി തിരക്കി.

"എന്നോടിറങ്ങിപ്പോകാൻ പറഞ്ഞു."

മേരി സ്തംഭിച്ചിരുന്നുപോയി.

യാത്ര

സാധനങ്ങളെല്ലാം കെട്ടി വച്ച് മേരി ഗേറ്റിൽ കാത്തിരുന്നു.

"എടീ, ഞാനും സ്റ്റേഷൻ വരെ വരാം." കൂട്ടുകാരി ത്രേസ്യാമ്മ പറഞ്ഞു.

"വേണ്ട. ചേച്ചിക്കു ബുദ്ധിമുട്ടായിരിക്കും. വണ്ടി വരുമ്പോഴേക്കും രാത്രി ഒരു പാടുവൈകും. നാളെ ചേച്ചിക്കു ഡ്യൂട്ടിക്കു പോകേണ്ടതുമല്ലേ?"

"ശരി. നിന്റെ ഇഷ്ടംപോലെ."

അപ്പോഴേക്കും രാജൻ ടാക്സിയുമായി ഗേറ്റിൽ വന്നു നിന്നു.

ടാക്സിയിൽ കയറ്റാൻ കൊണ്ടുവന്ന സാധനങ്ങൾ കണ്ട് രാജൻ അത്ഭുതത്തോടെ ചോദിച്ചു.

"ഇത്രയധികം സാധനങ്ങളോ?"

"എന്താ, വണ്ടിയിൽ കയറ്റില്ലേ?"

"അതല്ല ഒന്നരമാസത്തേക്കുള്ള പോക്കിനാണോ ഇതെല്ലാം കെട്ടി വലിക്കുന്നത്?"

ഡ്രൈവർ തിരക്കുകൂട്ടിയപ്പോൾ അവർ സാധനങ്ങളെല്ലാം ധൃതിയിൽ കയറ്റിവച്ചു.

കാർ ഓടിത്തുടങ്ങിപ്പോൾ എന്തോ പിടികിട്ടിയപോലെ രാജൻ ചോദിച്ചു:

"മടങ്ങിവരാതിരിക്കാനുള്ള വല്ല പരിപാടിയുമായാണോ പോകുന്നത്?"

"ആരു പറഞ്ഞു" ഭാവം മറയ്ക്കാൻ ശ്രമിച്ചുകൊണ്ട് മേരി ചോദിച്ചു.

രാജൻ പറഞ്ഞു: "വന്നില്ലെങ്കിൽ എനിക്കും ഗുണമാണ്. ഒരു സുപ്രഭാതത്തിൽ പഠിത്തം നിറുത്തി എനിക്കും എങ്ങോട്ടെങ്കിലും പോകാമല്ലോ!"

ടാക്സി നഗരത്തിലെ വീതിയേറിയ റോഡിൽ അസംഖ്യം വാഹനങ്ങൾക്കിടയിൽ ഒരു ബിന്ദുവായി മാറി.

"മേരീ, ഒരു കാര്യം പറയട്ടെ." രാജൻ അവളുടെ തോളിൽ കൈവച്ചു: "നിനക്കു നാളത്തെ വണ്ടിക്കു പോകാം."

മേരി ഞെട്ടി: "ആരെങ്കിലുമറിഞ്ഞാൽ?"

"ആരറിയാൻ? ഈ പട്ടണത്തിൽ നമ്മൾ ഏകരാണ്. അപരിചിതരാണ്."

മേരി ചോദിച്ചു: "ഒരു പകലും ഒരു രാത്രിയും നമ്മൾ എന്തു ചെയ്യും?"

"ഞാൻ നിന്നേയും നീ എന്നെയും വിഴുങ്ങും!"

"എനിക്കു പേടിയാവുന്നു.!" മേരി രാജനോടു ചേർന്നിരുന്നു.

ഡ്രൈവർ തലയൊന്നു ചെരിച്ചുപിടിച്ചു.

അപ്പോൾ രാജൻ പറഞ്ഞു:

"ലുക്ക് സ്ട്രെയ്റ്റ്"

ഡ്രൈവർ ചെറുതായൊന്നു ഞെട്ടി.

ഹോട്ടലിലെ മൂന്നാം നിലയിലുള്ള എഴുപത്തഞ്ചാം നമ്പർ റൂമിൽ അവർ കൂടുകെട്ടി.

അവർ ബാൽക്കണിയിൽ വന്നു നിന്നു, ബാൽക്കണിയുടെ അഴിക്കു പിടിച്ച് മേരി ചുറ്റും നോക്കി. നഗരം കത്തിത്തിളങ്ങുന്നു. ആയിരമായിരം പരസ്യപ്പലകകൾ ഇരുട്ടിൽ മുങ്ങുകയും പൊങ്ങുകയും ചെയ്യുന്നു. താഴെ ഗർത്തത്തിൽ വാഹനങ്ങളും ജനങ്ങളും ഉറുമ്പിനെപ്പോലെ അരിച്ചു നീങ്ങുന്നു.

"എനിക്കൊരഭ്യർത്ഥനയുണ്ട്. രാജൻ അനുസരിക്കുമോ?"

"കേൾക്കട്ടെ."

"അടുത്ത പരീക്ഷവരെ മറ്റൊന്നും വായിക്കരുത്."

സിഗററ്റുകുറ്റി നിലത്തിട്ടു ഞെരിച്ചിട്ട് അയാൾ പറഞ്ഞു "പാഠപുസ്തകം വായിച്ച് ഇന്ത്യയിലെ പ്രധാനമന്ത്രി ഇപ്പോഴും ജവഹർലാൽ നെഹ്റു വാണെന്നു ധരിച്ചുവയ്ക്കാൻ ഞാനൊരുക്കമില്ല. സോമർസെറ്റ് മോഘമെന്നും ആൽബർട്ട് കാമൂസ് എന്നും ഉച്ചരിക്കാൻ എന്നെക്കൊണ്ടാവില്ല."

മേരി തല ഉള്ളിലേക്കു വലിച്ചു

ഉറങ്ങാനായി അവർ മുറിയിലേക്കു വന്നു. അടുത്തുള്ള കട്ടിലിൽ തനിക്കഭിമുഖമായിരിക്കുന്ന രാജനോട് മേരി ചോദിച്ചു:

"ഞാനിനി തിരിച്ചുവന്നില്ലെങ്കിൽ രാജനെന്തുചെയ്യും?"

രാജൻ നിമിഷങ്ങളോളം സിഗററ്റു പുക ആവാഹിച്ചുനിർത്തി. പിന്നെ പുറത്തുവിട്ടശേഷം പറഞ്ഞു:

"ഞാൻ റബ്ബർ കൊണ്ട് ഉള്ളു പൊള്ളയായ ഒരു പെൺകുട്ടിയെ ഉണ്ടാക്കും. നിന്നെപ്പോലെ ഒരു പെണ്ണിനെ!"

"എന്നിട്ട് അതിനെ നോക്കിയിരിക്കും; അല്ലെങ്കിൽ അതിനോടു വർത്തമാനം പറയും, അല്ലേ?"

"ഇല്ല; വർത്തമാനം പറയില്ല; നോക്കിയിരിക്കില്ല."

രാജൻ തുടർന്നു: "അതിൽ ഞാൻ ചൂടുവെള്ളം നിറയ്ക്കും. നിന്റെ ദേഹത്തിന്റെ ചൂടിന്റെ അത്രയും ചൂടുള്ള വെള്ളം! എന്നിട്ട് അതിനെ കെട്ടിപ്പിടിച്ചു പുലരുന്നതുവരെ ഞാനുറങ്ങും."

മേരി ചിരിച്ചു.

ലൈറ്റണച്ചു.

"ഇനി പോയി കിടന്നുറങ്ങിക്കോളൂ." മേരിയുടെ ശബ്ദം: "അധിക നേരമിരുന്നാൽപ്പിന്നെ സ്വഭാവം ചീത്തയാവും."

രാജന്റെ കട്ടിൽ കരഞ്ഞു.

മേരിയുടെ ഈണത്തിലുള്ള ശ്വാസോച്ഛ്വാസം ശ്രവിച്ചു കൊണ്ടു രാജൻ കിടന്നു.

രാജന് ഉറക്കം വന്നില്ല.

പാതിരാവിൽ ഭയചകിതയായ മേരിയുടെ സ്വരം കേട്ടു

"രാജാ, അരുത്. ഇന്ന് രാജന്റെ വിൽപവറിനെന്തു പറ്റി? അയ്യോ! എന്റെ പൊന്നു രാജാ, എന്നെ നശിപ്പിക്കല്ലേ! നശിപ്പിക്കല്ലേ!"

നിമിഷങ്ങൾക്കുശേഷം മേരിയുടെ നീണ്ട നിശ്വാസം:

"എന്റെ രാജാ......കർത്താവേ!....."

പിറ്റേദിവസം വണ്ടി നീങ്ങി. രാജന്റെ ചലിക്കുന്ന കൈ നൂറുനൂറു കൈകൾക്കിടയിൽ ലയിച്ചപ്പോൾ, രാജന്റെ മുഖം മറ്റു മുഖങ്ങൾകൊണ്ടു മറഞ്ഞപ്പോൾ, മേരി വണ്ടിക്കുള്ളിലേക്കു നീങ്ങി.

ബർത്തിൽ കയറിക്കിടന്നപ്പോൾ പൊട്ടിക്കരയണമെന്നു തോന്നി. ഹൃദയം വീർത്തുവരുന്ന ഒരു ബലൂൺപോലെയായിരുന്നു.

മേരിക്ക് എല്ലാം എന്നെന്നേക്കുമായി നഷ്ടപ്പെടുകയാണ്. ആറുകൊല്ലക്കാലം കഴിച്ചുകൂട്ടിയ പട്ടണം. കൂട്ടുകാരികൾ. പ്രിയപ്പെട്ട രാജൻ. അതിനെക്കാളെല്ലാം വിലപ്പെട്ട, കൊല്ലങ്ങളോളം കാത്തു സൂക്ഷിച്ച മാണിക്കക്കല്ലും നഷ്ടപ്പെട്ടില്ലേ! അതോർത്തപ്പോൾ നെഞ്ചിൽ കോൺക്രീറ്റിട്ട പോലെ തോന്നി.

സാരമില്ല; രാജനല്ലേ? അവൾ സമാധാനിച്ചു

മയങ്ങിക്കിടക്കുമ്പോൾ വണ്ടിച്ചക്രങ്ങൾ അത് ഏറ്റുപാടി.

സാരമില്ല; രാജനല്ലേ?

സാരമില്ല; രാജനല്ലേ?

ഈരടിത്തോർത്തുടുത്ത് വെളിച്ചെണ്ണ തേച്ചു കുളത്തിൽ മുങ്ങിക്കുളിച്ചു. പപ്പടവും കടുമാങ്ങയുംകൂട്ടി ചോറുണ്ടു. ചേനയും പപ്പായയും നുറുക്കി അച്ചാറുണ്ടാക്കി. ചട്ടയും മുണ്ടുമുടുത്തു പള്ളിയിൽ പെരുനാളു കാണാൻ പോയി. മുടി കറുത്തു. തൊലി മിനുങ്ങി.

ആശുപത്രിയും പരിസരവും പണ്ടെങ്ങോ കണ്ട ഒരു സ്വപ്നം പോലെയായി. എന്നാൽ രാജനെക്കുറിച്ചുള്ള ഓർമ്മകൾ മാത്രം ചിരട്ടക്കനൽപോലെ എരിഞ്ഞു. അർബ്ബുദംപോലെ വളർന്നു.

എന്നിട്ടും മേരി പറഞ്ഞു: “ഞാനിനി അങ്ങോട്ടു പോകുന്നില്ല ഇവിടെ എവിടെയെങ്കിലും ജോലിചെയ്യാം.”

കടലിന്റെ ഇരമ്പം കേട്ട് ഓലയുടെ മർമ്മരം കേട്ട്, കുറുക്കന്മാരുടെ ഓരിയിടൽ കേട്ട്, കൈതപ്പൂവിന്റെ ഗന്ധം ശ്വസിച്ച് പാരിജാതം പൂത്തുകിടന്ന രാത്രികളിൽ മേരി ഉറങ്ങുമ്പോൾ കാലവർഷക്കാറ്റിലൂടെയൊഴുകി ആയിരമായിരം നാഴികകൾ താണ്ടി ഒരു ശബ്ദം അവളുടെ കാതിൽ വന്നു കയറി. പാതിരാവിൽ ശബ്ദം കേട്ട് അവളുണർന്നു. ആ ശബ്ദം അവളുടെ രാജന്റെ ശബ്ദമായിരുന്നു.

അവൾ പറഞ്ഞു

“ഞാൻ വരില്ല. എന്നെ മറന്നേക്കൂ!”

അവൾ രാജനു കത്തെഴുതി: “രാജാ, ഞാൻ വരില്ല. എനിക്കിവിടെ ഒരുപാടു പ്രശ്നങ്ങളുണ്ട്. എഴുതാനും പറയാനും പറ്റാത്ത പ്രശ്നങ്ങൾ.”

പക്ഷേ, അവൾക്കു പോകാതിരിക്കാൻ കഴിഞ്ഞില്ല. അപ്പോഴേക്കും അവൾ വിധിയുടെ തേരിൽ കയറിക്കഴിഞ്ഞിരുന്നു

എത്രയോ വർഷങ്ങളായിട്ട് എല്ലാ മാസങ്ങളിലും അവൾക്കുവേണ്ടി കാത്തുനില്ക്കുന്ന ഒരു പ്രത്യേക ദിവസം ഇത്തവണ അവളെ കാത്തുനില്ക്കാതെ ഓടിപ്പോയി.

ഇന്നു വരും.

നാളെ വരും.

എന്നാൽ അതൊരിക്കലും വന്നില്ല.

മേരി ഭക്ഷണം കഴിച്ചില്ല. അവൾ കൂട്ടുകൂടിയില്ല.

ദുഃഖദുരന്തരഹസ്യത്തിന്റെ കഥ ആരോടു പറയാനാണ്? ആരറിയാനാണ്? കർമ്മഫലത്തിന്റെ കഥ അവൾ ഒരു പശുവിനെപ്പോലെ തേട്ടിയരച്ചു

“മോളേ, നിനക്കെന്താണ് ഈയിടെയായി ഒരു ദുഃഖം? നിന്റെ വിഷമങ്ങൾ എന്നോടു പറയൂ.”

മേരി പറഞ്ഞു:

“എനിക്കു മടങ്ങിപ്പോകണം.”

“പൊയ്ക്കോളൂ. നിന്റെ ആഗ്രഹം അങ്ങനെയാണെങ്കിൽ പൊയ്ക്കോളൂ. കണ്ണെത്താത്ത നാട്ടിൽ നിന്നെ നിർത്തി നിന്നെയോർത്തു കരയാനായിരിക്കും എന്റെ വിധി.”

തളർവാതം പിടിപെട്ടു കട്ടിലിൽ കിടക്കുന്ന അച്ഛനെ, സ്കൂളിൽ പഠിക്കുന്നവരും പഠിച്ചുകഴിഞ്ഞവരുമായ അനിയത്തിമാരെ, കണ്ണിൽ വെള്ളം നിറച്ച അമ്മയെ, മഴവീണു നനഞ്ഞ മണ്ണിനെ, വിട്ടുപിരിഞ്ഞ് മേരി വീണ്ടും വടക്കോട്ടു വണ്ടികയറി.

ഹോസ്റ്റലിലെത്തിയപ്പോൾ കൂട്ടുകാരികൾ ചുറ്റുംകൂടി. നാട്ടിൽ പോയ ആൾ തിരിച്ചുവന്നെന്നറിഞ്ഞപ്പോൾ ഹോസ്റ്റലിൽ ബഹളമായി.

പെട്ടി തുറന്നു വറുത്തപ്പേരിയും അവിലും വീതം വച്ചു. തേങ്ങ പൊട്ടിച്ചു. നാവിൽ നെല്ലിക്കായച്ചാറിന്റെ എരിവു പിടിപ്പിച്ചു.

‘‘നീ തീരെ നന്നായില്ലല്ലോടീ?”

അവൾ പോയതിലും ക്ഷീണിച്ചിരിക്കുന്നു.

“എങ്ങനെ ക്ഷീണിക്കാതിരിക്കും? രാജനല്ലേ ഉള്ളിൽക്കിടന്നു പിടയ്ക്കുന്നത്?”

മേരി ഞെട്ടിപ്പോയി; ഹീറ്ററിൽ നിന്നു കറന്റടിച്ചപോലെ

“ചെന്നു കാണൂ മോളേ അവനെ; നീ പോയതുമുതൽ ഒരു ഭ്രാന്തനെപ്പോലെ നടക്കുകയാ അവൻ.”

വൈകുന്നേരം രാജൻ വന്നു.

നന്നായി ക്ഷീണിച്ചിരിക്കുന്നു; കൃതാവ് ഒരു ചാട്ടുളിപോലെ നീട്ടി വച്ചിട്ടുണ്ട്. കണ്ണുകളിലെ തിളക്കം മാത്രം പഴയതുപോലെ.

“നീ എന്തിനാണ് തിരിച്ചുവന്നത്? എനിക്കറിയാം നീ മടങ്ങിവരുമെന്ന്.”

“കവടി നിരത്തിയിരുന്നോ?”

“അതെ. കവടി നിരത്തുകയല്ല, നീ തിരിച്ചുവരേണ്ടപാകത്തിൽ കവടി ചലിപ്പിക്കുകയാണ് ചെയ്തത്”

റസ്റ്റോറന്റിലെ കാബിനിൽ രാജനോട് ഉരുമ്മിയിരുന്നപ്പോൾ അവൾക്ക് എന്തെന്നില്ലാത്ത സുരക്ഷിതത്വം അനുഭവപ്പെട്ടു.

അവൾ രാജന്റെ കവിളിലൂടെ വിരലുകൾ ചലിപ്പിച്ചു.

എവിടെനിന്നോ സംഭരിച്ച ധൈര്യത്തോടെ, അധികാരത്തോടെ മേരി ആവശ്യപ്പെട്ടു:

“രാജാ, എന്നെയൊന്നു ചുംബിക്കു!”

കുറച്ചുകഴിഞ്ഞപ്പോൾ അവൾ ചോദിച്ചു: “ഇന്ന് ഷേവ് ചെയ്തില്ലേ?”

“ചെയ്തു; കാലത്ത് ഏഴുമണിക്ക്.”

“എന്നിട്ടാണോ ഈ രോമം.?”

“ഇത്രയും കാലം കൊണ്ടു വളർന്നതാണ്.”

“അങ്ങനെയാണെങ്കിൽ രണ്ടുനേരം ഷേവ് ചെയ്യണം, കാലത്തും വൈകിട്ടും. മരുന്നു കുറിക്കും പോലെ; ബി.ഡി.”

പൊടുന്നനെ രാജൻ പറഞ്ഞു.

“ഞാൻ പേടിച്ചിരിക്കുകയായിരുന്നു.”

“ഉം! എന്തുപറ്റി?”

“അന്നു കാണിച്ച അവിവേകം കാരണം വല്ല അപകടവും പറ്റിപ്പോകുമോ എന്നു ഞാൻ ഭയപ്പെടുകയായിരുന്നു.”

മേരിയുടെ ദേഹമാസകലം ചൂടുപിടിച്ചു.

സ്വയം നിയന്ത്രിച്ചുകൊണ്ടവൾ ചോദിച്ചു: “അഥവാ പറ്റിയിട്ടുണ്ടെങ്കിലോ?’

“കളിയാക്കാതെ.”

“കളിയല്ല; കാര്യമാണ്”

“കാര്യമാണെങ്കിൽ നീ അമ്മയാകും; ഞാനച്ഛനുമാകും പിന്നെ രണ്ടു ദിവസം മുമ്പ് എന്റെ അച്ഛൻ ഇവിടെ വന്നിരുന്നു. എന്നെ ഒരു പാട് ഉപദേശിച്ചു.”

“ഉപദേശിച്ചതു നന്നായി. ഉപദേശത്തിന്റെ കുറവുകൊണ്ടാണല്ലോ രാജൻ പഠിക്കാത്തത്!”

“പിന്നെ അച്ഛൻ പ്രൊഫസ്സറെ കണ്ടു. എനിക്ക് ഒരു നേഴ്സുമായി ചീത്ത കൂട്ടുകെട്ടുണ്ടെന്നും അതിൽ നിന്നും എന്നെ വിമുക്തനാക്കിയാലേ ഞാൻ പാസ്സാകൂ എന്നും പ്രൊഫസ്സർ പറഞ്ഞത്രേ!”

“എന്നിട്ട് അച്ഛൻ ചീത്ത പറഞ്ഞോ?”

“ഒന്നും പറഞ്ഞില്ല. അച്ഛൻ വല്ലാതെ ദുഃഖിച്ചുവെന്നെനിക്കു മനസ്സിലായി.”

മേരി വിങ്ങിപ്പൊട്ടുകയായിരുന്നു.

കുടൽമാലയിൽ അകപ്പെട്ടുപോയ സൂചി തിരഞ്ഞെടുക്കാൻ ശ്രമിക്കുന്ന സർജനെപ്പോലെയായിരുന്നു മേരി. എവിടെ തുടങ്ങണം? എവിടെ അവസാനിപ്പിക്കണം?

രാജന്റെ അടുത്ത പരീക്ഷയ്ക്ക് ഇനി അഞ്ചുമാസമേയുള്ളൂ. ഇത്തവണ രാജൻ പാസ്സാകണം. രാജനിൽ നിന്നു താൻ ഒഴിഞ്ഞു നില്ക്കണം. തന്റെ ജീവനേക്കാൾ, തന്റെ അപകീർത്തിയേക്കാൾ, വലുതാണ് രാജന്റെ ഭാവി. ഇപ്പോൾ സംഭവം രാജനെ അറിയിക്കരുത്. രാജൻ അറിഞ്ഞാൽ രാജന്റെ മനസ്സു കലങ്ങിമറിയും. പിന്നെ ഇതിനെക്കുറിച്ചുള്ള ആധിയാവും; പോം വഴി കണ്ടുപിടിക്കലാവും.

എന്തെങ്കിലും മരുന്നു കഴിച്ചു നശിപ്പിക്കാൻ മേരി ഒരിക്കൽ ആലോചിച്ചു. അതിലും ഭേദം ആത്മഹത്യയാണെന്ന് അവൾക്ക് ഉടനെ തോന്നി.

രാജനുമായുള്ള ബന്ധത്തിന്റെ ശക്തി ഓർത്തപ്പോൾ ഇങ്ങനെ നീചമായി ചിന്തിച്ചതിൽ അവൾ പരിതപിച്ചു.

ഈ വിവരമറിയുമ്പോൾ രാജനിലുണ്ടാകുന്ന പ്രതികരണത്തെക്കുറിച്ച് മേരി ഒരിക്കലും ചിന്തിച്ചില്ല. ഒരു കാര്യത്തിൽ മാത്രം അവൾക്ക് ഉറച്ച വിശ്വാസമാണ്: രാജൻ തന്നെ ഉപേക്ഷിക്കില്ല.

ദിവസങ്ങൾക്കു ഭാരം വർദ്ധിച്ചു.

മേരിക്ക് അസ്വസ്ഥ കൂടിക്കൂടിവന്നു. വിശപ്പ് അവളെ വിട്ടുപിരിഞ്ഞു. ക്ഷീണം അവളെ എപ്പോഴും ഭരിച്ചു. സദാസമയം വിശ്രമിക്കാൻ അവൾ ശ്രമിച്ചു.

അവളുടെ അവയവങ്ങളിലുണ്ടാകുന്ന മാറ്റങ്ങൾ അവൾ ശ്രദ്ധിച്ചു. കണ്ണിനു ചുറ്റും കറുപ്പു കൂടി. മാറിടം കനത്തു. മുലക്കണ്ണു കറുത്തു. തന്നിലുണ്ടാവുന്ന മാറ്റങ്ങൾ മറ്റുള്ളവർ കാണരുതേ എന്നവൾ സദാ പ്രാർത്ഥിച്ചു.

ആളുകളിൽ നിന്നൊഴിഞ്ഞുമാറി നടന്നു. രാജനെ വല്ലപ്പോഴും മാത്രം കാണുക പതിവായി.

മുറിയിൽ അടച്ചിരുന്ന് രാജനും പ്രൊഫസ്സറും തന്റെ രഹസ്യവും മാത്രമുള്ള ഒരു ലോകത്തിൽ അവൾ ചുറ്റിത്തിരിഞ്ഞു.

ഷോപ്പിങ് നടത്താറില്ല. പുറത്തിറങ്ങി നടക്കാറില്ല. സിനിമയ്ക്കു പോകാറില്ല. ഡ്യൂട്ടിക്കുമാത്രം പോകും.

ഒരു ദിവസം റൗണ്ടിനു വന്ന ഡോക്ടർ ചോദിച്ചു:

"മേരിക്ക് എന്തുപറ്റി? പണ്ടത്തെ ചുറുചുറുക്കും പ്രസരിപ്പുമെവിടെ?"

ഒരു ദിവസം ഡ്യൂട്ടിറൂമിൽ നിന്ന് സ്റ്റെറിലൈസ് ചെയ്ത ഉപകരണങ്ങളുമായി നടന്നുവരുമ്പോൾ തലചുറ്റി വീണു. എല്ലാവരും പിടിച്ചു. ഡ്യൂട്ടിറൂമിലെ കട്ടിലിൽ കിടത്തി.

സിസ്റ്റർ പറഞ്ഞു:

"മേരീ, നിനക്കു കാര്യമായ രോഗമുണ്ട്. എന്താണ് നീ ആരേയും കാണിക്കാത്തത്?"

"അയ്യോ! എനിക്കൊന്നുമില്ല."

ഗർഭിണികൾ ഔട്ട്ഡോറിൽ കാത്തിരിക്കുന്ന കാഴ്ച മേരി എന്നും കണ്ടു. ആ കാഴ്ച അവളെ കൂടുതൽ ദുഃഖിതയാക്കി. തന്റെ വയറ്റിൽ കുഞ്ഞെങ്ങനെയാണു കിടക്കുന്നത്. തല കീഴായിട്ടാണോ? അതോ മീതേയായിട്ടാണോ?

മേരിയുടെ മുഖം തുടുത്തു. കാലിൽ നീരു വന്നുതുടങ്ങി. അടിവയറിനു കനം തോന്നിത്തുടങ്ങി.

അവൾ സാരി കയറ്റി മുറുക്കിയുടുത്തു. ഇല്ല; അവനു ശ്വാസം മുട്ടുകയില്ല.

ആളുകളെ കണ്ടുമുട്ടാതിരിക്കാൻ അവൾ കഴിയുന്നതും ശ്രമിച്ചു. ഹോസ്റ്റലിൽ അവൾ തികച്ചും ഏകാകിനിയായി. ആരെയെങ്കിലും അവിചാരിതമായി കണ്ടുമുട്ടുമ്പോൾ, ദൈവമേ, എന്റെ അടിവയർ നോക്കല്ലേ എന്നു മേരി പ്രാർത്ഥിച്ചു.

ഡ്യൂട്ടിക്കുപോകാനായി പുറപ്പെട്ടപ്പോൾ വയറിനു വേദനയനുഭവപ്പെട്ടു. വാർഡിൽ വന്നു വയറുവേദനയുള്ള രോഗികൾക്കു ഗുളികകൾ കൊടുക്കുമ്പോൾ അവളുടെ അടിവയറ്റിലെ വേദന കടിച്ചമർത്തി. ഉച്ചയായപ്പോഴേക്കും സഹിക്കവയ്യാതായി.

അവൾ ലീവ് ചോദിച്ചു മുറിയിലേക്കു നടന്നു.

പിൻഭാഗത്തുനിന്നു വേദന തുടങ്ങി അടിവയറിലേക്കിഴഞ്ഞുവന്ന് കീഴോട്ടു പോകുന്നപോലെ അവൾക്കു തോന്നി.

വസ്ത്രം മാറുമ്പോൾ അവൾ ഞെട്ടിപ്പോയി.

ചോര!

ദൈവമേ, രക്ഷിക്കൂ! അവൾ മനംനൊന്തു പ്രാർത്ഥിച്ചു.

അവൾ മുറിപൂട്ടി കട്ടിലിൽക്കയറിക്കിടന്നു.

വേദനകൊണ്ട് അവൾ പുളഞ്ഞു. അവൾ ഉടുത്ത വസ്ത്രങ്ങളും കിടക്കവിരിയും ചോരകൊണ്ടു നനഞ്ഞു.

ചോര കണ്ട് അവളുടെ കണ്ണുകൾ മഞ്ഞളിച്ചു. തല കറങ്ങി. എന്താണു സംഭവിക്കാൻ പോകുന്നത്? അവൾക്കു വിശ്വസിക്കാനാവുന്നില്ല.

അവൾ അറിയാതെ നിലവിളിച്ചു.

ദുരന്തത്തിന്റെ അണപൊട്ടി.

ഏഴുമാസം പ്രായമായ ചോരക്കുഞ്ഞ് രക്തക്കളത്തിൽ കട്ടിലിൽ വീണു.

അവൾക്കു ബോധം നശിച്ചു.

ബോധം വന്നപ്പോൾ പരിസരത്തെ അവൾ ഓർത്തു. ഉള്ള ജീവൻ ഉപയോഗിച്ച് അവൾ എഴുന്നേറ്റു.

ചോരക്കട്ടയെ തുണിയിൽ പൊതിഞ്ഞ് അലമാരയിൽ വച്ചു.

വൈകുന്നേരമാകുമ്പോൾ നദിക്കരയിൽ പോകണം. തുണിയിൽ പൊതിഞ്ഞ ചോരക്കട്ടയെ ആരു കാണാതെ നദിയിലേക്കെറിയണം. തുണിയിൽ പൊതിഞ്ഞ ഭ്രൂണത്തിനു ചുറ്റും മത്സ്യങ്ങൾ കൂടും. തുണിയിൽ കൊത്തും. തുണി കീറും. ഭ്രൂണം പുറത്താകും. മത്സ്യങ്ങൾ ചുറ്റും നിന്ന് ആവേശത്തോടെ കൊത്തും.

അയ്യോ!

വസ്ത്രം മാറ്റി, കിടക്കവിരി മാറ്റി, നിലത്തു വെള്ളമൊഴിച്ചു.

അവൾ കുളിമുറിയിലേക്കു നടന്നു. കുളിമുറിയിൽ എത്തിയതുമാത്രം ഓർമ്മയുണ്ട്. അവൾ ബോധമില്ലാതെ വീണ്ടും നിലംപതിച്ചു.

ബോധരഹിതയായ മേരിയെ ആരെല്ലാമോ താങ്ങിപ്പിടിച്ചു മുറിയിൽ കൊണ്ടു വന്നു കിടത്തി.

മേരിക്ക് എന്തോ അസുഖമാണെന്ന വിവരം മേട്രനറിഞ്ഞു.

അവർ മേരിയുടെ മുറിയിൽ വന്നു.

"എന്താണിത്? എന്താണീ മണം?" ഒരു പോലീസ്നായയെപ്പോലെ അവർ മണം പിടിച്ചെടുത്തു.

നിലത്തു നോക്കിക്കൊണ്ടു ചോദിച്ചു: "ഈ രക്തം എവിടെനിന്നു വന്നു?"

പിന്നെ പരിശോധനയായി

മേരിയെ ആശുപത്രിയിൽ പ്രവേശിപ്പിച്ചു.

വാർഡിലെ പതിമ്മൂന്നാം നമ്പർ കട്ടിലിൽ അവൾ ബോധരഹിതയായി കിടന്നു. കട്ടിലിനരികെ നിർത്തിയ ഇരുമ്പുസ്റ്റാൻഡിൽ തൂക്കിയ കുപ്പിയിൽ നിന്നും രക്തം കുഴൽവഴി അവളുടെ ദേഹത്തിലേക്കു പ്രവേശിച്ചു.

ഡോക്ടർമാരും നേഴ്സുമാരും അവജ്ഞയോടെ അവളെ ശുശ്രൂഷിക്കാൻ തുടങ്ങി.

മേരി കണ്ണു തുറന്നു.

കണ്ണുതുറന്നപ്പോൾ കണ്ടത് കട്ടിലിനരികിൽ നില്ക്കുന്ന പോലീസുകാരെയായിരുന്നു.

മേട്രനും സൂപ്രണ്ടും ദൂരെ മാറിനില്ക്കുന്നുണ്ടായിരുന്നു. ഇൻസ്പെക്ടർ അവരുമായി എന്തോ പറയുകയാണ്.

അപ്പോഴാണ് രാജൻ കടന്നുവന്നത്

രാജനെ കണ്ടപ്പോൾ അവൾ വിറച്ചു. കണ്ണുകൾ നിറഞ്ഞു.

"കരഞ്ഞിട്ടെന്താണു കാര്യം?" രാജന്റെ ശബ്ദം കേട്ടു.

അവളുടെ ബലഹീനമായ ശബ്ദം പുറത്തുവന്നു.

"ഞാൻ തെറ്റുചെയ്തു. രാജനോടു നേരത്തേ പറയേണ്ടതായിരുന്നു."

രാജന്റെ മുഖത്തു ഗൗരവം നിറഞ്ഞു. അത്രയും ഗൗരവമേറി ഒരിക്കലും കണ്ടിട്ടില്ല. രാജന്റെ കണ്ണുകൾ കത്തിജ്വലിക്കുന്നു.

"നേരത്തെ പറഞ്ഞിരുന്നെങ്കിൽ എത്ര നന്നായിരുന്നു! നിന്റെ സ്നേഹത്തിനു മുമ്പിൽ അപരന്റെ കുട്ടി എന്നെ അച്ഛാ എന്നു വിളിക്കുന്നതുകൂടി ഞാൻ സഹിക്കുമായിരുന്നു." അല്പം നിർത്തിക്കൊണ്ടു തുടർന്നു: "ഇനിയും ഭയപ്പെടേണ്ട; ഈ പാപത്തിന്റെ മഞ്ചൽ എന്റെ ചുമലിലുണ്ട്."

■

ഗ്രീൻ ബുക്സ് പ്രസിദ്ധീകരണം

മക്കയിലെ നിലാവും മൂകാംബികയിലെ കുളിരും

പുനത്തിൽ കുഞ്ഞബ്ദുള്ള

ലേഖനം വില: 80.00

കഥാകാരൻ ഭാവനയുടെ ഊർജ്ജത്തിലും വെട്ടത്തിലും കൃതികൾ കൊരുത്താൽ പോരാ സമകാല സാമൂഹിക പ്രശ്നങ്ങളിൽ വ്യാപരിക്കുകയും ആ പ്രശ്നങ്ങൾക്കു പ്രതിവിധി തേടുകയും വേണം. സർഗ്ഗപ്രക്രിയ അപ്പോഴേ സഫലവും സാർത്ഥകവുമാകൂ. എഴുത്തിന്റെ ഈ സാമൂഹികവശത്തിൽ ബദ്ധശ്രദ്ധനായ കഥാകാരനാണ് പുനത്തിൽ കുഞ്ഞബ്ദുള്ള. 'മക്കയിലെ നിലാവും മൂകാംബികയിലെ കുളിരും' ഈ അഭിപ്രായത്തെ സാധൂകരിക്കുന്നു. സമകാല സമൂഹത്തിനു നേരെ പിടിച്ച ഒരു കണ്ണാടിയാണ് ഈ പുസ്തകം. നമ്മുടെ മുഖം കാട്ടിത്തരുന്നു ഈ കണ്ണാടി; ഒപ്പം ആ സമൂഹത്തെ നിർഭയം വിചാരണ ചെയ്യുന്ന ഉത്പതിഷ്ണുവായ ഒരെഴുത്തുകാരനെയും.

FCW - #0060 - 061026 - C0 - 216/140/12 - PB - 9788184231267 - Matt Lamination